वाजपेयींचे अज्ञात पैलू

एका विरोधाभासी राजकारण्याची चरितकहाणी

वाजपेयींचे अज्ञात पैलू

उल्लेख एन. पी.

अनुवाद : सुनीति काणे

MANJUL

मंजुल पब्लिशिंग हाउस

MANJUL

मंजुल पब्लिशिंग हाउस

पुणे संपादकीय कार्यालय

फ्लॅट नं. 1, पहिला मजला, समर्थ अपार्टमेंट्स, 1031,
टिळक रोड, पुणे - 411 002

व्यावसायिक आणि संपादकीय कार्यालय

दुसरा मजला, उषा प्रीत कॉम्प्लेक्स, 42 मालवीय नगर, भोपाळ - 462 003

विक्री आणि विपणन कार्यालय

7/32, तळमजला, अंसारी रोड, दर्यागंज, नवी दिल्ली - 110 002

www.manjulindia.com

वितरण केंद्रे

अहमदाबाद, बेंगलुरू, भोपाळ, कोल्काता, चेन्नई,
हैदराबाद, मुंबई, नवी दिल्ली, पुणे

मूळ इंग्रजी आवृत्ती 'पेंग्विन रँडम हाउस इंडिया'चा
इंप्रिंट 'वायकिंग' तर्फे 2017 साली प्रथम प्रकाशित

उल्लेख एन. पी. लिखित *द अनटोल्ड वाजपेयी*
या मूळ इंग्रजी पुस्तकाचा मराठी अनुवाद

प्रस्तुत मराठी आवृत्ती 2018 साली प्रथम प्रकाशित

ISBN : 978-93-87383-43-2

मराठी अनुवाद : सुनीति काणे

मुद्रण व बाइंडिंग : रेप्लिका प्रेस प्रा. लि.

माझे तीर्थरूप वडील पट्टियम गोपालन
आणि मातुःश्री एन. के. मृदुला यांना समर्पित

अनुक्रमणिका

प्रास्ताविक ix

१. ''भाई, मामला गडबड है!'' १

२. गांधी, मार्क्स आणि गीता ८

३. प्रेम आणि राजकारण २१

४. नेहरू आणि अन्य विभूती ३६

५. खळबळजनक वर्षं ६१

६. सत्तेचे प्रयोग ७३

७. विनम्रतेचे धडे ९१

८. निष्फल वर्षे १०९

९. वादळाला भिडताना १२५

१०. नशिबाचे फासे वाजपेयींच्या दिशेने! १४२

११. बाँब, बस, बजेट १५३

१२. कारगिल युद्ध आणि वाजपेयी १७७

१३. स्पष्ट प्राधान्यक्रम १८५

१४. कारकिर्दीच्या सूर्यास्तात मूकपणे लुप्त होऊ नका! २१४

ऋणनिर्देश २२४

प्रास्ताविक

अटल बिहारी वाजपेयी १९९९ ते २००४ अशी संपूर्ण पाच वर्षांची कारकीर्द पूर्णत्वाला नेणारे काँग्रेसेतर पक्षाचे पहिले पंतप्रधान होते. देशातील अत्यंत लोकप्रिय पंतप्रधानांपैकी एक! त्यांच्या कारकिर्दीचा मागोवा घेताना, उल्लेख एन. पी. यांनी गेल्या सात दशकांच्या स्वतंत्र भारताच्या राजकारणाची उत्कृष्ट मीमांसा शब्दांकित केली आहे.

वाजपेयी अत्यंत निष्णात वक्ते होते. ते २००९ साली आजारानं कमजोर झाले; पण त्यापूर्वीची पन्नास वर्षे ते त्यांच्या पक्षाच्या अत्यंत उच्च वर्तुळातील महत्त्वपूर्ण हस्ती होते. अत्यंत नेमकी धोरणात्मक उद्दिष्टं असलेला आणि सीमित लोकप्रियता लाभलेला लहानसा हिंदुत्ववादी पक्ष त्यांनी प्रयत्नपूर्वक विकास घडवून आज भारताच्या संसदेतील सर्वांत मोठ्या पक्षाच्या स्थानी नेऊन पोहोचवला आहे. वाजपेयी म्हणजे ब्रह्मचारी... त्यांना कवितेचं आणि खानपानाचं आणि चाकोरीबाह्य जीवनशैलीचं विलक्षण वेड! त्यामुळे भारतीय जनता पक्षाच्या हिंदुत्ववादी आणि पारंपरिक विचारांच्या उच्च वर्तुळात हे व्यक्तिमत्त्व वेगळेपणानं उठून दिसायचं.

भारतीय जनता पक्षाचा उगम ज्या राष्ट्रीय स्वयंसेवक संघातून झाला, त्या संघाची उद्दिष्टं अधिकच हिंदुत्ववादी आणि कडवी होती. त्या संघाचा 'प्रचारक' म्हणून काम करत असलेली ही वल्ली आणखीच अद्भुत वाटावी, अशी जीवनशैली अनुसरत होती. याच कडव्या संघाचे सदस्य भारतीय जनता पक्षाच्या उच्च वर्तुळात पोहोचले आहेत.

१९४२ सालच्या गांधींच्या 'क्वीट इंडिया मूव्हमेंट' (भारत छोडो चळवळ) नंतर ब्रिटिश भारताबाहेर जातील, ही आशा बाळगणारे वाजपेयी आणि त्या काळचे अन्य महाविद्यालयीन युवक, हा प्रयत्न फसला असं समजून राष्ट्रीय स्वयंसेवक

संघाकडे आकृष्ट झाले. काही काळ समाजवादाकडे खेचले गेलेले वाजपेयी, यू.एस.एस.आर.च्या ब्रिटिशधार्जिण्या धोरणांचं अंधानुकरण करणाऱ्या भारतीय कम्युनिस्ट पक्षाच्या मनोवृत्तीवर नाराज होऊन, लवकरच त्या पक्षाबाहेर पडले. असं असलं तरी, सामाजिक समानता निर्माण करण्यासाठीच्या सर्व प्रयत्नांना वाजपेयींचा कायम पाठिंबा राहिला, असं उल्लेख आवर्जून सांगतात. उल्लेख वर्णन करतात की, वाजपेयींचे राजकारणातले प्रारंभीचे गुरू होते, दीनदयाळ उपाध्याय. ते वाजपेयींसारखेच उच्चकुलीन हिंदू आणि पूर्णवेळ संघाला वाहून घेतलेले कार्यकर्ते होते. शेतजमिनींबाबत पुनर्धोरण, हिंदू जातीयतेतील उच्च-नीचतेचं उच्चाटन, इतर पक्षांशी सहकार्य यांसारखी धोरणं आखण्यासाठी आवश्यक असलेली बौद्धिक बैठक दीनदयाळजींकडून वाजपेयींना लाभली. भारतासारख्या सामाजिक विभिन्नता असलेल्या देशात जे संतुलन आवश्यक आहे, त्या दृष्टीनं अत्यंत विघातक असलेली उजवीकडे झुकणारी हिंदुत्ववादी धोरणं (उदा. राममंदिराच्या जागी बांधली गेलेली मशीद फोडणं) वाजपेयींना कशी अस्वस्थ करत असत, याबद्दलही उल्लेख यांनी विवेचन केलं आहे.

सर्वसमावेशकतेसाठी वाजपेयींनी जे प्रयत्न केले, त्यामुळे भारतीय जनता पक्षाचा सामाजिक, वैचारिक आणि भौगोलिक पाया अधिक व्यापक होण्यास खूपच मदत झाली. माझ्या वाचनातील अन्य कोणत्याही पुस्तकापेक्षा, हे पुस्तक या प्रयत्नांवर नेमकेपणानं प्रकाश टाकतं, त्यामुळे मला हे पुस्तक अतिशय महत्त्वाचं वाटतं. नरेंद्र मोदी हा कनिष्ठ जातीतील गरीब चहावाल्याचा संघ प्रचारक हिंदू मुलगा. वाजपेयींनी सर्वसमावेशकतेसाठी त्या काळी असे प्रयत्न केले नसते, तर हा मुलगा २०१४च्या निवडणुकीत भारतीय जनता पक्षाला निर्विवाद बहुमत मिळवून देऊन पंतप्रधान बनूच शकला नसता. विभिन्न सामाजिक आणि वैचारिक स्तरांमधून एवढा पाठिंबा मिळवूच शकला नसता. वाजपेयींच्या राजनैतिक दृष्टिकोनावर टीका करणारे भरपूर लोक आहेत. विशेषतः संघातील उच्च जातीय, पुराणमतवादी निंदक खूप आहेत, असं लेखक निदर्शनाला आणून देतात. या पुस्तकाचा समारोप मणिशंकर अय्यर यांच्या समालोचनानं केला गेलाय. ते अत्यंत हुशार, उदारमतवादी, राजनैतिक भाष्यकार होते. माजी परराष्ट्रनीतिज्ञ होते. त्यांना चिंता वाटतेय की, वाजपेयींचे सर्वसमावेशकतेचे प्रामाणिक प्रयत्न, त्यांचे उत्तराधिकारी मोदी चालू ठेवतील की नाही? मोदींबाबतची ही शंका भारतातील विचारवंतांनीसुद्धा व्यक्त केली आहे. त्यांचा नेहमीचा युक्तिवाद असा आहे की, संघ (आणि पर्यायानं भारतीय जनता पक्ष) संकुचित उच्च जातीय हिंदूंचा आणि वरच्या आर्थिक स्तरातील लोकांचा दृष्टिकोन जपण्यासाठी वाजपेयींनी पुरस्कृत केलेल्या उदारमतवादी समावेशकतेला डावलेल. मात्र हा त्यांचा पूर्वग्रह आहे. संघसुद्धा वैचारिकदृष्ट्या बदलतोय. त्यामागचं एक कारण वाजपेयींनी आग्रह धरलेली सर्वसमावेशकता हे आहे, हे सत्य या मीमांसकांनी लक्षात घेतलेलं नाही. राष्ट्रीय स्वयंसेवक संघाचं नेतृत्व नेहमीच उच्च जातीय हिंदूंच्या आणि

ब्राह्मणी संस्कृतीच्या नेत्यांच्या हाती चालत आलं आहे; परंतु ही मंडळी नागरी आणि कनिष्ठ मध्यमवर्गीय (उदा. शाळा शिक्षक, सरकारी कारकून) होती आणि शहरी उच्च आर्थिक स्तरातील लोकांबद्दल त्यांचं मन कायम संशयग्रस्त असे. गेल्या दोन दशकांत संघाच्या सभासदांची संख्या प्रचंड प्रमाणात वाढली आहे आणि त्यात सुशिक्षित शहरी मध्यमवर्गीयांची प्रचंड भर पडली आहे. या लोकांचं उद्दिष्ट प्रामुख्यानं आर्थिक विकास हेच आहे. संघाभावेती अनेक पूरक संस्थांचं जाळं आहे आणि या संस्था विविध सामाजिक गटांसाठी काम करत आहेत. (उदा. शेतकरी, कारखान्यातले मजूर, शिक्षक, लेखक, कारकून). या संघाशी संलग्न असलेल्या संस्था, शाळा, दवाखाने, व्यावसायिक प्रशिक्षण देणाऱ्या संस्था कार्यरत आहेत आणि त्यादेखील प्रामुख्यानं आर्थिकदृष्ट्या दुर्बल घटकांसाठीच. या कार्यामुळे संघाकडे विविध प्रकारच्या सामाजिक स्तरातील लोक आकृष्ट झाले आहेत, त्यामुळेच संघ आता उदार आर्थिक धोरणं राबवण्याकडे प्रवृत्त झाला आहे; परंतु आर्थिक विकास आणि अधिक समान उत्पन्न वाटप या धोरणांमध्ये कधी कधी संघर्ष उद्‌भवतो. अशा वेळेस संघाशी संलग्न असलेल्या (भारतीय जनता पक्षासारख्या) संस्थांना विविध गट स्वीकारतील असे सर्वांना पसंत पडणारे पर्याय शोधण्याची कसरत करावी लागते.

सरतेशेवटी हे पुस्तक स्वातंत्र्योत्तर काळातल्या भारतीय राजकारणाचं यथार्थ दर्शन घडवतं आणि तेसुद्धा भारतातील अत्यंत मनोवेधक राजनीतिज्ञाच्या आयुष्याच्या आलेखाच्या माध्यमातून! जरी वाजपेयी नेहमीच राष्ट्रीयतावादी होते, तरी हिंदुत्ववादाचे बोचरे कंगोरे मृदू करण्यासाठी ते प्रयत्नशील होते. त्यांचे प्रयत्न किती प्रमाणात यशस्वी झाले, हा नेहमीच विवाद्य मुद्दा ठरला आहे; परंतु वाजपेयींनी उचलून धरलेलं सर्वसमावेशकतेचं धोरण भारतीय जनता पक्षानं सोडून दिलं, तर या गरीब आणि सामाजिक विभिन्नतेच्या देशात तो पक्ष भरीव कार्य करण्यास असमर्थ ठरेल.

सप्टेंबर २०१६

वॉल्टर अँडरसन, डायरेक्टर,
साउथ एशिया स्टडीज प्रोग्रॅम,
स्कूल ऑफ अॅडव्हान्स्ड इंटरनॅशनल स्टडीज,
जॉन्स हॉपकिन्स युनिव्हर्सिटी.

*'द ब्रदरहूड इन सॅफरन :
राष्ट्रीय स्वयंसेवक संघ अँड
हिंदू रिव्हायव्हलिझम'* या पुस्तकाचे सहलेखक.

१

१९९६

''भाई, मामला गडबड है!''

तारीख १५ मे १९९६. सत्तरीच्या पुढचा एक गृहस्थ ॲम्बॅसेडर गाडीतून उतरला. गरगरणारं डोकं स्थिर होईपर्यंत क्षणभर स्तब्ध उभा राहिला. दिल्लीच्या रखरखीत उन्हाळ्यात त्याच्या विशाल भालप्रदेशावर दाटून आलेला घाम त्यानं हातरुमालानं पुसला आणि तो भारताच्या राष्ट्रपतींच्या कचेरीच्या दिशेनं पावलं उचलू लागला.

सरकारी अधिकाऱ्यांच्या भव्य, राजेशाही कचेऱ्यांच्या इमारती डौलानं वागवणारी रायसीना हिल उन्हात भाजून निघत होती. कुठंच सावली नसल्यामुळे कबुतरंसुद्धा छपरांच्या वळचणीत दडी मारून बसलेली होती. त्या वयस्कर माणसाचं ढगळ धोतर त्याची अडखळणारी पावलं लपवू शकत नव्हतं. जरी तो वृद्ध गृहस्थ थोड्या धापा टाकत असला, तरी डोळे अर्धवट मिटलेला त्याचा चेहरा अगदी शांत होता. कुठल्याही क्षणी हसू फुटेल इतका तो चेहरा सुशांत होता. संयमानं बोलत असल्याचं दाखवत, गुळगुळीत दाढी केलेल्या आणि तेल लावलेले करडे केस असलेल्या या माणसानं अगदी खालच्या पट्टीत, गुपित सांगत असल्याच्या आविर्भावात त्याच्या सोबत्याला जे काही म्हटलं, ते त्याच्या वक्तृत्वनिपुणतेशी अगदी विसंगत होतं. तो म्हणाला, ''भाई, मामला गडबड है!''

अटल बिहारी वाजपेयींना ऑर्वेलसारखं द्व्यर्थी बोलणं प्रिय होतं. अशा द्व्यर्थी बोलण्यामुळे ऐकणारे लोक बरेचदा बुचकळ्यात पडत आणि त्या शब्दांचा खरा अर्थ शोधण्यासाठी धडपड सुरू करत; परंतु त्यांच्या जावयाला – रंजन भट्टाचार्यला

अनुभवानं ठाऊक झालं होतं की, असे प्रयत्न निष्फळ ठरतात, त्यामुळे तो अधिक खोलात शिरायच्या फंदात पडला नाही. त्यानं पुढं काय घडतंय, याची शांतपणे वाट पाहायचा सुज्ञ निर्णय घेतला.

वाजपेयी आणि त्यांचा विनम्रसा लहानसा लवाजमा दुपारच्या भोजनानंतर राष्ट्रपती शंकर दयाळ शर्मा यांना भेटण्यासाठी त्यांच्या रायसीना मार्गावरील निवासस्थानातून बाहेर निघाला होता. राष्ट्रपतींनी अटलजींना सरकार स्थापन करण्याबाबतच्या चर्चेसाठी पाचारण केलं होतं. नुकत्याच पार पडलेल्या राष्ट्रीय निवडणुकीमध्ये कोणत्याही पक्षाला स्वबळावर किंवा निवडणूकपूर्व हातमिळवणी केलेल्या दोस्त पक्षांच्या सहकार्यबळावर सरकार स्थापन करण्याएवढं बहुमत प्राप्त झालेलं नव्हतं. वाजपेयींचं नेतृत्व लाभलेल्या, उजव्या विचारसरणीच्या भारतीय जनता पक्षाला ५४३ सभासद संख्या असलेल्या लोकसभेत सर्वाधिक उमेदवार जिंकून देता आलेले होते. त्यांना ५४३ पैकी १६१ जागा मिळाल्या होत्या. मतदानापूर्वी भारतीय जनता पक्षानं म्हटलं होतं की, त्यांना लोकसभेत २२०-२२५ जागा मिळवता आल्या नाहीत, तर ते सरकार स्थापनेची मागणी करणार नाहीत; परंतु आता त्यांच्यासमोरचं उद्दिष्ट होतं - भाजपेतर आणि काँग्रेसेतर अशा अन्य पक्षांची जी 'तिसरी आघाडी' तयार होईल, तिला सत्तेपासून दूर ठेवणं.

अनेक दशकं भारतावर अधिराज्य करणारा काँग्रेस पक्ष या वेळेस केवळ १४० जागा मिळवू शकला होता. उरलेल्या सर्व जागा वेगवेगळ्या राजकीय पक्षांमध्ये विभागल्या गेलेल्या होत्या. यातले अनेक पक्ष भाजपला कनिष्ठ दर्जाचा मानून त्या पक्षावर बहिष्कार घालू पाहत होते, त्यामुळेच ब्रिटिश राजवटीत व्हॉइसरॉय मंडळींचं निवासस्थान असलेल्या राष्ट्रपतिभवनाकडे जात असताना, आपल्यावर कोणती जबाबदारी सोपवली जाणार आहे, याची वाजपेयींना मुळीच कल्पना नव्हती. केवळ औपचारिकता म्हणून वाजपेयींना सरकार स्थापण्यासाठी विनंती करण्याचा देखावा करावा, असा राष्ट्रपतींचा विचार होता. काँग्रेसेतर पक्षाच्या मदतीनं आणि डावे पक्ष सोडून अन्य पक्षांच्या साहाय्यानं लोकसभेत २७२ हा बहुमताचा आकडा गाठता येईल की नाही याविषयी भाजप साशंक होता; पण या संदिग्ध स्थितीतही भाजपला पुसटशी आशा होती... आपत्तीचं रूपांतर संधीत करण्याचा मार्ग राजकारणात नेहमीच असतो. जर काँग्रेसनं वाजपेयी सरकारच्या विश्वासदर्शक ठरावाच्या वेळेस तटस्थ राहायचं ठरवलं, तर काँग्रेस पक्षाच्या शिवराज पाटील यांना लोकसभेचे सभापती म्हणून पुन्हा एकदा निवडून देण्यास भारतीय जनता पक्ष राजी होता. खरं तर विभिन्न राजकीय पक्ष मित्रत्वानं हातमिळवणी करायला तयार होतील, अशी अपेक्षासुद्धा भाजपने केली नव्हती; पण पुढे हेच पक्ष एकत्र आले आणि 'युनायटेड फ्रंट' म्हणजेच 'संयुक्त आघाडी'चं सरकार आलं.

भारतीय जनता पक्षाच्या श्रेष्ठींचा अनेक वर्षांचा सारथी असलेला माजीद वाजपेयींची गाडी चालवत होता. गाडीत वाजपेयींचा एक चपराशी होता. गाडीत

असलेला त्यांचा जावई रंजन भट्टाचार्य दिल्लीतील सत्ता वर्तुळात अजून फारसा प्रसिद्ध झाला नसला, तरी त्यानं चुणूक दाखवायला सुरुवात तर केलेलीच होती की, भविष्यात तो या बहात्तर वर्षीय राजनीतिज्ञाचे कान आणि डोळे बनणार आहे. वाजपेयींचा त्याच्यावर विश्वास होता; परंतु त्यांच्या दत्तकपुत्री नमिताचा तेरा वर्षं पती असलेल्या रंजनला ते अजूनही 'बंगाली बाबू' किंवा 'मुखर्जीभाई' म्हणूनच संबोधत होते. नमिताचं एक लाडकं टोपण नाव होतं 'गुन्नू'. भारतीय जनता पक्षाच्या या भीष्माचार्यांना लोकांची नावं लक्षात ठेवणं फार कठीण जात असे. लोक त्यांचे तरुणपणापासूनचे स्नेही असले, तरच त्यांना त्यांची नावं आठवत असत. ते त्यांच्या दत्तककन्येलासुद्धा अनेकदा 'नम्रता' म्हणून हाक मारत असत. मग त्यांना आठवण करून द्यावी लागे की, तिचं नाव नम्रता नसून, 'नमिता' आहे; पण गुन्नू ऊर्फ नमिता आणि रंजन याबद्दल राग धरत नसत.

शंकर दयाळ शर्मांना भेटून अर्ध्या तासाच्या आतच वाजपेयी हातात एक फाइल घेऊन परतले. बराच वेळ ते काहीही बोलले नाहीत. त्यानंतर त्यांनी भट्टाचार्यला सांगितलं की, भारताचा पुढचा पंतप्रधान म्हणून शपथ घेण्याची विनंती करणारं पत्र त्यांना राष्ट्रपतींनी दिलं आहे. शर्माजींचा वाजपेयींवर लोभ होता. त्यांनी ज्योतिष्यांना शुभ वेळ विचारून शपथविधीची वेळसुद्धा ठरवून टाकली होती. राष्ट्रपतींच्या निवासस्थानी पोहोचल्यावर त्यांचं ज्या सन्मानानं स्वागत करण्यात आलं, त्यावरून वाजपेयींनी अंदाज बांधलाच होता की, ही भेट केवळ औपचारिक नाही! त्यांनी ताडलं होतं की काहीतरी घडणार आहे आणि प्रवेश करतेवेळी त्यांना जी आदरयुक्त वागणूक दिली गेली त्यावरून त्यांची खात्री पटली की राष्ट्रपती त्यांच्या बाजूने ठाम उभे आहेत.

राष्ट्रपतिभवनातून वाजपेयी परतले आणि त्यांनी आपल्या पक्षाला आणि जनतेला सांगितलं की, राष्ट्रपतींनी त्यांच्यावर सरकार स्थापनेची जबाबदारी सोपवली आहे. निवडणुकीनंतर लोकसभेत सामान्य बहुमत मिळवण्यासाठी आपसात वाटाघाटी करणाऱ्या प्रतिस्पर्धी राजकारण्यांचा वाजपेयींनी जाहीर केलेल्या वार्तेवर विश्वासच बसेना! या बातमीमुळे सत्ताधाऱ्यांच्या गोटात एकच खळबळ उडाली. उलटसुलट वार्तांनी आणि कानावर पडणाऱ्या धक्कादायक तपशीलांनी सत्ताधारी अक्षरशः हादरले.

दुसऱ्या दिवशीच वाजपेयी भारताचे दहावे पंतप्रधान झाले. बारा वर्षांपूर्वी लोकसभेत अवघ्या दोन जागा जिंकण्याची नामुष्की पदरी पडलेल्या त्यांच्या पक्षाच्या दृष्टीनं हा मोठाच निर्णायक क्षण होता. त्या वेळेस तत्कालीन पंतप्रधान राजीव गांधी यांनी लोकसभेत केवळ दोन जागा जिंकणाऱ्या भारतीय जनता पक्षाची खिल्ली उडवताना, कुटुंबनियोजनाचं प्रसिद्ध घोषवाक्य वापरलं होतं, 'हम दो, हमारे दो.' भाजपला

१९९६ साली लाभलेल्या यशाचं श्रेय जाणकारांनी भाजपच्या पंतप्रधानपदाच्या उमेदवाराच्या वाढत्या लोकप्रियतेला दिलं.

इतर पक्षांचा पाठिंबा मिळवण्यासाठी वाजपेयींनी देशापुढे भाषण केलं आणि भाजपचे प्राधान्यक्रम विशद केले. त्यांनी युक्तिवाद केला की, निवडणुकीत सर्वाधिक मतं मिळवणाऱ्या पक्षाला पुढील सरकार स्थापन करण्यासाठी आमंत्रित करणं हा भारतीय संविधानाच्या दृष्टीनं अत्यंत योग्य निर्णय होता. निवडणुकीनंतर विविध विरोधी पक्षांनी जी एकजूट आरंभली होती, त्या मागचं एकमेव उद्दिष्ट भाजप सरकारला कोणत्याही किमतीवर सत्ताप्राप्तीपासून रोखणं एवढंच असल्याचा मुद्दा त्यांनी जोरदारपणे मांडला.

वाजपेयींचं भाषण हे जबरदस्त चेतवणारं, जागृत करणारं होतं. ते अत्यंत संतुलित मनोवृत्तीचे राष्ट्रीय नेते असून, अन्य हिंदुत्ववादी नेत्यांपेक्षा वेगळे आणि सर्वधर्मसमभाव राखण्याच्या विचारसरणीचे आहेत हे जनतेच्या निदर्शनाला आणून देणं हा त्यामागचा हेतू होता. त्यांनी म्हटलं,

> ''भारतीय संस्कृती प्राचीन काळापासून चालत आली आहे. त्यात नेहमीच वेगवेगळ्या पंथांबरोबरच विभिन्न धार्मिक परंपराही नांदत आल्या आहेत. आपलं राष्ट्र विविध धर्मीयांचं आहे आणि आपण सर्व धर्मांबद्दल समभाव राखत आलो आहोत, त्यामुळेच आपण ईश्वरापर्यंत पोहोचण्याच्या मार्गात कधीही क्षुल्लक तणावसुद्धा अनुभवलेला नाही; हिंसक झगडे तर लांबचीच गोष्ट! सर्वधर्मसमभाव हे आपल्या जीवनाचं अविभाज्य अंग आहे. भारत कधीच ईश्वरसत्ताक राष्ट्र नव्हतं आणि भारत कधीही ईश्वरसत्ताक राष्ट्र बनणार नाही! ६ डिसेंबर १९९२ रोजी अयोध्येत जे घडलं, ती पूर्वनियोजित कटाची परिणती नव्हती. जर धर्मासंदर्भातील समस्यांचं दीर्घकाळापर्यंत निराकरण केलं गेलं नाही, तर त्याचा शेवट अयोध्येत जे काही घडलं, तशा घटनेत होतो. आठवण करून देण्याची अजिबात गरज नाही की, पश्चिम आशियात इस्लाम धर्माची संस्थापना होताक्षणी, पहिली मशीद हिंदू राजाच्या अधिपत्याखाली असलेल्या केरळमध्ये बांधली गेली. त्याचप्रमाणे येशूला सुळावर चढवल्यानंतर पहिलं चर्च भारतात उभारलं गेलं. विविध धर्मांची ही प्रतीकं, सर्वधर्मसमभाव राखण्याच्या आपल्या पुरातन परंपरेची दृश्यचिन्हं आहेत. आम्ही या परंपरांचे जतन करू.''

त्यांच्या या भाषणाबद्दल प्रसारमाध्यमांनी अनुकूल प्रतिक्रिया व्यक्त केली. या भाषणानंतर लगेचच 'इंडियन एक्स्प्रेस'मध्ये आलेल्या संपादकीय लेखात व्यक्त झालेली भावना होती, 'भारतीय जनता पक्ष जनसामान्यांपर्यंत पोहोचू शकत नाही' हा शिक्का पुसण्यात वाजपेयी यशस्वी होऊ पाहताहेत; भलेही राजकीय

वर्तुळातल्या नेत्यांचं त्यांच्याविषयीचं मत अजूनही अनुकूल नाही.' संपादकीय लेखात पुढचं वाक्य होतं, 'वाजपेयी ही लढाई जरी हरले, तरी पुढं ते महायुद्धात जिंकतील हे नक्की!'[१]

त्यांच्या सरकारबाबतच्या विश्वासदर्शक ठरावावर लोकसभेत मतदान घेण्यापूर्वी, मे महिन्याच्या अखेरच्या आठवड्यात वाजपेयींनी केलेली भाषणं याहूनही खिळवून ठेवून मंत्रमुग्ध करणारी होती. भाषणाच्या प्रारंभीच त्यांनी जुनी आठवण जागवत म्हटलं की, पंडित जवाहरलाल नेहरू पंतप्रधान असताना ते स्वतः विरोधी पक्षाच्या बाजूला बसत असत. वाजपेयींनी संसदेत पहिलं पाऊल टाकलं ते १९५७ साली. भारतीय जनसंघ नावानं ओळखला जाणारा त्यांचा पक्ष कशाप्रकारे लोकप्रियतेच्या शिखरावर पोहोचला, सर्वाधिक सदस्यसंख्या असणारा लोकसभेतला बलाढ्य पक्ष कसा बनला आणि काँग्रेसला मात्र गेल्या अनेक वर्षांत कशाप्रकारे उतरती कळा लागली... वाजपेयींच्या भाषणात अशा अनेक तपशिलांचा उल्लेख होता. देशाच्या राजकीय समीकरणात घडणाऱ्या बदलांची प्रशंसा करत त्यांनी म्हटलं की, देशात वाहणारे बदलाचे वारे पाहून त्यांना संतोष वाटतो आहे.

जेव्हा लोकसभेत भाजपला सर्वांनी एकटं पाडल्याचं काही दिवसांनी स्पष्ट झालं, तेव्हा वाजपेयींनी भाषणात ठासून सांगितलं की, युद्धभूमीवर पाऊल ठेवण्यास ते कचरले असते, तर ती मोठीच चूक ठरली असती. त्यांनी भाजपच्या बाजूनं उभ्या राहिलेल्या शिवसेना आणि अकाली दल यांसारख्या स्थानिक पक्षांचे आणि अशाच अन्य मूठभर पक्षांचे आभार मानले आणि असे पक्ष सत्तेसाठी हपापलेले असल्याचा जो दोषारोप करण्यात आलेला होता, त्याचं चर्चेच्या वेळी त्यांनी खंडन केलं. अनेक वक्त्यांनी त्यांच्यावर आरोप केला होता की, राष्ट्रपतींनी त्यांना सरकार स्थापनेसाठी आमंत्रण देताक्षणी, त्यांनी त्यावर झडप घातली होती. त्यांच्या समर्थकांच्या बळावर त्यांना सरकार स्थापनेइतकी सभासद संख्या उभी करणं अशक्य आहे, हे ठाऊक असूनही त्यांनी ही संधी साधली होती. वाजपेयींनी खडसावून प्रश्न विचारला, 'माझ्या देशवासीयांनी माझ्या पक्षाला सर्वाधिक मतं मिळवून दिलेली असताना, मी सरकार स्थापनेला का घाबरावं?' भारताच्या दूरदर्शन या राष्ट्रीय वाहिनीवर या भाषणाचं तत्कालिक प्रसारण करण्यात आलं आणि त्याचा प्रेक्षकांवर प्रचंड प्रभाव पडला. त्यांच्या पक्षाच्या लोकप्रियतेपेक्षा त्यांची वैयक्तिक लोकप्रियता गेली अनेक वर्षे खूपच उच्च स्तरावर कायम राहिली.

नव्यानं शपथ घेतलेल्या पंतप्रधानांना सत्ता ग्रहणानंतर अवघ्या तेरा दिवसांमध्ये राजीनामा द्यावा लागला. सामान्य बहुमतासाठी आवश्यक असलेल्या जागांपेक्षा

---

[१] जी. एन. एस. राघवन : *ए न्यू एरा इन इंडियन पॉलिटी : अ स्टडी ऑफ अटल बिहारी वाजपेयी अँड द बीजेपी* (न्यू दिल्ली, ग्यान पब्लिशिंग हाउस, १९९८).

त्यांच्या पक्षाला ऐंशी जागा कमी मिळाल्या; परंतु त्यांनी या पराजयाचं जयात परिवर्तन करून दाखवलं. पुढील तीन वर्षांमध्ये दोन राष्ट्रीय निवडणुका घेण्यात आल्या आणि त्यात त्यांनी भाजपचं नेतृत्व केलं. १९९८ आणि १९९९ मध्ये घेण्यात आलेल्या निवडणुकांमध्ये त्यांच्या पक्षाची सभासद संख्या वढत गेली.

या प्रक्रियेत, 'सलग पाच वर्षे पंतप्रधानपदी राहिलेला, काँग्रेसेतर पक्षाचा पहिला पंतप्रधान,' हे स्थान मिळवून वाजपेयींनं इतिहासाचं नवं तेजस्वी पान लिहिलं. ग्वाल्हेरमधील प्राथमिक शाळा-शिक्षकाच्या मुलाच्या दृष्टीनं हे काही सोपं काम नव्हतं! परंतु या गोष्टीचं अजिबात भांडवल करायचं नाही, असा या बुजुर्ग नेत्यानं सुज्ञ विचार केला.

राजनीतिज्ञ या भूमिकेत वाजपेयींना अवगत असलेलं असामान्य वक्तृत्व आणि आत्मविश्वास ही त्यांच्या राजकारणातील प्रदीर्घ कारकिर्दीतील अनेकविध भूमिकांची फलश्रुती म्हटलं पाहिजे. १९३९ सालापासून ते थेट एकविसाव्या शतकाच्या प्रारंभापर्यंत त्यांनी भारतीय जनजीवनातील अनेक महत्त्वाचे विषय हाताळले आणि त्यात प्रयोग केले. साम्यवादापासून स्वदेशीपर्यंत आणि तेथून उदारीकरणापर्यंत विविध बाबींची त्यांनी सक्रिय दखल घेतली. ऑक्सफर्डमधील इतिहासकार डॉ. फैजल देवजी यांचं म्हणणं आहे की, या विविध विषयांना वाजपेयींनी अतिशय सावधपणे हात घातला. या बाबींच्या स्वायत्ततेला धक्का न पोहोचवता, यातल्या कोणत्या सामाजिक बाबी आणि चळवळी राजकारणातील त्यांच्या स्वतःच्या उद्दिष्टाला हातभार लावू शकतील, हे जणू काही ते आजमावून पाहत होते.

वाजपेयी अत्यंत कुशल राजकारणी होते आणि कोणत्या वेळेस कोणती खेळी खेळणं योग्य ठरेल हे ताडून जागरूकतेने ते बदलत्या परिस्थितीशी जुळवून घेऊ शकत. नेता या नात्यानं त्यांना जाणून घ्यायचं असेल तर एक व्यक्ती या वैयक्तिक नात्यानं त्यांनी भारतीय पारंपरिक रूढी स्वीकारायला कसा नकार दिला आणि संघ परिवारात ते कोणत्या चतुराईनं टिकून राहू शकले ('संघ परिवार' ही सर्वसमावेशक संज्ञा राष्ट्रीय स्वयंसेवक संघ आणि त्याच्या अधिपत्याखालील विविध हिंदुत्ववादी संस्था याबद्दल आहे.) तसेच त्याबाहेरील वर्तुळातही प्रचंड पत कशी राखू शकले, हे जाणून घ्यावं लागेल. संघातील काही गट वाजपेयींना ढिसाळ संघटक, संधिसाधू आणि मार्गच्युत समजत होते; परंतु तरीसुद्धा त्यांचं महत्त्व उत्तरोत्तर वाढतच गेलं. त्यांचे अगदी वाइटात वाईट टीकाकारसुद्धा नाइलाजानं कबूल करत की, वाजपेयींचं वरकरणी निरूपद्रवी भासणारं बाह्यरूप अत्यंत फसवं होतं. त्यांच्या तीक्ष्ण कानांमधून काहीही सुटत नसे. आपल्याला कमी लेखणाऱ्या शत्रूंना नामोहरम करण्यात आणि अत्यंत कठीण परिस्थितीत अखेरच्या क्षणी निसटता विजय मिळवण्यात ते माहीर होते.

१९९६ साली ते पंतप्रधानपदावरून पायउतार झाले, त्या वेळी एका वृत्तपत्रानं 'अनुकंपनीय महापुरुष' म्हणून त्यांचा उल्लेख केला आणि म्हटलं की मंत्रमुग्ध करणं

आणि वैयक्तिक आकर्षणाचं तेजोवलय लाभलेलं असणं यात राजकारणातील कुणीही अन्य व्यक्ती त्यांच्या पासंगालाही पुरली नसती.

भारतातील सर्वांत महत्त्वाचं स्थान सोडतानाही वाजपेयी हे भारताचे लोकसभा गाजवणारे सर्वांत सुप्रसिद्ध नेता ठरले. त्यांच्या पक्षाची प्रतिमा खालावली असली, तरी ‘कधीही न थकणारा नेता’ अशी त्यांची वारंवार उल्लेखली जाणारी कीर्ती अभंग राहिली. पराजयातसुद्धा ते जेत्यासारखे विजयी भासत आणि त्यामुळे संभाव्य मित्रांना ते अत्यंत आकर्षक वाटत राहिले.

२

१९२४-१९४२

गांधी, मार्क्स आणि गीता

ब्रिटिशांच्या अधिपत्याखाली असलेल्या भारतात ऐतिहासिक घडामोडी घडल्या त्या १९२४ या वर्षात. या वर्षी गांधीजी पुण्याच्या येरवडा तुरुंगातून मुक्त झाले. बेळगावच्या अधिवेशनात गांधीजींना राष्ट्रीय काँग्रेसचं अध्यक्षपद बहाल करण्यात आलं आणि नेमक्या त्याच दिवशी ग्वाल्हेरमध्ये वाजपेयींचा नाताळदिनी जन्म झाला. गांधीजींना मिळालेला अध्यक्षपदाचा मान हा पहिला आणि शेवटचाच... पण त्यांचं उत्तरोत्तर वाढणारं वर्चस्व राजकारणात निर्णायक बदल घडवण्यास कारणीभूत ठरलं. जात आणि समाज यातील विभिन्नतेमुळे विभागल्या गेलेल्या भारतवासीयांमध्ये स्वातंत्र्यप्राप्तीच्या समान उद्दिष्टामुळे एकवाक्यता निर्माण झाली. एकमेकांशी वैरभाव धरणारी जातीयता, धार्मिक विभिन्नता आणि भौगोलिक तफावत या साऱ्यांवर स्वातंत्र्यप्राप्तीच्या समान उद्दिष्टानं मात केली आणि स्वातंत्र्यासाठीचा लढा जोम धरू लागला.

अनेक शतकं देशात घट्ट मुळं रोवून ठाम उभ्या असलेल्या जातिभेद आणि वर्णभेद या प्रथांविरोधात बंडाचं रणशिंग फुंकलं गेलं. त्या वर्षीच्या मार्च महिन्यात, श्री नारायण गुरू या सन्मान्य समाजसुधारकानं, त्रावणकोरमध्ये धरणं धरून चळवळ सुरू केली. वायकोममधील महादेव मंदिरालगतच्या रस्त्यानं कनिष्ठ जातीयांना जाता यावं, यासाठी त्यांनी चळवळ आरंभली. त्या चळवळीकडे संपूर्ण देशाचं लक्ष वेधलं गेलं आणि काँग्रेसनं त्यात सहभाग घेतला. गांधीजी वायकोमला गेले आणि त्यांनी मंदिराच्या व्यवस्थापकांची आणि सत्याग्रहींची भेट घेऊन उभयपक्षी मान्य असा तोडगा शोधण्यात यश मिळवलं.

मात्र जेव्हा भारतानं ब्रिटिश साम्राज्यवाद, अस्पृश्यता आणि तत्सम पुरातन रूढी यांविरुद्ध लढा देण्यासाठी दंड थोपटले, तेव्हा ब्रिटिशांनी ब्रिटिश साम्राज्य अबाधित राखण्यासाठी आणखी कठोर कायदेकानून जारी केले. ज्या महिन्यात वाजपेयींचा जन्म झाला, त्याच महिन्यात तत्कालीन व्हाइसरॉय, अर्ल ऑफ रीडिंग यांनी गेटवे ऑफ इंडियाचं प्रतीकात्मक कृती म्हणून उद्घाटन केलं.

वाजपेयींच्या आई–वडिलांचं पहिलं नाव समान होतं. कृष्णादेवी आणि कृष्ण बिहारी वाजपेयी.[१] ते ग्वाल्हेर जिल्ह्यातील मोरेना येथील रहिवासी होते. ब्रिटिश अधिपत्याखाली असलेल्या ५६५ संस्थानांमध्ये ग्वाल्हेरचा समावेश होता. भारत स्वतंत्र झाल्यानंतर, १९४७मध्ये ग्वाल्हेर संस्थान भारत देशात विलीन करण्यात आलं. श्रीमंत छत्रपती शाहू महाराजांच्या पदरी असलेल्या राणोजी शिंदे (सिंदिया) या सरदारानं १७३१ साली ग्वाल्हेर संस्थान स्थापलं. शाहू महाराज मराठा राजवटीचे मुख्य राजे होते. १९३१ साली ग्वाल्हेर संस्थानाची लोकसंख्या पस्तीस लाख होती. पासष्ट चौरस किलोमीटर एवढा टापू संस्थानाच्या अधिपत्याखाली होता. वाजपेयींच्या जन्माच्या वेळेस ग्वाल्हेरचे राजे होते माधवराव शिंदे. 'महाराजे शिंदे' अशी त्यांची उपाधी होती. १९२५मध्ये त्यांची जागा घेतली सर जिवाजीराव शिंदे यांनी. ते १९४७पर्यंत ग्वाल्हेरचे राज्यकर्ते होते.

वाजपेयी कुटुंबानं, आता मध्य प्रदेश या राज्यात असलेल्या ग्वाल्हेर गावी त्यांच्या 'बटेश्वर' या मूळगावाहून स्थलांतर केलं. अटल बिहारीजींचे आजोबा पंडित श्यामलाल वाजपेयी यांच्या काळात हे कौटुंबिक स्थलांतर घडलं. त्यांचं मूळ गाव 'बटेश्वर' हे आता अत्यंत दाट लोकसंख्येच्या आणि खळबळीचं राजकारण असलेल्या उत्तर प्रदेश या राज्यात मोडतं.

प्रारंभीच्या ब्रिटिशविरोधी लढ्यांसाठी ग्वाल्हेर सुप्रसिद्ध होतं. झुंजार झाशीच्या राणीनं ब्रिटिशांशी दोन हात करत इथंच देह ठेवला. झाशीच्या राणीनं दिलेला लढा देशभक्तीच्या प्रेरणेमुळे होता की वैयक्तिक हित जपण्यासाठी होता, याबद्दल इतिहासकारांत दुमत असू शकेल; परंतु तिच्या शौर्याची गाथा आजही ब्रिटिशविरोधी लढ्याचं उत्कृष्ट उदाहरण म्हणून नमूद केली जाते. १८५७चं बंड का झालं, याबद्दल विचारवंत मोठी कारणं देऊन ऊहापोह करतात. १८५७च्या बंडाकडे पहिला स्वातंत्र्यलढा म्हणून पाहिलं जातं. त्या वेळेस संस्थानं ब्रिटिश साम्राज्यात खालसा होत होती. ब्रिटिश साम्राज्यात संस्थानं विलीन होण्याची जणू काही लाटच आली होती; पण गव्हर्नर जनरल असलेल्या लॉर्ड डलहौसी यांना त्यांच्या सल्लागारांनी या लाटे विरोधात सावध केलं होतं. सल्लागारांचं म्हणणं होतं की, 'संस्थानांना आपल्यात सामावून घेतल्यामुळे आपण त्या संस्थानाच्या सैन्यावर मोठ्या प्रमाणात अवलंबून

---

[१] 'कृष्णा' स्त्री आणि पुरुष अशा दोघांसाठी वापरता येईल, अशा दुर्मीळ नावांपैकी एक नाव आहे.

राहू. समजा हे सैन्य जर खवळलं तर आपल्याच विरोधात बंड पुकारेल.' प्रत्यक्षात घडलंही तसंच. या धोरणामुळे, विशेषतः १८५६ साली अवधसंस्थान खालसा झाल्यानंतर, केवळ आपलं स्थान आणि उत्पन्न गमावून बसलेल्या नानासाहेब आणि झाशीची राणी यांसारख्या सन्माननीय व्यक्तीच या अन्यायामुळे खवळून उठल्या नाहीत; तर अवधमधून मागवले गेलेले बंगाल सेनेचे सैनिकसुद्धा क्षोभानं खवळून उठले.[२]

१८५७चं बंड का घडलं, याचं तौलनिक विश्लेषण त्या काळच्या राजनीतीच्या चर्चेत समाविष्ट नव्हतं आणि वाजपेयींचा जन्म झाला तोपर्यंत झाशीच्या राणीच्या झुंजार मृत्यूच्या नुसत्या उल्लेखानंदेखील ब्रिटिशविरोधी भावना तीव्रपणे उफाळून येऊ लागली होती. खरं तर झाशीच्या राणी विरोधात ग्वाल्हेरच्या राजानं ब्रिटिशांना मदत केली होती. आपल्या राजानं ब्रिटिशांना मदत केल्याचं समजल्यावरही प्रजेच्या मनातला ब्रिटिशांबद्दलचा क्षोभ तसूभरही कमी झाला नाही.

वाजपेयी त्यांच्या प्रेम नामक थोरल्या भावाबरोबर ग्वाल्हेरमधील गोर्खी येथील सरकारी उच्च माध्यमिक शाळेत शिकत होते. त्याच शाळेत त्यांचे वडील हे सातवे हेडमास्तर म्हणून १९३५ ते १९३७ या काळात कार्यरत होते. कृष्ण बिहारी कवीही होते आणि अटलजींचा ते आदर्श होते. अटलजींची पित्याबद्दलची अगदी सुरुवातीची आठवण म्हणजे पित्याचा असाधारण वक्तृत्वगुण! हिंदी आणि इंग्रजी दोन्ही भाषांवर त्यांचं प्रभुत्व होतं. त्यांच्याकडूनच लहानग्या अटलनं वक्तृत्वाचे प्राथमिक धडे घेतले. आवाजातले चढ-उतार, क्षणभरासाठीचा विराम आणि अगदी क्वचित वापरले जाणारे यथायोग्य शब्द निवडणं या सर्व खुब्या त्यांनी आत्मसात केल्या. योग्य वाक्प्रचार किंवा शब्द नेहमीच्या वापरातला नसला तरी त्याची चपखल योजना करून त्या शब्दाला किंवा वाक्प्रचाराला जनसामान्यांमध्ये प्रचलित करून टाकणं हा त्यामागचा हेतू असे.

लहानपणी वाजपेयी उत्तम विद्यार्थी होते आणि त्यांना वाचनाची - विशेषतः अभिजात वाङ्मय आणि काव्य यांची विशेष गोडी होती. प्रेमखेरीज त्यांना आणखी दोन ज्येष्ठ बंधू होते, अवध आणि सुदा. त्यांना विमला, ऊर्मिला आणि कमला अशा तीन बहिणीसुद्धा होत्या. उजव्या विचारसरणीचा राष्ट्रीय स्वयंसेवक संघ या मूळ हिंदुत्ववादी संस्थेशी ते लहानपणापासूनच एकरूप झाले होते. शाखेच्या बैठकींना त्यांना गुपचूप जाता यावं यासाठी त्यांच्याहून तीन वर्षांनी मोठी असलेली त्यांची बहीण विमला कुंपणाच्या भिंतीवरून, भिंतीबाहेर उभ्या असलेल्या अटलकडे त्याची खाकी चड्डी फेकत असे. १९२५ साली संस्थापित झालेला राष्ट्रीय स्वयंसेवक संघ स्वयंसेवकांना पद्धतशीरपणे एकत्र आणून त्यांच्याकडून कवायत आणि प्रार्थना करून

---

[२] *स्पेक्टेटर, १८९१.*

घेण्याबद्दल प्रसिद्धी पावलेला होता. काही शाखांमध्ये तर स्वयंसेवकांना लाठ्या आणि शस्त्रं वापरण्याचं प्रशिक्षणसुद्धा दिलं जात असे. अटलजींचे वडील संघाकडे एक लढाऊ संस्था म्हणून बघत असत. हिंदू धर्मीयांव्यतिरिक्त अन्य धर्मीयांविरुद्ध तरुणांना भडकवणारी एक संस्था, असं त्यांचं संघाबद्दलचं मत होतं. अशा संस्थेशी त्यांचा मुलगा संलग्न असल्याची बातमी फुटली, तर वडिलांच्या नोकरीवर गदा येईल, अशी वाजपेयी कुटुंबीयांना भीती वाटत होती. अटलजींपेक्षा वयानं सात वर्षं लहान असलेल्या ऊर्मिलेनं एका मुलाखतीत म्हटलं होतं की, सर्वांत धाकटा मुलगा असल्यामुळे अटलजी वडिलांचे फार लाडके होते. तिनं असंही सांगितलं की, ते कधीच अभ्यास करताना दिसले नाहीत, तरी ते शाळेत उत्तम गुण मिळवत असत. अटलजींना प्रिय असलेलं काव्य त्यांच्या कुटुंबीयांनादेखील अत्यंत प्रिय होतं. त्यांचे आजोबा तर साधं संभाषणसुद्धा श्लोकांच्या माध्यमातून करत असत आणि त्यांचे वडील स्वतः काव्यरचना करत असत. त्यांनी स्वतः शाळेसाठी प्रार्थनासुद्धा काव्यबद्ध केली होती.[३] कुटुंबातील व्यक्तींची आणखी एक समान गोष्ट म्हणजे खाण्याची आवड. दहीवडे आणि तीळ-मुगाचे लाडू हे त्यांचे आवडते खाद्यपदार्थ होते. दरम्यान, वाजपेयींनी बडनगरमध्येही काही वर्षे शालेय शिक्षण घेतले होते. तेथे त्यांची कवी प्रदीप ऊर्फ रामचंद्र नारायणजी द्विवेदी यांच्याशी ओळख आणि मैत्री झाली. कवी प्रदीप यांनी १९६२च्या भारत-चीन युद्धात हौतात्म्य पावलेल्या शहिदांसाठी 'ऐ मेरे वतन के लोगों' हे देशभक्तीपर गीत रचलं होतं. या जागी इतर अन्य कवींशीसुद्धा अटलजींची ओळख झाली आणि त्यांच्या काव्यविषयक जाणिवा आणखी प्रगल्भ झाल्या. शाळेत असताना त्यांनी रचलेला एक पोवाडा आता संघाच्या अनेक शाखांमध्ये गायला जातो; 'हिंदू तनमन, हिंदू जीवन, रग रग मेरा हिंदू परिचय.'

संघाच्या अंतर्वर्तुळातील लोकांच्या मते अटल लवकरच भरकटला आणि डाव्या विचारांच्या चळवळीच्या प्रभावाखाली आला. भारतीय कम्युनिस्ट पक्षाला सभासद पुरवणाऱ्या ऑल इंडिया स्टुडंट्स फेडरेशन (AISF) या संस्थेचा अटल काही काळ सभासद झाला. पहिले महायुद्ध शिगेला पोहोचले असताना जगावर डाव्या विचारसरणीचे तडाखे बसायला प्रारंभ झालेला होता. भारतातले हजारो विद्यार्थी डावीकडे झुकणाऱ्या समाजवादी विचारप्रणालीकडे आकृष्ट होऊ लागले होते. पुस्तकी किडा असलेल्या वाजपेयींचं मार्क्सवादाकडे ओढलं जाणं अगदी अपरिहार्य होतं. मार्क्सवाद हे युरोप, उत्तर अमेरिका आणि आशियामधील तरुण मेंदूंसाठीचं खाद्य बनलं होतं. विशेषतः १९१७ साली रोमानोव्हचं रशिया आणि लगतच्या देशांचं साम्राज्य ताब्यात घेऊन लेनिननं जेव्हा सोव्हिएत युनियनची स्थापना केली, तेव्हा मार्क्सवादाचं आकर्षण प्रचंड वाढलं. पुढली अनेक वर्षं या डाव्या विचारसरणीचा जगभरातील

---

[३] http://www.rediff.com/election/1999/oct/12atal.htm.

विचारवंतांवर जोरदार पगडा राहिला, त्यामुळे मार्क्सवादी सिद्धान्त आणि व्यवहार यांवर असंख्य पुस्तकं लिहिली गेली. भारतीय स्वातंत्र्यलढ्यात भाग घेणारे जवळजवळ सर्व नेते – विशेषतः ज्यांनी ब्रिटिश शिक्षणाचा लाभ घेतला आहे, असे पंडित नेहरूंसारखे नेते – कार्ल मार्क्स या जर्मन अर्थशास्त्रज्ञ पत्रकाराच्या प्रभावाखाली आले. कार्ल मार्क्सनं लिहिलेल्या पुस्तकांचा जगभरात प्रचंड खप होऊ लागला होता. गांधीजींना मार्क्सबद्दल तुच्छता वाटत असे. त्यांनी अनेकदा बढाईसुद्धा मारली होती की, त्यांनी स्वतः त्याचा अत्यंत परिणामकारक 'दास कॅपिटल' हा महाग्रंथ मार्क्सपेक्षा अधिक चांगल्या प्रकारे लिहिला असता. अनेक तरुण काँग्रेस नेते मार्क्सच्या प्रभावाखाली येऊन अर्थकारण आणि राजकारण यात अत्यंत डावी विचारधारा स्वीकारू लागलेले पाहून गांधीजींना काळजी वाटू लागली होती. काँग्रेस पक्षातच समाजवादाकडे झुकणारा एक मोठा गट निर्माण होऊन प्रभावशाली बनू लागला होता. अशा गटाला सुभाषचंद्र बोस आणि पंडित नेहरू यांसारख्या श्रेष्ठींचा पाठिंबासुद्धा मिळू लागला होता.

स्वातंत्र्यलढ्याला मार्क्सवादाचे भडक रंग चढू लागले होते. गांधीजींच्या अहिंसा तत्त्वाला विरोध करून क्रांतिकारी मार्ग चोखाळणारा प्रबळ नेता होता भगतसिंग. १९०७ साली जन्मलेल्या भगतसिंगनं भारताच्या स्वातंत्र्य चळवळीत 'क्रांतिकारी अध्वर्यू' हे पद प्राप्त केलं होतं. १९३१ साली तो हुतात्मा झाला. त्यानंतरची अनेक वर्षे डाव्या विचारसरणीच्या विद्यार्थ्यांनी मोठ्या उत्साहानं त्याचा आदर्श डोळ्यांपुढे ठेवला. १९३१ साली ब्रिटिश साम्राज्याविरुद्ध युद्ध पुकारल्याच्या गुन्ह्यासाठी भगतसिंगला फाशी दिली गेली होती. लाहोरच्या मध्यवर्ती तुरुंगात कैदेत असताना भगतसिंगनं एक रोजनिशी लिहिली होती. त्यात त्यानं कार्ल मार्क्स, फ्रेडरिक एंगल्स, लेनिन आणि अन्य डाव्या विचारसरणीच्या लोकांच्या सिद्धान्तांबद्दल टिपणं काढली होती.

वाजपेयी बारा वर्षांचे असताना १९३६ साली नेताजी सुभाषचंद्र बोस यांच्या अध्यक्षतेखाली आयोजित केल्या गेलेल्या बैठकीत AISF (ऑल इंडिया स्टुडंट्स फेडरेशन)चं नेहरूंनी उद्घाटन केलं. नेहरू आणि बोस समाजवादी समजले जात. त्या वेळेस AISF ही सर्वांत मोठी अणि बहुधा एकमेव विद्यार्थी संघटना होती. तरुणपणी अल्पकाळ वाजपेयी AISFचे सदस्य होते. तरुणांचा आदर्श असलेले बोस आणि नेहरू गांधीजींचे उत्तराधिकारी समजले जात असत आणि त्यांचा विलक्षण प्रभाव पडत असे. त्यांनी दिलेली मान्यता लक्षावधी तरुणांना AISFकडे आकर्षून घेण्यासाठी पुरेशी होती.

जेव्हा वाजपेयी डाव्या गटाकडे भरकटले होते, तेव्हा गांधीजींचा राष्ट्रीयवाद उत्तरोत्तर आणखीच प्रबळ होत चालला होता. वाजपेयी ब्राह्मण कुटुंबात वाढले. बूढे बाबू या त्यांच्या कुलदैवताची ते न चुकता पूजा करीत. संघाच्या बैठकींना उपस्थित राहत आणि आर्य समाजाच्या बालविभागात त्यांचा सक्रिय सहभाग असे. काही काळ वाजपेयी जरी भरकटल्यासारखे होऊन मार्क्सवादाकडे झुकले, तरी शेवटी सर्वोत्कृष्ट

नेतृत्व करणाऱ्या गांधीजींच्या स्वातंत्र्यलढ्याकडे ते वळले यात नवल करण्यासारखं काही नव्हतं. खरं सांगायचं तर, वाजपेयींच्या वडिलांना काळजी वाटत होती की, त्यांची तरुण मुले – विशेषतः प्रेम आणि अटल – गांधीजींकडे आकृष्ट होतील अणि राजकारणात उडी घेतील. गांधीजींचा प्रेमवरील प्रभाव त्यांच्या लक्षात आला होता आणि अटलसुद्धा भावाच्या पावलावर पाऊल टाकेल, अशी त्यांना भीती वाटत होती.

गांधीजींचा जन्म १८६९ साली पोरबंदर येथे झाला. ते १८८०च्या दशकाच्या उत्तरार्धात इंग्लंडला कायद्याचं शिक्षण घेण्यासाठी गेले. लंडनमध्ये असताना ख्रिस्ती धर्माच्या तत्त्वज्ञानाकडे ते आकृष्ट झाले आणि त्यांनी ब्रह्मविद्या मंडळाच्या सदस्यांशी (थेट ईश्वरी साक्षात्कार घडवून आणणारे तत्त्वज्ञान) आणि शाकाहार संबंधित संस्थांशी संबंध जोडले. अशा प्रकारच्या संस्था त्या काळी ब्रिटनमध्ये उदयास आल्या होत्या. विरोधाभास असा की, लंडनमध्ये ते पहिल्यांदा अभिजात भारतीय साहित्यकृतींकडे, भगवद्गीतेसारख्या ग्रंथांकडे ओढले गेले. कायद्याचं शिक्षण पूर्ण केल्यावर ते भारतात वकिली करण्यासाठी परतले; परंतु त्यांच्या बुजऱ्या स्वभावामुळे त्यात त्यांना फारसं यश मिळालं नाही. त्या सुमारास, दक्षिण आफ्रिकेतील एका व्यावसायिकाचा वकील म्हणून काम करण्याची संधी त्यांच्यापुढे चालून आली. दक्षिण आफ्रिकेत, त्याकाळी भारतीयांना गोऱ्या लोकांकडून वर्णभेदाची वागणूक दिली जात असे. तो १८९०च्या दशकाचा प्रारंभाचा काळ होता आणि गांधीजींच्या दृष्टीनं, सांस्कृतिकदृष्ट्या विभागलेल्या दक्षिण आफ्रिकेत वकील म्हणून मान्यता मिळवणं, पुरेसा पैसा गाठीला बांधणं आणि भारतात परतणं हे इतर कशापेक्षाही जास्त महत्त्वाचं उद्दिष्ट होतं.

७ जून १८९३. गांधीजी पहिल्या वर्गाच्या डब्यातून रेल्वेने प्रेटोरियाला चालले होते. त्यांच्या प्रथम वर्गाच्या डब्यात असण्यावर एका गोऱ्यानं आक्षेप घेतल्यामुळे रेल्वे अधिकाऱ्यानं गांधीजींना दुसऱ्या वर्गाच्या डब्यात जाण्याची आज्ञा केली. गांधीजींनी त्याला नकार दिला, त्यामुळे कडाक्याची थंडी असणाऱ्या रात्री त्यांना पीटरमरिट्झबर्ग या स्थानकाच्या फलाटावर ढकलून देण्यात आलं. काही काळ ते घाबरून गेले आणि त्यानंतर त्यांना अचानक साक्षात्कारी विचार स्फुरला : आपण याच देशात राहून भारतीयांच्या हक्कांसाठी लढा द्यायचा.

हा अत्यंत महत्त्वाचा निर्णय होता, त्यामुळे गांधीजींचं आयुष्यच बदलून गेलं. भारतात अल्पकाळासाठी काही वेळा राहणं वगळता, ते १९१४पर्यंत दक्षिण आफ्रिकेतच राहिले आणि विखुरलेल्या भारतीय स्थलांतरितांसाठी त्यांनी विविध चळवळी सुरू करून समान नागरी अधिकारांच्या मागणीचा आवाज उठवला. त्यांनी यशस्वीरीत्या सत्याग्रहाचा – अहिंसक विरोधाचा प्रयोगही केला; तेथील भारतीयांसाठी काही सवलती मिळवल्या. एकीकडे त्यांची वकिलीसुद्धा जोमानं सुरू झाली होती.

लंडनमध्ये वर्षभर राहून १९१५ साली गांधी भारतात परतले आणि त्यांनी अहमदाबादेत साबरमती नदीकाठी एक आश्रम स्थापन केला. त्यात सर्व जातींच्या लोकांना त्यांनी मुक्त प्रवेश दिला. भारतभर प्रवास करून त्यांनी जनमनाचा कानोसा घेतला. त्यांचं काँग्रेस पक्षावर अधिराज्य सुरू झालं आणि सुशिक्षितांची मक्तेदारी असलेलं राजनैतिक मंडळ हे काँग्रेस पक्षाचं स्वरूप बदलून तो पक्ष अर्वाचीन इतिहासातील प्रचंड जनसंख्येचा जनसामान्यांचा शक्तिशाली राजकीय पक्ष बनला. त्यात शहर आणि खेडी यांतल्या सर्व स्तरांतल्या लोकांना मुक्तद्वार देण्यात आलं. एखाद्या जादूगाराप्रमाणे गांधीजींच्या सर्व लोकांशी तारा जुळू शकत असत. त्यांना जनतेचा मनापासून आदर लाभला आणि जनता त्यांना देव मानू लागली. वैयक्तिकदृष्ट्यासुद्धा ते बदलले. त्यांनी आपला पाश्चिमात्य पेहेराव सोडून दिला आणि ते सुती धोतर वापरू लागले.

गांधीजींनी भारतातसुद्धा सत्याग्रहाचे प्रयोग सुरू केले आणि त्याचा पहिला वापर पूर्व भारतातील (आताच्या बिहारमधील) चंपारण्य येथे केला. तेथे गांधीजी निळीचं पीक घेणाऱ्या शेतकऱ्यांच्या हक्कांसाठी लढले. त्या शेतकऱ्यांवर ब्रिटिश निळीचं पीक घेण्याची सक्ती करत आणि प्रचंड प्रमाणावर कर लादत असत. गांधीजींचं भारतीय राजकारणातलं पदार्पण आणि सत्याग्रहाच्या अस्त्राचा वापर हा मोठा नाट्यमय काळ होता. त्यावरची तीव्र प्रतिक्रिया म्हणून ब्रिटिशांनी रौलेट कायदा आणला. या कायद्यान्वये, ज्या लोकांवर 'डिफेन्स ऑफ इंडिया' कायदा उल्लंघण्याचा आरोप केला जाई, त्यांना शिक्षेचा पुनर्विचार (अपील) करण्याची मागणी करण्याचा हक्क नसे. त्याचं फलस्वरूप १९१९च्या जालियनवाला बाग येथील शिरकाणात दिसून आलं. ब्रिटिशांसाठी पहिल्या महायुद्धात लढल्याबद्दल दिल्या जाणाऱ्या बक्षिशीमुळे जनतेतील क्षोभ प्रचंडप्रमाणात वाढीस लागला होता. गांधीजींनी लोकांची हीच दुखरी नस ओळखली आणि जालियनवाला बागेच्या हत्याकांडानंतर त्यांनी असहकाराची चळवळ पुकारली. अशा प्रकारे काँग्रेस पक्षाचं नियंत्रण गांधीजींच्याच हाती आलं. ब्रिटिशांनी चालवलेल्या संस्थांवर, न्यायालयांवर आणि विदेशी मालावर बहिष्कार घालण्याचं आवाहन त्यांनी केलं. त्यांनी देशवासीयांना सांगितलं की, त्यांनी कर भरण्यास नकार द्यावा. या अहिंसक चळवळीमुळे तत्कालीन सरकार पेचात पडलं. भारतीयांच्या अभूतपूर्व एकजुटीपुढे त्यांनी हात टेकले; परंतु ब्रिटिश सरकारच्या सुदैवानं, जेव्हा भडकलेल्या भारतीय जमावानं चौरीचौरा येथील पोलीस ठाण्यावर हल्ला चढवून काही पोलिसांना ठार मारलं, तेव्हा गांधीजींनी असहकार चळवळ मागे घेतली.

१९२०च्या दशकाच्या उत्तरार्धात गांधीजींनी फार हालचाल केली नाही; परंतु १९३० साली अत्यंत यशस्वी असा मिठाचा सत्याग्रह तडीस नेला. हा सत्याग्रह ब्रिटिशांच्या मिठाच्या कायद्याविरोधात होता. या कायद्यान्वये स्थानिक लोकांना मीठ गोळा करून विकायची परवानगी नाकारण्यात आली होती. देशभरातील मिठाच्या

सत्याग्रहाचा भाग म्हणून गांधीजींनी साबरमतीपासून गुजरातेतील दांडीपर्यंत ३९० किलोमीटरची पदयात्रा केली आणि जोरदार विरोधाचं दर्शन घडवत मीठ गोळा करण्याचा कायदा मोडला. या सत्याग्रहाकडे जगभराचं लक्ष वेधलं गेलं. आंतरराष्ट्रीय दैनिकांचे वार्ताहर गांधीजींबरोबर प्रवास करून दैनिक अहवाल आपापल्या वृत्तपत्रांना पाठवू लागले. या सत्याग्रहाला ते 'मिठासाठीचा मोर्चा (Salt March)' म्हणू लागले. १९३० साली 'टाइम' या मासिकानं गांधीजींचा 'मॅन ऑफ द इयर' (या वर्षातील सर्वांत नामवंत माणूस) म्हणून गौरव केला. त्या वर्षी गांधीजींना आणि त्यांच्याबरोबरच्या हजारो सत्याग्रही स्वयंसेवकांना तुरुंगात टाकण्यात आलं. १९३१ साली तुरुंगातून सुटका झाल्यानंतर गांधीजींनी व्हाइसरॉय लॉर्ड आयर्विन यांच्याबरोबर वाटाघाटी करून जी सवलत मिळवली, त्या अन्वये भारतातील समुद्रकिनारपट्टीवरील रहिवाशांना समुद्रातून मीठ गोळा करण्यास मुभा देण्यात आली. या तहान्वये तुरुंगात डांबलेल्या स्वयंसेवकांना मुक्त करण्यात आले.

आणखी एका दशकानंतर, गांधीजींनी 'भारत छोडो' चळवळ जोरदारपणे सुरू केली आणि दुसऱ्या महायुद्धाच्या विळख्यात सापडून खिळखिळ्या झालेल्या ब्रिटिश साम्राज्याला जोराचे हादरे द्यायला प्रारंभ केला. शत्रू अगदी कमकुवत अवस्थेत असताना, त्याच्यावर जोरदार प्रहार करण्याचं हे धोरण होतं. गांधीजींची इच्छा होती की, ब्रिटिशांनी भारतीयांना स्वातंत्र्य देऊन देश सोडून जावं. गांधीजींना कैद करून पुण्याच्या आगाखान पॅलेसमध्ये डांबण्यात आलं; परंतु कैद होण्यापूर्वी त्यांचे भक्त बनलेल्या लक्षावधी अनुयायांना त्यांनी आवाहन केलं : 'करू अथवा मरू!'

गांधीजींनी केलेलं आवाहन कानी पडलं तेव्हा वाजपेयी अठरा वर्षांचे होते आणि ग्वाल्हेरच्या व्हिक्टोरिया कॉलेजात (आता त्याचं नामकरण लक्ष्मीबाई कॉलेज असं करण्यात आलं आहे) बी.ए.च्या वर्गात शिकत होते. वस्तुतः गांधीजींनी हे आवाहन केलं, तेव्हा वाजपेयी त्यांचा थोरला भाऊ प्रेम याच्याबरोबर बटेश्वर या त्यांच्या मूळ गावी गेले होते. गांधीजींच्या नव्या आवाहनाच्या प्रभावाखाली येऊन आपली मुलं राजकारणात शिरू नयेत, या हेतूनं त्यांच्या वडिलांनी जाणीवपूर्वक त्यांना मूळ गावी पाठवून दिलं होतं. २७ ऑगस्ट रोजी काँग्रेसचे स्वयंसेवक बटेश्वर गावी पोहोचले आणि त्यांनी गांधीजींचा, 'छोडो भारत!' हा नारा ऐकवला, तेव्हा हे दोघे वाजपेयी बंधू सार्वजनिक पटांगणातच होते.

नियतीचा खेळ असा की पोलीस तिथं पोचले, तेव्हा ही सभा आयोजित करणारे अनेक जण तेथून पळून गेले. अटल आणि प्रेम पोलिसांच्या हाती सापडले. त्यांना तेवीस दिवस तुरुंगवास भोगावा लागला.

भाजपच्या अधिकृत संकेतस्थळानं या घटनेचा जाहिरातीसाठी वापर करून घेतला. ते म्हणत की, श्री. वाजपेयी यांनी स्वातंत्र्यलढ्यात भाग घेतला आणि तुरुंगवास भोगला. (हे वाक्य त्या संकेतस्थळावर अजूनही दिसतं.)

यातून अभिप्रेत असलेला संदेश स्पष्ट आहे; जो काळ अटल बिहारी वाजपेयींनी आणि त्यांच्या भावानं 'छोडो भारत चळवळी'अंतर्गत तुरुंगात काढला, त्यामुळे ते स्वातंत्र्यसेनानी असल्याचं सिद्ध होतं. १९९०च्या अखेरीस काही पत्रकारांनी केलेली चौकशी सूचित करत होती की, स्वातंत्र्यलढ्याशी त्यांचा जो संबंध होता, त्याला आणखीही एक बाजू होती. प्रतिस्पर्धी काँग्रेस पक्ष वाजपेयींवर वारंवार एक गंभीर स्वरूपाचा आरोप करत असे की, 'छोडो भारत चळवळी'च्या वेळेस वाजपेयींनी माफीचे साक्षीदार म्हणून ब्रिटिशांना मदत केली होती. पत्रकारांच्या संशोधनांती त्याबद्दलचं सत्य बाहेर आलं.

१९९८ सालापर्यंत स्वतः वाजपेयीच दावा करत आले होते की, त्यांचे राजनैतिक शत्रू केवळ त्यांची निंदा करण्यासाठी असे आरोप करत असत. सापडलेल्या कागदांमधून सत्य बाहेर निघालं तेव्हा त्यांनी 'फ्रंटलाइन'ला दिलेल्या मुलाखतीत कबुली दिली की, बटेश्वरमध्ये, २७ ऑगस्ट १९४२ रोजी घडलेल्या दंगलीत त्यांचा केवळ एक प्रेक्षक म्हणून सहभाग होता. त्यांनी दिलेल्या कबुलीच्या निवेदनाबद्दल ते म्हणाले, 'मला जे काही दिसलं, तेवढंच मी नमूद केलं. मी कुणाविरुद्ध बोललोच नाही. जे काही घडलं त्याचं मी सत्य वर्णन केलं.... असा मी कधीही दावा केला नाही.'

त्यांनी कुणाचंही नाव घेतलं नाही, असं ते ठासून म्हणाले, तरी त्यांनी असंसुद्धा कबूल केलं की, त्यांनी उर्दूमधील कबुलीच्या पत्रावर न वाचताच सही केली होती.

१ सप्टेंबर १९४२ रोजी वाजपेयींनी उर्दूमध्ये लिहिलेल्या (ही भाषा त्यांना वाचता येत नव्हती) – खालील कबुलीजबाबावर द्वितीय श्रेणीच्या एस. हसन या न्यायाधीशासमोर सही केली होती.

'माझं नाव : अटल बिहारी
वडिलांचं नाव : गौरी शंकर
माझी जात : ब्राह्मण
वय : २० वर्षे
पेशा : विद्यार्थी, ग्वाल्हेर कॉलेज
माझा पत्ता : बटेश्वर, पी. एस. बाह, जिल्हा आग्रा.'

त्यांनी कोर्टात निवेदन केलं –

'२७ ऑगस्ट १९४२ रोजी साधारण दुपारच्या दोन वाजता काकुआ ऊर्फ लीलाधर आणि महुआन यांनी भाषण केलं आणि वनकायद्याचा भंग करावा, असं लोकांना पटवलं. दोनशे लोक वनखात्याच्या कचेरीत गेले.

माझ्या भावाबरोबर मी त्या जमावापाठोपाठ बटेश्वर वनखात्याच्या कचेरीत पोहोचलो. मी आणि माझा भाऊ खालीच थांबलो. बाकीचे लोक वर गेले. काकुआ आणि महुआन खेरीज मला तेथे आलेल्या अन्य कुणाचंही नाव माहीत नाही.'

'विटा कोसळत आहेत, असं मला वाटलं. भिंती कोण पाडतंय ते मला कळू शकलं नाही; पण भिंतीच्या विटा नक्कीच कोसळत होत्या. मी माझ्या भावासमवेत मयपुरा येथे जाऊ लागलो आणि जमाव आमच्या मागे होता. काकुआ आणि महुआन लोकांनी जबरदस्तीनं गोठ्यातून बकरे बाहेर सोडले आणि जमाव बिखोलीच्या दिशेनं पुढे गेला. वनखात्याच्या कचेरीत १०-१२ माणसं होती. मी १०० यार्ड अंतरावर होतो. सरकारी इमारत पाडण्यात माझा सहभाग नाही. त्यानंतर आम्ही आपापल्या घरी गेलो.'

पत्रकारांनी जो अहवाल तयार केला होता, त्यात निर्देश करण्यात आला होता की, त्यांच्यावर (ब्रिटिशांचा माफीचा साक्षीदार बनल्याचा) केला गेलेला आरोप खरा नाही. वाजपेयींनी सही केलेल्या कबुलीजबाबाचा, सेशन्स कोर्टातील खटल्यात फिर्यादी पक्षानं (ब्रिटिशांनी) आग्रा येथील विशेष न्यायाधीशासमोर (खटला क्र. ३/४३) वापरच केलेला नव्हता. खरं सांगायचं तर वाजपेयींनी त्या खटल्याच्या निर्णयाची जी प्रत पत्रकारांना दिली, त्यावरून स्पष्ट होतं की, खटल्याच्या सुनावणीत त्यांच्या नावाचा उल्लेख कुठेही आढळत नाही, त्यामुळे १९४२ साली ते ब्रिटिश सरकारचे माफीचे साक्षीदार बनले असल्याचा राजकीय आरोप चुकीचा आहे.

या पत्रकारांच्या अहवालात पुढं म्हटलं आहे,

'त्या उर्दूतील कबुलीजबाबावर त्यांनी इंग्रजीत केलेली सही त्यांचीच असल्याची ग्वाही, त्या कबुलीजबाबाची प्रत त्यांना दाखवली असता, वाजपेयींनी ठामपणे दिली. अशी ग्वाही देऊन वाजपेयींनी त्यांच्या वकिलाचा दावा (डॉ. एन. एम. घटाटे) चुकीचा असल्याचं सिद्ध केलं आहे. १५ जानेवारी १९९८ रोजी 'फ्रंटलाइन'च्या संपादकांना 'श्री. अटल बिहारी वाजपेयी यांच्या सूचनेनुसार' घटाटेंनी दिलेल्या पत्रात या ज्येष्ठ वकिलानं म्हटलं होतं, 'तुमच्या पत्राबरोबर जोडलेले कागदपत्र बनावट सहीचे असून, त्यामागचा हेतू श्री. वाजपेयी यांच्यावर चिखलफेक करण्याचाच आहे, हे उघड आहे. याचा आणखी एक ठोस पुरावा म्हणजे या कागदपत्रातील वाक्य 'मी हे गौरीशंकर यांचा पुत्र अटल बिहारी याला समजावून सांगितलं....' श्री. अटल बिहारी वाजपेयींच्या वडिलांचं नाव आहे (कै.) श्री. कृष्ण बिहारी वाजपेयी. कृपया दखल घ्यावी की हे बनावट

> कागदपत्र जर तुम्ही तुमच्या वर्तमानपत्रात छापले, तर तुम्ही दिवाणी आणि फौजदारी खटल्यांना पात्र ठराल.'

वाजपेयींनी पुन्हा एकदा त्यांच्या वकिलाचं म्हणणं खोडून काढणारी कबुली 'फ्रंटलाइन'ला दिलेल्या मुलाखतीत स्पष्टपणे दिली. ते म्हणाले की, १ सप्टेंबर १९४२ रोजी त्यांनी सही केलेल्या कबुलीजबाबात त्यांनी त्यांच्या वडिलांचं नाव गौरी शंकर असंच सांगितलं होतं, कारण गौरीशंकर हे त्यांच्या कुटुंबाचं नाव होतं आणि खेड्यातले लोक त्यांना गौरीशंकर या नावानंच ओळखत होते. त्यांनी 'फ्रंटलाइन'च्या संपादकांना सांगितलं की, ते घटाटेंचं पत्र मागे घेत होते आणि त्याच दिवशी त्यांनी फॅक्सवर जे पत्र पाठवलं त्यात म्हटलं होतं, 'माझ्या वकिलानं १५।१।९८ रोजी पाठवलेलं पत्र मागे घेण्यात आलं आहे, असं समजावं.'

'फ्रंटलाइन'मध्ये मुलाखत छापणाऱ्या लेखकांनी पुढीलप्रमाणे निष्कर्ष काढला :

> पहिला मुद्दा असा आहे की, तरुण वाजपेयी – स्वतःला विरोधकांच्या उद्योगांपासून आणि हेतूंपासून वेगळा मानतो. त्यानं स्वतः दिलेल्या कबुलीनुसार वनकायदे मोडणाऱ्या गैरकानूनी जमावाचा तो एक सदस्य होता आणि त्या काळची कायद्याची कडक अंमलबजावणी लक्षात घेता इंडियन पिनल कोडच्या १४९व्या विभागाखाली अगदी सहज कायद्याच्या कचाट्यात सापडला असता. तो म्हणतो, 'जरी मी माझ्या भावासमवेत जमावापाठोपाठ गेलो असलो आणि घडलेल्या घटना पाहिल्या असल्या, तरी मी कोणतीही हानी पोहोचवली नाही. सरकारी इमारत पाडण्यात माझा सहभाग नाही.' थोडक्यात म्हणजे वाजपेयींचं म्हणणं आहे, 'मी जमावाचा घटक होतो; परंतु मी त्यांच्या उद्दिष्टांमध्ये सामील नव्हतो आणि मी कोणत्याही दखलपात्र गुन्ह्यात भाग घेतला नाही.' हा मुद्दा विशेष महत्त्वाचा आहे; कारण अर्धशतकानंतर संघपरिवारानं त्यांच्या संभाव्य पंतप्रधानाचे देव्हारे माजवण्यासाठी त्यांनी १९४२च्या स्वातंत्र्यलढ्यात दिलेल्या योगदानाचा प्रचंड गाजावाजा केला होता. स्वातंत्र्यलढ्यात सक्रिय सहभाग घेतल्याची भूमिका वाजपेयींनी तेव्हासुद्धा घेतली नव्हती आणि १९९८ साली 'फ्रंटलाइन'ला दिलेल्या मुलाखतीतसुद्धा घेतलेली नाही.

दुसरा मुद्दा असा की, छोट्याशा कबुलीजबाबात जितक्या तपशीलवारपणे वर्णन करता येईल, तेवढ्या बारकाईनं, ज्या मार्गानं २७ ऑगस्ट १९४२ रोजी बटेश्वरमध्ये निषेधाच्या हालचाली झाल्या, त्यांचं वर्णन केलेलं आहे. जरी 'फ्रंटलाइन'च्या शोधतपासात आढळलं असलं की, वाजपेयींचा कबुलीजबाब पुढे भरलेल्या खटल्याच्या सुनावणीच्या वेळेस वापरण्यात आला नव्हता, तरीसुद्धा हे सत्य नाकारता येत नाही

की, या कबुलीजबाबात घटनांचं जे सफाईदार वर्णन केलं आहे, त्या बळावर पोलीस निषेधकांवर खटला भरू शकले असते. (वस्तुतः हीच टीका अटल बिहारींवर लीलाधर बाजपाई ऊर्फ काकुआ यानं केली आहे. काकुआ १९४२च्या बटेश्वरमधील विध्वंसक घटनांसाठी चिथावणी देणारा मुख्य नेता होता.)[४]

यापूर्वी त्यांनी दिलेल्या या कबुलीजबाबाबद्दल वाजपेयींनी काळजीपूर्वक निवेदनं दिली होती. त्यांनी म्हटलं होतं की, १९७१पासून त्यांचे प्रतिस्पर्धी निवडणुकींच्या वेळेस याचा कावेबाजपणे वापर करत आले होते. दरम्यान, लीलाधर बाजपाई ऊर्फ काकुआ यानं एका मुलाखतीत म्हटलं आहे, 'वाजपेयींचा ज्येष्ठ बंधू प्रेम यानं एका लेखात दावा केला आहे की, तो आणि त्याचा भाऊ बटेश्वरमधील घटनेत आघाडीवर होते आणि त्या दिवशी घडलेल्या घडामोडी या दोघा भावांमुळे घडल्या.' काकुआचं म्हणणं आहे की, हा दावा त्यांनी कोर्टात दिलेल्या कबुलीजबाबाशी पूर्णपणे विसंगत आहे. त्यात त्यांनी ते दोघे केवळ प्रेक्षक असल्याचं म्हटलं होतं.

काकुआ ऊर्फ लीलाधर बाजपाई कबूल करतो की, जिल्हा न्यायालयात या दोघा भावांनी त्याच्या किंवा अन्य कोणाच्या विरोधात पुरावा दिला नाही किंवा ते फिर्यादीचे साक्षीदार म्हणूनही तिथे आले नाहीत; परंतु तो पुढे म्हणतो, 'परंतु हे सत्य नाकारून चालणार नाही की कलम १६४ खाली त्यांनी दिलेला कबुलीजबाब या गुन्ह्यातला त्यांचा सहभाग सिद्ध करतो. त्यांच्या कैदेनंतर २३ दिवसांनी आणि त्यांची आधीच मुक्तता झालेली असताना पोलिसांनी त्यांचा अहवाल कलम १६९ खाली का दिला, याचं त्यांना समाधानकारक उत्तर देता आलेलं नाही. आता ते दोघे विविध प्रकारचे युक्तिवाद करून त्यांचा निष्पापपणा सिद्ध करू पाहत आहेत; परंतु त्यांच्या कैदेच्या घटनेला प्रसिद्धी देण्यात मी पुढाकार घेतला नाही. या दोघा भावांनीच 'स्वातंत्र्य सेनानी' हे बिरुद मिळवण्यासाठी हा मुद्दा उकरून काढला आणि आता उद्भवलेल्या विवादाला ते स्वतःच जबाबदार आहेत. मला मिळालेल्या शिक्षेसाठी मी त्यांना जबाबदार धरलं नाही, तरी एक वस्तुस्थिती नाकारता येत नाही की पूर्ण गावाला (दहा हजार रुपयांचा) दंड भरावा लागला आणि त्यासाठी नक्कीच हे दोघे भाऊ जबाबदार आहेत.'[५]

वाजपेयी त्या वेळेस अधिकृतपणे केवळ सोळा वर्षांचे होते आणि कबुलीजबाबात चुकीनं लिहिल्याप्रमाणे वीस वर्षांचे नव्हते. १९२४ साली जन्मलेले वाजपेयी तेव्हा खरं तर अठरा वर्षांचे होते; परंतु जास्त वर्षे सरकारी नोकरी करता यावी म्हणून त्यांच्या वडिलांनी त्यांचं जन्मसाल १९२६ लिहिलं होतं. वाजपेयींनी ही बातमी छापून आल्यानंतर त्यांच्या भेटीसाठी आलेल्या 'फ्रंटलाइन'च्या पत्रकारांना म्हटलं होतं की,

---

४ *फ्रंटलाइन*, व्हॉल्यूम १५, नं. ३, ७–२० फेब्रुवारी, १९९८.

५ http://archives.peoplesdemocracy.in /2004/0411/04112004_vajpayee-1.htm.

घटाटेंनी 'फ्रंटलाइन'ला कायद्याची नोटीस पाठवल्याचं ऐकून त्यांना धक्काच बसला होता. त्यांनी ही सारी घटना पोरवयातील पोरखेळ म्हणून निकालात काढली आणि घटाटेंकडे पाहून स्मित केलं आणि नंतर हास्याचा गडगडाट केला.

आता आपल्याला स्पष्टपणे उमजेल की, १९४२च्या घटनेनं भारताचा इतिहास कसा कायमचा बदलला आणि त्याबरोबरच वाजपेयींचे प्राधान्यक्रमसुद्धा बदलले. ते पुन्हा माघारी वळले आणि जोरदारपणे राष्ट्रीय स्वयंसेवक संघाकडे ओढले गेले.

३

१९४२-१९५७

प्रेम आणि राजकारण

ग्वाल्हेरमध्ये पदवीचं शिक्षण घेत असताना अटलजींची राजकुमारींशी ओळख झाली. ही युवती या कृष्णाची राधा बनली. आत्मिक तारा उत्कट प्रेमानं जुळल्या असल्या, तरी ते विवाहबंधनात अडकले नाहीत. १९२५ साली मध्य प्रदेशातील उज्जैनमध्ये राजकुमारी हक्सर यांचा जन्म झाला. गोविंद नारायण त्यांचे पिता होते आणि मनमोहिनी हक्सर त्यांची माता. मनमोहिनी हक्सर म्हणजे इंदिरा गांधीजींची चुलत-चुलत बहीण. अटलजींची राजकुमारींशी पहिली भेट कॉलेजमध्ये झाली, तेव्हा अटलजींना हे सत्य बहुधा माहीत नसावं. आपल्या कुटुंबीयांबरोबर ग्वाल्हेरला येण्यापूर्वी अल्प काळ राजकुमारींचं जुन्या दिल्लीतसुद्धा वास्तव्य होतं. ग्वाल्हेरमध्ये राजे सिंदिया यांच्या शिक्षणखात्यात राजकुमारींच्या वडिलांना नोकरी मिळाली. अटलजी आणि राजकुमारी यांना जोडणारा हा एक दैवयोगच म्हटला पाहिजे.

अटलजींनी राजकुमारींसाठी पुस्तकात ठेवलेल्या चिठ्ठीनं त्यांच्या प्रेमकहाणीला सुरुवात झाली; परंतु त्या कहाणीनं नंतर अगदी वेगळंच वळण घेतलं. अटलजींनी लिहिलेली चिठ्ठी राजकुमारींना मिळाली नाही आणि राजकुमारींनी लिहिलेली चिठ्ठी अटलजींनासुद्धा मिळाली नाही. भारतीय राजकारणातली रूढी झुगारून देणारी ती सर्वांत बंडखोर जोडी होती. अटलजी ब्रह्मचारीच राहिले; राजकुमारींनी दुसऱ्या पुरुषाशी विवाह केला; अटलजींनी राजकुमारींची मुलगी दत्तक घेतली. ते सर्व जण पन्नास वर्षांहून अधिक काळ एकाच घरात राहिले. त्यांच्यासोबतीला अनेक कुत्री,

मांजरं आणि सुरक्षारक्षकही होते. २०१४ साली अठ्ठ्याऐंशीव्या वर्षी राजकुमारींचे निधन झाले. तोपर्यंत ते सर्व एकत्र राहिले.[१]

आयुष्यभर ते अविवाहित का राहिले, असा वाजपेयींना कुणी प्रश्न विचारला, तर ते बेफिकीरपणे उत्तर देत, 'मला फुरसतच मिळाली नाही.'

विशेष गुणवत्तेसह व्हिक्टोरिया कॉलेजमधून बी.ए.ची पदवी मिळवल्यावर, वाजपेयींनी राज्यशास्त्रात एम.ए. करण्यासाठी कानपूरच्या दयानंद अँग्लोवेदिक कॉलेजात प्रवेश घेतला. त्यांच्या कुटुंबापासून २६० किलोमीटर अंतरावर हे कॉलेज होतं. तोवर ते आर्य कुमार समाजाचे मुख्य सचिव झालेले होते. (आर्य समाजाचा हा तरुणांचा विभाग होता.) राष्ट्रीय स्वयंसेवक संघाच्या शाखांनासुद्धा ते वारंवार हजेरी लावत असत, तरीसुद्धा त्यांची आर्य समाजाशी जास्त संलग्नता होती. आर्य समाजाची स्थापना १८७५ साली दयानंद सरस्वतींनी केली होती आणि वैदिक तत्त्वज्ञानाचा प्रसार हे त्यामागचं उद्दिष्ट होतं. दयानंदांचा जन्म १८२४ साली झाला आणि १८८३ साली विषबाधेनं ते मृत्यू पावले. भगतसिंग आणि सुभाषचंद्र बोस यांसारख्या अनेक नेत्यांच्या आणि विद्वानांच्या मनावर त्यांचा खूपच पगडा होता. दयानंद सरस्वतींचं शीख, जैन आणि मुस्लीम धर्मांबद्दल मत चांगलं नव्हतं (त्यांनी एकदा प्रेषित पैगंबराचा उल्लेख 'तोतया' असा केला होता). दलित, स्त्रिया आणि हिंदू धर्मातील अन्य उपेक्षित लोक यांचा उद्धार व्हावा, असं त्यांचं मत होतं आणि त्या दृष्टीनं त्यांनी आर्य समाजाद्वारे जी धाडसी पावलं उचलली, त्यामुळे अनेक उच्चजातीय गट अस्वस्थ झाले. 'स्वराज्य' हा शब्द रूढ करण्याचं आणि भारत स्वतंत्र व्हावा, असा विचार प्रसृत करण्याचं श्रेय त्यांना दिलं जातं. अंधश्रद्धा आणि त्याकाळच्या धर्मांध रूढी यांवर ते कडाडून टीका करत. त्यांच्या मृत्यूनंतर तीन वर्षांनी त्यांच्या अनुयायांनी दयानंद अँग्लोवेदिक सोसायटीची स्थापना केली. दयानंद यांच्या नीतिमूल्यांचा प्रसार करणं आणि भारतीयांना शिक्षण देऊन निरक्षरता व अज्ञान यांतून भारतीयांची मुक्तता करून देशभरात बौद्धिक आणि आत्मिक चैतन्य निर्माण करण्याचं त्यांचं उद्दिष्ट सफल करणं, हा त्यामागचा हेतू होता.

हिंदू धर्माचं पुनरुज्जीवन करण्याच्या हेतूनं कार्यरत असलेल्या विविध संस्था, उच्च जातीयांच्या मनातल्या इतर धर्मांच्या उद्भवामुळे आपलं महत्त्व कमी होईल, या भीतीचं निवारण करण्यासाठी प्रयत्न करीत होत्या. याउलट आर्य समाज आणि दयानंद अँग्लोवेदिक संस्था हिंदू धर्मातील वेगवेगळ्या घातक सामाजिक रूढींविरुद्ध लढा देत होते, तरीही दयानंदांच्या तत्त्वज्ञानामधील काही बाबी टीकापात्र ठरल्या आहेत. वेदांपासून उगम न पावलेल्या कार्वाकस, बौद्ध, जैन, इस्लाम यांसारख्या धर्मांवर आणि

---

[१] http://indianexpress.com/article/india/politics/mrs-kaul-delhis-most-famous-unknown-other-half-passes-away-2/.

त्यांच्या तत्त्वज्ञानावर ते जो हल्ला चढवत, तो टीकापात्र ठरला आहे. 'रूट्स ऑफ हिंदुत्व : अ क्रिटिकल स्टडी ऑफ हिंदू फंडामेंटालिझम अँड नॅशनॅलिझम' या ग्रंथाचे लेखक आणि संशोधक डॉ. जे. कुरुवचिरा यांनी नमूद केलं आहे की, शुद्धी किंवा बाटून हिंदू धर्माबाहेर पडलेल्यांना पुन्हा हिंदू धर्मात स्वीकारणं यात आर्य समाजानं महत्त्वाची भूमिका बजावलेली होती आणि त्यायोगे अनेक अन्य हिंदू संस्थांना इतर धर्मांविरुद्ध लढाऊ बाणा स्वीकारण्याची प्रेरणा दिली होती. तत्कालीन हिंदुत्ववादी लेखक कॉनरॅड एल्ट्स यानं मान्य केलं होतं की, खराखुरा जाहीर आणि दीर्घकाळपर्यंत विवाद पद्धतीनं चालू ठेवलेला ख्रिस्ती आणि इस्लाम धर्मांवरील पहिला हल्ला दयानंद सरस्वतींनीच चढवला होता.[२]

एका बाजूनं सुधारक आणि दुसऱ्या बाजूनं प्रतिक्रिया स्वरूपात बंडखोर असलेल्या आर्य समाजाच्या तत्त्वज्ञानाचा वाजपेयीजींच्या मनावर खोलवर ठसा उमटला होता. काही सनातन कल्पना हिंदुत्वाच्या विकासाला बाधक आहेत आणि त्या अनावश्यक आहेत. या तत्त्वज्ञानाचा तरुण अटलच्या मनावर चिरंतन काळासाठी खोल ठसा उमटला होता. पुरातन हिंदू संस्कृतीपेक्षा विभिन्न असलेल्या या तत्त्वज्ञानानुसार पाश्चिमात्य शिक्षण आणि मांसाहार वर्ज्य समजला जात नव्हता. वस्तुतः या मुद्द्यावर खुद्द आर्य समाजातच दुही माजलेली होती. हंसराज आणि लाला लजपतराय यांच्या नेतृत्वाखाली असलेली मवाळ कॉलेज युवकांची आर्य समाजाची फळी वाजपेयींना परिचित होती आणि त्याच गटाशी त्यांची संलग्नता होती. अधिक लढाऊ आणि उघडपणे हिंदू धर्माचं पुनरुत्थापन करू इच्छिणारे लेखराम आणि मुन्शीराम यांसारखे नेते ब्रह्मचर्य आणि वेदांचं शिक्षण यांबाबत आग्रही होते; परंतु हे दोन्ही गट एका मुद्द्यावर सहमत होते; हिंदू धर्माला ख्रिस्ती, ज्यू आणि देशांतर्गत बौद्ध, जैन या धर्मांपासून धोका आहे.[३]

या सुमारास वाजपेयींवर बाबासाहेब आपटे यांचा खूपच प्रभाव पडू लागला होता. ते अगदी सुरुवातीचे संघप्रचारक होते. १९२५ साली डॉक्टर के. बी. हेडगेवार यांनी राष्ट्रीय स्वयंसेवक संघाची स्थापना केली होती. आपटे आपला बराचसा वेळ देशभर प्रवास करून नवे स्वयंसेवक शोधण्यात आणि आर्य समाजासारख्या अन्य हिंदुत्ववादी संस्थांशी जवळचे संबंध राखण्यात सत्कारणी लावत असत. त्यांच्या संपर्कात आल्यामुळे वाजपेयी स्वयंसेवकांच्या नेत्यांच्या प्रशिक्षण शिबिरात उपस्थित राहू लागले.

वाजपेयी जेव्हा पदव्युत्तर शिक्षणासाठी कानपूरला गेले, तेव्हा त्यांच्या शिक्षणासाठी ग्वाल्हेरचे राजे सिंदिया यांनी त्यांना पैसे दिले आणि अर्थातच वाजपेयी

---

२ डॉ. जे. कुरुवचिरा यांना समर्पित.

३ सुमित सरकार : *मॉडर्न इंडिया : १८८५ ते १९४७* (न्यू दिल्ली : लक्ष्मी पब्लिकेशन्स, २००८).

त्यांना पूज्य मानू लागले. शिक्षण पूर्ण केल्यावर निदान तीन वर्षे शिष्यवृत्तीधारकांनी सर जिवाजीराव सिंदियांच्या पदरी नोकरी करावी, या अटीवर ते होतकरू विद्यार्थ्यांना दरमहा ७५ रु. देत असत. १९४० साली वाजपेयींना मिळणारी ७५ रु. महिना रक्कम राजेशाहीच होती. भविष्यात राजघराण्याचे लोक वाजपेयींचा उल्लेख 'आमची निर्मिती' असा करू लागले. दिल्लीच्या अनेक बुजुर्ग पत्रकारांच्या स्मरणात आहे की, वाजपेयींना सिंदिया राजघराण्याबद्दल प्रचंड आदर वाटत असे आणि भविष्यात भाजपच्या सदस्य झालेल्या सर जिवाजीरावांच्या पत्नी गं. भा. विजयाराजे सिंदिया यांना वाजपेयी चरणस्पर्श करून प्रमाण करत असत. ग्वाल्हेरच्या ज्येष्ठ पत्रकारांच्या स्मरणात आहे की, विजयाराजेंचे विश्वासू मदतनीस, संभाजीराव आंग्रे नेहमी म्हणत, 'वाजपेयी आमचं पाल्य आहे. आमचा माणूस आहे.' विजयाराजेंच्या मृत्यूनंतर सात वर्षांनी २००८ साली सरदार आंग्रे निवर्तले. त्यांचा उल्लेख 'ग्वाल्हेरचा रासपुतिन' असा केला जात असे. त्यांना तसा उल्लेख केलेला आवडत असे असं दिसतं.[४]

जाता जाता नमूद करायचं म्हणजे सिंदिया राजघराणं ब्रिटिश राजवटीला प्रचंड पाठिंबा देत असे. सुभद्राकुमारी चौहान ही प्रतिभावंत कवयित्री १९४८ साली अवघ्या त्रेचाळिसाव्या वर्षी मृत्यू पावली. तिनं झाशीच्या राणीची स्तुती करणारी जी सुप्रसिद्ध कविता लिहिली आहे, त्यात तिनं ग्वाल्हेरचं राजघराणं ब्रिटिशांचा मित्र असल्याचा उल्लेख केला आहे. वस्तुतः मध्य प्रदेशातील शालेय पुस्तकांमधून कवितेतली ती ओळ गाळून टाकावी, असा जोरदार प्रयत्न काही वर्षांपूर्वी करण्यात आला होता.

झाशीच्या राणीवरील वीरश्रीयुक्त कवितेतील काही ओळी पुढीलप्रमाणे आहेत :

यमुनातटपर अंग्रेजोंने फिर खाई रानीसे हार,
विजयी रानी आगे चल दी, किया ग्वालियरपर अधिकार।
अंग्रेजोंके मित्र सिंदियाने छोडी राजधानी थी,
बुंदेले हरबोलोंके मुँह हमने सुनी कहानी थी,
खूब लड़ी मर्दानी वो तो झाँसीवाली रानी थी।

(अर्थ : यमुनातटी पुन्हा एकदा राणीकडून ब्रिटिश पराजीत झाले. विजयी राणीनं पुढे कूच केली आणि ग्वाल्हेरवर हक्क सांगितला. ब्रिटिशांचे मित्र असलेले सिंदिया राजधानी टाकून निघून गेले. बुंदेले आणि हरबोले (बुंदेलखंडातले भाट) यांकडून आम्ही या कथा ऐकल्या आहेत. धैर्यानं झुंजारासारखी लढली, ती होती झाशीची राणी).

***

[४] जेव्हा ते पंतप्रधान होते, तेव्हा वाजपेयीजींचे आवडते मंत्री होते जसवंत सिंग. ते आंग्रेंचे मेहुणे होते व वाजपेयी त्यांची नियुक्ती महत्त्वाच्या जबाबदारीच्या सरकारी पदांवर करत असत.

१९१९ साली कानपूरमधील सिव्हिल लाइन्स या समृद्ध भागात डी.ए.व्ही. कॉलेज बांधण्यात आलं. वाजपेयींपूर्वीच्या कीर्तिवंत माजी विद्यार्थ्यांपैकी एक होते चंद्रशेखर आझाद. ते अत्यंत कडवे क्रांतिकारी स्वातंत्र्यसेनानी होते आणि ते अवघ्या पंचविसाव्या वर्षी, १९३१ साली अलाहाबादमधील आल्फ्रेड पार्क येथे पोलिसांबरोबर झालेल्या गोळीबारात मृत्युमुखी पडले. तरुणपणी कवी असताना वाजपेयींचा एक समानधर्मी कवी मित्र होता. त्याचं नाव गोपालदास सक्सेना. भविष्यात तो 'नीरज' या टोपण नावानं अत्यंत लोकप्रिय गीतकार आणि कवी झाला.

कॉलेजात आणि कॉलेजबाहेर, कविसंमेलनात अनेकदा तरुण अटलजीची भेट झाल्याचं कवी नीरज यांना स्मरतंय. ते म्हणतात, 'वाजपेयींची पत्रिका व त्यांचे ग्रहयोग इतके उत्कृष्ट होते की, अगदी १९४० सालापासून त्यांना पक्की खात्री वाटत होती की भविष्यात वाजपेयी उच्च स्थान मिळवतील आणि त्यापासून त्यांना कुणीही दूर ठेवू शकणार नाही!' व्यक्तीच्या जन्माच्या वेळची ग्रहदशा पाहून त्याचा भूतकाळ ओळखता येतो आणि त्याच्या भविष्याबद्दल भाकित वर्तवता येतं, असा अनेक भारतीयांना विश्वास वाटतो. 'नीरज' यांचं वय आता एक्याण्णव वर्षांपेक्षाही जास्त आहे. त्यांचं म्हणणं आहे की, त्यांच्या स्वतःच्या आणि वाजपेयींच्या पत्रिकेत खूपच साधर्म्य होतं आणि त्यामुळेच ते दोघे वेगवेगळ्या क्षेत्रांत का होईना, पण खूप यश मिळवू शकले.

वाजपेयींनी डी.ए.व्ही. कॉलेजमधून एम.ए.ची पदवी मिळवली. हे कॉलेज त्या काळी आग्रा विश्वविद्यालयाच्या अधिपत्याखाली होतं. त्यांनी एम.ए.ची पदवी मिळवली, तेव्हा भारतातली राजकीय परिस्थिती अत्यंत स्फोटक होती. भारत ब्रिटिशांपासून स्वातंत्र्य मिळवण्याच्या उंबरठ्यावर येऊन ठेपला होता. अटल त्याच्या अध्यापकांचा, विशेषतः डॉ. मदन मोहन पांडे यांचा अत्यंत आवडता विद्यार्थी होता. जवळच असलेल्या त्याच्या गुरुजींच्या घरी, तो सद्य राजकीय परिस्थितीबद्दल आणि शैक्षणिक बाबींबद्दल चर्चा करायला वारंवार जात असे. पांडे त्यांच्या सहाध्यायांजवळ म्हणत, 'वाजपेयी, अत्यंत हुशार आहे आणि अत्यंत संतुलितवृत्तीचा आहे.' वाजपेयींचे आवडते लेखक होते शरच्चंद्र आणि प्रेमचंद आणि त्यांना संप्रेरित करणारे कवी होते, हरिवंशराय बच्चन, सूर्यकांत त्रिपाठी (निराला) आणि बालकृष्ण शर्मा (नवीन).

एम.ए.च्या परीक्षेत प्रथम क्रमांकानं उत्तीर्ण झाल्यावर वाजपेयींनी त्याच कॉलेजात कायद्याची पदवी मिळवण्यासाठी प्रवेश घेतला. त्या वेळेस त्यांचे वडील शाळेचे हेडमास्तर या पदावरून शाळांचे परीक्षक (इन्स्पेक्टर) या बढतीच्या पदावरची जबाबदारी सांभाळत होते. त्यांनाही त्याच वेळेस कायद्याचं प्रशिक्षण घेण्याची तीव्र इच्छा वाटू लागली.

अखेरीस पिता-पुत्र दोघेही एकत्रच कायद्याचं शिक्षण घेऊ लागले आणि वसतिगृहात '१०४-अ' या एकाच खोलीत एकत्र राहू लागले. वाजपेयींचे एक

महाध्यायी डॉ. अन्नपूर्ण घोष म्हणतात की, पिता-पुत्रांनी एकाच वेळेस एकाच अभ्यासक्रमात सहभाग घ्यावा ही त्या वेळेस मोठीच विनोदाची बाब बनली होती. 'त्यानं आपले पिताश्री कृष्ण बिहारी वाजपेयी यांच्याबरोबर कायद्याच्या प्रशिक्षणासाठी प्रवेश घेतला. प्रवेश घेण्यापूर्वी जेव्हा ते दोघांचे प्रवेश अर्ज देण्यासाठी गेले, तेव्हा तिथल्या कारकुनानं त्यांना उपहासानं म्हटलं, 'तू थट्टा करतो आहेस, असं मी धरून चालतो!' त्यावर वाजपेयींनी नम्रपणे पण ठामपणे उत्तर दिलं, 'अजिबात नाही, महोदय! माझा तसा ठाम उद्देश आहे!'[५]

ज्येष्ठ वाजपेयींना घराबाहेर जेवणं आवडत नसे. त्यांना घरचं जेवणच प्रिय वाटे. अटलजींना बाहेर किंवा इतरांबरोबर जेवायला हरकत वाटत नसे; कारण ते संघात वावरले होते; परंतु त्यांनी वडिलांसाठी स्वयंपाक करायचं कबूल केलं आणि त्यात प्रावीण्यसुद्धा मिळवलं.

फाळणीनंतर देशात दंगली उसळल्या, लोंढेंच्या लोंढे स्थलांतरीत होऊ लागले. या ऐतिहासिक स्थलांतरामुळे आणि देशाला हादरवणाऱ्या दंगलींमुळे सर्वत्र हाहाकार माजला. त्या वेळी अटलजींनी कॉलेज सोडून दिलं. ब्रिटिश निघून गेल्यावर जेव्हा भारत आणि पाकिस्तान या नव्या देशांची अधिकारसूत्रं स्थानिक जनतेच्या हाती आली, तेव्हा सावळा गोंधळ माजला. दोन धर्मांच्या लोकांमध्ये संघर्ष होऊन प्रचंड रक्तपात झाला. देशावर ओढवलेली आपत्ती पाहून वाजपेयी सैरभैर झाले. त्यांची संघावरची श्रद्धा द्विगुणित झाली. संघाचं उद्दिष्ट होतं, 'अखंड भारत.' धर्माच्या मुद्द्यावर देशाची फाळणी करायला तयार झालेल्या काँग्रेसच्या नेत्यांची घसरलेली नीतिमूल्यं पाहून संघ परिवार व्यथित झाला.

ज्या दिवशी भारताला स्वातंत्र्य मिळालं आणि पंडित नेहरूंनी 'Tryst with Destiny' (दैवाशी गाठभेट) हे भाषण संसदेपुढे केलं, तेव्हा महात्मा गांधीजी कोलकात्यात धार्मिक लढा आटोक्यात आणण्यासाठी प्रयत्नांची पराकाष्ठा करत होते. (आता बांगला देशामध्ये असलेल्या) पूर्व बंगालातील नौखाली येथे प्रचंड दंगे उसळले होते. तेथे जाण्यासाठी गांधीजी निघाले होते; परंतु त्यांना कोलकात्यातच थांबण्याची विनंती करण्यात आली; कारण काँग्रेसच्या स्वयंसेवकांना आशा वाटत होती की, जर कोलकाता दंगलमुक्त राहिलं, तर उरलेला बंगालसुद्धा शांत राहील.

जगाच्या एक पंचमांश जनतेला ब्रिटिश सरकारनं स्वातंत्र्य देऊन भारत स्वतंत्र झाल्याचा कायदा संमत केला होता; भारत आणि पाकिस्तान अशी दोन वेगळी राष्ट्रं निर्माण केली होती. पंडित नेहरू, सरदार वल्लभभाई पटेल यांसारख्या काँग्रेस नेत्यांनी गांधीजींना १५ ऑगस्ट रोजी ऑल इंडिया रेडिओवर देशाला संदेश देण्याची विनंती केली, तेव्हा गांधीजींनी भाषण करण्यास नकार दिला आणि म्हटलं की, अशा

---

५ http://timesofindia.indiatimes.com/city/kanpur/DAV-basks-in-glory-of-its-illustrious-student/articleshow/45634029.cms.

प्रकारच्या स्वातंत्र्याची त्यांनी अपेक्षा केली नव्हती. ते म्हणाले की, हा क्षण आनंदोत्सव साजरा करण्याचा नसून, चिरकालीन शांतता प्रस्थापित करण्यासाठी कार्यरत राहण्याचा आहे. गांधीजींनी आनंदोत्सवात सहभाग न घेता, कोलकात्याच्या बेलिआघाटा या बकाल वस्तीत काम करणं सुरू केलं. तिथं ते हैदरी मॅन्शन असं भपकेबाज नाव असलेल्या एका मोडकळीला आलेल्या इमारतीत राहत होते. त्यांच्या दृष्टीनं ती राहण्याजोगी करण्यासाठी त्याची घाईघाईनं जुजबी डागडुजी करण्यात आलेली होती. १३ ऑगस्टपासून पुढचा संपूर्ण महिना गांधीजी तिथं राहिले. एकमेकांशी हाणामाऱ्या करणाऱ्या हिंदू-मुस्लिमांनी वैरभाव सोडून स्वातंत्र्य सोहळा साजरा करण्यासाठी एकत्र यावं म्हणून ते त्यांची मनधरणी करत होते. थोड्या शांततेनंतर या दोन्ही धर्मीयांमध्ये पुन्हा हिंसक दंगल उसळली, त्यामुळे निषेध स्वरूपात गांधीजींनी आमरण उपोषण सुरू केलं. काही लोकांचा जमाव तेथे येऊन 'गांधी, परत जा' अशा आरोळ्या ठोकू लागला. त्यांच्या घरावर हिंसक जमावानं हल्ला चढवला; परंतु इतिहासकारांनी नमूद केलं आहे की, अठ्ठ्याहत्तर वर्षांच्या या अशक्त माणसाचा निश्चय आणि कृती पाहून शहरातील जनता लज्जित झाली आणि ते लवकरच एकत्र आले. त्यांनी शांतता प्रस्थापित करण्याचं वचन दिलं. त्यांना गांधीजींचं मौल्यवान आयुष्य वाचवायचं होतं. या यशस्वी उपोषणानंतर, दिल्लीला आणि तिथून पाकिस्तानात जाऊन हिंसा थांबवण्यासाठी लोकांना प्रेरित करावं, असा गांधीजींचा इरादा होता. किती लोक या हिंसक दंगलीमध्ये मरण पावले यावर दुमत असलं, तरी सगळ्यांचंच एकमत आहे की, या टप्प्यापर्यंत लक्षावधी लोक बेघर झाले आणि जवळ जवळ पाच लाख लोकांनी नव्या सीमेच्या दोन्ही बाजूंना प्राण गमावले.

जेव्हा काँग्रेसचे नेते सी. राजगोपालाचारी यांनी गांधीजींची भेट घेऊन कोलकात्यातील चमत्काराबद्दल त्यांचं अभिनंदन केलं, तेव्हा गांधीजींनी म्हटलं की, जेव्हा हिंदू-मुस्लिमांना एकमेकांच्या सहवासात सुरक्षित वाटू लागेल आणि ते आपापल्या घरी परतून पूर्वीप्रमाणे आयुष्य कंठायला सुरुवात करतील, तेव्हाच माझं खरंखुरं समाधान होईल. लॉर्ड माउंटबॅटननं गांधीजींची प्रशंसा करत लिहिलं, 'पंजाबात आमचे ५५,००० सैनिक आहेत आणि आम्ही मोठ्या प्रमाणावरच्या दंगलींना तोंड देत आहोत. बंगालात आमची सेना म्हणजे फक्त एक माणूस आहे आणि तेथे कोणतीही दंगल सुरू नाही. सेवेतील एक अधिकारी आणि राज्यकर्ता या नात्यानं 'एकल्या सीमारक्षका'चं अभिनंदन करण्याची मी परवानगी इच्छितो.'

राष्ट्रीय स्वयंसेवक संघ आणि वाजपेयींच्या संपर्कातील अन्य हिंदुत्ववादी लोक यांना हा 'एकल सीमारक्षक' अजिबात भावला नाही. जरी गांधीजींशी असलेल्या त्यांच्या नात्यात चढ-उतार होत होते, तरी फाळणीनंतर त्यांचे संबंध अधिकच चिघळले.

डॉक्टर फैजल देवजी हे गांधीजींबाबतचे तज्ज्ञ अभ्यासक आहेत. त्यांनी अनेकदा एक विरोधाभास अधोरेखित केला आहे. आधीच्या पिढीतले, कालांतराने हिंदुत्ववादी समजले गेलेले लाला लजपतराय, मदन मोहन मालवीय, भाई प्रेमानंद आणि स्वामी श्रद्धानंद यांसारखे लोक गांधीजींना निकटचे समजत. मग भले कधीमधी त्यांच्यात तणाव उद्भवला तरी. त्याचप्रमाणे श्यामाप्रसाद मुखर्जींसारख्या तरुण पिढीतील लोकांशीसुद्धा त्यांचे सलोख्याचे संबंध होते. यामागचं एक कारण असं होतं की, गांधीजींनी ज्या प्रचंड संख्येनं जनसामान्यांना एकत्र आणलं, ते विविध प्रकारचे लोक स्वतःहून अशा प्रकारे कधीच एकत्र आले नसते. त्याप्रमाणेच गांधीजी हिंदू या नात्यानं हिंदूंबद्दल बोलायला अजिबात कचरत नसत. या लोकांना जिव्हाळ्याच्या वाटणाऱ्या गोरक्षेसारख्या विविध समस्यांवर ते चर्चा करत आणि स्वतःला सनातनीसुद्धा म्हणवून घेत असत. यातले अनेक लोक स्वतःला सनातनी म्हणवून घ्यायला तयार नसले, तरी गांधीजींना स्वतःचा तसा उल्लेख करण्यात जराही क्षिती वाटत नसे.

वीर सावरकरांसारख्या जहाल मूलतत्त्ववादी हिंदूंचं गांधीजींशी कधीच एकमत होत नसे. १९१४ साली स्थापित झालेल्या हिंदू महासभा या संस्थेचे सावरकर नेते होते. त्यांचं आणि गांधींजीचं अजिबात ऐक्य नव्हतं. देवजींचं म्हणणं आहे की, पहिली असहकार चळवळ जेव्हा गांधीजींनी मागे घेतली तेव्हा आणि दोन धर्मांच्या लोकांमध्ये जेव्हा हिंसक दंगली उसळल्या तेव्हा सावरकरांसारख्या लोकांच्या गांधीजींवरील विश्वासाला तडा जायला सुरुवात झाली. काही वेळा त्यांचे संबंध सुधारलेसुद्धा! उदाहरणार्थ : खिलाफत चळवळीच्या वेळेस त्यांची जवळीक इतकी वाढली होती की, खुद्द स्वामी श्रद्धानंदांनी जामा मशिदीच्या उंच व्यासपीठावरून जनसमुदायापुढे भाषण केलं होतं. गांधीजींनी अस्पृश्यतेविरोधात जे उपोषण केलं आणि दलितांनी इतर धर्म स्वीकारू नये म्हणून प्रचंड प्रयत्नांती डॉ. बाबासाहेब आंबेडकरांबरोबर जो 'पुणे करार' केला, त्या वेळेस हिंदुत्ववादी नेत्यांनी गांधीजींना प्रचंड पाठिंबा दिला.[६]

वस्तुतः गांधीजी आणि हिंदुत्ववादी नेते यांचे संबंध फक्त फाळणीच्या वेळेसच पूर्णपणे तुटले आणि ते संबंध इतक्या झपाट्यानं चिघळत गेले की, पोलीस अहवालानुसार, संघाचे द्वितीय नेते गुरुजी माधव सदाशिव गोळवलकर यांनी १९४७च्या सुरुवातीला एक धमकीवजा वक्तव्य केलं होतं की, 'संघ गांधीजींना 'गप्प' करेल;' याचा अर्थ असा की, गांधीजींच्या आयुष्याला धोका आहे. गांधीजींच्या हत्येपूर्वीच्या काही महिन्यांतील दिल्ली पोलिसांच्या सीआयडी खात्याच्या गोपनीय अहवालांमधून ही माहिती उपलब्ध झाली आहे.

सीआयडी अहवालानुसार, डिसेंबर १९४७ रोजी दिल्लीतील रोहतक रोडवरील शिबिरात संघाचे २५०० लोक एकत्र जमले होते. तेथे गोळवलकरांनी त्यांना सांगितलं

---

[६] लेखकानं फैजल देवजींची जी मुलाखत घेतली, त्या आधारे.

होतं की, उद्भवलेल्या आणीबाणीला सर्व शक्तीनिशी तोंड द्यायला प्रत्येकानं कंबर कसली पाहिजे. त्यांनी संघाच्या कार्यकर्त्यांना असंही सांगितलं की, त्यांनी छत्रपती शिवाजी महाराजांप्रमाणे गनिमीकाव्यानं लढायला सिद्ध झालं पाहिजे. 'पाकिस्तान नष्ट होईपर्यंत संघ विश्राम घेणार नाही. आम्हाला कुणी अडवलं, तर आम्ही त्याचा खात्मा करू. मग ते नेहरू सरकार असो की अन्य कोणी! संघाचं मत कुणीही बदलू शकणार नाही. त्यांनी आपलं कार्य सुरू ठेवावं!' सीआयडी अहवालात वरील घटना नमूद केली आहे. त्यांनी स्वयंसेवकांना हिंदुस्थानातून मुस्लिमांची हकालपट्टी करायचा संदेशसुद्धा दिला.[७] 'त्यांना देश सोडावाच लागेल. महात्मा गांधीजींना मुस्लिमांना भारतात ठेवायचं होतं म्हणजे त्यायोगे त्यांच्या मतांचा फायदा काँग्रेसला निवडणुकीत मिळाला असता; परंतु त्या वेळेपर्यंत भारतात एकही मुस्लीम शिल्लक ठेवला जाणार नाही. त्यांना इथं राहण्यास लावलं असेल तर त्यांची जबाबदारी सरकारवर असेल आणि हिंदू समाज त्यांची जबाबदारी घेण्यास बांधील नसेल,' असं त्यांचं वक्तव्य सीआयडीनं उद्धृत केलं होतं.[८] 'वाढून ठेवलेल्या' आणीबाणीला तोंड देण्याच्या तयारीबाबतचे यासारखे अन्य अहवाल, सीआयडीनं उत्तर भारतातील अन्य शहरांमधूनसुद्धा हस्तगत केले होते.

हिंदू महासभेचा कार्यकर्ता नथुराम विनायक गोडसे यानं ३० जानेवारी १९४८ रोजी 'बेरेटा एम् १९३४ सेमी' अ‍ॅटोमॅटिक पिस्तुलाचा वापर करून, गांधीजी दिल्लीच्या बिर्ला हाउसमध्ये सर्वधर्म प्रार्थनेसाठी चालले असता गोळ्या घालून त्यांची हत्या केली.[९]

गांधी हत्येत भाग घेतल्याच्या आरोपाखाली संघ सर्वंकष टीका आणि मुस्कटदाबीची शिकार बनला, त्यापूर्वीपासूनच वाजपेयींनी संघाचे सक्रिय सभासद म्हणून काम करायला प्रारंभ केलेला होता. १९४८ साली ते संघाचे पूर्णवेळ कार्यकर्ते बनले. देशभरातील विविध भागांमध्ये विशेषतः महाराष्ट्रात गांधी हत्येच्या कटात सामील असल्याच्या आरोपामुळे संघाच्या स्वयंसेवकांना बेदम मारहाण करण्यात आली आणि त्यांच्या घरांची, कचेऱ्यांची लूट आणि फोडतोड करण्यात आली. नागपूरमध्ये गोळवलकरांच्या घरावरसुद्धा हल्ला चढवण्यात आला. भविष्यात जो मुलूख महाराष्ट्र राज्य बनला, तेथे पुरातन काळापासून चालू असलेलं पेशवे विरुद्ध शिवाजी हे वैर उफाळून आलं आणि मराठा समाजानं ही संधी साधून ब्राह्मणी विभागांना लक्ष्य बनवलं.

---

[७] http://www.thehindu.com/todays-paper/tp-features/tp-sundaymagazine/the-guru-of-hate/article3232784.ece.

[८] http://www.catchnews.com/politics-news/exclusive-rss-chief-golwalkar-threatened-to-kill-gandhi-1947-cid-report-1469535385.html.

[९] http://www.business-standard.com/article/current-affairs/did-a-man-or-an-ideology-murder-gandhi-114031500707_1.html.

'कास्ट इन इंडियन पॉलिटिक्स' या पुस्तकात, सुप्रसिद्ध लेखक डॉनल्ड बी. रोझेन्थाल यांनी पुण्यातील तत्कालीन परिस्थितीचं वर्णन केलं आहे. महाराष्ट्रातील अन्य अनेक विभागांप्रमाणेच पुण्यातही ब्राह्मणद्वेष्ट्यांचं ध्रुवीकरण झालं होतं. मराठ्यांच्या ब्राह्मणांवरील रागाला सतराव्या शतकापासूनच प्रारंभ झाला होता, तेव्हा सर्वांना अत्यंत पूज्य असलेल्या छत्रपती शिवाजींचा त्यांच्या कनिष्ठ जातीवरून ब्राह्मण पुरोहितांनी अपमान केला होता. ब्राह्मणांनी शिवाजी महाराजांना तुच्छ लेखल्याची आख्यायिका मराठा घराण्यांमध्ये वंशपरंपरा उगाळली जात असे. रोझेन्थाल लिहितात की, १९४८ साली पुण्यातील ब्राह्मण समाज गोडसेनं केलेल्या गांधी हत्येमुळे राजकीयदृष्ट्या हादरून गेला होता आणि आपल्या दर्जाबद्दलची त्यांची संवेदनशीलता नव्यानं उफाळून आली होती. गोडसे हे पुण्यातील उजव्या कडव्या गटाचे सदस्य होते. 'त्या काळी पुण्यात ब्राह्मणविरोधी दंगलींनी थैमान घातलं. आजही स्थानिक ब्राह्मण समाज दावा करतो की, परिस्थितीचा राजनैतिक फायदा उठवण्यासाठी मराठ्यांनी त्या दंगली घडवून आणल्या,' असं रोझेन्थाल नमूद करतात.

संघाच्या कार्यकर्त्यांवर आणि गोळवलकरांच्या घरावर हल्ले झाल्यामुळे संघ सदस्य अस्वस्थ झाले. गोळवलकरांनी अस्वस्थ झालेल्या संघ सदस्यांपुढे निवेदन केलं, 'या दुःखद दुर्घटनेनंतर लोक धडा शिकतील. 'प्रेम आणि सेवा' हे ब्रीद अंगीकारतील, अशी मी आशा करतो. या ब्रीदावर विश्वास ठेवून माझ्या सर्व स्वयंसेवक बंधूंनी गैरसमजांकडे आणि चिथावणींकडे पूर्णपणे दुर्लक्ष करावं, सर्वांबद्दल प्रेमभाव बाळगावा, अशी मी त्यांना विनंती करतो. लक्षात घ्या, या दिशाहीन उन्मादामुळे आपल्यातलं परस्परांविषयींचं प्रेम आणि आदर नाहीसा झाला आहे. खरं तर परस्परांविषयीच्या प्रेमानं आणि आदरानं महात्मा गांधीजींनी संपूर्ण देश एकसंध ठेवला होता. या महात्म्यानंच आपल्या भारतभूमीची मान जगात उंचावली. त्या स्वर्गवासी पुण्यात्म्याला आमचे कोटी कोटी प्रणाम!'

या वेळेस इतिहासातील सर्वांत वाईट कालखंडातून संघाला जावं लागलं. वाजपेयी आणि अन्य कार्यकर्त्यांना त्या वेळच्या गोंधळात आपल्या संस्थेचं काय होणार अशी काळजी वाटत असतानाच, सरकारनं ४ फेब्रुवारी १९४८ रोजी सरकारी परिपत्रकाद्वारे राष्ट्रीय स्वयंसेवक संघावर बंदी घातली. त्या परिपत्रकात म्हटलं होतं, 'राष्ट्रीय स्वयंसेवक संघाची अधिकृत उद्दिष्टं आहेत हिंदूंचं शारीरिक, बौद्धिक आणि नैतिकदृष्ट्या कल्याण करणं आणि त्यांच्या परस्पर बंधुत्व, प्रेम आणि सेवाभाव या भावना वाढीस लावणं... परंतु खेदानं नमूद करावं लागतंय की, सरकारला संघ प्रत्यक्षात त्यांच्या अधिकृत उद्दिष्टांप्रमाणे वागताना आढळत नाहीये.'[१०]

---

[१०] ए. जी. नूरानी, *द आरएसएस अँड द बीजेपी : अ डिव्हिजन ऑफ लेबर* (न्यू दिल्ली : लेफ्टवर्ड बुक्स, २०००).

या परिपत्रकात पुढं लिहिलं होतं, 'संघाचे सदस्य अयोग्य आणि घातक कृत्यं करत आहेत. असं आढळून आलंय की, देशाच्या विविध भागांत संघाच्या सदस्यांनी वैयक्तिक स्वरूपात लुटालूट, चोऱ्या, डाके आणि खून यांसारख्या हिंसक कृती केल्या असून, त्यांनी कायदा झुगारून शस्त्रं आणि दारूगोळा जमा केला आहे. घातक कृत्यं करावीत, शस्त्रास्त्रं बनवावीत आणि सरकारविरोधी भावना उद्दीपित करून पोलीस व लष्कराला गैरकृत्यं करायला प्रवृत्त करावं, अशी चिथावणी ते जनतेला देत असल्याचं आढळून आलं आहे. ही कृत्यं गुप्तपणे केली जात आहेत. सरकारनं वेळोवेळी आढावा घेतला आहे की, कोणत्या थरावर ही कृत्यं गेली असता सरकारला संघावर अधिकृत स्वरूपाची सरकारी कारवाई करणं भाग पडेल.'

ही घोषणा झाल्यावर अवघ्या काही दिवसांमध्येच संघाचे प्रमुख गोळवलकर यांना कैद करून दिल्लीतील तुरुंगात टाकण्यात आलं आणि तेथूनच त्यांनी ८ फेब्रुवारी १९४८ रोजी संघाचं कार्य अधिकृतरीत्या थांबवलं आणि राजकीय उद्योग थांबवण्याची संघाच्या हजारो स्वयंसेवकांना विनंती केली.

जरी संघावरची सरकारी कारवाई योग्यच आहे असं अनेकांचं मत होतं, तरी क्रेग बॅक्स्टर या हिंदू राष्ट्रवादाच्या ऐतिहासिक अभ्यासकाचं म्हणणं आहे की, नेहरूंच्या नव्या सरकारची ही स्पष्टपणे राजकीय खेळी असली, तरी गोळवलकर अत्यंत सभ्यपणे वागले.[११] लवकरच तुरुंगातून गोळवलकरांनी नेहरू आणि पटेलांवर पत्रांचा भडिमार सुरू केला. वाजपेयींसारखे कार्यकर्ते उद्विग्न आणि निराश झाले होते आणि राजकीयदृष्ट्या गोंधळून गेले होते, तेव्हा धूर्त गोळवलकरांनी संघाच्या पुनरुत्थानाची तयारी सुरू केली होती. पत्रात त्यांनी युक्तिवाद केला होता की जर संघ किंवा त्याचे सदस्य यांविरुद्ध सरकारच्या फौजदारी स्वरूपाच्या तक्रारी असल्या, तर हे खटले कोर्टात चालवले जावेत. त्यांच्यावर कायदा मोडल्याचे बिनबुडाचे आरोप विनापुरावा करू नयेत.

यातल्या बऱ्याचशा पत्रांना कोणतंही उत्तर दिलं गेलं नाही; परंतु काही पत्रांना उत्तर देण्यात आलं. पटेलांनी ११ सप्टेंबर १९४८ रोजी गोळवलकरांना दिलेल्या उत्तरात म्हटलं, 'संघाचे लोक गांधी हत्येनंतर आनंद प्रदर्शित करून मिठाया वाटत होते.'

गोळवलकरांची तुरुंगातून लवकरच मुक्तता करण्यात आली; परंतु त्यांच्या हालचालींवर नियंत्रणं आणली गेली. १६ ऑक्टोबर १९४८ नंतर त्यांच्या प्रवासावरील निर्बंध उठवण्यात आले, तेव्हा ते नागपूरहून दिल्लीला गेले आणि त्यांनी दोन वेळा पटेलांची भेट घेतली; परंतु त्यातून फारसं निष्पन्न झालं नाही.[१२] त्यानंतर

---

[११] क्रेग बॅक्स्टर, *द जनसंघ : अ बायोग्राफी ऑफ ॲन इंडियन पॉलिटिकल पार्टी* (फिलाडेल्फिआ : युनिव्हर्सिटी ऑफ पेनसिल्व्हेनिया प्रेस, १९६९).

[१२] क्रेग बॅक्स्टर, *द जनसंघ : अ बायोग्राफी ऑफ ॲन इंडियन पॉलिटिकल पार्टी.*

३ नोव्हेंबर १९४८ रोजी त्यांनी नेहरूंना पत्र लिहिलं, 'जे सरकार कायद्यानुसार स्वतंत्र, स्वायत्त आहे, जे लोकांच्या मूलभूत अधिकारांना मान्यता देऊन त्यांचं रक्षण करतं, जे एकत्र येऊन आपली मतं शांतपणे प्रसृत करण्याचा जनतेचा हक्क मानतं, त्या सरकारपुढे आम्ही आमचा हक्क दाखल करतो की आमच्यावर केल्या गेलेल्या आरोपांचा पुरावा आम्हाला देण्यात यावा म्हणजे आम्ही आमच्यावरील आरोपांचं खंडन करू शकू. आपल्यासारख्या सुसंस्कृत सरकारनं कुणाही व्यक्तीला किंवा गटाला गंभीर स्वरूपाच्या गुन्ह्यांसाठी विनापुरावा दोषी धरावं आणि आपलं निर्दोषत्व सिद्ध करण्याची संधी त्यांना नाकारावी हे अत्यंत अन्याय्य आहे.'

नेहरूंनी या पत्राला उत्तर दिलं, परंतु त्यांच्या (पुरावे सादर करण्याच्या) विनंतीबद्दल विचार करायला नकार दिला.

गोळवलकरांनी स्वतःपुढील पर्यायांचा आढावा घेतला आणि ९ डिसेंबर १९४८ रोजी सर्व स्वयंसेवकांना आवाहन केलं की, त्यांनी संघावरचा निर्बंध झुगारून लावावा आणि शाखेचं काम सुरू करावं. या अधिसूचनेनंतर त्यांनी सरकारशी बोलणी सुरू ठेवली. संघावरचा निर्बंध अखेरीस ११ जुलै १९४९ रोजी दूर करण्यात आला.

***

वाजपेयी आता संघाच्या कार्यात पूर्णपणे बुडून गेले. ते उत्तर प्रदेशातील खेड्यांमध्ये आणि इतरत्र भरपूर प्रवास करू लागले. त्यांना लवकरच लखनौ आणि नंतर दिल्ली येथे पदाधिकार सांभाळण्यासाठी पाठवण्यात आलं आणि त्यांच्या फर्ड्या वक्तृत्वामुळे त्यांचं नाव होऊन त्यांना मान्यता मिळू लागली. त्यांचं हिंदी भाषेवरील प्रभुत्व आणि कुशल लेखनशैली पाहून त्यांच्यावर प्रामुख्यानं संघाच्या प्रकाशनांची जबाबदारी सोपवण्यात आली. ते हिंदी मासिक 'राष्ट्रधर्म', हिंदी साप्ताहिक 'पंचजन्य' आणि 'स्वदेश' आणि 'वीर अर्जुन' ही दैनिकं यांच्या संपादनाचं काम बघू लागले.

त्यानंतर एकेदिवशी भारतीय जनसंघाचे (फक्त जनसंघ म्हणूनही ओळखली जाणारी आणि भाजपचा पूर्वावतार असलेली संस्था) संस्थापक श्यामाप्रसाद मुखर्जी यांचं या देखण्या तरुणाकडे लक्ष वेधलं गेलं. मुखर्जींच्या हिंदी संभाषणात इंग्रजी शब्दांचा सतत वापर होत असे, त्यामुळे मुखर्जींना काळजी वाटत असे; पण आता ही काळजी मिटली होती, कारण त्यांच्या भाषणांचा शुद्ध हिंदीत अनुवाद करण्यासाठी वाजपेयी सर्वथैव योग्य माणूस आहेत, हे त्यांच्या लक्षात आलं होतं. राज्यशास्त्रात सुवर्णपदक मिळवून एम.ए.ची पदवी मिळवणारे वाजपेयी या दृष्टीनं योग्य व्यक्ती होते. पक्षानं त्यांच्या उत्तम वक्तृत्व कौशल्याचा उपयोग करून घेऊन १९५२ सालच्या सार्वत्रिक निवडणुकीत जनसंघासाठी तीन जागा हस्तगत केल्या होत्या. जरी ही संख्या नगण्य असली, तरी भारतीय जनसंघ त्याच्या राष्ट्रीय स्वयंसेवक संघाबरोबरच्या जवळिकीमुळे, लवकरच देशभरातील काँग्रेसविरोधी हालचालींसाठीचं उत्तम व्यासपीठ ठरला. अशा तऱ्हेची परस्परावलंबी युती क्वचितच घडते. जपानमध्ये अशा तऱ्हेची

युती धार्मिक 'सोका गाक्की' संस्था आणि त्याचं राजनैतिक पिल्लू 'द कोमेइटो' यांच्यात आढळते. राष्ट्रीय स्वयंसेवक संघानंच 'सोका गाक्की' बरोबरील त्यांचं साधर्म्य कबूल केलं होतं.[१३] जाणकारांचं म्हणणं आहे की, हिंदू महासभेत मुखर्जींना बाजूला पाडले गेल्यामुळे त्यांनी अशी युती घडवून आणली. 'अगदी सकारण असं म्हटलं जातं की, पक्ष नसलेला नेता श्यामाप्रसाद मुखर्जी आणि नेतृत्वहीन पक्ष राष्ट्रीय स्वयंसेवक संघ यांच्या संयोगामुळे जनसंघ निर्माण झाला,' असं बॅक्स्टरचं सुप्रसिद्ध विधान आहे. हिंदू महासभेत १९४८ साली गांधी हत्येनंतर मतभेद उद्‌भवले कारण मुखर्जींनी सुचवलं की, पक्षानं सदस्यत्वाची जातीय अट बाजूला सारून सर्व जातीयांना मुक्त प्रवेश द्यावा. जनसंघाच्या इतिहासकारांचं म्हणणं आहे की हिंदू महासभा सांस्कृतिक संस्था स्वरूपात ठेवून त्याची वेगळी राजनैतिक उपशाखा निर्माण करावी, असा मुखर्जींचा कल होता; परंतु महासभेचे अध्यक्ष एल. बी. भोपटकर यांना हा विचार पटला नाही आणि कार्यकारिणीतले बहुसंख्य लोक भोपटकरांच्या बाजूचे होते. त्याचा निषेध म्हणून मुखर्जींनी १९४८ साली हिंदू महासभेचा राजीनामा दिला.

राष्ट्रीय स्वयंसेवक संघानं देशाचं सामाजिक व धार्मिकदृष्ट्या ध्रुवीकरण करून हिंदुत्व भावना चेतवण्याचं आपलं धोरण नव्यानं जारी केलं होत, हे बहुधा मुखर्जींच्या लक्षात आलं नसावं. राष्ट्रीय स्वयंसेवक संघानं पाकिस्तानातून आलेल्या हिंदू निर्वासितांना आधीच आपल्यात सामावून घेतलं होतं. या निर्वासितांची भावना होती की, गांधीजींनी आणि काँग्रेस पक्षानं त्यांचा विश्वासघात केला आहे. इस्लामधर्मीयांनी धर्माच्या आधारावर प्रचंड संख्येनं संघटित होऊन स्वतंत्र राष्ट्राची (पाकिस्तानची) निर्मिती करण्यास भाग पाडलं, तेव्हा गोळवलकरांना वाटत होतं की, काही काळानं याचं राजनैतिक भांडवल करून, फायदा करून घ्यायची योग्य वेळ आली आहे. संस्थेनं उत्तर प्रदेशातील संवेदनशील भागांमध्ये असंतोष फैलावून दंगली सुरू करायला प्रारंभ केला होता. राष्ट्रीय स्वयंसेवक संघाच्या गोळवलकरांसकट अन्य नेत्यांविरुद्ध पुरावे वाढत्या प्रमाणात उपलब्ध होत असूनही, त्यांना कायद्याच्या हातावर तुरी देता येत होती. उत्तर प्रदेशातील वरिष्ठ सरकारी अधिकाऱ्यांनी यानंतर कबूल केलं की, जरी त्यांनी जी. बी. पंत (आणि इतर अन्य काँग्रेस पक्षातले छुपे क्रांतिकारी) यांसारख्या काँग्रेस नेत्यांपुढे पुरेसा पुरावा सादर केला, तरी राष्ट्रीय स्वयंसेवक संघाच्या नेत्यांवर कोणतीही कारवाई करण्यात आली नाही.[१४]

---

[१३] क्रेग बॅक्स्टर, *द जनसंघ : अ बायोग्राफी ऑफ ॲन इंडियन पॉलिटिकल पार्टी* आणि http://www.sokaissues.info/home/why-politics.html.

[१४] त्यांच्या अनुभवांवर आधारित *अ लाइफ ऑफ अवर टाइम्स*, या आत्मचरित्रात (न्यू दिल्ली : संगम बुक्स, १९९८), राजेश्वर दयाल या उत्तर प्रदेशातील पहिल्या होम सेक्रेटरींनी गोळवलकरांवर शस्त्रं जमवून मुस्लिमांवर (१९४०च्या शेवटी) हल्ले चढवण्याची आज्ञा केल्याचा आरोप केला आहे. पश्चिम उत्तर प्रदेशात अशा हल्ल्यांच्या कटाची आज्ञा देण्यात आली होती.

या अंतर्गत घडामोडींची श्यामाप्रसाद मुखर्जींना जाणीव होती की नाही हे स्पष्टपणे कळत नसलं, तरी ते त्यातून बाहेर पडल्यामुळे हिंदू महासभेचा नक्कीच तोटा झाला आणि राष्ट्रीय स्वयंसेवक संघाचा फायदा झाला.

***

१९५०च्या दशकाच्या प्रारंभी वाजपेयी श्यामाप्रसाद मुखर्जींचे टंकलेखक, सचिव, अनुवादक आणि मदतनीस अशी चौफेर जबाबदारी एकहाती निभावू लागले. १९५३ साली पठाणकोटला वाजपेयींचा निरोप घेऊन मुखर्जींनी सरकारी आज्ञेचा भंग केला आणि विनापरवाना जम्मू व काश्मीरची सीमा ओलांडली, तोपर्यंत या दोघांमधली जवळीक सुरू होती. या अस्वस्थ टापूमध्ये सरकारी परवान्याशिवाय प्रवेश करण्यावर सरकारनं बंदी आणली असताना, तिथल्या परिस्थितीची पाहणी करण्यासाठी मुखर्जी आज्ञाभंग करून विनापरवाना तेथे गेले, तेव्हा त्यांना कैद करण्यात आलं. ते काही काळानं तुरुंगवासात असतानाच मरण पावले.

भारतीय जनसंघाशी वाजपेयींचा संबंध पत्रकार व मुखर्जींचे साहाय्यक नात्यानं आला होता, तरी मुखर्जींच्या १९५३ सालच्या मृत्यूनंतरच वाजपेयी अधिकृतरीत्या या पक्षाचे पूर्णवेळ कार्यकर्ते बनले. जनसंघात प्रवेश केल्यानंतर अवघ्या काही वर्षांतच त्यांनी पक्षाच्या उच्च वर्तुळात प्रवेश मिळवला. विजयालक्ष्मी पंडित यांच्या १९५५च्या मार्चमधील राजीनाम्यानंतर लोकसभेच्या फेरनिवडणुकीत लखनौची जागा मोकळी झाली होती, त्यासाठी जनसंघातर्फे उमेदवार म्हणून वाजपेयींचं नाव निश्चित करण्यात आलं. वाजपेयींनी आपल्या भाषणांनी मतदारांना मोहित केलं. निवडणुकीत ते काँग्रेसचा विजयी उमेदवार आणि प्रजा सोशलिस्ट पक्षाचा दुसऱ्या क्रमांकावरील उमेदवार यानंतर तिसऱ्या क्रमांकावर होते, मात्र तरीही त्यांना २८% मतं मिळवता आली होती.

आणखी दोन वर्षांनी लोकसभा निवडणुकीत ते उमेदवार म्हणून उभे राहिले. ते उत्तर भारतात, जोमानं प्रचार करण्यासाठी भरपूर प्रवास करत होते आणि अनेक शहरांत त्यांचं नाव सुप्रसिद्ध झालं होतं. १९५७ साली काँग्रेसच्या उमेदवाराला पराभूत करण्याची शक्यता तेव्हा अगदी क्षीण होती, तेव्हा त्यांच्या पक्षानं या तेहेतीस वर्षांच्या तरुणाला तीन मतदारसंघांतून निवडणूक लढवण्यासाठी उभं केलं. बलरामपूर येथील लोकसभेची जागा ते अगदी काठावर जिंकले, लखनौला ते दुसरे आले आणि मथुरेत तर त्यांचं डिपॉझिटसुद्धा जप्त झालं. पाच वर्षांपूर्वी जनसंघाला जेवढ्या जागा मिळाल्या होत्या, त्यापेक्षा या वेळेस त्या पक्षाला अवघी एक अधिक जागा मिळवता आली. लोकसभेतला प्रमुख विरोधीपक्ष होता कम्युनिस्ट पार्टी ऑफ इंडिया. त्यांनी सत्तावीस जागा मिळवल्या.

संसदेत अगदी लहानशा का होईना; पण पक्षाचं प्रतिनिधित्व करता आल्यामुळे वाजपेयींना आपल्या प्रभावी वक्तृत्वाची चुणूक दाखवून द्यायला योग्य असं व्यासपीठ मिळालं. वस्तुतः त्यांनी विचारलेले प्रश्न, केलेली भाषणं आणि मध्यस्थी; लोकसभेपुढे मांडलेले कायद्याचे मसुदे यांची संख्या एवढी प्रचंड होती की, या अभूतपूर्व कार्यासाठी त्यांचं पंडित नेहरूंसदृश आसामींनीसुद्धा भरपूर कौतुक केलं. त्यांनी विविध विषयांवर भाषणं केली. त्यात जर्मनीच्या (पूर्व आणि पश्चिम) एकत्रीकरणासारखे फारसे चर्चेत नसलेले प्रश्नसुद्धा त्यांनी हाताळले आणि देशाच्या पंतप्रधानांना विनंती केली की, शीतयुद्धात विभाजन झालेल्या जर्मनीचं एकत्रीकरण करण्यासाठी त्यांनी पुढाकार घ्यावा. परराष्ट्रनीतीबाबत त्यांचं आणि सरकारचं काहीही दुमत नाही आणि जनसंघाकडून काँग्रेस पक्षावर केली जाणारी टीका अंतर्गत राजकारणाबाबत आहे, असं वाजपेयी म्हणत असत.

कधी कधी त्यांची अस्खलित हिंदीतली प्रभावी भाषणं ऐकून नेहरूंनासुद्धा नेहमीच्या इंग्रजीऐवजी राष्ट्रभाषेत भाषण करण्याची हुक्की येत असे. जरी ब्रिटिशांप्रमाणे सुखवस्तू, श्रीमंत आणि उच्चभ्रू व्यक्तिमत्त्वाबद्दल वाजपेयींना कायमच आकर्षण वाटत आलेलं असलं, तरी वाजपेयींना नेहरूंवर कडाडून टीका करावीच लागे. एकदा तर वाजपेयींनी त्यांना स्पष्टपणे सुनावलं होतं, 'तुमचं व्यक्तिमत्त्व दुभंगलेलं आणि दुहेरी आहे. तुम्ही चर्चिलही आहात आणि चेंबरलेनसुद्धा आहात.' आपल्या पहिल्या पंतप्रधानांनी यावर कोणताही प्रत्यारोप केला नाही, याबद्दल त्यांचं कौतुक केलंच पाहिजे. एवढंच नव्हे तर याउलट नेहरूंनी आशा व्यक्त केली होती की, एक दिवस वाजपेयी त्यांच्या स्थानावर येऊन पंतप्रधान बनतील. भारतात आलेल्या सन्मान्य परदेशी पाहुण्याबरोबर वाजपेयींची ओळख करून देताना नेहरू म्हणाले होते, 'हा तरुण एक दिवस भारताचा पंतप्रधान बनेल.' नेहरूंनी त्यांच्या एका सचिवाला 'या तरुणाची नीटपणे खातिरदारी कर' अशी सूचनासुद्धा देऊन ठेवली होती.

एका होतकरू राजकारण्याला खूश करण्यासाठीसुद्धा कदाचित नेहरूंनी असं म्हटलं असेल, यामुळे वाजपेयींचा जगाकडे बघण्याचा दृष्टिकोन मात्र कायमचा बदलून गेला.

४

१९५७-१९७३

नेहरू आणि अन्य विभूती

वाजपेयी कडव्या वृत्तीपासून बदलत हळूहळू उदारमतवादी कसे होत गेले, हे त्यांच्यातलं परिवर्तन त्यांच्या संसदेतील भाषणांवरून स्पष्ट होतं. देशातील संसद ही कायदे बनवणारी सर्वांत मोठी संस्था त्यांना स्वतःतील आणि पक्षातील कुवतीच्या मर्यादांचा बोध घडवून देण्यासाठी कारणीभूत ठरली आणि त्या मर्यादांपलीकडे कसं जाता येईल, याचा बोध देणारे धडे वाजपेयींना संसदेतच शिकता आले. ज्यानं बराचसा काळ समानधर्मी संघ सभासदांबरोबरच व्यतीत केला आहे, त्याच्या दृष्टीनं लोकसभेतील तत्कालीन विद्वान अभ्यासक आणि वक्ते यांचा सहवास म्हणजे प्रशिक्षण देणारी पवित्र पाठशालाच ठरला. हे सत्य वाजपेयींनी नंतर कबूल केलं. संसदेत राजकीय भाषणांसाठी वापरली जाणारी भाषा ऐकून वाजपेयींना सांस्कृतिकदृष्ट्या नक्कीच धक्का बसला असणार. वाजपेयी तेव्हा तिशीत होते आणि त्या काळचे त्यांचे स्नेही म्हणतात की, ते अत्यंत कडवे आणि आक्रमक हिंदुत्ववादी होते. आधी नमूद केल्याप्रमाणे त्यांनी आणि त्यांच्यासारख्या इतरांनी केलेली अतिशय प्रखर टीका नेहरू ज्या संयमानं आणि सभ्यतेनं झेलत, त्याचा या बंडखोर, तरुण खासदाराच्या मनावर दीर्घकालीन परिणाम झाला. नेहरूंच्या हातून काही घोडचुका घडल्या असल्या, तरी त्यांची कुलीनता, पांडित्य, प्रभावी व्यक्तिमत्त्व आणि उदारमतवादी वृत्तीचं तेजोवलय यांचा तरुण अटलच्या मनावर मोठा प्रभाव पडला.

कायदा कलम ३५६ अंतर्गत ई.एम.एस. नंबुद्रीपाद यांचं कम्युनिस्ट सरकार १९५९ साली बरखास्त करण्यात आलं. राज्य सरकारची यंत्रणा मोडकळीला

आल्यामुळे राष्ट्रपतींचा अंमल तिथं चालू करण्यात आला. त्यापूर्वी वाजपेयींनी कम्युनिस्टांवर टीकेची झोड उठवली होती. २० ऑगस्ट १९५९ रोजी, ई.एम.एस. नंबुद्रीपाद यांचं सरकार केरळमधून बरखास्त करून त्या राज्यात राष्ट्रपतींची राजवट लागू करण्याबाबत संसदेत मंजुरीसाठी तसा ठराव आणला गेला होता. त्या वेळेस वाजपेयींनी प्रभावी भाषण केलं आणि म्हटलं, 'मी काँग्रेसचा टीकाकार असलो, तरी मला हे मान्य करण्यात कोणतीही अडचण वाटत नाही की, काँग्रेसच्या राजवटीतील तेरा राज्यांमधील कोणत्याही सरकारच्या कार्यकाळात तुरुंगाच्या कोठडीसदृश न्यायालयं उभारण्यात आली नाहीत; चौदा वर्षीय मुलांना त्यांच्या घरांमधून हद्दपार करण्यात आलं नाही; कुणाही आईबापांवर त्यांच्या मुलींचा कम्युनिस्टांशी विवाह लावून देण्याची सक्ती करण्यात आली नाही आणि कम्युनिस्टांनी उभारलेल्या कोठडीवजा न्यायालयाची आज्ञा न पाळल्याच्या गुन्ह्यासाठी कुणालाही भोसकण्यात आलं नाही... अशा गोष्टी फक्त हुकूमशाही सरकारात घडतात आणि केरळमधील कम्युनिस्ट पक्षाची वाटचाल हुकूमशाहीकडे चालली आहे... केरळची जनता अभिनंदनाला पात्र आहे... केरळच्या शूर जनतेनं मार्ग दाखवून दिलाय. मी आशा करतो की, भविष्यातसुद्धा ते कम्युनिस्ट पक्षाला योग्य तो जबाब देतील... या शब्दांत मी या ठरावाला पाठिंबा देतो.'

गमतीचा विरोधाभास म्हणजे यानंतर लवकरच भारतीय संविधानातील ३५६ क्रमांकाच्या कलमाचा राजनैतिक गैरवापर केला जाण्याच्या विरोधात वाजपेयींनी तीव्र निषेधाचा आवाज उठवला. अगदी वेगळ्या पद्धतीनं त्यांनी १९९०च्या दशकाच्या अखेरीस, कायदा आणि सुव्यवस्था मोडकळीस आल्याचा आरोप करून बिहारमध्ये राष्ट्रपती राजवट आणण्याचा प्रस्ताव मांडला. (संदर्भासाठी प्रकरण ११वे पाहावे); परंतु हाच मुद्दा लावून धरत त्यांनी २००२ सालच्या गुजरातच्या दंगलींनंतर राष्ट्रपती राजवट आणण्याबद्दल चकार शब्दसुद्धा काढला नाही; (कारण) त्या वेळेस तिथे नरेंद्र मोदींच्या अधिपत्याखालचं भाजपचं सरकार होतं!

मागे वळून पाहिलं तर लक्षात येईल की, वाजपेयींचं १९५९ सालचं वक्तव्य सिद्ध करतं की, त्यांना चुकीची माहिती पुरवण्यात आली होती आणि तोवर त्यांची संघराज्यविषयक मतं अपरिपक्व होती. येणाऱ्या दशकांमध्ये फक्त नेहरू आणि त्यांची मुलगी इंदिरा गांधीच नव्हे, तर ही राष्ट्रपती राजवट आणून केरळच्या जनतेची हुकूमशाहीतून मुक्तता करण्यासाठी पुढाकार घेणारे इतर लोकसुद्धा या निर्णयाबाबत पस्तावले. (इंदिरामुळे केरळमधलं नंबुद्रिपाद सरकार बरखास्त झालं असं नेहरू म्हणाले आणि इंदिरानं त्यानंतरच्या काळात हा आरोप अमान्य केला.)

त्या वेळच्या वाजपेयींच्या इतर भाषणांमधूनसुद्धा त्यांचा 'स्वदेशीचा पुरस्कर्ता' या भूमिकेपासून मानवविचारांचा प्रणेता' या शतकाच्या उत्तरार्धातील भूमिकेपर्यंतचा प्रवास स्पष्टपणे जाणवतो. त्यांनी राज्यसभेत ७ सप्टेंबर १९६५ रोजी केलेल्या

भाषणाचा मासला पाहा : 'कधी कधी मला वाटतं की, परदेशियांबरोबर सहकार्य करण्याचं जे अनिर्बंध स्वातंत्र्य सध्या दिलं जातंय, त्यामुळे भारतीय चलन तर देशाबाहेर जातंच आहे; परंतु या देशातील भांडवलसुद्धा परदेशाकडे आकृष्ट केलं जातंय... कॅडबरी कंपनीचं नाव सर्वश्रुत आहे; त्यांचा हिशेब पाहून मी थक्कच झालो. त्या कंपनीला गेल्या वर्षी जी १०,८७,३१६ रुपयांची रॉयल्टी (मानधन) देण्यात आली त्यावर स्पष्टीकरण मागण्याची मी परराष्ट्र मंत्रीमहोदयांना विनंती करतो. हा पैसा देशाबाहेर गेला असं मी ठामपणे म्हणू शकलो नाही, तरी त्याचं काय झालं आणि तो कुठं गुंतवण्यात आला, हे मला जाणून घ्यायचंय. तो देशाच्या आर्थिक विकासासाठी वापरला गेला का? १९६४ साली त्यांचा नफा आणखी जास्त होता आणि त्यांना १३,८३,९६४ रु. ची आणखी जास्त रॉयल्टी मिळाली.'

वाजपेयींनी कोणतीही राजकीय भूमिका घेतली, तरी त्यांची अन्य विचारांच्या राजकारणी लोकांमधली मान्यता झपाट्यानं वाढत गेली आणि याचं श्रेय त्यांच्या सुस्वभावी वर्तणुकीला द्यायला हवं. बहुधा इतकी सार्वत्रिक मान्यता आणि आदरयुक्त दरारा मिळवणारे हिंदुत्ववादी पक्षातले ते एकमेव नेते होते.

वाजपेयींनी काँग्रेस नेते आणि राष्ट्रसंस्थापकांवर जी स्तुतिसुमनं उधळली, ती खरोखरच हृदयस्पर्शी होती. जेव्हा जी. बी. पंत मृत्यू पावले, तेव्हा ७ मार्च १९६१ रोजी लोकसभेत केलेल्या भाषणात वाजपेयी म्हणाले, 'हिमालयासारखे अचल आणि सागरासारखे गहन गंभीर असलेले पंडित गोविंद वल्लभ पंत भारताच्या अशा उत्तुंग व्यक्तिमत्त्वांपैकी एक होते, ज्यांचं आयुष्य येणाऱ्या पिढ्यांना सतत प्रेरणादायी ठरेल.' १९६३ साली डॉ. राजेंद्र प्रसाद कालवश झाले, तेव्हा वाजपेयी राज्यसभेत म्हणाले, 'ते अजातशत्रू होते. त्यांना जगात एकही शत्रू नव्हता. सर्व पक्षांच्या, सर्व विचारांच्या आणि सर्व नीतिमूल्यांच्या तमाम लोकांबद्दल त्यांच्या हृदयात समान आदरभाव होता. राजा भरतानंतर फक्त राजेंद्र प्रसादांच्या आयुष्यात आपण व्यवहारातला निःपक्षपातीपणा पाहिला.' १९६४ साली नेहरूंचा मृत्यू झाल्यानंतर वाजपेयींनी राज्यसभेत त्यांना अत्यंत गौरवपूर्ण श्रद्धांजली वाहिली.

> ते म्हणाले, 'एका स्वप्नाचा चक्काचूर झालाय, एक मधुर गीत मूक झालंय, एक तेजस्वी ज्योत अनंतात विलीन झालीय. कोणतीही भीती आणि क्षुधा यांविरहित जग स्थापण्याचं ते स्वप्न होतं. गीतेचा प्रतिध्वनी आणि गुलाबाचा सुगंध असलेल्या महाकाव्याचं ते गुंजन होतं. सारी रात्र तेवणारी, प्रत्येक प्रकारच्या तिमिराला दूर ठेवणारी, मार्ग दाखवणारी आणि एक दिवस निर्वाण पावणारी ती दीपज्योती होती. नश्वर देहाचा मृत्यू अटळ आहे. काल चंदनाच्या चितेवर ठेवल्या गेलेल्या सोन्यासारख्या देहाचा अंत अटळ होता; परंतु मृत्यूनं इतक्या दबक्या पावलांनी येण्याची आवश्यकता होती

का? जेव्हा स्नेही गाढ झोपेत होते आणि पहारेकरी निष्काळजी होते, तेव्हा एक अमूल्य आयुष्य आपल्यापासून हिरावून घेतलं गेलं. आज सारा भारत देश दुःखात बुडून गेला आहे... देशानं आपला अत्यंत लाडका राजपुत्र गमावला आहे. मानवतेनं आपला निस्सीम भक्त गमावला आहे. मानवता आज दुःखात बुडून गेलीय. आज शांतता अत्यंत अस्वस्थ आहे, तिनं तिचा रक्षक गमावला आहे. पददलितांनी आपला आश्रयदाता गमावला आहे. सर्वसामान्यांनी आपल्या डोळ्यांचं तेज गमावलं आहे. आज रंभभूमीवरचा पडदा खाली पडलाय. जगाच्या रंगभूमीवरून शेवटचा अंक सादर करून, निरोप घेऊन, मुख्य अभिनेता निघून गेलाय. रामायणात महर्षी वाल्मिकी म्हणाले होते की, रामानं अशक्य ते शक्य करून दाखवलं. त्या महाकवीनं जे म्हटलं, त्याची झलक आपल्याला पंडितजींच्या आयुष्यात दिसते...'

अशाच प्रकारची औदार्य आणि सहृदयतेनं ओतप्रोत भरलेली अलंकारिक भाषा त्यांनी वेगवेगळ्या पक्षांच्या सदस्यांबद्दल केलेल्या भाषणांमध्ये आढळते. हिंदुत्ववाद्यांचा सौम्य स्वभावाचा प्रतिनिधी म्हणून ते का ओळखले जाऊ लागले, याचं उत्तर या भाषणांमधून आपल्याला सापडतं.

अर्थात बऱ्याचदा वाजपेयी भरकटतही असत. अशा वेळेस ते आपली खरी नखं दाखवत असल्याची टीका ते संसद सदस्यांकडून ओढवून घेत. अशी एक घटना १४ मे १९७० रोजी घडली. त्या दिवशी भिवंडीतील दंगलींनंतर मुस्लिमांबद्दल त्यांनी कठोर उद्गार काढले, तेव्हा इंदिरा गांधींबरोबर त्यांची शब्दाशब्दी जुंपली! ते म्हणाले,[१] 'आपले मुस्लीम बांधव अधिकाधिक जातीयवादी बनत चालले आहेत आणि त्यावरील प्रतिक्रिया म्हणून हिंदू लोक अधिकच आक्रमक बनत चालले आहेत.... जर याचं श्रेय तुम्ही आम्हांला देऊ इच्छित असाल, तर त्याचा स्वीकार करायची आमची तयारी आहे; परंतु महोदय, आता या देशात हिंदू माघार घेणार नाहीत. मार खाऊन माघार घेण्याची प्रथा इथं ७००-८०० वर्षे सुरू आहे.' पंचेचाळीस वर्षांचे वाजपेयी अत्यंत आकर्षक दिसत. तेजस्वी व्यक्तिमत्त्व आणि सुप्रतिष्ठित उच्चकुलीनासारखी सौजन्यपूर्ण आणि प्रभावी वक्तृत्वशैली लोकांचं मन जिंकून घेत असे. त्यांचे अर्धोन्मीलित नेत्र संयम आणि धोक्याची पूर्वसूचना - या दोहोंची कल्पना आणून देत असत. ते पुढं म्हणाले, 'तुम्ही मुस्लिमांच्या जातीयवादाकडे दुर्लक्ष करून (हिंदूंचा) जातीयवाद थोपवू शकणार नाही. तुम्ही मुस्लिमांच्या जातीयवादाला खतपाणी घातलंत, तर दुसऱ्या बाजूची चीड उफाळून येईल. जातीयवाद हे दुधारी शस्त्र आहे, ते दोन्ही बाजूंनी वार करतं.'

या भाषणात व्यत्यय आणून श्रीमती इंदिरा गांधी म्हणाल्या की, वाजपेयींचं भाषण देशातलं वातावरण बिघडवून टाकणारं आहे. जातीयता व धर्मावरून उभयपक्षी

---

१ या पुस्तकातील वाजपेयींची सर्व मूळ भाषणं हिंदीतील आहेत.

आरोप-प्रत्यारोपांची फैर झडली. बेइमानी आणि लिंगभेद यावरूनसुद्धा इंदिरा गांधींनी आरोप केले आणि म्हटलं, 'जेव्हा आरएसएस किंवा जनसंघाशी संबंधित असलेले लोक ज्या ठिकाणी जातात, त्याच परिसरात काही काळानं दंगली उसळतात, हा कदाचित योगायोग असेल; परंतु हा नक्कीच एक विलक्षण योगायोग म्हटला पाहिजे... या पक्षानं संसदेत आणि राज्यांच्या विधानसभेत काही जागा मिळवल्यापासून हा पक्ष हा विखारी मुद्दा आणखीच बेबंदपणे चर्चेत आणत आहे... श्रीयुत वाजपेयींचं भाष्य (अहवालातून) गाळून टाकण्यात आलं नाही याचा मला आनंद वाटतोय. मला हे भाष्य अहवालात नोंदलं जायला हवंय म्हणजे पुढील पिढ्यांना जनसंघाच्या खऱ्याखुऱ्या विचारसरणीचं दर्शन घडेल... वाजपेयींनी वापरलेल्या केवळ जोरदार हिंदीचंच नव्हे, तर त्या शब्दांमागच्या सत्याचंही त्यांना दर्शन घडेल. आज आपल्याला या शब्दांमागच्या नागव्या समाजसत्ताविरोधी आक्रमक राष्ट्रवादाचं दर्शन घडलंय!' श्रीमती गांधी पुढं उपरोधानं म्हणाल्या, 'मी वाजपेयींच्या या भाषणाचं स्वागत करते; कारण आज प्रथमच या प्रश्नाबाबत त्यांचं खरं मत उघड झालं आहे.'

संसदेत अशा घटना घडल्या तरीही, किंबहुना अशा घटनांमुळेच, राष्ट्रीयवादासाठी वाजपेयींची उपयुक्तता निर्विवादपणे सर्वमान्य झाली. राष्ट्रीय स्वयंसेवक संघालाही याची जाणीव होती. बहुधा, यामुळेच त्यांच्या जनसंघ काळापासूनच राष्ट्रीय स्वयंसेवक संघ पूर्णपणे त्यांच्या पाठीशी उभा राहिला होता. पक्षातील त्यांच्या प्रतिस्पर्ध्यांच्या तीव्र विरोधाला तोंड देऊन, राष्ट्रीय स्वयंसेवक संघानं त्यांना संपूर्ण पाठबळ पुरवलं. त्यांच्या पक्ष प्रतिस्पर्ध्यांची तक्रार होती की, महत्त्वाच्या जागांसाठी त्यांना डावलून वाजपेयींना पक्षपातानं प्राधान्य दिलं जात होतं. त्यांची टीका काही संपूर्णतः अनाठायी नव्हती. याचं उत्तम उदाहरण होतं बलराज मधोक. ते वाजपेयींपेक्षा ज्येष्ठ नेते होते आणि संघाच्या शाखांचा दिल्लीत विस्तार करून संघाची राजनैतिक उपशाखा ऊर्फ भारतीय जनसंघ कार्यक्षम बनवण्यात त्यांनी मोठी कामगिरी बजावली होती. संघाची राजनैतिक उपशाखा असलेला भारतीय जनसंघ हा पक्ष निवडणुकीत महत्त्वाचा राजकीय पक्ष बनवण्यात मधोकांचं योगदान मोलाचं होतं; परंतु पक्षातील वरिष्ठ स्थानासाठी त्यांना डावलून पक्षश्रेष्ठींनी वाजपेयींनाच झुकतं माप दिलं होतं; कारण तोपर्यंत संसदेत केलेल्या कामामुळे वाजपेयींची लोकप्रियता गगनाला भिडली होती. १९६२ साली जरी वाजपेयी लोकसभा निवडणुकीत पराभूत झाले असले, तरी ते राज्यसभेत निवडून आले. लक्षात घेण्यासारखी गोष्ट म्हणजे बलरामपूरमध्ये ते काँग्रेसच्या सुभद्रा जोशींपेक्षा केवळ १% मतं कमी मिळाल्यामुळे हरले. त्या वर्षी लोकसभेत भारतीय जनसंघाच्या सदस्यांची संख्या १९५७ सालच्या चारावरून (५.९३% मतं) चौदापर्यंत (६.४४% मतं) पोहोचली. राज्य विधानसभांमध्ये पक्षाला मिळालेल्या जागा १९५७च्या ४६ वरून ११६ वर पोहोचल्या.

नेहमी असा युक्तिवाद केला जातो की, राष्ट्रीय स्वयंसेवक संघ इतरांपेक्षा वाजपेयींना त्यांच्या जाहीर वक्तृत्वातील कौशल्यामुळे प्राधान्य देत असे; परंतु के. एन. गोविंदाचार्यांनी वाजपेयींना अनेक दशकं जवळून पाहिलं आहे, ते मला म्हणाले, की वाजपेयींना प्राधान्य देण्यामागचं ते एकच कारण नव्हतं. वाजपेयींहून चार वर्षांनी मोठे असलेले बलराज मधोक जनसंघाचे इंग्रजीतील फर्डे वक्ते होते. त्याखेरीज ते अत्यंत कुशल संघटकही होते. त्यांनी किती यशस्वितेनं जनसंघाचा दिल्लीतील आणि उत्तर हिंदुस्थानातील पाया बळकट केला याचा सर्व तपशील उपलब्ध आहे. त्यांनी ज्या कुशलतेनं गोहत्याबंदी मोहिमेचं नेतृत्व केलं आणि ज्या चतुराईनं १९६०च्या दशकाच्या मध्यावर पंजाबी सुभा प्रकरण हाताळलं, त्यामुळे पक्षाला खूपच फायदा मिळाला. १९६०च्या दशकात प्रामुख्यानं दीनदयाळ उपाध्याय, वाजपेयी आणि मधोक ही त्रयीच जनसंघाची धोरणं आखत असे. मधोक जनसंघाचे अध्यक्ष होते, तेव्हाच्या निवडणुकीत पक्षाला सर्वाधिक मतं मिळाली होती. १९६२ ते १९६७ हा काळ पक्षाच्या दृष्टीनं फार निर्णायक होता. त्या काळात भारताचे दोन पंतप्रधान मृत्यू पावले आणि भारताला चीन आणि पाकिस्तान अशा दोन देशांबरोबरील युद्धांना सामोरं जावं लागलं. या अवघड काळात पक्षाचं बळ वाढवण्याचं अवघड कार्य कौशल्यानं पार पाडल्याबद्दल मधोकांचं खूपच कौतुक झालं.

वाजपेयी–मधोक वैराच्या कडवट दिवसांचे साक्षीदार आहेत एन. एम. घटाटे. त्यांना अप्पा घटाटे म्हणूनही ओळखतात. ते वाजपेयींचे जवळचे स्नेही आहेत आणि ते अजूनही वाजपेयींना वारंवार भेटायला जातात. आता वाजपेयींना बोलता येत नसलं, तरीही त्यांच्या या भेटींमध्ये खंड पडलेला नाही. नागपूरमधील राष्ट्रीय स्वयंसेवक संघाचे संघचालक म्हणून अप्पांचे तीर्थरूप, बाबासाहेब घटाटे काम बघत. त्यांच्या घरीच, संघाचे संस्थापक, डॉक्टर केशव बळिराम हेडगेवार यांनी १९४८ साली देह ठेवला. राष्ट्रीय स्वयंसेवक संघाच्या उच्चतम पक्षश्रेष्ठींच्या, विशेषतः गोळवलकरांच्या, लाडाकोडात अप्पासाहेब लहानाचे मोठे झाले. अप्पासाहेब म्हणतात की, अगदी प्रारंभीच त्यांना जाणवलं होतं की, गुरुजींना मनुष्य स्वभावाची उत्तम पारख होती आणि वाजपेयींना उच्च श्रेणीचा नेता म्हणून प्रशिक्षण देण्याचा त्यांचा प्रथमपासूनच मानस होता. अप्पांचं म्हणणं आहे की, जरी प्रकटपणे गोळवलकरांनी कधीही तसं विधान केलं नसलं, तरी १९५७ सालापासून जनसंघाच्या देशभरातील जाहिरात पत्रकांमध्ये प्रामुख्यानं वाजपेयींचाच फोटो झळकत असे, हा काही केवळ योगायोग नव्हता! त्यामुळे वाजपेयी मधोकांपेक्षा जास्त लोकप्रिय असल्याच्या जनतेच्या भावनेमुळे मधोक संतापले असले, तरी त्यामुळे (निर्णयात) फारसा फरक पडला नाही. संघटक म्हणून आपल्यापेक्षा कनिष्ठ व्यक्ती सर्वमान्य व्हावी, ही गोष्ट मधोकांना पेलवली नाही!

त्यांचे प्रतिस्पर्धी त्यांच्याविरुद्ध कट–कारस्थानं करत असताना वाजपेयी गप्प बसले असतील, असं मानणं हा भाबडेपणाच ठरेल. वाजपेयींचे एकनिष्ठ साहाय्यक

लालकृष्ण अडवाणी आणि अन्य समर्थक यांच्या मदतीनं त्यांच्या नेतृत्वाबद्दल शंका प्रदर्शित करणाऱ्यांवर ते सूडबुद्धीनं प्रतिहल्ला चढवत असत. गोळवलकरांना त्यांच्याबद्दल वाटत असलेल्या पितृप्रेमामुळे आणि पाठिंब्यामुळे वाजपेयींचा आत्मविश्वास दुणावत असे. घटाटेंना वाजपेयींच्या नागपूर भेटीतली एक घटना आठवतेय. गोळवलकरांनी संध्याकाळी वाजपेयी कुठं आहेत, अशी विचारणा केली असता त्यांना सांगण्यात आलं की, अप्पांच्या मागे स्कूटरवर बसून ते कुठंतरी गेले होते. गोळवलकरांनी ताबडतोब उत्तर दिलं, 'अच्छा, ते कुठं गेलेत ते मला कळलंय!' नागपूरच्या एका चिकन पाककृतींसाठी नावाजलेल्या हॉटेलात ते दोघे गेले असणार, हे गुरुजींना माहीत होतं.

आणखी काही वर्षांनी वाजपेयींनी अविवाहित पुरुषांच्या हक्कांसाठी संसदेत लढा दिला. राष्ट्राच्या वार्षिक अंदाजपत्रकाची राज्यसभेत चर्चा चाललेली असताना १६ मार्च १९६५ रोजी, वाजपेयींनी नव्या सुधारित करकायद्यामध्ये अविवाहित पुरुषांवरील करवाढीबद्दल तक्रार केली. सरकार कुटुंबनियोजनाचा प्रसार करत असताना अविवाहितांवरील कर वाढवणं सयुक्तिक नाही, असं वाजपेयींचं म्हणणं होतं. जेव्हा काँग्रेस पक्षाचे महादेव प्रसाद भार्गव म्हणाले की, अविवाहितांचा खर्च कमी असतो म्हणून त्यांना जास्त कर भरणं शक्य होईल, तेव्हा वाजपेयींनी प्रतिवाद केला, 'हे खरं नाही. अविवाहितांचा खर्च जास्त होतो, कारण खर्चाकडे पाहायला त्यांच्या घरात कुणीही स्त्री नसते.' भार्गव खोचकपणे म्हणाले, 'तुम्हाला असं वाटत असेल, तर एक स्त्री का आणत नाही?' वाजपेयी राजकुमारी कौल आणि तिच्या कुटुंबीयांसमवेत राहत आहेत, हे बहुधा ठाऊक असूनही त्यांनी असा प्रश्न विचारला. त्यावर वाजपेयींनी खेळीमेळीनं उत्तर दिलं, 'परंतु मला कुटुंबनियोजनाला हातभार लावायचाय!'[२]

त्यांच्या चमत्कारिक कुटुंबव्यवस्थेबद्दल मधोकांसारखे त्यांचे प्रतिस्पर्धी त्यांच्यावर जोरदार हल्ला चढवत. संधी मिळताच मधोक जळजळीत भाषेत टीका करत. मधोक स्वभावानं अत्यंत कर्मठ आणि रागीट होते. राष्ट्रीय स्वयंसेवक संघानं पाठिंबा देण्यापूर्वीच मधोकांनी जनसंघाच्या राजकारणात उडी टाकली होती. १९४८ साली आरएसएसवर सरकारनं बंदी घातल्यानंतर आरएसएसनं आपल्या या राजकीय उपशाखेला समर्थन दिलं. १९६६–६७मध्ये जनसंघाला देशभरात पस्तीस जागा मिळाल्याचं श्रेय बलराज मधोक स्वतःकडे घेतात आणि त्यात तथ्य आहे. वाजपेयी आणि अन्य लोकांबरोबरच्या अंतर्गत कुरबुरी त्यांना त्रासदायक ठरत असल्या तरी त्यांना भारतीय जनसंघाचा अध्यक्ष म्हणून काम सुरू ठेवायची इच्छा होती. अखेरीस १९६८ सालच्या अधिवेशनात गोळवलकरांचे निकटवर्ती असलेले दीनदयाळ उपाध्याय यांचं पक्षाकडून अध्यक्ष म्हणून नाव निश्चित करण्यात आलं. त्यांनी मधोकांकडून अध्यक्षपदाची सूत्रं हाती घेतली. ही जबाबदारी स्वीकारायला वाजपेयीसुद्धा राजी होते.

---

२ *फोर डिकेड्स इन पार्लमेंट : अटल बिहारी वाजपेयी.* लेखक –एन. एम. घटाटे (न्यू दिल्ली : शिप्रा पब्लिकेशन्स, २०००).

१९६८ साली, संशयास्पद स्थितीत मरण पावलेल्या दीनदयाळ उपाध्याय यांचा देह रेल्वेयार्डजवळ सापडला, त्यानंतर मधोकांनी पुन्हा एकवार अध्यक्षपदासाठी कंबर कसली. त्यांनी वाजपेयींबद्दल आणि इतरांबद्दल तक्रार केली, तेव्हा संघानं त्या आधीच निर्णय घेतला आहे, याची त्यांना काहीही कल्पना नव्हती.

त्यांना अत्यंत मोलाच्या वाटणाऱ्या अध्यक्षपदासाठी वाजपेयींचं नामांकन झाल्याचं ऐकून मधोक अतिशय संतापले. काँग्रेस पक्ष आणि डाव्या पक्षांना वाजपेयी फितूर असल्याच्या आरोपांची मोहीम त्यांनी चालू केली.[३]

पंडितजींच्या मृत्यूनंतर वाजपेयींना नेहरूंबद्दल वाटत असलेल्या आदराचा विपर्यास करून, त्यावरूनही ते काँग्रेस समर्थक असल्याचा त्यांच्यावर आरोप केला जात होता. मधोकांसारख्या विरोधकांनी, उपाध्यायांचा मृत्यू हा अपघात नसून, खून असल्याच्या शंकेला वाजपेयी मान्यता देत नाहीत, असा गवगवा करायला सुरुवात केली होती. वस्तुतः त्याबद्दल अधिकृत चौकशी करण्यात यावी म्हणून स्वतः वाजपेयींनी मोर्चा काढून त्याचं नेतृत्वसुद्धा केलं होतं. वाजपेयींनी अंगीकारलेली, सर्व रूढी झुगारून दिलेली जीवनशैली सुब्रह्मण्यम स्वामींसारख्या लोकांच्या टीकेचं लक्ष्य बनली होती, तरीही गोळवलकर वाजपेयींवर त्याबद्दल कारवाई करायला अजिबात तयार नव्हते, असे आरोप आरोपकर्त्यांवरच उलटून पडत असत आणि काही वर्षांनी भारतीय जनसंघ पक्षाचे संस्थापक मधोक यांनाच पक्षातून काढून टाकण्यात आलं. राष्ट्रीय स्वयंसेवक संघ आणि भारतीय जनसंघाच्या ज्येष्ठ पक्षश्रेष्ठींवर वैफल्यापोटी बिनबुडाचे आरोप करून मधोकांनी स्वतःचा घात करून घेतला होता!

मधोकांना चांगल्या प्रकारे ओळखणारा एक नेता म्हणाला होता, की जर तुम्ही त्यांना दुरून पाहिलं असतं किंवा त्यांचं लिखाण वाचलं असतं, तर तुम्हाला जनसंघात प्रवेश करायची प्रेरणा मिळाली असती आणि अशी प्रेरणा देणारी ती एकमेव व्यक्ती होती; परंतु वाजपेयींच्या उत्कर्षानंतर तुम्ही मधोकांच्या जेवढं निकट जाल, तेवढंच तुम्हाला त्यांच्या वाजपेयींवरच्या बिनबुडाच्या आरोपांपासून दूर पळून जावंसं वाटेल, अशी परिस्थिती उद्भवली.

***

[३] याउलट वाजपेयींनी त्यांचा डाव्या पक्षांवरचा अविश्वास संसदेतसुद्धा स्पष्टपणे दाखवून दिला. १९ मे १९७२ रोजी जमिनीच्या मालकीवरील क्षेत्र निर्बंधांवर लोकसभेत चर्चा चालू असताना, वाजपेयींनी काँग्रेस सरकारला सावधगिरीची सूचना देत म्हटलं, 'आपले काही कम्युनिस्ट मित्र काँग्रेस पक्षात नवी दुही माजवण्याची तयारी करत आहेत... मला त्याबद्दल चिंता वाटतेय. तुम्ही त्यांच्याशी हातमिळवणी करता, तेव्हा ती बाब चिंतेचीच ठरते. हे कम्युनिस्ट पक्षाचं वासरू काँग्रेस पक्षाच्या गायीचं शोषण करत आहे. माझ्या काँग्रेसमधील मित्रांनी याबाबत सावध राहावं. (एन. एम. घटाटे, *फोर डिकेड्स इन पार्लमेंट, अटल बिहारी वाजपेयी*).

उपाध्याय मरण पावले, तेव्हा वाजपेयी सर्वांत लोकप्रिय नेते असले, तरी जनसंघाच्या सर्वोच्च पदासाठी ते एकमेव लायक स्पर्धक नव्हते. त्या वेळेस जनसंघात मधोकांखेरीज अनेक अन्य समर्थ नेते होते. त्यात जगन्नाथराव जोशी, एम. एल. सोंधी, भाई महावीर आणि नानाजी देशमुख यांचाही समावेश होता. पुढल्या चार-पाच वर्षांमध्येच आपल्या दुर्दम्य विरोधकांना नेस्तनाबूत करून त्यांनी स्वतःचं स्थान बळकट केलं. राजकीय कट-कारस्थानं करणाऱ्या विरोधकांवर पडद्यामागून हालचाली करून मात करण्याचं त्यांचं कौशल्य या वेळेस उजेडात आलं. गोविंदाचार्यांचं म्हणणं आहे की, इतर अनेक स्पर्धकांची राजनैतिक कारकीर्द संपवण्याचा दोषारोप वाजपेयींवर केला जातो. त्यासाठी त्यांनी काही व्यूह रचले असं म्हटलं जातं. अशा मंडळींमध्ये अत्यंत प्रभावी संसद सदस्य कँवरलाल गुप्ता यांचं नाव घेतलं जातं.

गुप्ता पक्षासाठी भरपूर देणग्या मिळवून खूप पैसा उभा करू शकत आणि ते फर्डे वक्तेसुद्धा होते. त्यांच्यात कोणतेही दोष नव्हते आणि कालांतरानं ते वाजपेयींचे तोडीस तोड स्पर्धक ठरले असते.

परंतु जनतेला असं वाटत असलं, तरी अप्पांना आठवतंय की, १९७१ सालच्या निवडणुकीत आपण दिल्लीऐवजी ग्वाल्हेरमधून उभं राहत असल्याचं वाजपेयींनी अप्पांच्या कानी घातलं होतं. थोडक्यात, वाजपेयींनी दिल्लीतून निवडणूक लढवली नसती, तर गुप्तांना अति ताणामुळे हृदयविकाराचा झटका आला नसता. किंबहुना ते दिल्लीतील एखाद्या मतदारसंघातून उमेदवार म्हणून उभे राहू शकले असते; पण वाजपेयींच्या या 'स्वार्थत्यागाचा' काहीही फायदा झाला नाही आणि गुप्ताजींना ती जागा मिळवता आली नाही.

वाजपेयींशी वैरभाव धरल्यामुळे ज्या नेत्यांना पक्षाबाहेर काढून टाकण्यात आलं होतं, त्या नेत्यांच्या मनात वाजपेयींबद्दल अखेरपर्यंत कडवटपणा राहिला.

दीर्घकाळानंतर पत्रकार पंकज व्होरा याला २००९ साली मधोक यांनी मुलाखत दिली होती. त्यानंतर सातच वर्षांनी, वयाच्या शहाण्णव्या वर्षी मधोक यांचे निधन झाले. त्या मुलाखतीत मधोक म्हणाले होते की, वाजपेयी, अडवाणी, नानाजी देशमुख आणि के. आर. मलकानी यांनी जनसंघाच्या उद्दिष्टांना अपरिमित हानी पोहोचवली होती. त्या वर्षीच वाजपेयींना पक्षाघाताचा पहिला झटका आलेला असूनही, त्यांचा वाजपेयींबद्दलचा वैरभाव तिळमात्रसुद्धा उणावला नव्हता. त्यांनी त्या पत्रकाराला म्हटलं होतं, 'चीनच्या आक्रमणानंतर जेव्हा मी संसदेत नेहरूंवर टीका केली होती, तेव्हा वाजपेयी माझ्याजवळ आले आणि मला म्हणाले की, मी पुन्हा कधीही लोकसभेची निवडणूक जिंकू शकणार नाही. आचार्य कृपलानी तेव्हा जवळपासच बसलेले होते. ते मला म्हणाले, 'वाजपेयीच्या बोलण्याकडे लक्ष देऊ नकोस. तो नेहरूंनी विरोधी पक्षात पेरलेला त्यांचा स्वीय माणूस आहे.' त्यानंतर सरकारी अधिकारी आणि राजनीतिज्ञ असलेल्या एन. के. सिंग यांच्याजवळ १९९६ साली मधोक म्हणाले

होते, 'वाजपेयींचं पंतप्रधानपद देशाला संकटात लोटणार आहे. तो मूलतः काँग्रेस पक्षाचा माणूस आहे.' १९७३च्या अधिवेशनात मधोकांना शिस्तभंगाच्या गुन्ह्यात गोवल्याच्या शंकेस्तव त्यांचा अडवाणींवरसुद्धा राग होता. मधोकांनी वारंवार असा आरोप केला होता की स्वतः अडवाणींनीच गोपनीय माहिती प्रसारमाध्यमांना फोडली होती आणि त्याबद्दल दोषी मात्र मधोकांना ठरवलं होतं.[४] त्या अधिवेशनात जनसंघानं बँकांच्या राष्ट्रीयीकरणाबद्दल आणि अन्य समाजवादाकडे झुकणाऱ्या धोरणांबद्दल इंदिरा गांधींवर प्रकट टीका न करण्याचा निर्णय घेतला होता, परंतु मधोक यांनी पत्रकारांची भेट घेऊन इंदिरा गांधींवर आसूड ओढले आणि नंतर सहकाऱ्यांपाशी बढाई मारली, 'अशा बाबींबद्दल मीच इथं निर्णय घेतो. तुम्हा लोकांचा 'मेंदू' बनून मी तुम्हा लोकांची साहाय्यता करतो आहे.'

परंतु १९७३ सालापर्यंत वाजपेयींनी त्यांच्या पक्षातील प्रतिस्पर्ध्यांचा निकाल लावला होता आणि तेव्हापासून ते, अडवाणी आणि देशमुखच पक्षाचे निर्णय घेऊ लागले होते. त्याच वेळी त्यांनी अध्यक्षपद स्वीकारण्यासाठी अडवाणींचं मन वळवलं. वस्तुतः जनसंघाच्या या सर्वोच्च स्थानासाठी पक्षात बरेच इतर लायक इच्छुक होते. अडवाणी प्रारंभी अध्यक्षपद स्वीकारायला फारसे उत्सुक नव्हते. ते म्हणत होते की, अध्यक्षपद भूषवणाऱ्या आजवरच्या लोकांसारखं फर्डं वक्तृत्व त्यांना जमत नाही. वाजपेयींसारख्या नामवंत वक्त्याशी दीर्घकाळपर्यंत जवळून संबंध असल्यामुळे बहुधा त्यांचे ठायी असा न्यूनगंड निर्माण झाला असावा; परंतु नंतर त्यांनी वाजपेयींची विनंती मान्य केली.

पक्षातील त्यांच्या स्पर्धकांकडून वाजपेयींवर वारंवार टीका केली गेली की, पक्षातील त्यांच्या प्रथम स्थानाला धक्का पोहोचवू शकेल, अशा सर्वांना वाजपेयींनी मागं ठेवलं आणि पक्षातील महत्त्वाच्या जागा त्यांच्या मर्जीतल्या लोकांनाच दिल्या. वाजपेयींचं वैयक्तिक आयुष्य आरएसएसच्या रोषाला पात्र ठरलं होतंच. त्यांची कॉलेजमधली हृदयसम्राज्ञी राजकुमारी एव्हाना दिल्लीच्या रामजस कॉलेजात प्राध्यापक असणाऱ्या बी.एन. कौल यांच्याशी विवाहबद्ध झालेली होती. तिला नंदिता आणि नमिता अशा दोन मुली होत्या. या मुली वाजपेयींना 'बापजी' (पित्यासाठीचं आदरयुक्त संबोधन) म्हणून हाक मारत असत. वाजपेयी त्यांच्या घरातच राहू लागले होते आणि त्यांच्या आयुष्याचाच एक भाग बनले होते. नंतर जेव्हा वाजपेयी संसद सदस्य झाले, तेव्हा कौल कुटुंबीय त्यांच्याबरोबर त्यांच्या दिल्लीतील ल्युटिन्समधील निवासस्थानात राहू लागले. या 'त्रयी'बद्दल अनेक वावड्या उठत असत. अनेकांची अजूनही ठाम समजूत आहे की, या कौल दाम्पत्याची धाकटी मुलगी नमिता ही वाजपेयी आणि

---

४ http://blogs.hindustantimes.com/capital-closeup/2009/06/24/what-jana-sanghs-co-founder-balraj-madhok-has-to-say/.

राजकुमारी यांच्या प्रेमसंबंधांतून जन्माला आली आहे; परंतु राजकुमारीनं 'सॅव्ही' मासिकाला दिलेल्या मुलाखतीत म्हटलं, 'या घाणेरड्या वावड्या उठल्या, तेव्हा अटलजींना किंवा मला माझ्या पतींपुढे कोणतीही सफाई देण्याची गरज वाटली नाही. माझ्या पतींचं आणि माझं त्यांच्याबरोबरचं नातं खूपच भक्कम आहे.'[५] तिच्या पतीच्या मृत्यूनंतरसुद्धा राजकुमारी वाजपेयींच्या घरची कर्ती स्त्री म्हणूनच वावरली. वाजपेयींची बेबंद जीवनशैली, विलासप्रियता आणि सततचा स्त्रीसहवास यांबद्दल अनेक जण कुचाळक्या करत असत. विनोद मेहता पुरुषांसाठीच्या 'डेबोनेएर' या मासिकाचे संपादक होते आणि नंतर ते 'आउटलुक' या मासिकाचे संस्थापक–संपादक बनले. त्यांनी वाजपेयींना मुलाखत देण्याची विनंती केली होती. वाजपेयी त्यांना म्हणाले, 'तुमचं मासिक फारच चांगलं आहे; परंतु मला ते उशीखाली ठेवावं लागतं.'[६] वाजपेयींनी मित्रांना कबुली दिल्याचीसुद्धा वदंता आहे की, ते 'अविवाहित होते; परंतु ब्रह्मचारी नव्हते.'[७]

हे सारं पचवणं राष्ट्रीय स्वयंसेवक संघाच्या दृष्टीनं फारच कठीण होतं; परंतु वाजपेयींचं अष्टपैलुत्व आणि प्रचंड लोकप्रियता यांचं पारडं अशा वावड्यांपेक्षा नेहमीच जड राहिलं. याखेरीज त्यांच्या किंवा त्यांच्या कुटुंबीयांच्या चारित्र्यावर शिंतोडे उडवण्याचा प्रयत्न करणाऱ्या सर्वांशीच ते अत्यंत निष्ठुरतेनं वागत. एका भाजपच्या नेत्यानं राजकुमारीचा उल्लेख 'कौल गर्ल' (कॉल गर्ल) असा केला होता. महत्त्वाच्या जागी नियुक्ती करताना त्यांचं नाव नेहमीच थप्पीच्या तळाला ठेवलं जातंय, असं त्याच्या लक्षात आलं. अनेक वर्षांनी त्यांनी अडवाणींशी सख्य प्रस्थापित केलं आणि त्यानंतर नरेंद्र मोदींच्या गटात शिरकाव करून घेतला, तेव्हाच भाजपमध्ये त्यांना पुढची संधी मिळू लागली. वाजपेयींना ग्वाल्हेरच्या शिंदे राजघराण्याचं भक्कम पाठबळ होतं. १९७१ साली देशात इंदिराजींच्या बाजूचं वारं जोरदार वाहत होतं, तेव्हा त्या सार्वत्रिक निवडणुकीत वाजपेयी ग्वाल्हेर मतदारसंघातून उभे राहिले होते. ते बहुमतानं विजयी झाले, कारण त्यांच्याकडे राजमाता विजयाराजे शिंदे यांचे प्रतिनिधी म्हणून जनतेनं बघितलं होतं. निवडणूक मोहिमेच्या वेळेस काही काळ ते आपला मतदारसंघ सोडून इतर ठिकाणांच्या उमेदवारांच्या वतीनं प्रचार करण्यासाठी गेले होते. ते वाराणसीत गेले असता, बनारस हिंदू युनिव्हर्सिटीच्या अखिल भारतीय विद्यार्थी परिषदेच्या कार्यकर्त्यानं त्यांना विचारलं होतं की, ते स्वतः निवडणुकीत जिंकण्याची कितीशी शक्यता आहे

---

५ http://www.firstpost.com/politics/mrs-kaul-vajpayees-companion-and-household-member-passes-away-1507861.html.

६ विनोद मेहता, *लखनौ बॉय* (न्यू दिल्ली, पेंग्विन बुक्स, २०११).

७ http://www.rediff.com/news/special/vajpayee-revelled-in-being-everything-to-everybody/20141224.html.

असं त्यांना वाटतंय? वाजपेयींनी स्वतःच कबुली दिली की, ते बहुमतानं जिंकतील; कारण स्वतः राजमाता त्यांच्यासाठी प्रचार करत आहेत. 'लोक शहरात मला ओळखतात; परंतु ग्रामीण भागातले लोक मला ओळखत नाहीत, तरीही ते राजमातांमुळे जनसंघाला मत देतील.' त्यांनी वाराणसीतील विद्यार्थ्याला सांगितलं होतं.

***

वाजपेयींनी त्यांच्या प्रारंभीच्या सल्लागार गुरूंच्या प्रतिगामी धोरणांपासून जनसंघाला अलग करता करता, राजकीय गरजांनुसार स्वतःचासुद्धा विकास आणि परिवर्तन झपाट्यानं घडवून आणलं. त्याबद्दल त्यांना योग्य ते श्रेय दिलंच पाहिजे.

घटना घडून गेल्यावर त्यांचं पृथक्करण केल्यामुळे जुनी मतं किती चुकीची होती, याचा बोध होतो. जनसंघाचे संस्थापक श्यामाप्रसाद मुखर्जी यांनी तरुण अटलला आपल्या पंखांखाली घेतलं होतं; परंतु त्यांचे प्राधान्यक्रम मोठे चमत्कारिक होते. आधी हिंदू महासभेशी संलग्न असलेला हा जनसंघ नेता, दोन राष्ट्रं व्हावीत, या सिद्धान्ताचा जोरदार समर्थक होता. जरी राष्ट्रीय स्वयंसेवक संघाला अखंड भारत हवा होता, तरी मुखर्जींनी बंगालची फाळणी आणि त्याचं पाकिस्तानात विलीनीकरण याला पाठिंबा दिला होता. सध्या उपलब्ध असलेल्या कागदपत्रांवरून सिद्ध होतं की, त्यांनी व्हाइसरॉय लॉर्ड माउंटबॅटन यांना पत्र लिहून अखंड भारताच्या विभाजनानं दोन राष्ट्रं बनवण्याला पाठिंबा दिला होता आणि बंगालमधील प्रमुख मुस्लीम आणि काँग्रेस नेत्यांच्या बंगालचा कोणताही भाग मुस्लीम बहुसंख्य देशाचा घटक बनवू नये – या मताला कडाडून विरोध केला होता. मुखर्जी अत्यंत जातीयवादी पक्षपाती होते. इतिहासकार जोयो चॅटर्जींचा 'बेंगॉल डिव्हायडेड' हा ग्रंथराज मुखर्जींच्या जातीय अहंगंडावर प्रखर प्रकाशझोत टाकतो. त्यांच्या या अहंगंडाच्या बुडाशी त्यांचा ठाम विश्वास होता की, बंगाली मुस्लीम ही प्रामुख्यानं हिंदू समाजातील हीनांच्या बाटवणुकीतून निर्माण झालेली जनता आहे.'

सध्याच्या भाजप सरकारनं मुखर्जींचे देव्हारे माजवण्यासाठी त्यांची उज्ज्वल प्रतिमा रंगवून त्यांना बंगालमधील गरीब खेड्यांतील जनतेला तांदूळ आणि धान्य वाटणारा दयाळू दानशूर असल्याचं (खोटं) श्रेय बहाल केलंय. तज्ज्ञ लोक आणि चित्तप्रोसादसारखे फिरस्ते कलाकार यांनी सत्य स्पष्ट करताना म्हटलं आहे की, दानधर्माबाबत त्यांच्या गरीब शेजाऱ्यांशी श्रीमंत मुखर्जी कुटुंबीय अत्यंत बेपर्वाईनं वागत असत. चित्तप्रोसादनं नमूद केलंय, 'आपल्या थोर लोकांचं मूलस्थान असलेल्या बंगालमधील अनेक खेड्यांमध्ये मी फिरलोय.... श्रीमंतांविरुद्ध, विशेषतः गावातील सर्वांत धनाढ्य व्यक्तीबद्दल इतका तिरस्कार आणि कडवटपण (मुखर्जींखेरीज) अन्यत्र कुठेही मला दिसलेला नाही.[८]

---

[८] http://thewire.in/48292/painful-sights-chittaprosad-on-bjp-icon-s-p-mookerjees-bengal-village/.

संत चरित्रलेखनाला इतिहास म्हणून खपवण्याचा जाणीवपूर्वक प्रयत्न करायचा असेल, तर गोष्ट वेगळी! परंतु एक गोष्ट अगदी लख्खपणे जाणवते की, जम्मू आणि काश्मीरच्या घटनेस ३७०वे कलम लावण्यास मुखर्जींचा काही कट्टर विरोध नव्हता. या कलमान्वये जम्मू-काश्मीर राज्याला ज्या विशेष घटनात्मक सवलती दिल्या जातात, त्या अन्य राज्यांना मिळत नाहीत. या कलमान्वये त्या राज्याला स्वायत्तता मिळते. मुखर्जींबद्दलची ही माहिती सध्याच्या भाजपला पेचात पाडणारी आहे; कारण घटनेच्या २१व्या भागातील हे कलम रद्द करावं म्हणून भाजपनं मोहीम उघडली आहे आणि या दिवंगत नेत्याकडे काश्मीर प्रश्नावरचा अग्रणी नेता म्हणून भाजप पाहत आहे. भाजप सरकारला काश्मीर राज्याला दिल्या जाणाऱ्या सर्व सवलती काढून घ्यायच्या आहेत आणि त्याला इतर राज्यांसारखाच दर्जा द्यायचा आहे.

विरोधाभास असा, की नेमक्या याच मुद्द्याबाबत मुखर्जी दोलायमान होते. ए.जी. नूरानी यांनी त्यांच्या 'आर्टिकल ३७०-अ कॉन्स्टिट्यूशनल हिस्ट्री ऑफ जम्मू अँड काश्मीर' या देदीप्यमान पुस्तकात एक सत्य उजेडात आणलं आहे की, (मधोकनी एकदा म्हटल्याप्रमाणं) राष्ट्रीय स्वयंसेवक संघाच्या दबावामुळे किंवा अन्य कोणत्यातरी कारणामुळे, काश्मीर खोऱ्याला स्वायत्तता देण्यात यावी, असा ठराव मुखर्जींनी मान्य केला होता; परंतु भाजप त्यांनी घेतलेल्या भूमिकेपेक्षा आणि निर्णयांपेक्षा त्यांच्या वक्तव्यालाच प्राधान्य देताना दिसतो. ही गोष्ट खरी आहे की, काश्मीरला विशेष स्थान देण्याच्या विरोधात मुखर्जींनी स्फोटक टीका केली होती आणि काँग्रेस नेते जयपाल रेड्डी मुखर्जींबाबतच्या सत्याचा भाजपची नवी पिढी विपर्यास करत असल्याचा जो आरोप करत आहेत, तो योग्यच आहे. ते म्हणतात, की 'इंडियन एक्स्प्रेस'ला दिलेल्या मुलाखतीत 'श्यामाप्रसाद मुखर्जी हे नेहरूंच्या मंत्रिमंडळात सदस्य होते आणि जेव्हा नेहरू सरकारनं युनायटेड नेशन्सकडे काश्मीर प्रश्न न्यायचं ठरवलं, तेव्हा हा ठराव एकमतानं मान्य झाला होता. असा कुठेही पुरावा आढळत नाही की हा निर्णय घेतेवेळी किंवा घेतल्यावर मुखर्जींनी मंत्रिमंडळाचा सदस्य म्हणून कोणतीही हरकत घेतली होती. ते पुढे म्हणतात, 'काश्मीर प्रश्न यू.एन.पुढे मांडावा या निर्णयाला त्यांचा पूर्ण पाठिंबा होता. भारत सरकार आणि काश्मीर यांच्यात कलम ३७० बाबत जो ठराव झाला, तोही त्यांना मान्य होता. तह घोषित करण्यासही मुखर्जींची संमती होती... जेव्हा शेख अब्दुल्लांच्या उद्योगांवर नीट नियंत्रण ठेवलं जात नाहीये असं त्यांना वाटलं, तेव्हा त्यांचा नेहरूंशी मतभेद झाला आणि त्यांनी मंत्रिमंडळातून राजीनामा दिला... परंतु काश्मीर प्रश्न यू.एन.कडे नेण्यास किंवा कलम ३७० जारी करण्यास मुखर्जींनी कधीच आक्षेप घेतला नव्हता.'

आधी कलम ३७० जारी करण्याला संमती देऊन त्यानंतर त्याबद्दल दोलायमान बनलेल्या काहींच्या मतपरिवर्तनाबद्दलचं शेख अब्दुल्ला यांचं भाषण नूरानींनी उद्धृत केलं आहे.

'हे अगदी उघड आहे की, भारत आणि पाकिस्तानातील सर्व राज्यांपैकी फक्त काश्मीर हे एकमेव असं राज्य होतं की जिथं बहुसंख्य मुस्लीम जनता असूनही त्या राज्यानं भारतात राहण्याचा निर्णय घेतला आणि ते राज्य जातीयवेडामुळे भ्रांतचित्त, विचलित झालं नाही. आम्हाला असंसुद्धा प्रांजलपणे वाटलं की, काश्मीर पाकिस्तानात विलीन झालं, तर त्यावर पाकिस्तानचं गैरवाजवी दडपण येईल आणि त्याचा नीटपणे विकास होणार नाही; याउलट भारतातच राहिलो, तर आमचा विकास होईल आणि या राज्याच्या जनतेच्या आकांक्षा फलद्रूप होतील, त्यामुळे आम्ही केवळ तीनच बाबतीत (संरक्षण, परराष्ट्र खातं आणि माहिती-दळणवळण) भारतात सामील झालो असून, बाकीची खाती आम्ही आमच्या हाती ठेवली आहेत... आता आमच्या विधानसभेनं भारत सरकारबरोबर चर्चा करून या मुद्द्यांना यशस्वीपणे मान्यता मिळवल्यानंतर, आमचे काही मित्र 'काश्मीरला का म्हणून विशेष सवलती देण्यात याव्यात?' म्हणून आक्षेप घेऊ लागलेत; परंतु मला कळत नाही की घटना लिहिणारे हेच लोक आता का तंटा उभा करत आहेत? अर्थात भारतीयांना घटनाबदल करायचा असेल, तर तो सर्वस्वी वेगळा प्रश्न आहे; परंतु मुखर्जींबद्दल निस्सीम आदर वाटत असला, तरी मला त्यांना प्रश्न विचारणं भागच आहे की, घटना लिहिली जात होती तेव्हा ते भारत सरकारच्या मंत्रिमंडळाचे सदस्य असताना त्यांनी हे मुद्दे विचारात का घेतले नाहीत? सरतेशेवटी प्रत्येकानं मनात विश्वास बाळगायला हवा.'

हिंदुत्ववाद्यांनी गेल्या काही वर्षांत मुखर्जींएवढे अन्य कुणाचेही देव्हारे माजवलेले नाहीत. श्रीनगरमधील तुरुंगात अवघ्या बावन्नाव्या वर्षी कैदेत असताना मृत्यू पावलेल्या या माणसाभोवतीचं गूढतेचं वलय आणखी गडद करण्यासाठी, भाजपच्या अनेक नेत्यांनी त्यांचा मृत्यू खुनामुळे झाल्याचं म्हटलं आहे. २०१४ साली सत्तेत आलेल्या भाजप सरकारच्या कृपाछत्राखाली दिल्लीतील नेहरू मेमोरियल म्युझियम अँड लायब्ररी येथे २०१६ साली मुखर्जींच्या स्मरणार्थ एक प्रदर्शन आयोजित करण्यात आलं होतं. त्यात त्यांचा संशयास्पद परिस्थितीत तुरुंगात मृत्यू झाला, असा दावा करण्यात आला होता. एका समालोचकानं नमूद केलं आहे की, मुखर्जींचा खून झाल्याच्या या गंभीर आरोपाचा पुरावा म्हणून या प्रदर्शनात फक्त एम.एस. गोळवलकरांनी आरएसएसच्या नागपूर मुख्यालयातून, २७ ऑगस्ट १९५३ रोजी, मुखर्जींचा भाऊ, उमाप्रसाद मुखर्जी यांना पाठवलेल्या उत्तराची टंकलिखित प्रत ठेवलेली होती. गोळवलकरांनी उमाप्रसाद मुखर्जींना पाठवलेल्या या पत्रात श्यामाप्रसाद मुखर्जी 'काही वेगळ्याच (संशयास्पद) परिस्थितीत' मृत्यू पावल्याबद्दल चर्चा केली होती.

अलीकडे देशाचा पहिला उद्योगमंत्री या नात्यानं मुखर्जींनी भारताचा औद्योगिक विकास घडवून आणल्याचं श्रेयसुद्धा मुखर्जींना दिलं जातंय. ही अवाजवी स्तुतिसुमनं, भारताच्या उद्योगपर्वाचा अध्वर्यू अशी त्यांची प्रतिमा रंगवण्याच्या हेतूनं उधळली जात आहेत. भारतातील भिलई येथील पोलाद कारखाना, चित्तरंजन येथील रेल्वे-इंजिन्स बनवण्याचा कारखाना, सिंद्री येथील खत उत्पादन करणारा कारखाना, हिंदुस्तान एअरक्राफ्ट फॅक्टरी, दामोदर खोरे प्रकल्प यांसारख्या उद्योगांचा जनक असल्याचं श्रेय त्यांना दिलं जातंय. कोणताही ठोस पुरावा न देता प्रतिपादन केलं जातंय, की 'नेहरूंनी नव्हे, तर श्यामाप्रसादांनी दूरदृष्टीनं योजना आखल्या आणि भारतीय उद्योगाचा भक्कम पाया रचला.'

जेव्हा मुखर्जींनी १९५३ साली प्रवेशासाठी आवश्यक असलेल्या परवान्याशिवाय जम्मू आणि काश्मीरमध्ये प्रवेश करण्याचा प्रयत्न केला, तेव्हा त्यांना अतिशय वाईट वागणूक देण्यात आली, ही गोष्ट अगदी खरी आहे. राष्ट्रीय महामार्ग १-अ याच्या लखनपूर तपासठाण्यापाशी त्यांना कैद करण्यात आल्यावर, त्यांना ४०० किलोमीटर्स अंतरावरील श्रीनगरला एका लहानशा जीपनं नेण्यात आलं आणि तिथं तुरुंगवास भोगत असतानाच त्यांचा मृत्यू झाला; परंतु हितसंबंध गुंतलेल्या व्यक्तींनी (पंतप्रधान नेहरू व काश्मीरचे मुख्यमंत्री शेख अब्दुल्ला) केलेल्या कटकारस्थानामुळे ते मृत्यू पावले, हा अधिकृत आरोप ओढूनताणून केल्यासारखा वाटतो; परंतु त्यामुळे या माणसाभोवतीचं गूढ वलय आणखीच वाढतं. आजकालचे भाजप नेते प्रसारमाध्यमाचे सिद्धान्त आणि अफवा यांचीच सत्य असल्याप्रमाणे ते पोपटपंची करतात. असा दावा केला जातो की, मुखर्जींना पेनिसिलिनची ॲलर्जी असल्याचं सांगितलं असूनही डॉक्टरनं त्यांना पेनिसिलिनचं इंजेक्शन दिलं. वय वर्षे पंचेचाळीसपासून ते हृदयविकाराचे रुग्ण होते, तरीसुद्धा त्यांची योग्य ती काळजी घेतली गेली नाही. त्यांचा खून झाला, असं भाजपचं संकेतस्थळ (वेबसाईट) म्हणत नाही, हे नशीब!' भारतीय जनसंघ, हिंदू महासभा आणि रामराज्य परिषद यांनी हा विघातक आरोप दूर करण्यासाठी जोरदार सत्याग्रह करून धरणं धरलं होतं. सध्याचं संकेतस्थळ फक्त म्हणतं की, मुखर्जी १९५३ साली काश्मीरला भेट देत असताना ११ मे रोजी सीमाप्रवेश करतेवेळी कैद झाले. २३ जून १९५३ रोजी कैदेत असतानाच ते मृत्यू पावले.

जेव्हा वाजपेयी मुखर्जींना निरोप देताना, त्यांचं अपुरं काम पूर्णत्वाला नेण्याचं वचन देऊन पठाणकोटहून परतले, तेव्हा एका दृष्टीनं ही प्रतीकात्मक फाटाफूट होती. जरी कालांतरानं, वाजपेयीसुद्धा दावा करू लागले होते की, त्यांचे माजी गुरू-मार्गदर्शक यांचा मृत्यू नैसर्गिक नाही. त्या पुण्यात्म्याची उद्दिष्टं पूर्णत्वास नेण्याचा ते स्वतः प्रामाणिक प्रयत्न करतील, तरी प्रत्यक्ष राजकारणात त्यांनी त्यांच्या गुरूहून सर्वस्वी वेगळी धोरणं अवलंबली.

काही कारणानं, विद्वान लोक श्यामाप्रसाद मुखर्जींच्या योगदानाकडे संशयानं बघतात. अनेकांचं म्हणणं आहे की, ते 'भद्रलोक जातीयवादी' होते. लंडन स्कूल ऑफ इकॉनॉमिक्स येथील प्राध्यापक सुमंत्र बोस सर्वंकष मीमांसा करून म्हणतात, 'इ. स. १४००पासून बंगालमध्ये बहुसंख्य मुस्लीम आहेत; परंतु ब्रिटिश राजवटीच्या उत्तरार्धात उच्चशिक्षित आणि श्रीमंत उच्चवर्ग आणि काही अंशी मध्यमवर्गसुद्धा प्रमाणाबाहेर हिंदूधर्मीय होता. १९४७ साली, फाळणीच्या वेळेस, बंगालमध्ये हिंदू आणि मुस्लीम यांच्या संख्येत फारशी तफावत नव्हती – ५४% मुस्लीम तर ४३% हिंदू. परंतु समाजातल्या मान्यवर उच्चभ्रू लोकांमध्ये हिंदूंचीच संख्या अधिक होती. या उच्चभ्रू हिंदू लोकांची मुस्लिमांच्या बहुसंख्येबाबत वेगवेगळ्या प्रकारची राजकीय प्रतिक्रिया दिसून येत असे. त्याचप्रमाणे भाग्यशाली हिंदू समाजाचा भाग आणि ग्रामीण मुस्लीम समाज यातील सामाजिक दरीबद्दल उच्चभ्रू हिंदूंची वेगवेगळ्या प्रकारची प्रतिक्रिया दिसून येत असे. बंगालमधील हिंदू आणि मुस्लीम समाजातली समानता आणि एकोपा वाढवण्यासाठी सुभाषचंद्र बोस आणि शरच्चंद्र बोस हे दोघे भाऊ अविरतपणे कटिबद्ध होते. त्यांचे गुरू चित्तरंजन दास १९२५ साली अकाली मृत्यू पावले. मात्र अखेरपर्यंत त्यांनी एकोपा राहावा म्हणून काम केले. चित्तरंजन दास या आपल्या गुरूचाच वारसा हे दोघे बंधू चालवत होते. ही राजनैतिक विचारधारा, काझी नझरूल इस्लाम यानं कवितेतून मांडली आहे, 'एक ब्रिन्ते दुई कुसुम, हिंदू–मुस्सलमान' (एका देठातूनच दोन कळ्या उमलतात – हिंदू आणि मुसलमान).

असं दिसून येतं की मुखर्जींचे विचार याहून सर्वस्वी वेगळे होते, बचावात्मक आणि भेदरट. बोस म्हणत की, उच्चभ्रूंचा राजनैतिक कल आपल्या मुस्लीम बांधवांना निम्न दर्जाचे आणि धोकादायक मानण्याकडे होता. सुभाषचंद्र बोस आणि त्यांचे वडीलबंधू शरच्चंद्र बोस ठाम विश्वासानं ब्रिटिश राजवटीविरुद्ध सतत लढा देत आले. बंगालच्या स्वराज पक्षांचे संस्थापक चित्तरंजन दास यांनी घालून दिलेल्या प्रथेनुसार, या दोघा बंधूंनी जातीयवादी नसलेल्या बंगाली मुस्लीम नेत्यांबरोबर आणि पक्षांबरोबर, धोरणात्मक राजकीय सहकार्यासाठी, मित्रत्वाचे संबंध प्रस्थापित करण्याचा वारंवार प्रयत्न केला. तशी उदाहरणं आहेत. ए. के. फझलुल हक आणि त्यांचा कृषक प्रजा पक्ष. सुमंत्र बोस म्हणतात, 'त्यांनी हिंदू–मुस्लीम पुरोगामी शक्तींची एकजूट घडवून आणण्याचा प्रयत्न केला. श्यामाप्रसाद मुखर्जी आणि ते प्रतिनिधित्व करत असलेली विचारधारा, यांचं मत होतं की ब्रिटिश हा आपला शत्रू नसून मुस्लिमांपासूनच आपल्याला खराखुरा धोका होता आणि आपल्या पुढचं सर्वांत महत्त्वाचं उद्दिष्ट होतं भद्रलोक (बंगाली हिंदूंमधले तेव्हाचे आणि आताचे मूठभर उच्चभ्रू लोक), त्यांना मिळणाऱ्या विशेष सुविधा आणि त्यांचं सामाजिक वर्चस्व अबाधित ठेवणं. त्यामुळे ब्रिटिशांविरोधातील लढ्यात मुखर्जींना शून्य रस होता. १९४६–४७ साली बंगालच्या (आणि भारताच्या) फाळणीला समर्थन देणारे ते एकमेव सुप्रसिद्ध बंगाली हिंदू होते.

याउलट शरच्चंद्र बोस बंगालच्या (आणि भारताच्या) विभाजनाला सतत आणि नेटानं विरोध करत होते आणि बंगाल मुस्लीम लीगच्या जातीयवादी नसलेल्या लहानशा उपशाखेबरोबर त्यांनी १९४७ साली करार करून, बंगालचं विभाजन टाळण्याचा अखेरचा निकराचा प्रयत्न केला होता.

मुखर्जींप्रमाणे, दीनदयाळ उपाध्याय हे दुसरे महत्त्वाचे वाजपेयींचे हितकर्तेसुद्धा वयाच्या अवघ्या एक्कावन्नाव्या वर्षी, गूढ परिस्थितीत, अकाली मरण पावले. भाजपचे अध्यक्ष म्हणून निवडून आल्यानंतर, अवघ्या त्रेचाळीस दिवसांनी उत्तर प्रदेशातील रेल्वेयार्डात त्यांचा मृतदेह सापडला. ११ फेब्रुवारी १९६८ रोजी पक्ष कार्यकर्त्यांनी त्यांना लखनौ–पटना ट्रेनमध्ये बसवून त्यांचा निरोप घेतला. त्यांच्या कानांवर पडलेली त्यानंतरची बातमी म्हणजे १२७६ क्रमांकाच्या विजेच्या खांबाजवळ, मुघल सराई स्थानकाजवळ, दोन गावांच्या मधोमध उपाध्याय यांचा मृतदेह आढळला होता. त्यांनी चोरीचा प्रयत्न थोपवल्यामुळे त्यांना आगगाडीतून ढकलून देऊन मृत्यूच्या खाईत लोटणाऱ्या दोन व्यक्तींना पोलिसांनी ताब्यात घेतलं.

संघ परिवारातला एक गट मात्र आरोप करतो की, उपाध्याय यांची वाढती लोकप्रियता सहन न झाल्यामुळे सत्तेवरील काँग्रेस पक्षानं त्यांना लक्ष्य बनवलं होतं. मधोकनी मात्र जनसंघ सोडल्यावर ठासून म्हटलं होतं की, जनसंघामधल्या अंतर्गत वैरभावामुळे उपाध्यायांचा मृत्यू झाला. ते त्यांचा खून झाला, असं ध्वनित करतात; परंतु स्वतःच्या चांगुलपणाचं ढोंग करण्याच्या त्यांच्या स्वभावामुळे, त्यांच्या शब्दांना विश्वासार्ह मानलं जात नाही. मधोकांनी आरोप केला की, जेव्हा १९७७ साली पहिलं काँग्रेसेतर सरकार सत्तेवर आलं आणि मोरारजी देसाई पंतप्रधान बनले, तेव्हा याबाबतची चौकशी पुन्हा एकदा करावी, अशी विनंती करण्यात आली होती आणि मंत्रिमंडळातील दोन मंत्र्यांनी ती फेटाळून लावली. त्यांच्या वक्तव्याचा ध्वनित अर्थ आणि आरोपाची सुई नक्कीच अडवाणी आणि वाजपेयी यांच्यावर रोखलेली आहे. या दोघांनीही मधोकांच्या आरोपाला प्रत्युत्तर देण्याची तसदी घेतली नाही.

परंतु आता जर तुम्ही गुगलवर 'उपाध्यायांच्या मृत्यूचं कारण (उपाध्याय कॉज ऑफ डेथ)' म्हणून शोध घेतला, तर पहिलं उत्तर येतं, 'खून'.

दीनदयाळ उपाध्याय यांच्या भोवतीच्या गूढतेच्या वलयात, दुःखद शेवट आणि अफवांचं पीक, यांमुळे भरच पडते. मुखर्जी श्रीमंत कुटुंबात जन्मले होते, तर दीनदयाळ अत्यंत गरीब परिवारात जन्मले होते आणि केवळ श्रमपूर्वक योगदान देऊन ते जनसंघाच्या उच्चतम सत्तावर्तुळापर्यंत पोहोचले होते. त्यांच्या आईवडिलांचा अकाली मृत्यू झाल्यानंतर ते मामांजवळ लहानाचे मोठे झाले. लहानगा दीनदयाळ अभ्यासात चमकला आणि त्यानं शिष्यवृत्त्या मिळवत इंग्रजी साहित्यात आग्रा विश्वविद्यालयातून सुवर्णपदकासह एम.ए.ची पदवी मिळवली. त्यांनी बी.एड. आणि एम.एड. या पदव्या मिळवून सरकारी नोकरी धरली. १९४०च्या सुरुवातीलाच आरएसएसमध्ये त्यांना

प्रवेश मिळाला. भारतीय तत्त्वज्ञानाचा तज्ज्ञ विचारवंत असा त्यांचा लौकिक होता आणि अकाली मृत्युमुखी पडेपर्यंत गोळवलकरांसारख्या उच्चतम नेत्यांना त्यांचं मत विचारावंसं वाटत असे. उपाध्यायांचा सल्ला गोळवलकरांना मोलाचा वाटत असे.

मुखर्जींप्रमाणेच दीनदयाळ उपाध्याय हेसुद्धा जनसंघाचे अत्यंत वजनदार नेते होते; परंतु त्यांच्या पुरोगामी धोरणांवरील अढळ श्रद्धेमुळे त्यांनी अनेक शत्रूसुद्धा निर्माण केले होते. शेतजमिनीबाबत पुनर्रचनात्मक सुधारणा, उच्च-कनिष्ठ अशा जातिभेदांचा अंत आणि विविध पक्षांच्या युतीचं राजकारण या त्यांच्या पुरोगामी धोरणांमुळे त्यांनी शत्रू निर्माण केले होते. डॉ. सत्यप्रकाश मणी त्रिपाठी यांनी दीनदयाळांच्या नावावरून शीर्षक देऊन, दीनदयाळ उपाध्यायांचं चरित्र लिहिलं होतं. त्यात त्यांनी म्हटलं की, जनसंघातील अंतर्गत वैरामुळे उपाध्यायांचा मृत्यू झाला, असं म्हणणारे मधोक स्वतःच या ज्येष्ठ नेत्याच्या युतीच्या राजकारणाच्या समर्थनाला कडाडून विरोध करत असत.

> भारतीय जनसंघाच्या दिल्ली अधिवेशनात, अनेक जनसंघ सदस्यांनी, मधोकांच्या नेतृत्वाखाली, पक्षाच्या कम्युनिस्ट-विरोधाबाबत कोणतीही तडजोड करण्यात येऊ नये, अशी भूमिका घेतली होती; परंतु दीनदयाळ उपाध्याय यांनी घेतलेली भूमिका आणि वाजपेयींनी दिलेला पाठिंबा, यामुळे अनेक राज्यांतील सरकार स्थापण्यात जनसंघानं काँग्रेसेतर पक्षांशी हातमिळवणी केली. 'जर काँग्रेस हा हिवताप असेल, तर कम्युनिस्ट हा प्लेग आहे', या मधोकांच्या घोषवाक्याकडे पक्षानं दुर्लक्ष केलं. काँग्रेसला सत्तेबाहेर ठेवण्यासाठी कोणत्याही पक्षाशी युती करावी, असं त्या वेळेस वाजपेयींचं मत होतं. वाजपेयी कम्युनिस्टांबरोबर तडजोड करायला तयार नव्हते; परंतु कम्युनिस्टांबरोबर काम करायला प्राधान्य देणाऱ्या सोशॅलिस्ट पक्षाबरोबर सहकार्य करावं, अशी मोहीम उघडणाऱ्या वाजपेयींचा हेतू अगदी स्पष्ट होता. काँग्रेस पक्ष कमजोर बनवून ती जागा जनसंघाला मिळवून देणं, हे त्यांचं उद्दिष्ट होतं. अशा प्रकारे १९६७पासून वाजपेयींनी संमत केलेला हा विचार, पक्षाचं धोरण बनला.

त्रिपाठी पुढं नमूद करतात, '१९७७ साली भारतीय जनसंघ जनता पक्षात विलीन करणं, हीसुद्धा अशीच धोरणात्मक खेळी होती. देशात राजकीय सत्ता मिळवण्यासाठी हिंदूंचं ऐक्य घडवून आणणं, हे पक्षाचं मूळ धोरण पक्षानं कधीच सोडलं नाही; परंतु भारतीय जनसंघ हा १९७७ साली स्थापन झालेल्या जनता पक्षाचा सर्वांत मोठा घटक असूनही, त्यानं इतर लहान गटांच्या हाताखाली काम करायची तयारी दाखवली.'

वाजपेयी आणि मधोक यांच्यातील महत्त्वाचा मतभेद नंतर उद्भवला, तो उत्तर प्रदेश आणि बिहार येथे १९७०च्या दशकारंभी जनता पक्षानं सुरू केलेल्या चळवळीशी

जनसंघानं नातं जोडल्यानंतर! मधोक हे अनेक बाबतीत पक्के पुराणमतवादी होते. १९६० आणि १९७०च्या दशकात भारतात बोकाळलेलं 'परवाना राज्य' आणि राजनीतीमधील डावीकडे झुकणारी विचारधारा यांना मधोकांचा कट्टर विरोध होता. काँग्रेसविरोधी, भ्रष्टाचारविरोधी चळवळ जी सुप्रसिद्ध सोशॅलिस्ट (समाजवादी) नेते जयप्रकाश नारायण यांनी सुरू केली होती, त्यात त्यांनी 'गांधीजींच्या विचारांचा समाजवाद' अशी डावीकडे झुकणारी, संपत्तीचं समान पुनर्वाटप करावं अशा विचारधारेचा प्रसार करायला प्रारंभ केला होता. जयप्रकाश नारायण यांच्या जनता पक्षाबरोबर जनसंघानं सहकार्य करावं या वाजपेयी व अडवाणी यांच्या प्रस्तावाला राष्ट्रीय स्वयंसेवक संघानं पूर्ण पाठिंबा दिलेला पाहून मधोक नाराज झाले.

१९७७ ते १९७९ या काळात भारतावर सत्ता गाजवणाऱ्या जनता पक्षाचा असा चेहरामोहरा होता आणि भारतीय जनता पक्षाचं प्रारंभीचं धोरण खरोखरंच गांधीवादी-समाजवादाकडे झुकणारंच होतं. मधोकांचं १९६० आणि १९७०च्या दशकातलं धोरण, भाजपच्या १९९०च्या धोरणाशी खूपच मिळतंजुळतं होतं; परंतु जनता पक्षाबाबतचं दुमत आणि जनसंघाचं डाव्या विचारधारेकडे वळणं यांवर मधोकांनी कडाडून चढवलेला हल्ला, यामुळे त्यांना जनसंघातून तीन वर्षांसाठी निलंबित करण्यात आलं. याचाच अर्थ असा की, वाजपेयींनी आणि अडवाणींनी जनता पक्षाबरोबर केलेल्या युतीला आरएसएसचा पूर्ण पाठिंबा होता!

मधोक यांनी जे जे प्रस्ताव मांडले, ते जनसंघाच्या बहुतांश सदस्यांना स्वीकारार्ह वाटत नव्हते. जनसंघाचं घोषवाक्य होतं, 'पिकवेल त्याचं शेत' आणि त्याला साजेसा, शेती-क्षेत्र-मर्यादा घालून देणारा कायदा व्हावा, असं उपाध्याय यांचं मत होतं. त्यालाही मधोक विरोध करत होते. वाजपेयी अध्यक्ष असताना, त्यांच्या प्रेरक प्रस्तावाला मधोक विरोध करत होते. हीच वाजपेयींची पुढची मोठी समस्या होऊन बसली होती, असं मत अडवाणींनी एकदा व्यक्त केलं होतं.

गंमत म्हणजे पूर्वी मधोक आणि वाजपेयी यांची घट्ट मैत्री होती आणि त्या दोघांनी २३-२४ जानेवारी १९६५ रोजी झालेल्या जनसंघाच्या अधिवेशनावर बहिष्कार टाकला होता. त्या अधिवेशनात बच्चराज व्यास यांची अध्यक्षपदी नेमणूक झाली होती. या वेळच्या अधिवेशनात, सुप्रसिद्ध आणि ज्येष्ठ नेत्याकडे अध्यक्षपद सोपवण्याच्या यापूर्वीच्या प्रघाताला फाटा देण्यात आला होता. १९५२ साली मुखर्जींच्या गमनानंतर जनसंघाचे अध्यक्ष बनले होते मौली चंद्र शर्मा (१९५४). आरएसएस जनसंघाच्या बाबींमध्ये ढवळाढवळ करत असतो, अशी त्यांनी तक्रार केल्यामुळे त्यांना बाजूला करण्यात आलं होतं. प्रेमनाथ डोग्रा (१९५५), जम्मू आणि काश्मीरमधले नेते आणि प्रजा परिषद पक्षाचे संस्थापक आचार्य डी.पी. घोष (१९५६-५९ आणि पुन्हा १९६२ व १९६४) हे गणितज्ञ व भाषातज्ज्ञ होते आणि दीर्घकाळपर्यंत भाजपचे अध्यक्ष होते. पितांबरदास (१९६०) हे पूर्वी काँग्रेस पक्षाचे

सदस्य होते आणि त्यानंतर त्यांनी आरएसएसमध्ये प्रवेश घेतला होता. अवसरला रामा राव (१९६१) हे आंध्र प्रदेशातील कट्टर राष्ट्रवादी नेते होते आणि रघुवीरा, विविध विषयांचे व्यासंगी विद्वान हे पूर्वी काँग्रेसचे संसद सदस्य आणि विधानसभेचे सदस्य होते. १९६३ साली समाजवादी नेते, राममनोहर लोहिया यांच्यासाठी प्रचारानिमित्त प्रवास करत असताना झालेल्या मोटार अपघातात रघुवीरा मृत्यू पावले. या बुजुर्गांखेरीज इतर फक्त तीनच लोक जनसंघाच्या अध्यक्षपदी निवडून आले होते. ते होते मधोक (१९६६-६७), वाजपेयी (१९६८-७२) आणि लालकृष्ण अडवाणी (१९७३-७७). शर्मा आणि मधोक यांना आरएसएसच्या आदेशामुळे पक्षातून निलंबित करण्यात आलं होतं. अडवाणींनी मधोकना १९७३ साली तीन वर्षांसाठी पक्षातून निलंबित केलं होतं; परंतु २००५ साली खुद्द अडवाणींवर, ते भाजपचे अध्यक्ष असताना, आरएसएसचा रोष ओढवला होता; कारण पाकिस्तानचे संस्थापक आणि द्विराष्ट्रवादाचे समर्थक कट्टरपंथी नेते मुहम्मद अली जिना यांचं त्यांनी 'सर्वधर्म समान मानणारा राजकारणी नेता' असं वर्णन केलं होतं.

भाजपचं अध्यक्षपद मिळाल्यावर अवघ्या काही महिन्यांतच मरण पावलेले वीरा, नेहरूंबरोबरच्या मतभेदांमुळे पक्षांतर करणाऱ्या संसद सदस्यांपैकी एक होते. ते अल्पकाळच भाजपचे अध्यक्ष होते, तरी युतीला अनुकूलता दाखवणाऱ्या धोरणांना संघानं समर्थन द्यावं, असा विचार रुजवण्याचे त्यांनी खूप प्रयत्न केले. त्यांच्यानंतर उपाध्याय आणि नंतर वाजपेयी यांनी या युतीच्या राजकारणाला आणखी आकार दिला आणि पुढल्या काही दशकांत पक्षाचं मतदारसंघांमधलं वजन खूपच वाढवलं. क्रिस्टोफर जफ्रलॉट यांनी 'द हिंदू नॅशनॅलिस्ट मूव्हमेंट अँड इंडियन पॉलिटिक्स' या त्यांच्या पुस्तकात म्हटलंय, '१९६३ साली वीरांचा अकाली मृत्यू झाल्यामुळे, अल्पकाळात पक्षाचं आकर्षण नव्यानं वाढवणाऱ्या एका वजनदार नेत्याला पक्ष मुकला.' देशहित जपण्यास प्राधान्य देऊन भारतीय जनसंघानं लढाऊ बाणा दाखवला. १९६२ साली चीन युद्धात हार खावी लागल्यामुळे भ्रमनिरास झालेले लोक, भारतीय जनसंघाच्या या नव्या पक्षनीतीकडे ओढले गेले.

भारतीय जनसंघाच्या सर्व नेत्यांपैकी दीनदयाळ उपाध्याय यांनी भाजपच्या नेत्यांच्या पुढील पिढीवर दीर्घकाळ राहणारा खोल ठसा उमटवला. त्यात वाजपेयींचा समावेश होता.

'उपाध्याय १९७० आणि १९८०च्या दशकात हयात असते, तर काय झालं असतं?' असा प्रश्न संघांतर्गत अनेकदा विचारला जातो. भाजप नेतृत्वाखालचं नरेंद्र मोदींचं 'नॅशनल डेमॉक्रॅटिक अलायन्स (NDA)'चं सरकार अनेक सरकारी प्रकल्पांना भाजपचा पूर्वावतार असलेल्या जनसंघाच्या या ज्येष्ठ नेत्याचं नाव देणं उचित मानतंय, यात आश्चर्य वाटण्याजोगं काहीच नाही. १९९०च्या दशकाच्या अखेरीस, भारतीय (मार्क्सवादी) कम्युनिस्ट पक्षाचे बुजुर्ग आणि विचारवंत नेते,

ई.एम.एस. नंबुद्रीपाद निवर्तले, तेव्हा त्यांना श्रद्धांजली वाहताना लालकृष्ण अडवाणींनी 'कम्युनिस्ट चळवळीचे दीनदयाळ' असा त्यांचा उल्लेख केला होता. नंबुद्रीपाद अनेक वर्षे डाव्या विचारांचे प्रचारक प्रवर्तक म्हणून विख्यात होते. त्यांच्या कारकिर्दीच्या अगदी अखेरच्या काळापर्यंत, त्यांचा शब्द त्यांच्या पक्षाच्या सदस्यांना सोन्यासारखा मौल्यवान वाटत असे.

अडवाणींनी 'माय कंट्री, माय लाइफ' या आत्मचरित्रात म्हटलंय, 'दीनदयाळजींचा फेब्रुवारी, १९६८मध्ये अचानक आणि दुःखद मृत्यू झाल्यामुळे आमचा पक्ष अंधकाराच्या आणि औदासिन्याच्या खाईत ढकलला गेला. त्यांच्या खुनाभोवतीचं गूढतेचं पटल त्यांच्या मृत्यूनंतर अनेक महिने लोटले तरी दूर न झाल्यामुळे, आमच्या दुःखात भरच पडली. ते कृत्य कुणी केलं असेल? कोण त्याच्या मागे असेल? आणि का? पक्षातील प्रत्येकजण स्वतःला हेच प्रश्न विचारत आहे आणि त्यांची उत्तरं मात्र मिळत नाहीत. आपल्या प्रेमाचा माणूस आपण का गमावला, याचं उत्तर न मिळणं हे त्या व्यक्तीच्या वियोगापेक्षासुद्धा अधिक वेदनादायक असतं.'

परंतु असं असलं तरी, काळापुढे विचारांची झेप घेणारा विचारवंत असं उपाध्याय यांचं जे वर्णन केलं जातं, ती थोडी अतिशयोक्तीच वाटते.

जनसंघाचं राजनैतिक सामर्थ्य वाढवण्यासाठी योग्य प्रकारच्या युतीचं राजकारण खेळावं, या वाजपेयींच्या प्रयत्नांना त्यांनी पाठिंबा दिला असला, तरी त्यांची भाषणं आणि लेख यातून भारताबद्दलची त्यांची असमानतादर्शक मतं आणि धर्माबाबत सरधोपट सामान्य विधानं ठोकून देण्याची प्रवृत्ती स्पष्टपणे दिसून येते. अशी विचारसरणी सोडून, नवी राजनैतिक धोरणं मनापासून स्वीकारणाऱ्या वाजपेयींचं या मुद्द्यावर कौतुक करावंसं वाटतं.

वस्तुतः मधोकांसारख्या सहकाऱ्यांनी उपाध्यायांच्या 'संपूर्ण मानवतावादा'कडे साशंकतेने बघितलं होतं. त्यांची मतं म्हणजे कम्युनिस्ट नेते एम. एन. रॉय यांचे जुने लेखनच संस्करण करून आपले म्हणून मांडण्याचा प्रयत्न आहे, असं बलराज मधोक, पक्षाच्या अंतःस्थ वर्तुळात म्हणत असत. त्यांच्या दुःखद निधनानंतर उपाध्यायांभोवती संघ परिवारात जे तेजोवलय प्रस्थापित करण्यात आलं आणि त्यांना जे उच्चत्व बहाल करण्यात आलं, त्यानंतर उपाध्यायांच्या संदेशांची अलिप्त, त्रयस्थ वृत्तीनं मीमांसा करणं अशक्य होऊन बसलं. रॉय हे भारतातील कम्युनिस्ट चळवळीचे जनक होते. कालांतरानं ते साम्यवादापासून (कम्युनिझमपासून) दूर गेले आणि राजकीय सत्तेचं विकेंद्रीकरण व्हावं, अशी भूमिका घेऊ लागले. त्यांच्या 'अत्यंत पुरोगामी मानवतावादाचे' विचार उसने घेतले असल्याचा आरोप मधोक उपाध्यायांवर अगदी उघडपणे करत असत. गांधीजींप्रमाणेच उपाध्यायसुद्धा वैयक्तिक स्वातंत्र्याची गळचेपी करणाऱ्या एकपक्षीय राज्यकारभाराला कसून विरोध करत असत; परंतु रॉय आणि उपाध्याय यांच्या मतात एक प्रमुख फरक होता. रॉय हे राष्ट्रवादी नसून, जागतिक बंधुत्वभावाचे पुरस्कर्ते होते आणि स्त्रीमुक्तीचे प्रखर समर्थक होते.

उपाध्यायांचे संदेश संमिश्र भावना उद्दीपित करतात. त्यांची १९६५ सालची भाषणं दर्शवतात की काही वेळा त्यांचे विचार अगदी भाबडे असत. उदाहरण पाहा :

> 'एकदा विनोबाजी आणि राष्ट्रीय स्वयंसेवक संघाचे सरसंघचालक, श्री गुरुजी, यांच्यात संभाषण चालू असताना विषय निघाला की, हिंदू आणि मुस्लिमांची विचारसरणी कोणत्या बाबतीत विभिन्न आहे? गुरुजी विनोबाजींना म्हणाले की, प्रत्येक समाजात काही चांगले तर काही वाईट लोक असतातच. भले आणि प्रामाणिक लोक हिंदूंमध्ये आढळतात तसे मुस्लिमांमध्येसुद्धा आढळतात. त्याचप्रमाणे या दोन्ही समाजात बदमाश लोकही आढळतात. कुणाही एका समाजाकडे चांगुलपणाची मक्तेदारी नाही; परंतु असं अवलोकनात आलं की, हिंदू जरी वैयक्तिक आयुष्यात बदमाश असले, तरी ते इतरांबरोबर गटात एकत्र येतात, तेव्हा ते नेहमी चांगला विचारच करतात; यालउट दोन मुस्लीम एकत्र आले, तर ते ज्या गोष्टी मांडतील किंवा पसंत करतील, त्यांना ते वैयक्तिक आयुष्यात कल्पनेतसुद्धा शिवणार नाहीत. दोन मुस्लीम एकत्र आले की, त्यांची विचारांची दिशा पूर्णपणे बदलते. हा नित्याचा अनुभव आहे. विनोबाजींनी कबूल केलं की, या अवलोकनात सत्य आहे; पण त्यामागची कारणं मात्र सांगता येणार नाहीत. आपण या परिस्थितीची मीमांसा केली, तर आपल्या लक्षात येईल की, एका माणसाची आणि संयुक्तपणे समाजाची विचार करण्याची पद्धत पूर्णपणे भिन्न असते. या दोघात कोणतंही गणिती नातं नसतं. जर हजार भली माणसं एकत्र जमली, तर ते समानपणे चांगलेच विचार करतील अशी खात्री देता येत नाही.'[१]

उपाध्यायांच्या सिद्धान्तांचा जनसंघातील प्रारंभीच्या काळात तरुण वाजपेयींच्या मनावर खूपच प्रभाव पडला होता. उपाध्याय केवळ धार्मिक पूर्वग्रहच फैलावत नव्हते, तर ते जातीय उच्च-कनिष्ठतेचीसुद्धा तरफदारी करत होते. उदाहरणार्थ –

> 'वैयक्तिक विविधरंगी व्यक्तिमत्त्व आणि विविध सामाजिक संस्था यांच्यात चिरंतर आणि अटळ झगडा असल्याचं मत आम्ही स्वीकारत नाही. असा झगडा जर अस्तित्वात असेल, तर तो ऱ्हास आणि विकृतीचा निदर्शक आहे आणि स्वभाव किंवा संस्कृतीचा परिणाम नव्हे. पाश्चात्त्यांपैकी काहींचं मत आहे की, या मूलभूत झगड्यातूनच मानवाची प्रगती होत असते; हे

१ http://deendayalupadhyay.org/speeches.html.

> मत चुकीचं आहे, त्यामुळे त्यांना व्यक्ती आणि राज्य यांच्यातील संघर्ष ही नैसर्गिक घटना वाटते. त्याच मुद्द्यावर ते वर्गांमधल्या संघर्षाचा सिद्धान्त उभा करतात. समाजात भिन्न वर्ग असतात. आपल्याकडेसुद्धा विविध जाती होत्या; परंतु एका जातीचा दुसऱ्या जातीशी संघर्ष होणं याला आपण त्यामागची मूळ संकल्पना मानत नव्हतो. आपले चार वर्ण आहेत. त्यांना आपण विराट पुरुषाच्या विभिन्न अवयवांचं रूप मानतो. असं म्हणतात की, विराट पुरुषाच्या मस्तकातून ब्राह्मण निर्माण झाले, हातांमधून क्षत्रिय निर्माण झाले, पोटातून वैश्य निर्माण झाले अणि पायातून शूद्र निर्माण झाले. जर या संकल्पनेची आपण मीमांसा करू लागलो, तर प्रश्न उभा राहील की एकाच विराट–पुरुषाचं मस्तक, हात, पोट आणि पाय यांच्यात संघर्ष उद्‌भवू शकेल का? जर संघर्ष मूलभूत असेल तर देह एकसंध राहूच शकणार नाही. एकाच देहाच्या विभिन्न अवयवांमध्ये संघर्ष संभवनीयच नाही. याउलट अखंड एक व्यक्ती टिकून राहू शकेल. हे अवयव केवळ परस्परपूरकच नाहीत, तर ते एकसंधपणे देह निर्माण करत असतात. त्या अवयवांचं समान उद्दिष्ट, समान ओळख असते. चातुर्वर्ण्य व्यवस्थेचं मूळ या तत्त्वात सापडतं. ही कल्पना जिवंत ठेवली नाही, तर वर्ण किंवा जाती परस्परपूरक न ठरता संघर्ष निर्माण करतील; परंतु सध्या या कल्पनेचा विपर्यास होत आहे. चातुर्वर्ण्य व्यवस्था ही सुसूत्र रचना राहिलेली नाही, त्यामागे कोणतंही धोरण नाही, योजना नाही. आपल्या समाजाची ही सद्यःस्थिती आहे.'

वाजपेयींना उपाध्यायांचे शब्द अत्यंत पवित्र वाटत. उपाध्यायांनी तर इंग्रजी भाषेला निंद्य मानून, हिंदीचा वापर सुरू करावा, असा जनतेला आग्रह करायला सुरुवात केली होती. भारतीय घटनेचं उल्लंघन करतील असे धूसर आणि बिनबुडाचे राजकीय मुद्दे त्यांनी चर्चेत घ्यायला सुरुवात केली.

> 'आपल्या देशात धर्माबाबतची परिस्थिती पुरातन काळच्या हिंदू विवाहांसारखी बनलीय. तेव्हा दोघांचीही तशी इच्छा असली, तरी जोडप्याला घटस्फोट घेता येत नसे. त्यामागचं तत्त्व असं होतं की, त्यांचं वागणं त्यांच्या मनमानीप्रमाणे नसावं. त्यावर धर्माचा अंकुश असावा. देशाच्या बाबतीत तोच मुद्दा लागू आहे. जर काश्मीरचे चाळीस लाख लोक म्हणू लागले की, त्यांना भारतातून विभक्त व्हायचंय, जर गोव्याचे लोक म्हणू लागले की, त्यांनासुद्धा वेगळं व्हायचंय, त्यातले काही म्हणू लागले की, त्यांना पोर्तुगीज सत्ता परत यायला हवीय, तर ते धर्माच्या विरोधात गणलं जाईल.

> जर भारताच्या साडेचार कोटी जनतेपैकी एकानं धर्मविरोधात जायचं ठरवलं, तर ते सत्याला अनुसरून नसेल. याउलट जरी फक्त एक माणूस धर्माप्रमाणे वागला तर ते सत्याला अनुसरून असेल कारण सत्य हा धर्माचा भाग आहे.'

लेखक आझाद अश्रफ यांनी सप्टेंबर २०१५च्या एका लेखात पुराव्यासह ठामपणे मांडलं आहे की, उपाध्याय प्रचलित पूर्वग्रह आणि बिनबुडाच्या संकल्पनांना 'भारतीय संस्कृती' नामक प्रावरणात लपेटून जनतेपुढे मांडत असत. तत्कालीन राजकारणावरचं असलं धूसर वक्तव्य संघाबाहेरील जनतेला फारसं रुचणं शक्यच नव्हतं आणि प्रत्यक्षात त्यांचे निस्सीम चाहते असलेले वाजपेयीसुद्धा उपाध्यायांच्या असल्या सैद्धांतिक मतांपासून काही काळानं दूर गेले होते.

हे सर्व लक्षात घेतलं तरीसुद्धा जनसंघात विकासाचं बीज रुजवून, सत्तेवरील काँग्रेस पक्षाला दूर हटवण्यासाठी अन्य निधर्मी पक्षांशी युती करण्याची मानसिकता जनसंघ सदस्यांमध्ये निर्माण करण्याचं श्रेय उपाध्यायांना दिलंच पाहिजे. सरतेशेवटी हे सर्व राजनीतिज्ञ विविध विषयांमध्ये राजनैतिक प्रयोग करून पाहत होते. अडवाणींना आठवतंय की, उपाध्याय फार फर्डे वक्ते नसले तरीसुद्धा त्यांनी श्रोत्यांना मंत्रमुग्ध करून खिळवून ठेवलं होतं. जनसंघानं भारतीय कम्युनिस्ट पक्षाबरोबर हातमिळवणी करून पंजाबात आणि बिहारमध्ये संयुक्त विधायक दल सरकार स्थापन केलं होतं आणि त्यावर कडाडून चढवलेल्या हल्ल्याला उपाध्याय उत्तर देत होते. या मुद्द्यावर, जनसंघाच्या कालिकत येथील (आता कोझिकोडे) १९६७ सालच्या अधिवेशनात संतप्त सदस्यांनी खूप बोलाचाली केली होती.

अडवाणी म्हणाले, 'दीनदयाळांचं भाषण त्या दिवशीच्या वादविवादात्मक चर्चेच्या अखेरीस होतं आणि ते अत्यंत सुज्ञ आणि व्यवहार्य होतं. अजूनही ते भाषण पक्षाला दीपस्तंभाप्रमाणे मार्गदर्शन करत आहे.' अडवाणी पुढं म्हणाले, 'देशातील राजकीय परिस्थितीतील विरोधाभास असा की, सामाजिक क्षेत्रात अस्पृश्यता अत्यंत निंद्य समजली जात असली, तरी राजकीय क्षेत्रात त्याचाच कधी कधी सद्गुण म्हणून उदोउदो केला जातो. जर त्यांच्या राजकीय प्रतिस्पर्ध्यांबाबत पक्षानं अस्पृश्यतेचं धोरण वापरलं नाही, तर तो पक्ष काहीतरी चुकीचं करतोय असं मानलं जातं. आम्ही, जनसंघात, कम्युनिस्टांची धोरणं, डावपेच आणि संस्कृती यांच्याशी नक्कीच सहमत नाही; परंतु त्यामुळे त्यांना अस्पृश्यांसारखं दूर ठेवणं योग्य ठरणार नाही. जर समान उद्दिष्टांच्या पायावर काम करायला किंवा संमत धोरणांचा अवलंब करायला बांधिलकी दाखवणारं युतीचं सरकार स्थापायला ते आपल्याला सहकार्य द्यायला तयार असले, तर मला त्यात काहीही आक्षेपार्ह दिसत नाही... त्यांच्यात तीव्र मूलभूत मतभेद

असूनही सर्व पक्षांनी जुळवून घेण्याची वृत्ती दाखवली, तर लोकशाहीच्या दृष्टीनं तो शुभशकुनच म्हटला पाहिजे.'[१०]

***

त्यामुळे जनसंघाची विश्वासार्हता आणि आकर्षकता अन्य काँग्रेसेतर पक्षांमध्ये वाढवण्याच्या दृष्टीनं, उपाध्यायांचे उत्तराधिकारी म्हणून करण्यात आलेली वाजपेयींची निवड अत्यंत सुज्ञपणाची ठरली आणि ती निवड ज्यांना पसंत नव्हती, त्यांना वरकरणी हसतमुखानं या निवडीचं स्वागत करणं भागच पडलं.

जेव्हा आरएसएसचे प्रमुख, गोळवलकर यांना अडवाणी जनसंघाच्या १९७३ सालच्या अधिवेशनापूर्वी, दिल्ली विमानतळावर भेटले होते, तेव्हा त्यांनी मधोकांपासून पोहोचत असलेल्या उपद्रवाबद्दल त्यांना सांगितलं होतं. मधोक त्या वेळेस वाजपेयी, अडवाणींसारख्या सदस्यांवर वैयक्तिक टीकेचे हल्ले वारंवार चढवत होते. अडवाणींनी गोळवलकरांना सांगितलं की, दिवसेंदिवस ही परिस्थिती अधिकच चिघळत चालली होती आणि जेव्हा निलंबनाचा मुद्दा निघाला तेव्हा गोळवलकर गुरुजी अडवाणींना म्हणाले, 'संस्थेचं हित जपण्यासाठी, शिस्तभंगाबद्दल जी कारवाई करणं गरजेचं आहे, ती तुम्ही करायलाच हवी. याबाबतीत, कुणालाच, अगदी भूतपूर्व पक्षाध्यक्षालासुद्धा माफी देता कामा नये.'

या सहकार्याच्या प्रयोगाला विरोध करणारे अनेक नेते पक्षात बाजूला सारले गेले किंवा निलंबित केले गेले. त्यामुळे अडवाणींच्या मदतीनं वाजपेयींना जयप्रकाशजींच्या जनता पक्षाच्या चळवळीशी संलग्न होऊन, जनसंघाचं एका विशाल राजकीय पक्षात परिवर्तन करण्याचं स्वातंत्र्य लाभलं. या धोरणामुळे जनसंघ त्यांच्या मतदारसंघाबाहेरील जनतेलासुद्धा हवाहवासा वाटू लागला. जनसंघातील वाजपेयी आणि अन्य नेते जयप्रकाशजींच्या जनता पक्षाच्या सतत संपर्कात राहू लागले आणि त्यांच्या मनावर बिंबवू लागले की,जनसंघ हा समाजसत्ताविरोधी, आक्रमक राष्ट्रवादी आणि धर्मांध पक्ष नाही! तर प्रत्यक्षात जनसंघ हा नेक आणि निःस्वार्थी सदस्य लाभलेला पक्ष आहे.

आपल्या प्रतिस्पर्ध्यांची खेळी हाणून पाडणारा निष्णात जादूगार, अशी लवकरच वाजपेयींची ख्याती पसरली आणि ती त्यांची प्रतिमा कायम टिकून राहिली. वाजपेयींच्या मंत्रिमंडळात, त्यानंतर अनेक वर्षांनी, यशवंत सिन्हांनी वाजपेयींबरोबर काम केलं होतं. त्यांनी या गोष्टीला अभिमानानं दुजोरा दिला. त्यांचं ठाम मत आहे की, सर्व प्रकारची कारस्थानं रचणाऱ्यांची खेळी उलथवून पाडून त्यांना निष्प्रभ करण्यात वाजपेयींचा हात कुणीही धरू शकणार नाही!

---

[१०] एल. के. अडवाणी, *माय कंट्री माय लाइफ* (न्यू दिल्ली : रूपा पब्लिकेशन्स, २००८).

५

१९७३-१९७७

खळबळजनक वर्षं

प्रत्येक वर्षीच्या जून महिन्यात दिल्लीच्या रहिवाशांना एकाच गोष्टीची ओढ लागलेली असते; राजधानीतील असह्य उष्म्यापासून दूर कुठंतरी पळ काढण्याची! वाजपेयींनाही ऐहिक सुखं कधीच त्याज्य वाटत नसत. त्यामुळे २६ जून १९७५ रोजी सुरू होणाऱ्या संयुक्त संसद समितीच्या बैठकीसाठी ते बंगलोरला दोन दिवस आधीच जाऊन पोहोचले. त्या गटाचे सदस्य नवीन येऊ घातलेल्या 'पक्षबदल कायद्या'बद्दल चर्चा करणार होते. अडवाणीसुद्धा त्या समितीचे सदस्य होते. ते वाजपेयींनंतर आणखी एका दिवसानं या बगीच्यांच्या शहरात बंगलोरमध्ये पोहोचले. समितीची बैठक संपल्यावर, ते दोघेही दिल्लीला परत जाणार होते.

ते परत गेलेच नाहीत!

काँग्रेस-विरोधी चळवळीचे अध्वर्यू म्हणून जयप्रकाश नारायण यांचा १९७३ साली बोलबाला होऊ लागताच, भविष्यात काय वाढून ठेवलंय याची स्पष्ट कल्पना यायला सुरुवात झाली होती. चार महिन्यांपूर्वी, ६ मार्च १९७५ रोजी, दिल्लीच्या रामलीला मैदानावर जयप्रकाशजींच्या जनता पक्षानं आयोजित केलेल्या मेळाव्यात केवळ दिल्लीतीलच नव्हे, तर जवळच्या उत्तर प्रदेशातील लक्षावधी लोकांनी भाग घेतलेला पाहून, इंदिरा गांधी नखशिखांत हादरल्या होत्या.

२६ जून १९७५च्या सकाळी, साडेसात वाजता, वाजपेयींबरोबर कायदेमंडळाच्या सदस्यांसाठी असलेल्या सरकारी बंगल्यात राहत असलेल्या अडवाणींना, बंगलोरमधील जनसंघ कचेरीतून फोन आला आणि दिल्लीतील जनसंघाच्या सचिवानं पाठवलेला

तातडीचा निरोप त्यांना देण्यात आला. हा निरोप थोडक्यात खूप मोठा आशय व्यक्त करणारा आणि अत्यंत निकडीचा होता. जयप्रकाश नारायण यांच्यासह विरोधी पक्षातल्या शेकडो महत्त्वाच्या नेत्यांना उत्तररात्री घातलेल्या धाडींमध्ये कैद करण्यात आलं होतं आणि लवकरच अडवाणींना आणि वाजपेयींना कैद करण्यासाठी पोलीस तेथे येऊन पोहोचले असते. अडवाणी धावतच वाजपेयींच्या खोलीत पोहोचले आणि पोलीस येऊन पोहोचण्यापूर्वी या कैद प्रकरणाची, आणीबाणी लागू करण्याची निर्भत्सना करणारं एक संयुक्त निवेदन प्रसृत करण्याचं त्यांनी ठरवलं.

पोलीस दोन तासांनंतर तेथे येऊन पोहोचले आणि अडवाणी, दोन वेगळ्या बैठकांसाठी आलेले समाजवादी पक्षाचे नेते मधू दंडवते आणि काँग्रेस (ओ) नेते श्याम नंदन मिश्रा, यांच्याबरोबर त्यांनी वाजपेयींना बंगलोर-मध्यवर्ती-कारागृहात नेलं. तोवर सर्व नागरी अधिकार रद्द करून अंतर्गत आणीबाणी जारी करत असल्याचं जाहीर निवेदन इंदिरा गांधींनी केलं होतं. इंदिरा गांधींच्या खास माणसांनी तयार केलेल्या लांबलचक यादीत ज्या कुणाचं नाव असेल त्याला मिसा (Maintainance of Internal Security Act) कायद्याखाली कैद केलं जाणार होतं. बंदी घालण्यात आलेल्या पंचवीस संस्थांमध्ये राष्ट्रीय स्वयंसेवक संघाचासुद्धा समावेश करण्यात आला होता.

वाजपेयी आणि अडवाणी या दोहोंचे वकील असलेले एन. एम. घटाटे जुलैच्या दुसऱ्या आठवड्यात बंगलोरला पोहोचले. त्यांनी वाजपेयींना कैद्याच्या वेशात पाहिलं आणि त्यांना विचारलं, ''अटलजी, हे सारं आहे तरी काय?'' मोठ्यांदा हसत वाजपेयी म्हणाले, ''आता इंदिरा गांधीच मला अन्नपाणी देतील आणि इंदिरा गांधीच मला वस्त्रं पुरवतील. मला खिशातून एक पैसाही खर्चावा लागणार नाही.'' वाजपेयींच्या वकील मित्रानं त्यांना सांगितलं की, त्यानं कैदेविरोधात हेबिअस कॉर्पस (कैद्याला न्यायालयासमोर हजर करण्याची लेखी आज्ञा) अर्ज तयार केला आहे, तेव्हा वाजपेयींनी त्यांना तो अर्ज दाखल करायला सांगितलं. घटाटेंनी त्यांना असंही सांगितलं की, काही राजकीय कैद्यांचं मत १९४२ प्रमाणेच आताही न्यायालयांसमोर कोणताही अर्ज करू नये, असंच आहे. त्यावर वाजपेयी म्हणाले, ''हे १९७५ साल आहे, १९४२ नव्हे. आता आपण एका स्वतंत्र देशाचे नागरिक आहोत. न्यायालयं आपली आहेत. आज जर आपण न्यायव्यवस्थेचे दरवाजे ठोठावले नाहीत, तर उद्या न्यायाधीश आपल्याला म्हणू शकतील की (आपण अर्ज केला असता तर) आपल्याला कैदेतून सुटका मिळू शकली असती. आपण न्यायव्यवस्थेची सत्त्वपरीक्षा घ्यायलाच हवी!'' परंतु वाजपेयी नेहमीच सर्वानुमतानं चालत असत, त्यामुळे त्यांनी अडवाणींचं आणि इतर दोघांचं मत विचारलं. त्या सर्वांनी वाजपेयींचं म्हणणं ताबडतोब उचलून धरलं.

वाजपेयी तुरुंगात अडवाणींबरोबर एकाच कोठडीत राहत होते. काही दिवसांनी त्यांना पाठदुखीचा खूप त्रास होऊ लागला. त्यांच्या पाठदुखीवरील दीर्घ उपचारासाठी ते रुग्णालयात आधीपासूनच जाऊ लागले होते. १२ जुलैला जेवल्यानंतर त्यांनी पोटात दुखत असल्याची तक्रार केली. त्यांना ताबडतोब जवळच्या एका रुग्णालयात नेण्यात आलं आणि पुढील काही तासांमध्येच त्यांच्यावर अ‍ॅपेंडिक्स काढून टाकण्याची शस्त्रक्रिया करण्यात आली. घटाटे म्हणतात की, या जनसंघ नेत्याच्या दृष्टीनं हा फार अवघड काळ होता आणि शस्त्रक्रियेनंतर अनेक दिवस त्यांची प्रकृती अत्यंत नाजूक झालेली होती. त्या काळात अडवाणींना आणि इतरांना हरियाणातील रोहतक येथे हलवण्यात आलं, तर वाजपेयी बरं होण्याच्या प्रतीक्षेत बंगलोरच्या व्हिक्टोरिया हॉस्पिटलमध्येच राहिले.

वाजपेयींची प्रकृती आणखीच ढासळू लागली, तेव्हा हॉस्पिटलमधील श्रेष्ठींच्या लक्षात आलं की, त्यांचं अ‍ॅपेंडिक्सचं निदान चुकलेलंच होतं. प्रत्यक्षात वाजपेयींना टायफॉइड (विषमज्वर) होता. इंदिरा गांधींना जेव्हा आपल्या राजकीय विरोधकाच्या परिस्थितीबद्दल कळलं, तेव्हा त्यांनी वाजपेयींना दिल्लीतील 'ऑल इंडिया इन्स्टिट्यूट ऑफ मेडिकल सायन्सेस' येथे हलवलं. तेथे पाचव्या मजल्यावरील त्यांच्या खोलीत त्यांना अधूनमधून त्यांच्या पालक-कुटुंबालाही भेटण्याची परवानगी देण्यात येऊ लागली.

दरम्यान, देशभरात विरोधी पक्षाचे हजारो सदस्य कैदेत टाकले गेले होते. त्यातल्या अनेकांना बेदम मारहाण करण्यात आली होती. काहींचा तर छळामुळे जीव गेला होता;[१] परंतु आणीबाणीच्या काळातील या सर्व अतिरेकांबद्दल केवळ मौखिक माहिती उपलब्ध होऊ शकत होती. वाजपेयींना, फिरोजशाह रोड येथील त्यांच्या निवासस्थानात हलवण्यात आलं होतं; परंतु त्यांच्या हालचालींवर निर्बंध घालण्यात आले.

आणीबाणी जाहीर करून, इंदिरा गांधींनी त्यांच्या बहुतांश राजकीय विरोधकांचं मनोबल खच्ची करण्यात यश मिळवलं. त्यातले अनेकजण भूमिगत झाले असले, तरी कैद झालेल्यांपैकी अनेकजण दडपण आणि भविष्याबाबत संपूर्ण अशाश्वती यांमुळे विकल होऊ लागले. या अनुभवामुळे वयोवृद्धांपैकी बरेचजण मानसिकदृष्ट्या छिन्नभिन्न झाले. वस्तुतः जयप्रकाशजींच्या भ्रष्टाचारविरोधी, पूर्ण राज्यक्रांतीचा नारा देणाऱ्या चळवळीबाबतचा विविध राजनैतिक गटांचा फसफसणारा उत्साह फारच अल्पजीवी ठरला. जयप्रकाशजींच्या चळवळीसाठीच्या आवाहनाला वेगवेगळ्या समाजवादी पक्षांनी आणि राष्ट्रीय स्वयंसेवक संघानं पूर्ण पाठिंबा दिलेला होता; परंतु हा उत्साह

---

[१] सुधांशु रंजन, *जस्टीस, ज्युडोक्रसी अ‍ॅन्ड डेमोक्रसी इन इंडिया : बाउण्ड्रीज अ‍ॅन्ड ब्रीचेस* (न्यू दिल्ली : रूटलेज, २०१४).

आणीबाणीच्या अनुभवामुळे विरून गेला. कदाचित, लोकशाहीभिमुख शक्तींपासून फार मोठा धोका असल्याच्या अवाजवी भीतीमुळे, इंदिरा गांधींनी गरज नसतानाही पोलीसबळ वापरलं असावं. त्यांच्या हुजऱ्या स्तुतिपाठकांचा सल्ला मानण्यामागं त्यांची स्वतःचीही काही कारणं होती, ही गोष्ट खरी आहे. त्यांचा कळीचा युक्तिवाद होता की, ज्यांना ज्यांना निवडणुकीत जिंकता आलं नव्हतं, त्यांनी कायदा हातात घेऊन सरकारपुढं सुरक्षेबाबत समस्या उभ्या केल्या होत्या. जयप्रकाशांच्या चळवळीला प्रचंड मोठ्या प्रमाणात भारतीय जनतेचा पाठिंबा मिळणार असल्याची स्पष्ट चिन्हंही दिसू लागली होती. स्वतःच्या सरकारातील त्रुटी, हे इंदिरा गांधींच्या चिंतांचं मूळ होतं. सरकारच्या सर्व स्तरांवर बोकाळलेल्या भ्रष्टाचारामुळे जनता खवळली होती. राष्ट्रीय अर्थव्यवस्था कोलमडत होती. या राजकीय परिस्थितीचा फायदा घेऊन काँग्रेस विरोधक पक्षांची एकजूट घडवून आणायचा निश्चय वाजपेयींनी आणि जनसंघाच्या अन्य नेत्यांनी केला. अशा प्रकारच्या पक्ष संघटनेमुळे जनसंघाचं महत्त्व कमी होईल, अशी चिंता व्यक्त करणाऱ्या त्यांच्या एका सहकाऱ्याला वाजपेयी म्हणाले होते, ''आपल्यापुढील ही एकमेव संधी आहे, अशी संधी पुन्हा चालून येणार नाही.''

शिवाय, जयप्रकाशजींच्या चळवळीमुळे इंदिरा गांधींच्या विरोधात मोठं वादळ घोंघावू लागलं होतं. केवळ वर्षभरापूर्वीच, विद्यार्थ्यांनी गुजरातेत प्रचंड मोठं आंदोलन करून, काँग्रेसचे मुख्यमंत्री चिमणभाई पटेल यांचं सरकार उलथवलं होतं. बिहारमध्ये विद्यार्थ्यांचं आंदोलन जोर धरू लागलं होतं आणि तेथील काँग्रेस सरकारनं राजीनामा देऊन पुन्हा निवडणूक घ्यावी, असं दडपण येऊ लागलं होतं. काँग्रेस सरकार असलेल्या अन्य राज्यांमध्येही अशाप्रकारची मागणी होऊ लागेल या भीतीपोटी, इंदिरा गांधी या मागणीला मान्यता द्यायला राजी नव्हत्या. जयप्रकाश नारायणांशी जवळीक असलेल्या काँग्रेस नेत्यांनी याबाबत त्यांच्याशी बोलणी करायचा प्रयत्न केला होता; परंतु त्यांनी त्यास नकार दिला. जयप्रकाश नारायणांच्या बाजूचे असलेले चंद्रशेखर आणि मोहन धारिया आदी काँग्रेस नेत्यांनी यातून मार्ग काढण्याचा प्रयत्न केला होता; परंतु अशाप्रकारच्या योजना इंदिरा गांधींना संशयास्पद वाटत होत्या. जयप्रकाश यांच्या बाजूने असणाऱ्या काँग्रेसमधल्या नेत्यांना वरचष्मा मिळावा, अशी त्यांची अजिबात इच्छा नव्हती. त्यांनी लवकरच धारियांना काँग्रेसमधून निलंबित केलं. आरएसएसला राजकीय पक्ष म्हणून कायदेशीर मान्यता मिळेल आणि जयप्रकाशांशी जवळीक साधल्यामुळे (हिंदुत्ववादी असल्याचा) अनेक दशकांचा त्यांच्यावरील कलंक दूर होईल, अशी इंदिरा गांधींना चिंता वाटत होती. १९७५ सालच्या प्रारंभीच्या गुजरातेतील निवडणुकांमध्ये, काँग्रेस विरोधात एकत्र येऊन सहकार्य करणाऱ्या जनता मोर्चा या युती पक्षाला सत्ता मिळाल्यामुळेही इंदिरा गांधी अस्वस्थ झाल्या होत्या. त्यांचा स्वाभिमान दुखावला गेला होता. १९७४ साली भारतातील सर्व रेल्वे सुविधा ठप्प करणाऱ्या रेल्वे संपामुळे त्यांच्या प्रक्षुब्धतेत भरच पडली होती. हा संप भविष्यात

वाजपेयींचा उजवा हात बनलेल्या जॉर्ज फर्नांडिस यांनी आयोजित केला होता. ते त्या वेळेस समाजवादी पक्षाचे तसेच कामगार संघटनेचे नेते होते.

शेवटची ठिणगी पडली १२ जून १९७५ रोजी अलाहाबाद हायकोर्टाच्या जे. एम. एल. सिन्हांनी दिलेल्या हस्तलिखित निर्णयामुळे. त्यांनी इंदिरा गांधींची रायबरेली मतदारसंघातून झालेली निवड रद्दबातल ठरवून, त्या जागेवर दावा करणाऱ्या राज नारायण यांच्या बाजूनं कौल दिला. सिन्हांनी इंदिरा गांधींना सर्वोच्च न्यायालयात अपील करण्यासाठी वीस दिवसांची मुदत दिली. २४ जून १९७५ रोजी सर्वोच्च न्यायालयानं इंदिराजींना पंतप्रधान म्हणून कार्यभार सांभाळायला परवानगी दिली; परंतु कोणत्याही मुद्द्याबाबतच्या मतदानात मत देण्याचा त्यांचा अधिकार काढून घेतला. ही अट लागू करणारा निर्णय सुप्रसिद्ध न्यायाधीश व्ही. आर. कृष्णा अय्यर यांनी दिला होता.

त्यादिवशी, रामलीला मैदानावर लक्षावधी लोक एकत्र जमले. त्यांना जयप्रकाश नारायण, मोरारजी देसाई आणि अन्य नेत्यांची भाषणं ऐकायची होती. त्या नेत्यांपैकी बऱ्याचशा नेत्यांना कैद करण्यात आलं होतं (त्यावेळेस वाजपेयी बंगलोरमध्ये होते). जनतेच्या चळवळीवर पंतप्रधानांनी जी प्रतिक्रिया दिली त्याचं वर्णन करताना एका पत्रकारानं म्हटलं, 'कोंडलेलं श्वापद वागेल, तशा त्या वागल्या.'

दरम्यान, १९७३ साली कॅन्सरनं गोळवलकर मृत्यू पावल्यावर आरएसएसचे तिसरे नेते म्हणून निवडून आलेले मुत्सद्दी राजकारणी मधुकर दत्तात्रेय देवरस हेही अटकेत होते. कैदेत असतानाच त्यांनी इंदिरा गांधींच्या सरकारची स्तुती करणारी काही पत्रं लिहिली होती, त्यामुळे त्यानंतर त्यांच्यावर इंदिरा गांधींच्या अनेक विरोधक पक्षनेत्यांचा, तसंच आरएसएसच्या सदस्यांचा रोष ओढवला. देवरसांनी या नेत्यांची कैदेतून सुटका करण्याच्या बदल्यात सक्तीचं कुटुंबनियोजन हा एक मुद्दा असलेला संजय गांधींचा वीस कलमी कार्यक्रम कार्यान्वित करायला पूर्ण सहकार्य देण्याचं कबूल केलं होतं. देवरसांचे समर्थक म्हणतात की, संकटकाळात जास्त हालचाल न करता गप्प राहायचं आणि योग्य संधी मिळताच घाव घालायचा, या त्यांच्या सुज्ञ धोरणानुसार त्यांनी तेव्हाची ती खेळी केली होती. निवडणुकीच्या राजकारणात जनसंघानं जोमानं मुसंडी मारावी, अशी देवरसांची योजना होती. जयप्रकाशांच्या लोकप्रियतेच्या लाटेवर जनसंघानं आरूढ व्हावं म्हणजे निवडणुकीत आजवर फक्त पस्तीस जागा मिळवू शकलेला जनसंघ जोरात उसळी मारू शकेल, या कल्पनेला त्यांचा संपूर्ण पाठिंबा होता. आरएसएसचे आधीचे नेते गोळवलकर हे पस्तीस जागांवर संतुष्ट होते; परंतु देवरस गोळवलकरांहून खूपच जास्त महत्त्वाकांक्षी होते. त्यांना जनसंघानं उंच भरारी मारून नवी कुरणं हस्तगत करावीत, अशी आस लागली होती. १९५९ ते १९७४ या काळात अस्तित्वात असलेल्या स्वतंत्र पक्षाच्या सुधारणाभिमुख धोरणांना, त्या काळी जनतेचा फारसा पाठिंबा नव्हता. त्या पक्षाशी सहकार्य करण्याचा विचारसुद्धा त्यांच्या मनाला शिवला नाही. जयप्रकाशांबरोबर युती हा अत्यंत आकर्षक

प्रस्ताव होता. जयप्रकाशांशी जवळीक साधण्याबाबत वाजपेयी-अडवाणी द्वयीला देवरसांचा संपूर्ण पाठिंबा होता. प्रत्यक्षात त्या वेळेस जयप्रकाशांच्या मनात महात्मा गांधीजींच्या खुनाशी असलेल्या आरएसएसच्या संबंधामुळे, संघाबद्दल साशंकता होती. वाजपेयी आणि अडवाणींनी जयप्रकाशांच्या मनातली आरएसएसबद्दलची साशंकता दूर करण्याची मोलाची कामगिरी बजावली. आरएसएसच्या एका बैठकीत उपस्थित असताना उंच आणि कृश जयप्रकाशजी तर असंही म्हणाले होते, ''जर आरएसएसला फॅसिस्ट (समाजसत्तावादाला विरोध करणारा आक्रमक राष्ट्रवादी पंथ) म्हटलं, तर मलासुद्धा फॅसिस्ट म्हटलं पाहिजे.'' एकेकाळी कट्टर मार्क्सवादी राहून, काँग्रेस नेत्यांबरोबर काम करणाऱ्या जयप्रकाशांच्या बाबतीत हे फार मोठं तात्त्विक स्थित्यंतरच म्हटलं पाहिजे!

***

१९७६ सालातल्या ३१ डिसेंबरच्या कडक हिवाळ्याच्या एका संध्याकाळी, अखिल भारतीय विद्यार्थी परिषदेचा मुख्य सचिव रामबहादूर राय वाजपेयींना भेटायला १, फिरोजशाह मार्ग या त्यांच्या निवासस्थानी गेला होता. त्याचं गरम चहाचा कप देऊन स्वागत करण्यात आलं. रायनं घाईगडबडीत काळजीपोटी वाजपेयींची भेट घेतली होती, कारण त्याच्या कानी एक ताजी बातमी पडली होती. इंदिरा गांधींच्या सरकारात गृह, कामगार आणि संसदीय कारभार ही खाती सांभाळणारा ओम मेहता हा राज्यमंत्री वाजपेयींना भेटला होता. रामबहादूर राय याला याहून जास्त काहीच माहीत नव्हतं; त्यामुळे तो या बातमीची सत्यता जाणून घेण्यासाठी आला होता.

रायनं विचारलं, ''वाजपेयीजी, ओम मेहता तुम्हाला भेटायला आला होता ही बातमी खरी आहे का?''

त्याला ताबडतोब उत्तर मिळालं, ''नाही. ती मोठी व्यक्ती आहे. तो मला भेटायला आला नाही. मीच त्याला भेटायला गेलो.''

राय आता 'इंदिरा गांधी नॅशनल सेंटर फॉर आर्ट्स'च्या विश्वस्त मंडळाचा अध्यक्ष आहे. त्यावेळेस वाजपेयींचं हे उत्तर ऐकून तो आश्चर्यचकित झाला. त्यावेळेस गांधींच्या मंत्रिमंडळात गृहखातं सांभाळणाऱ्या ब्रह्मानंद रेड्डीपेक्षा ओम मेहता, इंदिरा गांधींशी असलेल्या त्याच्या जवळिकीमुळे अधिक शक्तिशाली मानला जात असे. आपला नेता स्वतःहून एका काँग्रेस मंत्र्याला भेटायला गेला, यावर रायचा विश्वासच बसेना!

अ.भा.वि.प.चा हा नेता काही क्षण अगदी गप्प राहिला. मग त्यानं वाजपेयींना या भेटीतून काय निष्पन्न झालं, असा प्रश्न केला.

काही क्षण स्तब्ध राहून वाजपेयींनी देशातील विविध भागांत दंगलखोरांनी जनतेच्या मालमत्तेच्या केलेल्या विध्वंसाबाबत बोलायला सुरुवात केली. त्यांनी

रायला सांगितलं की, अ.भा.वि.परिषदेनं आपल्या चुकांची कबुली देऊन सत्तेवरील सरकारची माफी मागायची वेळ आलेली आहे, तरच सत्तेवरचं सरकार आणीबाणीचा कायदा रद्दबातल करायचा विचार करेल.[२]

आपला संताप संयमानं आटोक्यात ठेवून रायनं अ.भा.वि.परिषदेच्या कार्यकर्त्यांनी विध्वंसक दंगल केली असल्याचा आरोप नाकारला. ''ही गोष्ट धादांत खोटी आहे आणि आम्हाला तुरुंगात जावं लागलं तरी आम्ही कदापि माफी मागणार नाही,'' राय ठासून म्हणाला.

वाजपेयींनी नाराजी व्यक्त करत खालच्या आवाजात म्हटलं की, रायसारख्या लोकांना अशी उद्धट विधानं करणं सोपं वाटत असलं, तरी त्यांच्या स्वतःसारख्या ज्येष्ठ लोकांना लोकशाही सरकारच अधिक पसंत आहे. रायनं पडत्या स्वरात म्हटलं, ''आम्हालासुद्धा निवडणूक आणि लोकशाही हवी आहे.'' त्या दोघांनी एकमेकांचा निरोप घेतला.

अ.भा.वि.परिषदेनं माफी मागितली नाही; परंतु सुदैवानं लवकरच आणीबाणी दूर करण्यात आली.

कालांतरानं 'जनसत्ता'चा संपादक झालेल्या रायच्या लक्षात आलं की, वाजपेयींची समाजातील भूमिका आणि प्रत्यक्षातले वाजपेयी यांच्यात जमीन आस्मानाचा फरक आहे. नव्या राजकीय वास्तवाशी वाजपेयी किती चटकन जुळवून घेऊ शकतात आणि एक राजकारणी या नात्यानं ते किती महत्त्वाकांक्षी आहेत, याचा त्याला साक्षात्कार झाला! ते उदारमतवादी नेते असले, तरी निर्णय घेताना ते तत्त्वांचा फारसा बडिवार माजवत नसत, असं रायच्या लक्षात आलं.

इंदिरा गांधींच्या बावीस महिन्यांच्या आणीबाणीच्या सरकारात देवरसांची प्रतिकूल काळात जास्त तंटबखेडा न करता, गप्प राहून, योग्य संधीची वाट पाहून, त्यानंतर घाव घालण्याची जी भूमिका होती, त्या भूमिकेचा वाजपेयींवर बराच प्रभाव पडला होता, असं जनसंघाचे काही लोक मानतात. गमतीची गोष्ट म्हणजे आरएसएसनं यापूर्वीसुद्धा त्याच्यावर बंदी घालण्यात आलेली असताना, हेच धोरण अमलात आणलं होतं. जरी संघाच्या अनेक कार्यकर्त्यांना आणीबाणीच्या काळात खूप यातना भोगाव्या लागल्या असल्या, तरी नेत्यांनी विशेषतः वाजपेयी आणि देवरसांनी सरकारशी संपर्क साधण्याचे मार्ग खुले ठेवले होते आणि (वाजपेयींनी रायला सांगितलं होतं त्याप्रमाणे) लोकशाही सरकार पुनःप्रस्थापित करण्याच्या हेतूनं कोणत्याही तडजोडीच्या प्रस्तावाला मान्यता देण्याची तयारी ठेवली होती.

प्रभाश जोशी या पत्रकारानं आणीबाणीच्या काळातील घटनांवर बारकाईनं नजर ठेवलेली होती. त्यानं एकदा लिहिलं होतं, '(जेव्हा आरएसएस विपत्तीत सापडतो तेव्हा)

---

२ खरं तर, विरोधकांना पेचात पाडण्यासाठी सत्तेवरच्या सरकारनं गुन्हे आणि विध्वंस यांची आकडेवारी फुगवून सांगितली होती.

तुम्हांला एका ठरीव साच्याच्या वागणुकीचा अन्वयार्थ लावता येतो. अगदी आणीबाणीच्या काळातसुद्धा आरएसएसचे आणि जनसंघाचे जे नेते तुरुंगातून सुटले, त्यांनी माफीनामे दिले. त्यांनी सर्वांत आधी माफी मागितली. मग भाजप ती स्मृती बाजूला का सारतंय?'

परंतु त्याच वेळेस जनसंघाच्या अंतःस्थ वर्तुळातील एक गट वाजपेयींच्या, 'आळशी, ऐषआरामी आणि तरीही महत्त्वाकांक्षी असा नेता, ज्याला संस्थेच्या व्यवस्थापनाबद्दल किंवा काँग्रेसविरोधी, जोमाचा हिंदुत्ववाद पुढं नेणारं धोरण अवलंबणाऱ्या तत्त्वांबद्दल काहीही फिकीर वाटत नाही,' असा निर्भर्त्सनात्मक उल्लेख करत असे. अशा गटाच्या मते वाजपेयी केवळ फर्डे वक्ते होते आणि त्यांच्या जनतेतील लोकप्रियतेमुळे ते पक्षात वरपर्यंत मुसंडी मारू शकले. वाजपेयी कटकारस्थानं करून संघातील त्यांच्या विरोधकांचं समूळ उच्चाटन करतात, असाही आरोप हा गट वाजपेयींवर करत असे. रायसारख्या लोकांना अजूनही आठवतंय की वाजपेयी 'ऑर्गनायझर' आणि 'पांचजन्य'च्या संपादकांना स्वतः तोंडी सांगितलेल्या कथा आणि संपादकीयांपेक्षा वेगळ्या मताचे लेख लिहून घ्यायला सांगत. यामागचा हेतू त्यांच्या पक्षस्पर्धकांबद्दल वाईट मत पसरवणं असाच असे. आपल्या प्रतिस्पर्ध्यांचा नायनाट करणं त्यांना अगदी सहज जमत असे. तसंच लांडग्यांमधलं कोकरू असल्याची मवाळ प्रतिमा समाजात मिरवणंसुद्धा त्यांना सहजगत्या साधत असे आणि त्यांची नेमकी हीच मवाळ प्रतिमा आरएसएसला वारंवार अत्यंत उपयुक्त वाटत असे.[३]

आणि या उपयुक्त प्रतिमेचं जाहीर सभांमध्ये आणि निवडणुकींच्या मोहिमांमध्ये जाहीर प्रदर्शन केलं जात असे.

***

१९७७च्या प्रारंभी भारत मानसिक शैथिल्यात सुस्त होऊन पडल्यासारखा झाला होता. जणू काही जनतेला स्वातंत्र्याबद्दल काही फिकीरच वाटत नव्हती. मिरवणुका, जाहीर सभा यांचा तोवर विसर पडून लोक बस, ट्रेन वेळेवर सुटत आहेत, सरकारी नोकर वेळेवर कामावर येत आहेत आणि जनतेची कामं त्वरित हातावेगळी करत आहेत, गुन्ह्यांची संख्या घटतेय यावरच समाधान मानू लागले होते. तो काळ सर्वांत चांगला काळ वाटू लागला होता आणि स्तंभलेखिका तौलीन सिंग हिनं लिहिलं होतं त्याप्रमाणे 'देश आणीबाणीच्या चाकोरीला रुळला होता.'

दरम्यान, इंदिरा गांधींच्या माहिती खात्यानं अहवाल सादर केला की, त्यांनी त्या क्षणी निवडणूक घेतली तर त्यांच्या पक्षाला चांगले बहुमत मिळेल. देशाच्या काही मूठभर भागांखेरीज, त्यांच्या वैयक्तिक लोकप्रियतेमुळे पक्षाला १९७१ सालासारखा

---

[३] लेखकानं घेतलेल्या राम बहादुर राय यांच्या मुलाखतीवरून.

मोठा विजय मिळेल. त्या वर्षी, पाकिस्तान युद्धानंतर इंदिरा गांधी प्रचंड बहुमतानं निवडून आल्या होत्या.[४]

परदेशात त्यांचं अधिकाधिक नकारात्मक चित्र उभं केलं गेल्यामुळे उत्तरोत्तर अधिक प्रक्षुब्ध होत चाललेल्या इंदिरा गांधींच्या कानांना माहिती खात्याचा हा अहवाल मंजुळ संगीतच भासला. भारतीय प्रसारमाध्यमांवर त्यांनी अनेक निर्बंध घालून कोणतीही काँग्रेसविरोधी बातमी छापून येणार नाही, अशी तजवीज केली होती. मात्र आंतरराष्ट्रीय प्रसारमाध्यमं त्यांना अनियंत्रित सत्ताधीश आणि हुकूमशहा म्हणून संबोधत असणं ही गोष्ट त्यांना अजिबात सहन होत नव्हती. त्यांची एकूण प्रतिमा अत्यंत डागाळली होती. भारत १९६६ साली भीषण दुष्काळाला सामोरा गेला होता, तेव्हा किंवा १९७१चं युद्ध चालू असतानाही त्यांची प्रतिमा इतकी मलिन झालेली नव्हती. त्या काळी गरिबी, दुष्काळ, लोकसंख्येतील प्रमाणाबाहेरची वाढ या दुष्टचक्राशी झुंजत असताना, त्या 'देशातील अभूतपूर्व ऐक्य' या मुद्द्यावर श्रेय घेऊन वेळ मारून नेऊ शकल्या. याउलट यावेळेस देशातील विरोधी पक्षांचे मुख्य नेते तुरुंगात खितपत पडले होते. मोठ्या उत्साहानं 'नेता' म्हणून त्यांची प्रतिमा उज्ज्वल करण्याचे प्रयत्न सुरू होते; परंतु परदेशातील त्यांची घसरती प्रतिमा ही काळजीची बाब बनली होती. त्यांचे द्वितीय पुत्र संजय हेही प्रसारमाध्यमांच्या डोळ्यांवर आलेले होते. त्यांनी घटनेबाहेरचे अधिकार हाती घेऊन सक्तीच्या नसबंदीसारख्या कुविख्यात योजनांचं आयोजन आणि कार्यवाही सुरू केली होती.[५] 'देशाबाहेरील शक्ती' देशांतर्गत कारभारात हस्तक्षेप करत असल्याचा कांगावा भीतीपोटी करण्याजोगी भरपूर कारणं इंदिरा गांधींपुढे उभी ठाकली होती. आणीबाणी जाहीर केल्यानंतर अवघ्या काही दिवसांतच इंदिरा गांधींनी देशाबाहेरील शक्तींपासून उद्भवणाऱ्या धोक्याबद्दल कांगावा करायला सुरुवात केली. ऑल इंडिया रेडिओच्या (त्याचा उल्लेख, त्यावेळेस विनोदानं 'ऑल इंदिरा रेडिओ' असाही केला जात असे)[६] प्रक्षेपणात त्या म्हणाल्या की, देशाबाहेर असे अनेक लोक आहेत, ज्यांना भारत बलवान असणं खुपत आहे.

---

४ १९७१ साली पूर्व पाकिस्तानला (बांगलादेश) मुक्त करण्यासाठी केलेल्या युद्धामुळे इंदिरा गांधींचं राजकीय वजन अपूर्व स्तरापर्यंत वाढलं होतं. त्या वर्षी त्या आपल्या पित्याच्या, नेहरूंच्या छायेतून प्रथमच बाहेर पडल्या होत्या. त्या वेळेस त्यांना वाजपेयींनी 'दुर्गा' ही उपाधी बहाल केल्याची चुकीची माहिती छापली गेली आहे. पाकिस्तानचा दोस्त असलेल्या अमेरिकेच्या दडपणाला चिवटपणे तोंड दिल्याबद्दल वाजपेयींनी त्यांची प्रशंसा केली असली, तरी दुर्गा म्हणून त्यांना गौरवलं नव्हतं. वाजपेयींनी नमूद केलंय की त्या युद्धातील विजयानंतर त्या चिमुकल्या विरोधी पक्षाशी अधिक स्नेहानं वागू लागल्या होत्या.

५ किशन खन्ना, *सॅक्रिफिशिअल गोट्स, स्केपगोट्स अँड गिनिपिग्ज : मिस्ॲडव्हेंचर्स अँड मिस्रिप्रेझेंटेशन्स* (ब्लूमिंग्टोन : ऑथर हाउस, २००७).

६ नलिन मेहता, एड. *टेलिव्हिजन इन इंडिया : सॅटलाइट्स, पॉलिटिक्स अ‍ॅन्ड कल्चरल चेंज* (न्यू दिल्ली : रूटलेज, २००८).

आपल्या अंतःस्थ वर्तुळावर आणि माहिती आणि हेरखात्याच्या अहवालांवर विश्वास ठेवून इंदिरा गांधींनी १८ जानेवारी १९७७ रोजी नव्यानं निवडणूक घेत असल्याचं जाहीर केलं. त्यांनी राजकैद्यांना तुरुंगातून मुक्त केलं आणि आणीबाणीचा कायदा काहीसा शिथिल केला. ताबडतोब जयप्रकाश नारायणांनी सर्व विरोधी पक्षांना एकत्र येण्याचं आणि एकच संयुक्त पक्ष निर्माण करून निवडणूक लढवण्याचं आवाहन केलं. अशाप्रकारे २३ जानेवारी १९७७ रोजी जनता पक्षाची स्थापना झाली. जनसंघ, जनता मोर्चा, भारतीय लोकदल, स्वतंत्र पक्ष आणि भारतीय समाजवादी पक्ष (सोशॅलिस्ट पार्टी ऑफ इंडिया) हे सर्व पक्ष 'जनता पक्ष' या एकाच पक्षात विलीन करण्यात आल्यामुळे वेगळे पक्ष म्हणून त्यांचं अस्तित्व संपुष्टात आलं. मोरारजी देसाई हे या नव्या जनता पक्षाचे अध्यक्ष झाले.

२१ मार्च १९७७च्या सकाळी, इंदिरा गांधींनी आणीबाणीचा कायदा पूर्णपणे रद्दबातल केला; परंतु त्या वर्षाच्या जानेवारी महिन्याच्या सुरुवातीपासूनच लोकांना विरोधी पक्षनेत्यांच्या जाहीर सभांचे फलक सर्वत्र दिसू लागले होते.

तशाच प्रकारचे फलक दिल्लीतसुद्धा जनता पक्षाच्या स्थापनेनंतर जानेवारीत दिसू लागले होते. विरोधी पक्षाची जाहीर सभा दिल्लीतील रामलीला मैदानावर घेतली जाणार होती. या मैदानावर अजूनही नव्या बदलाचं रणशिंग फुंकणारे मेळावे घेतले जातात. १९६५ साली भारत-पाकिस्तान युद्ध सुरू झालं, तेव्हा रामलीला मैदानावरील जाहीर सभेतच तत्कालीन पंतप्रधान लालबहादूर शास्त्री यांनी 'जय जवान, जय किसान' हे नवं घोषवाक्य लोकप्रिय केलं होतं. रामलीला मैदानावरच, १९७२ साली, बांगलादेश लढाईनंतर इंदिरा गांधींनी प्रचंड जनसमुदायापुढं भाषण केलं होतं. याच मैदानावर २४ जून १९७५ रोजी जयप्रकाशजींनी आपल्या हजारो अनुयायांना जाहीर सभेत संदेश दिला होता की, त्यांनी पंतप्रधानांच्या बंगल्याला घेराव घालावा. ते गरजले, 'सिंहासन खाली करो क्योंकी जनता आ रही है' (सिंहासन खाली करा कारण त्यावर दावा करणारे लोक इथं आले आहेत). जनता दल (यू)चे नेते के.सी. त्यागी त्या सभेला उपस्थित होते. त्यांनी अनेक वर्षांनी जुनी आठवण सांगताना म्हटलं की, प्रचंड मोठा जनसमुदाय स्वतःकडे खेचून आणण्यात जयप्रकाशजी यशस्वी झाले होते आणि त्यांच्या सभेत मैदानसुद्धा गर्दीनं ओसंडून वाहत असत. अत्यंत भारावलेलं अनोखं वातावरण त्या सभेत सर्वांनी अनुभवलं. लोकांच्या अंगात अभूतपूर्व उत्साह संचारला होता आणि ही संधी साधून जयप्रकाशजींनी दिल्ली पोलिसांना त्यांच्या वरिष्ठांच्या (आक्षेपार्ह) आज्ञा झुगारून द्यायला सांगितलं.[७]

---

७ http://articles.economictimes.indiatimes.com/2011-08-18/news/29900704_1_rally-ramlila-maidan-indira-gandhi.

१९७५च्या प्रचंड जनसमुदायापुढल्या जाहीर सभेला वाजपेयी उपस्थित राहू शकले नव्हते, कारण त्यावेळेस ते बंगलोरमध्ये होते. १९७७ साली मात्र ते ही संधी गमावणार नव्हते आणि खरोखरच ते सभेचा सर्वोच्च आकर्षणबिंदू ठरले.

ती हिवाळ्यातील कडाक्याच्या थंडीची सायंकाळ होती. त्यातच भर म्हणून पावसालासुद्धा सुरुवात झालेली होती. रात्री ९ पर्यंत हळूहळू ढग पांगायला सुरुवात झाली; परंतु अशा कडक थंडीला आणि पावसाला न जुमानता लोकांनी प्रचंड गर्दी केली होती. भारतातील सर्वांत मोठ्या जामा मशिदीचा इमाम, ज्येष्ठ शाही इमाम बुखारीसुद्धा व्यासपीठावर वाजपेयी आणि अन्य नेत्यांसमवेत बसलेला होता. ही सभा ज्या रामलीला मैदानात आयोजित करण्यात आली होती, ते मैदान १९६० आणि १९७०च्या दशकापासून राजकीय बदलाचं बिनचूक वायुभारमापक म्हणून ओळखलं जात होतं. वाजपेयींखेरीज व्यासपीठावर उपस्थित असलेले अन्य नेते होते; जगजीवनराम (काँग्रेस पक्ष सोडल्यानंतर आणीबाणीच्या वेळेस त्यांना स्थानबद्ध करण्यात आलं होतं), मोरारजी देसाई, चरणसिंग आणि चंद्रशेखर.

स्तंभलेखिका आणि लेखिका तौलीन सिंगसुद्धा तेथे हजर होत्या. त्या रात्री वाजपेयींनी श्रोत्यांना कसं मंत्रमुग्ध करून टाकलं त्याचं हुबेहूब वर्णन त्यांनी केलं आहे :

> अटलजींची बोलण्याची वेळ आली, तोवर साडेनऊ वाजून गेले होते. ते बोलायला उभे राहिले तेव्हा प्रचंड मोठा जनसमुदाय उठून उभा राहिला आणि टाळ्या वाजवू लागला. प्रथम जनसमुदाय घुटमळत हळूहळू टाळ्या वाजवत होता आणि नंतर जोशात येऊन उत्तेजितपणे जोरदार टाळ्या वाजवत गर्जना करू लागला, 'इंदिरा गांधी मुर्दाबाद, अटल बिहारी झिंदाबाद!' दोन्ही हात उंचावून नमस्कार करत, स्मितवदनानं वाजपेयींनी या गर्जनेला प्रतिसाद दिला आणि त्यानंतर दोन्ही हात वर करत जमावाला शांत केलं. त्यांनी कसलेल्या नटाप्रमाणे आपले डोळे मिटून घेतले आणि ते म्हणाले, ''बड़ी मुद्दत के बाद मिले हैं दीवाने'' ते क्षणभर थांबले आणि जमाव आनंदानं उत्तेजित होऊन वेडापिसा झाला.
>
> जेव्हा टाळ्यांचा कडकडाट थांबला, तेव्हा त्यांनी पुन्हा डोळे मिटून घेतले आणि पुन्हा काही क्षण स्तब्ध राहून पुढची ओळ म्हटली, ''कहने सुनने को बहुत हैं अफसाने'' (सांगायला आणि ऐकायला भरपूर कहाण्या आहेत). या ओळीनंतर टाळ्यांचा कडकडाट आणखीच वाढला! टाळ्यांचा आवाज थांबल्यावर, शेवटची ओळ म्हणण्यापूर्वी (त्यांनी मला नंतर सांगितलं की, त्यांनी ती ऐनवेळेस रचली होती) त्यांनी परत क्षणभर

> स्तब्ध राहून डोळे मिटले आणि ते म्हणाले, ''खुली हवामें जरा साँस तो ले लें, कबतक रहेगी आझादी कौन जाने?''[८]

थंडीपावसाला भीक न घालता तेथे जमलेल्या हजारो लोकांच्या दृष्टीनं तो एक अविस्मरणीय अनुभव होता. विरोधी पक्षाच्या मेळाव्याला जनतेनं उपस्थित राहू नये, या हेतूनं त्यांना मोहात पाडण्यासाठी त्या रात्री दूरदर्शनवर १९७३ सालचा डिंपल–ऋशी कपूरची जोडी असलेला, राजकपूर निर्मित, तुफान चाललेला 'बॉबी' हा चित्रपट प्रक्षेपित केला गेला होता; परंतु तो मोह टाळून रामलीला मैदानावर हजारोंच्या संख्येनं लोक उपस्थित राहिले होते. लोकांनी विरोधी पक्षाच्या सभेला हजर राहू नये म्हणून सरकारनं योजलेली युक्ती असफल झाली होती. वाजपेयींच्या असामान्य वक्तृत्वानं मंत्रमुग्ध झालेला जमाव दीर्घकाळपर्यंत तेथेच बसून राहिला.

'बॉबी' आणि 'वाजपेयी' यांच्या स्पर्धेत लोकांनी वाजपेयींची निवड केली आणि त्या रात्री त्यांनी पुन्हा एकदा सिद्ध केलं होतं की, जमाव काही उगीचच त्यांच्यासाठी वेडापिसा होत नव्हता!

---

[८] तौलीन सिंग, *दरबार* (न्यू दिल्ली : हॅचेट, २०१२).

६

१९७७-१९८०

सत्तेचे प्रयोग

भारतीय राजकारणाच्या इतिहासातली अत्यल्प काळात आटोपलेली निवडणूक म्हणजे १९७७ सालची सहाव्या लोकसभेची निवडणूक![१] आणि तरीही त्यामुळे भारतातील राजकारणाची संपूर्ण दिशाच बदलून गेली. तोवरच्या इतिहासात प्रथमच काँग्रेसला 'अग्रगण्य पक्ष' हे बिरुद गमवावं लागलं आणि फाजील आत्मविश्वासानं चढून गेलेल्या इंदिरा गांधींच्या अहंकाराला जोरदार धक्का बसला, त्यामुळे या जखमेवर मीठही चोळलं गेलं. काँग्रेस पक्षातले अनेक मातब्बरही निवडणूक हरले; परंतु त्यातील सर्वांत प्रसिद्धी मिळालेली पराजयाची घटना होती खुद्द इंदिरा गांधींच्या बाबतीत. उत्तर प्रदेशातील रायबरेली या मतदारसंघातून इंदिरा गांधींचा पराजय जनता पक्षाचा नेता राज नारायण यानं केला. या राज नारायण यांनीच दोन वर्षांमागे इंदिरा गांधींच्या सरकारला संकटात लोटलं होतं.

विरोधी पक्षांचे अनेक नेते आणि नाराज होऊन इंदिरा गांधींशी राजकीय संबंध तोडणारे काँग्रेस सदस्य यांनी मिळून जनता पक्ष निर्माण झाला होता. या पक्षाला अविश्वसनीय वाटाव्या अशा ३४५ जागा लोकसभेत मिळाल्या होत्या; त्याउलट काँग्रेस पक्षाला तोवरच्या नीचांकी अवघ्या १८९ जागा मिळाल्या होत्या.

---

[१] मतदान १६ ते १९ मार्च दरम्यान घेतलं गेलं आणि २० मार्चच्या सायंकाळी निकाल बाहेर आला.

सत्तेवर आलेल्या युतीमध्ये जनसंघाच्या सदस्यांची संख्या सर्वांत जास्त होती; परंतु वाजपेयींनी आणि इतर जनसंघ सदस्यांनी निर्णय घेतला होता की, ते मंत्रिमंडळात अधिक प्रतिनिधित्व मागणार नाहीत, कारण जिंकून आलेले सर्व सदस्य आता एकाच पक्षाचे म्हणजे जनता पक्षाचे घटक होते, त्यामुळे पंतप्रधान मोरारजी देसाई यांच्या मंत्रिमंडळात जनसंघाचे फक्त तिघेच सामील झाले. वाजपेयी (परराष्ट्र खातं), अडवाणी (माहिती आणि प्रसारण खातं) आणि ब्रिजलाल वर्मा (उद्योग खातं). स्वतः मोरारजी काँग्रेस (ओ) पक्षातून आले होते.[२]

पत्रकार सईद नकवी दीर्घकाळ वाजपेयींना जवळून पाहत होते. त्यांना अनेकदा जाणवत असे की, वाजपेयींच्या मनातला (त्यांनी कधीही बोलून न दाखवलेला) आदर्श राजकारणी कुणी आरएसएसचा नेता किंवा कुणी हिंदुत्ववादी नेता नव्हता. त्यांचा आदर्श होते जवाहरलाल नेहरू!

१९७७ साली वाजपेयींनी जेव्हा परराष्ट्र खात्याची सूत्रं हाती घेतली, तेव्हा सईद नकवी साऊथ ब्लॉक येथे होते. ते तेव्हा 'इंडियन एक्स्प्रेस' या दैनिकाचे वार्ताहर होते. त्या क्षणी कसं वाटतंय, असा प्रश्न नकवींनी विचारला असता वाजपेयींनी साश्रू नेत्रांनी उत्तर दिलं, 'एकेकाळी पंडितजींनी जिथून काम केलं, त्याच (पवित्र) जागेत आज मी आलोय!'

नव्या सरकारला अगदी सुरुवातीपासूनच ठेचकाळात प्रवास करावा लागला. पंतप्रधान पदासाठी तीन दावेदार होते : मोरारजी देसाई, जगजीवनराम आणि चरणसिंग. अखेरीस स्पर्धेत पहिली दोन नावं ठरली. दलित असल्यामुळे अनेकांना जगजीवनराम पंतप्रधान व्हावेत, असं वाटत होतं. बऱ्याच माजी जनसंघ सदस्यांप्रमाणे वाजपेयींचा कौल देसाईंना होता, तर जनता चळवळीचे अध्वर्यू जयप्रकाश नारायण आणि आचार्य कृपलानी हे चरणसिंगांच्या बाजूने होते. चरणसिंगांना जेव्हा सुगावा लागला की बहुधा जगजीवनरामांकडे पंतप्रधानपद जाणार आहे, तेव्हा त्यांनी या दोघांना पत्र लिहून पंतप्रधानपदासाठी देसाईंना पाठिंबा दिला. चरणसिंग त्याकाळचे उत्तर भारतातील सर्वांत मुत्सद्दी नेते होते; परंतु राष्ट्रीय प्रसारमाध्यमं कायम त्यांची खरडपट्टी काढत असत. त्यांनी कालांतरानं स्वतःकडे श्रेय घेतलं की राजकीय समरप्रसंगाच्या वेळेस त्यांनी मोरारजींना पाठिंबा देऊन संकट टाळलं होतं.

पंतप्रधानपद न मिळाल्यामुळे जगजीवनराम नाराज झाले. त्यांनी मंत्रिमंडळात सामील न होण्याचा निर्णय जाहीर केला. वाजपेयी, अडवाणी आणि इतरांनी महत्प्रयासांनी त्यांचं मन वळवलं आणि त्यांना हा निर्णय मागं घ्यायला लावला. जगजीवनराम आणि चरणसिंग हे दोघेही मंत्रिमंडळात उपपंतप्रधान म्हणून सामील झाले.

---

[२] काँग्रेसपासून विभक्त झाल्यावर १९६९ साली द इंडियन नॅशनल काँग्रेस (ऑर्गनायझेशन) ऊर्फ काँग्रेस (ओ) निर्माण करण्यात आली होती.

जसजसा काळ उलटला, तसतसा हा वैयक्तिक संघर्ष वाढतच गेला.

***

वाजपेयी परराष्ट्रनीतीचा बारकाईनं परामर्श घेत असत आणि त्या विषयातील संसदेतील वादविवादात ते हिरिरीनं भाग घेत असत. आपल्याला परराष्ट्र मंत्रिपद मिळावं, अशी त्यांची तीव्र इच्छा होती. आणि खरोखरच मोरारजींनी त्यांना ते पद बहाल केलं.

परराष्ट्र खात्यातील शासकीय अधिकाऱ्यांनी या निवडीकडे साशंकतेनंच पाहिलं. 'परराष्ट्र धोरणांबद्दल चमत्कारिक कल्पना असलेला आरएसएसचा माणूस हे महत्त्वाचं खातं कसं काय सांभाळू शकेल?' हे त्यांचं तेव्हाचं सततचं पालुपद असे.

त्यावेळेस बगदादमधील भारतीय वकिलातीत नियुक्त असलेल्या मणिशंकर अय्यर यांनी 'एक आशेचा किरण' म्हणून जनता पक्षाकडे पाहिलं होतं; त्यांना मोरारजींबद्दल भीतीयुक्त आदरही वाटत असे. कराचीतील वकिलातीत काम करणं हे मणिशंकर अय्यर यांचं दीर्घकालीन स्वप्न होतं. वाजपेयींची मोरारजींनी परराष्ट्र खात्यावर नियुक्ती केली आहे, ही बातमी ऐकून त्यांना मोठाच धक्का बसला. त्यांनी स्वतःशीच म्हटलं, 'पाकिस्तानबद्दल आरएसएसला वाटत असलेला सारा तिरस्कार हा माणूस आता सरकारात आणणार आणि दोन देशांचे संबंध नष्ट करून टाकणार!'[३]

परंतु 'सरकारातील खाकी चड्डी'बाबतची मणिशंकर अय्यर यांची आशंका फार काळ टिकली नाही.

परराष्ट्रखात्याची सूत्रं हाती घेतल्यावर अवघ्या काहीच दिवसांत वाजपेयींनी इस्लामाबादला भेट दिली आणि अधिकृत मेजवानीच्या वेळेस इंग्रजीत भाषण करण्याच्या प्रथेला फाटा देऊन त्यांनी चक्क उर्दूमिश्रित शुद्ध हिंदीत भाषण करून पाकिस्तानी अधिकाऱ्यांची मनं जिंकली. त्यांनी भाषणात असंही म्हटलं की, भविष्यात भारत पाकिस्तानला फक्त हॉकीच्या मैदानावरच पराजित करेल.

परराष्ट्र नीतीमध्ये आणि राजकारणात मैत्रीपूर्ण प्रेमाचं महत्त्व काय असतं, हे ते स्पष्टपणे जाणत होते. ६ ते ८ फेब्रुवारी १९७८ या तीन दिवसांच्या त्यांच्या वास्तव्यात, अजूनही १९७१ सालच्या पराजयाची जखम वागवत असणाऱ्या पाकिस्तानी जनतेला, दोन शेजारी देशांमध्ये मैत्रीची नवी सुरुवात होण्याच्या शक्यतेमुळे, वाजपेयींनी आशेचा एक नवा किरण दाखवला. महत्त्वाची गोष्ट अशी की, तेथील भारतीय वकिलातीचा सल्ला झुगारून देऊन, वाजपेयींनी मिनार-ए-पाकिस्तान या लाहोरमधील इक्बाल पार्कमध्ये उभारलेल्या स्मारकाला भेट दिली. स्वतःच्या ठायी संपूर्ण आत्मविश्वास असलेल्या या थोर माणसाची ही अत्यंत सौजन्यपूर्ण कृती मानली गेली. या आगळ्यावेगळ्या

---

३ लेखकानं मणिशंकर अय्यर यांची मुलाखत घेतली होती, त्यावरून.

सद्भावनेचं दुसऱ्या दिवशी पाकिस्तानी वृत्तपत्रांनी भरभरून कौतुक केलं. कारण काही झालं तरी हे राष्ट्रीय स्मारक, १९४० साली भारतीय मुस्लीम लीगनं, दोन राष्ट्रं व्हावीत या सिद्धांताला पाठिंबा देणारा जो लाहोर ठराव केला होता, त्याच्या स्मृतिप्रीत्यर्थ उभारलं होतं.

वाजपेयींच्या या पाकिस्तान भेटीदरम्यानच दोन्ही देशांनी उभयपक्षी संबंध दृढ करून कराचीत भारतीय वकिलातीची नवी शाखा (कॉन्सुलेट जनरल) उघडण्याचा आणि तशीच पाकिस्तानची शाखा मुंबईत उघडण्याचा निर्णय घेतला.

बगदादमध्ये सायंकाळचे साडेसहा वाजलेले असताना मणिशंकर अय्यर यांनी भारतात रात्रीच्या नऊच्या भारतीय बातम्यांमध्ये ही खबर ऐकली. या गोष्टीवर त्यांची संमिश्र प्रतिक्रिया उमटली. दोन्ही देशांतील संबंध सुधारत आहेत ही बातमी ऐकून त्यांना अत्यानंद झालेला असला, तरी इराकमध्ये त्यांनी फक्त दोन वर्षं इतका अल्पकाळ काम केलेलं असल्यामुळे कराचीतील अत्यंत हव्याहव्याशा वाटणाऱ्या या जागी इतर कुणीतरी नेमला जाईल, या विचारानं ते खिन्न झाले.

त्यामुळे कराची या बंदरगावी कॉन्स्युलर जनरल (वकिलातीच्या उपशाखेचा मुख्य) म्हणून नेमणूक झाल्याची तार जेव्हा त्यांच्या हाती पडली, तेव्हा झालेला आनंद त्यांना लपवता आला नाही!

***

संसदेत तंटेबखेडे उभे करणारे वाजपेयी आणि परराष्ट्र खातं सांभाळणारे परराष्ट्रमंत्री वाजपेयी यांच्यात जमीन–अस्मानाचा फरक होता. संसदेत विरोधी पक्षात असताना त्यांनी पूर्व पाकिस्तानातून आसाममध्ये होणारी घुसखोरी नियंत्रणाखाली न आणल्याबद्दल नेहरूंवर आगपाखड केली होती. ७ ऑगस्ट १९६१च्या लोकसभेच्या सत्रात वाजपेयींनी आरोप केला होता की, त्या राज्याच्या काही भागांमध्ये योजनाबद्ध रीतीनं, पद्धतशीरपणे मुस्लिमांची संख्या वाढवण्याचे प्रयत्न सुरू आहेत. त्यांनी भारतावर स्वारी करणारे मुस्लीम हल्लेखोर आणि भारतात इस्लामचा प्रसार करण्यातली पाकिस्तानची संशयास्पद भूमिका या मुद्द्यांवर भरपूर टीका टिप्पणी केली होती. त्यांनी जाहीरपणे असंही म्हटलं होतं की, पाकिस्तानात लोकशाही सरकार सत्तेवर येईल अशी भारतानं आशा करण्यात काहीही अर्थ नाही. पाकिस्तानात लोकशाही असो की लष्करशाही; पाकिस्तान नेहमीच भारताला शत्रू मानेल कारण त्यातच त्या देशाचा स्वार्थ आहे![४] १९६५च्या मे महिन्यातील सुरुवातीस दिल्लीत भरलेल्या उर्दू परिषदेस उपस्थित राहून त्यासाठी पाकिस्तानच्या डेप्युटी हाय कमिशनरला आमंत्रण देणाऱ्या लोकसभेतील मुस्लीम सदस्यांवरसुद्धा वाजपेयींनी आगपाखड केली होती.

---

[४] २३ एप्रिल १९७३. लोकसभेतील भाषण. लेखक एन. एम. घटाटे यांच्या *फोर डिकेड्स इन पार्लमेंट : अटल बिहारी वाजपेयी* या पुस्तकात नमूद केल्याप्रमाणे.

या परिषदेला नेपाळचे राजेही हजर होते.[५] वाजपेयी संसदेत बऱ्याचदा फाजील देशाभिमानाचं प्रदर्शन करत असत. ते म्हणत, 'अणुबाँबला अणुबाँब हेच उत्तर आहे. अन्य काही नाही. अणुबाँब निर्माण करण्याच्या वाटेत आपण कोणताही अडथळा येऊ देता कामा नये! नैतिकता, अहिंसा आणि गांधीजींबद्दल गप्पा करू नका!'[६]

परंतु कालांतरानं वाजपेयी हळूहळू निवळू लागले होते. परराष्ट्रमंत्री म्हणून पाकिस्तानला भेट देऊन आल्यावर त्यांनी लोकसभेत त्या भेटीबद्दल सांगताना आग्रहपूर्वक आपलं मत मांडलं की, या दोन देशांत व्यापारासंबंधात सहकार्य झालंच पाहिजे आणि दोन देशांमधला प्रवास अधिक सुखकर व्हायला हवा.

त्यांनी २८ फेब्रुवारी १९७८ रोजी लोकसभेत म्हटलं,

> ''गेल्या वर्षी जनता सरकारनं राज्यकारभाराची सूत्रं आपल्या हाती घेतली आहेत, तेव्हापासून आपल्या सरकारच्या परराष्ट्र धोरणाचा मुख्य भर भारत व भारताचे शेजारी देश यांच्यात शक्य तेवढे मित्रत्वाचे संबंध प्रस्थापित करण्यावर देण्यात येत आहे. याच धोरणापोटी मी यापूर्वी अफगाणिस्तान, नेपाळ, भूतान आणि ब्रह्मदेश या देशांना भेटी दिल्या. याच धोरणापोटी, मैत्रीचा हात पुढे करण्यासाठी मी १९७८च्या फेब्रुवारी महिन्याच्या ६ ते ८ तारखांदरम्यान पाकिस्तानात जाऊन आलो. मी कोणत्याही मुद्द्यांची चर्चा करण्याच्या हेतूनं तिथं गेलो नव्हतो. स्नेहदूत या नात्यानं शांती आणि मैत्रीचे संबंध प्रस्थापित करण्याचा आपला हेतू पाकिस्तानसमोर व्यक्त करणं हीच या भेटीमागची भूमिका होती. या स्नेहाच्या संबंधात परस्परांची स्वायत्तता, प्रादेशिक मालकी, एकमेकांच्या अंतर्गत कारभारात ढवळाढवळ न करण्याची हमी या गोष्टींचा आदर केला जाईल. या दोन देशांमधील संबंधांच्या पूर्वेतिहासामुळे काही समस्या उभ्या राहिल्या आहेत आणि त्या समस्या दोन्ही देशांनी मान्य करून, त्यांना तोंड देऊन, त्यातून मार्ग काढण्याचा निश्चय केला पाहिजे... यात प्रत्येक देशाची स्वायत्तताच नव्हे, तर आपली राजनीती आणि समाजव्यवस्था निवडण्याचा प्रत्येक देशाला असलेला स्वतंत्र अधिकार यांचादेखील आदर राखला गेला पाहिजे... आमच्या चर्चेच्या वेळेस, पाकिस्तानी बाजूनं सिमला कराराचा उल्लेख केला गेला. याच संदर्भात पाकिस्तानकडून काश्मीरचा मुद्दा काढला. आम्ही आणि

---

[५] ६ मे १९६५. राज्यसभेतील वाजपेयींचं भाषण. लेखक एन. एम. घटाटे यांच्या *फोर डिकेड्स इन पार्लमेंट : अटल बिहारी वाजपेयी* या पुस्तकात नमूद केल्याप्रमाणे.

[६] २२ डिसेंबर १९६४. राज्यसभेतील भाषण. लेखक एन. एम. घटाटे यांच्या *फोर डिकेड्स इन पार्लमेंट : अटल बिहारी वाजपेयी* या पुस्तकात नमूद केल्याप्रमाणे.

त्यांनी याबाबतची आपापली मतं मांडली आणि एकमेकांना आठवण करून दिली की सिमला करारान्वये दोन्ही देशांनी जुलूम-बळजबरीचा शपथपूर्वक त्याग केला आहे.''

पाकिस्तानचे लष्करप्रमुख आणि लष्करी कायद्याची अंमलबजावणी करत असलेले झिया उल हक् यांच्याशी चर्चा करतेवेळी वाजपेयींनी प्रतिपादन केलं की, भारताच्या व्यापारी संबंधांमध्ये बरीच सुधारणा झाली आहे आणि त्यात दोन्ही देशांची संतुलित प्रगती होऊन उभयपक्षी फायदा व्हायला हवा. त्यावेळेस असाही निर्णय घेण्यात आला की, दोन्ही देशांच्या व्यापार संघांनी त्वरित बैठक घ्यावी आणि १९७५ सालच्या व्यापार-कराराची पुन्हा पाहणी करून व्यापारात उभयपक्षी कशा प्रकारे वाढ घडवून आणता येईल, याचा आढावा घ्यावा. या दोन देशांतील लोकांमधलं दळणवळण आणि माहितीची देवघेव अधिक सुलभ करण्याच्या आवश्यकतेवरसुद्धा चर्चा करण्यात आली. दोन्ही देशांतील कैद्यांची सुटका करण्याची प्रक्रिया ताबडतोब पूर्ण करण्याबद्दलसुद्धा उभयपक्षी मान्यता दिली गेली. वाजपेयी म्हणाले की, हा मानवतेचा प्रश्न आहे आणि त्यातून शक्य तेवढ्या लवकर मार्ग मिळवण्याची आमची इच्छा आहे. आणखी एका मुद्द्याबाबत आमचं एकमत झालं. ते म्हणजे सलाल धरणाच्या प्रकल्पाबाबत आम्ही ताबडतोब बोलणी सुरू करावी. पाकिस्तानातून या कामासाठी लवकरच एक शिष्टमंडळ येथे येईल, अशी अपेक्षा आहे.

'उभयपक्षी संबंध सुधारण्याच्या प्रक्रियेला वेग आला पाहिजे,' या मुद्द्याची पाकिस्ताननं गांभीर्यानं दखल घेतली आहे, याबाबत वाजपेयींच्या मनात कोणताही संदेह नव्हता. त्यांनी लोकसभेत सांगितलं, ''पाकिस्तानी नेत्यांशी केलेल्या चर्चेमुळे अधिक चांगले सामंजस्याचे संबंध निर्माण झाले आहेत आणि अनाठायी भीती दूर होण्यास मदत झाली आहे, असं मी म्हटलं तर ते चुकीचं ठरणार नाही.''

आण्विक स्फोट घडवून आणण्याची क्षमता वाढवण्यासाठी आवश्यक अशी साधनसामग्री विकत घेण्याचा निकराचा प्रयत्न इस्लामाबाद करत आहे, हे भारताला आधीच माहीत असतानासुद्धा वाजपेयींनी पाकिस्तानबरोबरचे संबंध सुधारण्याचा प्रयत्न केला, ही विशेष गोष्ट म्हटली पाहिजे. याबाबतीत एक मंत्री या नात्यानं वाजपेयींनी पूर्वापार चालत आलेलं सुज्ञपणाचं धोरण अमलात आणलं होतं. ते म्हणजे राजनीती आणि राजकीय व्यवहार्यता या गोष्टींमधली भिन्नता लक्षात घेणं.

खरं सांगायचं तर, वाजपेयी परराष्ट्रमंत्री झाल्याचं ऐकल्यावर सुरुवातीला फक्त मणिशंकर अय्यरच अस्वस्थ झाले नव्हते, तर इतरांप्रमाणेच विदेश सेवेतले एरिक गोन्साल्वेस आणि विनोद खन्ना यांसारखे अधिकारीसुद्धा नेहरूंच्या आदर्शांच्या पूर्णपणे विरोधात असलेल्या पक्षाचा माणूस परराष्ट्र खातं सांभाळणार, हे ऐकून विवंचनेत पडले होते. शिवाय परराष्ट्र धोरण हा अत्यंत नाजूक विषय आहे. शांततापूर्ण

सहअस्तित्वाचं सुज्ञ धोरण अमलात आणतेवेळी राजकीय लहरीपणाचा हस्तक्षेप त्यापासून पूर्णपणे दूर ठेवावा लागतो; परंतु वाजपेयी नेपाळच्या बाबतीतसुद्धा तेवढेच आशावादी होते. आपल्या पूर्वेकडच्या शेजाऱ्याला भेट दिली असता, ते म्हणाले होते, ''या जगात इतर कोणत्याही दोन देशांत भारत आणि नेपाळ ऐवढं परस्पर साधर्म्य नाही! इतिहास, भूगोल, संस्कृती, धर्म आणि नद्यांनी आपल्याला एकत्र जोडलं आहे.'' भारतीय लोक सर्वसामान्यतः भारताला नेपाळचा थोरला भाऊ म्हणवतात. वाजपेयींनी तशी वृत्ती पूर्णपणे बाजूला ठेवली आणि काठमांडूमधील जाहीर सभेत ते म्हणाले, ''जिस देश के हर कंकरमें शंकर है, उसके लिये भारतको सदा श्रद्धा रखनीही पड़ेगी।''[७]

ज्या चीनबरोबर भारतानं १९६२च्या युद्धात पराभव व अपमान सहन केला होता आणि ज्या चीनबरोबर भारताचे अजिबात मैत्रीपूर्ण संबंध तेव्हापासून नव्हते, त्याच चीनबरोबरचे संबंध सुधारण्याचा प्रामाणिक प्रयत्न करून, वाजपेयींनी त्यांच्याबाबत नकारात्मक प्रतिक्रिया व्यक्त करणाऱ्यांना अचंबित करून टाकलं. मागे वळून अवलोकन करताना गोन्साल्वेस आणि खन्ना यांसारख्या परराष्ट्रखात्यातील अधिकाऱ्यांना वाजपेयींच्या एका गुणाचं अत्यंत कौतुक वाटतं. त्यांनी दुभंगलेली नाती जोडण्याचा सातत्यानं प्रयत्न केला आणि परदेशातील लोकांची मनं जिंकून घेताना आपल्या देशहिताला कुठेही बाधा पोहोचणार नाही, याची पुरेपूर काळजी घेतली.

चीनच्या आणि भारताच्या अधिकाऱ्यांच्या पडद्यामागे वाटाघाटी काही काळ सुरू असल्या, तरी तोपर्यंत संबंध नरमगरमच होते. वाजपेयींनाही ही गोष्ट माहीत होती. चीनमधील राजकीय कार्यपद्धती आणि त्यांची परराष्ट्रनीती यांवर कन्फ्युशियसच्या विचारांचा प्रचंड प्रभाव असल्याचं सत्य वाजपेयींना उमगलं नसेल, असं धरून चालणाऱ्या परराष्ट्र खात्यातील अधिकाऱ्यांना वाजपेयींनी थक्क करून टाकलं. जरी भारतीयांनी गेली अनेक वर्षे चिनी चालीरीती आणि त्यांची भाषा यांचा काळजीपूर्वक अभ्यास केला होता, तरी त्यांची मनोभूमिका आणि राजनैतिक विचारसरणी जाणून घेणं त्यांना जड जात होतं. भारतीयांना पाश्चात्त्यांची विचारसरणी नीटपणे समजत होती; कारण त्यांचा युरोपीय आणि अमेरिकी लोकांशी अनेक वर्षांपासून जवळचा संबंध होता. भारतीय वकिलातीतले अधिकारी युरोप आणि अमेरिका या भागांतील विद्वानांच्या हाताखाली शिकले होते आणि त्यांनी पाश्चिमात्य विश्वविद्यालयांतून शिक्षण घेतलं होतं; परंतु चीनच्या बाबतीत, आजवर भारतीयांना वाटाघाटी करताना मोकळेपणा वाटत नव्हता. दोन्ही बाजू एकमेकांकडे संशयानेच बघत असत.

---

[७] जगत एस. मेहता या पूर्वीच्या परराष्ट्र सचिवाच्या *अॅज फॉरेन मिनिस्टर* या निबंधावरून.

त्यामुळेच, चीनशी वेगानं वाटाघाटी होणं महत्त्वाचं आहे, असं वाजपेयींना वाटलं. वाजपेयींबद्दल भारतीय परराष्ट्रखात्याची जी समजूत होती, ती खोटी ठरली; कारण त्यांना परराष्ट्रधोरणाबद्दल खडा न् खडा माहिती होती. त्यांना जवळून ओळखणारे अधिकारी मान्य करतात की, परराष्ट्रनीतीवर त्यांची मजबूत पकड होती आणि त्याबद्दल त्यांची स्वतःची अशी मतं असली, तरी ते तज्ज्ञांचा सल्ला आवर्जून घेत असत.

लवकरच निर्णय घेण्यात आला की, अधिकृत प्रतिनिधी मंडळ चीनला धाडण्यापूर्वी तेथे सांस्कृतिक प्रतिनिधी मंडळानं जाऊन यावं. जनता पक्षातील काही गटांचा या धोरणाला विरोध होता, तरी वाजपेयींनी हा बेत अमलात आणला. चीन आणि व्हिएतनाममधील वाढतं शत्रुत्वसुद्धा वाजपेयींना चिंतेत टाकत होतं कारण भारतात व्हिएतनामला आपला जवळचा मित्र म्हणून मान्यता होती.

श्रीमती गांधींच्या वेळेपासून चीनला भेट देण्याचा प्रस्ताव चर्चेत होता. तो आता प्रत्यक्षात आणायला वाजपेयींनी संमती दिली असली, तरी ठरल्याप्रमाणे ते जाऊ शकले नाहीत. प्रकृती अस्वास्थ्यामुळे त्यांना सांस्कृतिक शिष्टमंडळाबरोबर जाता आलं नाही. डॉक्टरांच्या सल्ल्याची सबब सांगून त्यांनी चीनला भेट देणं टाळलं अशाप्रकारच्या वावड्या तेव्हा चर्चेत होत्या; परंतु सांस्कृतिक शिष्टमंडळ जाऊन आल्यावर काही महिन्यांनी ते स्वतः चीनला गेले आणि त्यांनी या अफवा हाणून पाडल्या. त्यांनी पाठवलेल्या सांस्कृतिक शिष्टमंडळात अभिजात भारतीय नृत्यांगना कपिला वात्स्यायन आणि मृणालिनी साराभाई यांचा समावेश होता. त्यांच्या प्रत्येक कार्यक्रमानंतर प्रेक्षकांनी उभं राहून टाळ्यांच्या कडकडाटात त्यांचं कौतुक केलं होतं.

अधिकृत प्रतिनिधी मंडळ चीनला पाठवण्यापूर्वी सांस्कृतिक शिष्टमंडळानं तेथे जाऊन यायला हवं, याबाबत वाजपेयी अत्यंत आग्रही होते. कारण त्यामुळे कला आणि संस्कृती या क्षेत्रांमध्ये दोन्ही देशांत सद्भावना निर्माण होईल, असा त्यांना विश्वास वाटत होता आणि त्यानंतर वाजपेयींनी चीनला ऐतिहासिक भेट दिली. त्या भेटीची तुलना कधीकधी अमेरिकेचे अध्यक्ष रिचर्ड निक्सन यांच्या चीन भेटीशी करण्यात येते. १९७२ साली अमेरिकेचे अध्यक्ष, निक्सन यांनी चीनला भेट दिली आणि दोन्ही देशांमध्ये स्नेहसंबंध प्रस्थापित करून सत्तेची आंतरराष्ट्रीय समीकरणंच पूर्णपणे बदलून टाकली. अमेरिकेच्या अध्यक्षांनी चीनला भेट देणं ही गोष्ट अमेरिकेच्या इतिहासात प्रथमच घडत होती. अमेरिकेचे आंतरराष्ट्रीय सचिव असलेल्या हेन्री किसिंजर यांनी अनेक वर्षं सातत्यानं केलेल्या प्रयत्नांचं ते फलित होतं.

राजदूत एरिक गोन्साल्वेस वाजपेयींसमवेत चीनला गेले होते. त्यांच्या लगेचच लक्षात आलं की, लवकरच चीनच्या कम्युनिस्ट पक्षाचे नेते होऊ घातलेल्या डेंग झियापिंग यांची भेट घेणं हा त्यामागचा प्रमुख उद्देश होता. डेंगनी सीमेबाबतच्या प्रश्नावर जो एक सर्वंकष तोडगा सुचवला ती चाउ एन लाय यांनी सुचवलेल्या 'जैसे थे' तोडग्याचीच पुनरावृत्ती होती. चीन त्याद्वारे अक्साई चीन स्वतःच्या ताब्यात

ठेवणार होतं आणि अरुणाचल प्रदेशावर ताबा ठेवण्यास भारताला परवानगी देणार होतं. भारताला हा प्रस्ताव अजिबात मान्य नव्हता, कारण अशाप्रकारच्या तोडग्याची कुणी स्वप्नातही कल्पना केली नव्हती, तरीसुद्धा या भेटीदरम्यान, दोन्ही बाजूंनी सीमेवर शांतता राखण्याचा मुद्दा उचलून धरला. हा मुद्दा तेव्हापासून संमत झालेल्या प्रत्येक करारात समाविष्ट केला जात आहे आणि सीमारेषा अधिकृतपणे संमत झालेली नसूनही त्यामानानं ही सीमा इतरांना हेवा वाटावा इतकी तणावमुक्त राहिली आहे. मागे वळून पाहताना, गोन्साल्वेसना वाटतं की, १९८५पर्यंत जर भारतानं डेंग यांच्या प्रस्तावाचा पाठपुरावा केला असता, तर दोन देशांना उभयपक्षी मान्य होणारा तोडगा शोधता आला असता. वाजपेयींच्या भेटीदरम्यानच्या अधिकृत चर्चा, चीनचे परराष्ट्रमंत्री हुआंग हुवा यांच्यासमवेत झाल्या. या चर्चांमध्ये पाकिस्तान, काश्मीर, जागतिक परिस्थितीबाबतचे दृष्टिकोन आणि विशेषतः सीमेसंदर्भातले उभयपक्षी संबंध हे विषय हाताळले गेले. त्याच वेळेस, गोन्साल्वेसनी कबूल केलं की, चीनमधील अधिकाऱ्यांशी संवाद साधणं आणि करार करणं हे अत्यंत अवघड काम होतं. त्यांना गरजेचं वाटलं तर हद्दीचा खांब बिनदिक्कतपणे हलवण्यास त्यांना कोणताही प्रत्यवाय वाटत नसे. अर्थात सर्व बलवान राष्ट्रं असंच वागत असत.

अखेरीस १९७९ सालच्या फेब्रुवारी महिन्यात चीनला दिलेल्या भेटीने या आडमुठ्या तणावातून थोडा मार्ग काढता आला.

वाजपेयींच्या या पहिल्यावहिल्या भेटीनंतर लगेचच चीननं व्हिएतनामवर हल्ला चढवला, त्यामुळे प्रसारमाध्यमं आणि सरकारातल्या आणि सरकारबाहेरच्या नतद्रष्ट लोकांना वाजपेयींच्या प्रयत्नांना तुच्छ लेखायला आयतंच कारण सापडलं; परंतु वाजपेयींना ही भेट नेहमीच अत्यंत उपयुक्त वाटत आली होती आणि तसं ते बोलूनही दाखवत असत. ते पूर्णपणे जाणून होते की गहन समस्यांबाबत विशेषतः सीमाप्रश्नाबाबत मोकळेपणानं विचारांची देवघेव या दोन देशांत सुरू करणं, हाच या भेटीमागचा प्रमुख हेतू होता. त्यांनी स्वतःहून कबुली दिली की, साठच्या दशकाच्या प्रारंभी भारत–चीन मैत्रीला तडा गेला, तेव्हा त्यांनी अतिशय जहाल शब्दांमध्ये स्वतःची चीनविरोधी मतं उघड केली होती.[८] त्यांनी या भेटीच्या प्रतीकात्मक महत्त्वाबद्दल अगदी वस्तुस्थिती निदर्शक भाष्य केलं. सीमा विवादाबद्दल फारशी प्रगती झाली नसली तरी या भेटीमुळे संवादाचा नवा मार्ग खुला झाल्याचं महत्त्व त्यांनी लक्षात आणून दिलं. ते लोकसभेत म्हणाले, ''नकाशातील या दोन देशांमध्ये दाखवली जाणारी सीमा सर्वांना ठाऊक असली, तरी त्या स्थानावरील प्रत्यक्षातला ताबा आणि त्याबाबतची परराष्ट्रसंबंधविषयक भूमिका १९६२ सालापासून तशीच राहिली आहे.

---

[८] १९६२च्या युद्धानंतर, चीनचे हेतू न ओळखल्याबद्दल वाजपेयींनी नेहरूंवर कडाडून हल्ला चढवला होता.

माझ्या या भेटीचे प्रतिकूल परिणाम घडतील म्हणून जे कोणी चिंताग्रस्त झाले होते आणि मी चीनला ही भेट देऊ नये म्हणून ज्यांनी मला सावध केलं होतं, त्या सर्वांनी खात्री बाळगावी की, आपली इभ्रत, स्वातंत्र्य आणि राष्ट्रहित यांना कोणत्याही प्रकारे माझ्याकडून उपद्रव पोहोचू दिला गेला नाही.''

त्या वेळेस वाजपेयींना चीनची भेट घेऊ देण्याची मोठीच चूक जगत एम. मेहतांनी केलीय, अशातऱ्हेची कुजबूज परराष्ट्रमंत्रालयात अल्पकाळातच सुरू झाली होती. परराष्ट्र खात्यातील राम साठे या अधिकाऱ्यांनी वाजपेयींना ही भेट देऊ नये, असा सल्ला दिला होता. त्यांनी म्हटलं होतं की, अशी भेट देणं म्हणजे भारतानं स्वतःला अवास्तव महत्त्व देण्यासारखं ठरेल आणि भारतानं कितीही विनवण्या केल्या तरी व्हिएतनामवर हल्ला चढवायला चीन अजिबात कचरणार नाही.

जरी वाजपेयींच्या टीकाकारांनी त्यांच्यावर टीकास्त्र सोडलं असलं आणि वाजपेयींना काही ठिकाणी कमीपणा घ्यावा लागला, तरी त्यांच्या चीन भेटीच्या संशोधनात्मक स्वरूपाबद्दल काही काळानं त्यांची वाहवाच केली गेली.

परराष्ट्रमंत्री असताना त्यांच्या शिरपेचात खोवला गेलेला मानाचा तुरा म्हणजे युनायटेड नेशन्सच्या जनरल अ‍ॅसेंब्लीमध्ये त्यांनी केलेलं हिंदीमधलं भाषण! युनायटेड नेशन्समध्ये हिंदीत भाषण करणारे ते पहिले भारतीय आणि पहिलीच व्यक्ती होते. तो दिवस होता ४ ऑक्टोबर १९७७. नेहरू जाकीट परिधान करून कॉलरला पेन अडकवलेले, डोळ्यांवर चष्मा, शुभ्र केसांचे, त्रेपन्न वर्षीय जोमदार वाजपेयी एका सच्च्या मुत्सद्द्याप्रमाणे बोलले. आत्मविश्वासानं रसरसलेले, बौद्धिक सामर्थ्याचं हेतुपुरस्सर प्रदर्शन करणारे वाजपेयी बोलायला उभे राहिले. त्यांच्या भाषणात त्यांनी काँग्रेस सरकारला उलथवून पाडणाऱ्या, देशातील हिंसारहित राज्यक्रांतीचा आणि जनता पक्षानं उदयाला आणलेल्या लोकशाही बलाचा उल्लेख केला. त्यांच्या साहाय्यकांनी तयार केलेला भाषणाचा मसुदा त्यांना समाधानकारक वाटला नाही, त्यामुळे आदल्या रात्री जागून त्यांनी स्वतः ते भाषण आणि त्याचा अनुवाद लिहून काढला. त्यांनी लिहिलेल्या भाषणात त्यांनी स्वतःच्या सरकारचे प्राधान्यक्रम अधोरेखित केले होते. ते म्हणाले,

> '''वसुधैव कुटुंबकम्' ही संकल्पना पुरातन काळापासून चालत आली आहे. आम्ही भारतीय लोक प्रारंभीपासूनच साऱ्या जगाला एकच कुटुंब मानत आलो आहोत. अनेक सत्त्वपरीक्षांनंतर ते स्वप्न (युनायटेड नेशन्स) संयुक्त राष्ट्रसंघाच्या रूपानं साकार झालं आहे. त्याला जवळजवळ जागतिक स्तरावरचं सभासदत्व लाभलं असून ते सभासद, वेगवेगळ्या जाती, वर्ण आणि पंथ असलेल्या जगभरातल्या चार अब्ज लोकांचं प्रतिनिधित्व करत आहेत; परंतु संयुक्त राष्ट्रसंघ केवळ सरकारी प्रतिनिधी मंडळांच्या गुप्त

बैठकींची जागा एवढ्याच उपयुक्ततेचा राहता कामा नये. विविध देशांचा हा समुदाय, सर्व मानवजातीच्या सदसद्विवेकबुद्धीचं आणि आकांक्षांचं प्रतिनिधित्व करणाऱ्या सरकारात कशा प्रकारे साकार होईल, या दृष्टीनं आपण प्रयत्नशील राहायला हवं.

इस्राईलनं पश्चिम किनाऱ्यावर आणि गाझापट्टीवर नवीन वसाहती उभ्या करून त्या टापूच्या लोकसंख्येचं स्वरूप आणखी पालटून टाकण्याचा जो प्रयत्न सुरू केला आहे, त्याचा संयुक्त राष्ट्रसंघानं निषेध करून असे प्रयत्न थांबवले पाहिजेत. जर या गोष्टीवर वेळेतच निर्बंध घालून या प्रयत्नांना आळा घातला नाही, तर त्याचे भीषण परिणाम या टापूबाहेरच्या प्रदेशातही दिसून येतील. जिनिव्हा परिषदेचं पुन्हा आयोजन करून पॅलेस्टाइन लिबरेशन ऑर्गनायझेशनला त्यात सहभाग घ्यायला लावणं अत्यंत निकडीचं आहे.[१]

आम्ही अण्वस्त्र क्षमता असलेलं राष्ट्र नव्हतो, नाही आणि भविष्यातही आमचा तसा इरादा नाही. नव्या सरकारनं हे धोरण वारंवार स्पष्टपणे सांगितलं आहे. आमचे पंतप्रधान, मोरारजी देसाई म्हणाले आहेत की, जरी जगभरातील सर्व देशांनी आण्विक शस्त्रं निर्माण केली, तरी भारत त्या मार्गानं जाणार नाही. भारतानं नॉन प्रॉलिफरेशन ऑफ न्यूक्लिअर वेपन्स ट्रीटीवर (ज्या राष्ट्रांकडे अण्वस्त्रे नाहीत, त्यांना ती देऊ नये, यासाठी असलेला करार) सही करायला नकार दिला कारण तो पक्षपाती आणि असमानता असलेला करार होता. जवळजवळ १० वर्षांपूर्वी त्या कराराचा मसुदा तयार करण्यात आला होता आणि तेव्हापासून आमचं मत बदलावं, अशी कोणतीही गोष्ट घडलेली नाही.''

वाजपेयींनी संयुक्त राष्ट्रसंघापुढे केलेल्या भाषणाचा समारोप 'जय जगत् (जगाचा जयजयकार असो)' अशा शब्दांत केला.

लक्षात घेण्यासारखी गोष्ट म्हणजे वाजपेयी परराष्ट्रमंत्री बनले, त्यापूर्वीपासून परदेशातल्या वकिलातींचा कारभार कशाप्रकारे चालवावा, याबद्दल त्यांची स्वतःची अशी मतं होती. परदेशी वकिलातींकडून असलेल्या अपेक्षा पूर्ण केल्या जात नाहीत आणि ते फार ताठरपणा करतात, अशी त्यांची कानउघाडणी वाजपेयी अनेकदा करत असत. मार्च १९६६मध्ये इस्राईलचे अध्यक्ष झल्मान शझर भारतमार्गे नेपाळला गेले होते. कोलकात्यातील विमानतळावर शझरना पाऊण तास खोळंबून राहावं लागलं

[१] लक्षात घ्यायला हवं की, वाजपेयी पराराष्ट्रमंत्री असतानाच मोशे डायान हे अत्यंत नामवंत इस्रायली राजाधिपती फारसा गाजावाजा न करता भारताला भेट देऊन गेले.

आणि एका राष्ट्राच्या अध्यक्षाला ज्या सन्मानानं वागवलं जायला हवं, तशी सन्मानाची वागणूक त्यांना दिली गेली नाही हे समजलं, तेव्हा वाजपेयींना धक्काच बसला! राज्यसभेत वार्षिक अंदाजपत्रक सादर होत असताना ते रागानं म्हणाले, ''आपलं सरकार त्यांना साधं सौजन्यदेखील का दाखवू शकलं नाही, याला काहीही उत्तर नाही. एका देशाचा अध्यक्ष या नात्यानं त्यांना सन्मानाची वागणूक देणं हा आपला शिष्टाचार आहे; परंतु त्यांच्या स्वागतासाठी विमानतळावर परराष्ट्रखात्याचा कुणीही वरिष्ठ अधिकारी उपस्थित नव्हता. आपण योग्य रीतीरिवाज पाळू शकत नाही? असं वागणं आपल्या आंतरराष्ट्रीय प्रतिमेला बाधक आहे.'' वाजपेयींनी अगदी स्पष्टपणे सांगितलं की, इस्राईलशी राजनैतिक संबंध प्रस्थापित करावेत असं त्यांना वाटतंय. वाजपेयींनी मान्य केलं, की आपण धोरण ठरवताना आपलं स्वहित जपायला हवं, ही गोष्ट खरी आहे; परंतु इस्राईलच्या अध्यक्षांना आपण माणुसकीच्या सर्वसामान्य सौजन्यानंदेखील न वागवणं हेही आपल्या हिताचं नव्हे![१०]

१९७२ साली वाजपेयींनी संसदेच्या लक्षात आणून दिलं की, आपल्या एका वकिलातीतील राजदूतानं हिंदी लेखक हिरानंद वात्स्यायन यांची ओळख चुकीनं 'कामसूत्र' ग्रंथाचे लेखक अशी करून दिली होती. वाजपेयींनी म्हटलं की, आपले परदेशी वकिलातीतले अधिकारी केवळ भारतीय संस्कृती आणि कला यांचेच जाणकार असून भागणार नाही; त्यांना पाश्चात्त्य जीवनशैलीशीसुद्धा जुळवून घेता आलं पाहिजे. १९७०च्या दशकारंभी एका युरोपीय देशाला भेट दिली, तेव्हा भारतीय वकिलातीत भर हिवाळ्यात परदेशी पाहुण्यांचं स्वागत लिंबूपाणी देऊन केलं जातंय, हे पाहून ते अस्वस्थ झाले. त्यांनी हस्तक्षेप करून तेथील राजदूताला सूचना दिली की, लिंबूपाण्याऐवजी त्यांनी वाइन (मदिरा) देऊन पाहुण्याचं स्वागत करावं.

''प्राचीन काळाचे शहाणपण आणि आधुनिकता यांच्या योग्य मिलाफानंच आपली कार्यक्षमता वाढू शकेल,'' असं ते म्हणाले.[११] ते परराष्ट्रमंत्री असताना भारताचे अमेरिकेबरोबरचे संबंध सुधारले आणि त्यामुळे १९७८ साली अमेरिकेचे राष्ट्राध्यक्ष जिमी कार्टर भारतभेटीसाठी आले.

वाजपेयींची शेवटची परदेशयात्रा सोव्हिएत युनियन आणि पूर्व युरोपातील काही देशांत पंतप्रधान मोरारजी देसाईंसमवेत झाली. त्यांनी विनोदानं म्हटलं की, अमेरिकेला झुकतं माप देणारे असा लौकिक असलेले पंतप्रधान राजनैतिक घोटाळा करून ठेवत नाहीत ना याची काळजी घेण्यासाठी मी त्यांच्यासमवेत गेलो.

हिंदुत्ववादी भारतीय नेते नेहमीच परराष्ट्रनीती आणि जगभरातल्या घडामोडींबद्दल मोठ्या प्रमाणात रस दाखवत आले आहेत. अगदी आरएसएसचे संस्थापक हेडगेवारसुद्धा

---

[१०] २३ मार्च १९६६ रोजी राज्यसभेत केलेलं भाषण.

[११] एन. एम. घटाटे, *फोर डिकेड्स इन पार्लमेंट : अटल बिहारी वाजपेयी.*

याला अपवाद नाहीत. हेडगेवारांचे गुरू बी. एस. मुंजे विसाव्या शतकाच्या प्रारंभी युरोपात वाहणाऱ्या राजनैतिक अंतःप्रवाहांमुळे नुसतेच प्रभावित झाले नव्हते, तर त्यांच्या एका परदेशवारीच्या वेळेस त्यांनी बेनिटो मुसोलिनीच्या फॅसिस्ट सरकारबरोबर संबंध प्रस्थापित केला होता. इटलीतील पंडिता मार्झिआ कॅसोलारी हिने भारतीय हिंदुत्ववादावरचा पाश्चात्त्य देशांचा पगडा स्पष्ट करून सांगितला आहे. तिचं म्हणणं आहे की, हिंदुत्ववाद्यांनी मोठ्या उत्साहानं पाश्चात्त्य कल्पना उसन्या घेतल्या आणि त्यांच्या नेत्यांनी फॅसिझम आणि नाझी चळवळीत कायमस्वरूपी विशेष रस घेतला. ''१९२०च्या दशकारंभापासून ते दुसऱ्या महायुद्धापर्यंत भारतातील हिंदुत्ववाद्यांनी प्रथम फॅसिस्ट इटली आणि नंतर नाझी जर्मनी यातील राजनैतिक वास्तवापासून प्रेरणा घेतली. त्यांच्यातील संपर्काचा एक परिणाम असा झाला की, त्यांनी हिंदू समाजाला शस्त्रप्रवण बनवलं आणि हिंदू समाजात लढाऊ बाणा रुजवला. हिंदू समाजानं शस्त्रसज्जतेत आपली स्वतंत्रशैली विकसित केली, हे जरी खरं असलं तरी फॅसिझमचा प्रभाव लक्षात घ्यावा लागेल. फॅसिझमच्या प्रभावामुळे राजकीय हिंदुत्वात काही गोष्टींची भर पडली. पहिली भर म्हणजे – आधीपेक्षा सक्रिय झालेलं हिंदू सैन्य आणि दुसरी भर म्हणजे शक्तिशाली राजकीय चेहरा.[१२]

***

दरम्यान, जनता पक्षाचं सरकार एका आपत्तीतून ठेचकाळत बाहेर पडून पुन्हा दुसऱ्या आपत्तीत सापडत होतं.

अंतर्गत कुरबुरी अनेक महिने सुरूच होत्या. इतकेच नव्हे तर सरत्या महिन्यांबरोबर त्या वाढतच गेल्या. एप्रिल १९७८मध्ये मोरारजी देसाईंना पंतप्रधानपद मिळाल्यामुळे आधीच रुष्ट असलेल्या चरणसिंग यांनी सरकारच्या आर्थिक धोरणांवर कडाडून हल्ला चढवला. त्यांचं म्हणणं होतं की, सरकारनं शेतकरी आणि ग्रामीण जनता यांच्यासाठी काहीही केलेलं नाही. त्यांनी प्रसारमाध्यमांपुढे या संदर्भात एक निवेदन केलं आणि दैवयोगानं नेमक्या त्याच दिवशी अधिकृत अमेरिकावारीसाठी पंतप्रधान निघण्यापूर्वीच त्यांना हृदयविकाराचा झटका आला.

इंदिरा गांधींनी आणीबाणीच्या वेळेस जे अत्याचार केले, त्याबद्दल देसाई आणि सरकारातले इतर अनेक सदस्य अत्यंत मवाळ धोरण घेत आहेत, असा चरणसिंगांनी आरोप केला. प्रसारमाध्यमांपुढे केलेल्या आणखी एका निवेदनात त्यांनी सरकारचा (ज्याचा ते स्वतःसुद्धा एक भाग होते) 'षंढांचा मेळावा' असा उल्लेख केला. ते म्हणाले, ''आणीबाणीच्या काळात कैद केले गेलेले अनेकजण माझ्याकडे वारंवार येऊन मला कळकळीची विनंती करत आहेत की, इंदिरा गांधींना ताबडतोब कैद करण्यात यावं आणि लोकनायक जयप्रकाशजींना ज्या अवस्थेत तुरुंगात डांबण्यात

---

[१२] *इकॉनॉमिक अँड पॉलिटिकल वीकली,* २२ जानेवारी २०००.

आलं होतं, त्याच अवस्थेत त्यांना तुरुंगाची हवा खायला लावावी. दुसऱ्या कोणत्याही देशात त्यांच्यावर ऐतिहासिक न्यूरेम्बर्ग खटल्यासारखा खटला भरण्यात आला असता, यात काहीही वाद नाही!''[१३]

त्यामुळे परिस्थिती आणखीनच चिघळली. दुखावल्या गेलेल्या आणि संतापलेल्या देसाईंनी सिंग आणि त्यांचा निकटवर्ती मित्र राजनारायण यांना मंत्रिमंडळातून राजीनामा देऊन बाहेर पडायला सांगितलं. त्यानंतर या दोघांनी जनता पक्षाच्या राष्ट्रीय कार्यकारी समितीपुढेही राजीनामा सादर केला.

वाजपेयींनी ताबडतोब आग विझवायला उडी घेतली. त्यांनी स्वतः आणि त्यांच्या जनसंघातील पूर्वीच्या मित्रांनी देसाईंना पूर्णपणे पाठिंबा दिला होता, तरी त्यांना वाटलं की, शीघ्रकोपी पंतप्रधानांनी ही फार टोकाची भूमिका घेतली आहे. शिवाय पक्षसदस्यांचा एकोपा अबाधित ठेवणं, त्याला अग्रक्रम देणं अत्यंत गरजेचं होतं. वाजपेयींनी देसाईंना समजावलं आणि त्यांना आपला निर्णय मागे घ्यायला भाग पाडलं. यात त्यांचे दीर्घकाळापासूनचे जनसंघातले सहकारी नानाजी देशमुख, समाजवादी नेते जॉर्ज फर्नांडिस आणि ओडिशातले वजनदार नेते बिजू पटनाईक यांनी त्यांना खूप साहाय्य केलं. सिंग अत्यंत दुखावले गेले होते; परंतु त्यांनी काही काळानं कडक धोरण सोडलं आणि पक्षाच्या सर्वोच्च समितीपुढे ठेवलेला राजीनामा मागे घेतला. त्यांचं मन इतकं कडवट झालं होतं की, एकदा ते अडवाणींजवळ म्हणाले, ''चौधरी चरणसिंगला सरकारातून बाहेर काढता येईल, वाजपेयीला नाही. कारण एकच आहे तो ब्राह्मण आहे आणि मी जाट आहे.''[१४] आणखी सहा महिन्यांनी चरणसिंग यांना देसाईंच्या मंत्रिमंडळात उपपंतप्रधान म्हणून नियुक्त करण्यात आलं आणि त्यांच्यावर अर्थखात्याची जबाबदारी सोपवण्यात आली; परंतु ही गोडी फार काळ टिकली नाही. त्यांचे साहाय्यक, राजनारायण, जनता पक्षाच्या अध्यक्षांवर, चंद्रशेखर यांच्यावर आणि ज्येष्ठ राजकारणी जगजीवनराम यांच्यावर हल्ला चढवून पक्षात कलह माजवत होते.

तोवर चिकमंगळूर येथील उपनिवडणुकीत इंदिरा गांधी विजयी झाल्या होत्या आणि सार्वत्रिक निवडणुकीत मार खाऊन अपमानास्पद पीछेहाट सहन केल्यावर अवघ्या वर्षभरातच त्यांनी राजकीय क्षेत्रात पुन्हा प्रवेश केला होता. दरम्यान, सत्तेवरील पक्षाला संजीवनी देऊ शकेल असा ज्येष्ठ नेता जयप्रकाश नारायण आणीबाणीच्या कारावासाच्या वेळेस उद्भवलेल्या आरोग्यविषयक समस्यांमुळे अपंगावस्थेत होता. जयप्रकाशजींची प्रकृती इतकी नाजूक झाली होती की, कुणीही इतर कोणाबद्दलही

---

[१३] लेखक – जनक राज जय, पुस्तक – *प्रेसिडेंट्स ऑफ इंडिया, १९५०–२००३* (न्यू दिल्ली : दया बुक्स २००३).

[१४] लेखक – एल. के. अडवाणी, पुस्तक – *द पीपल बिट्रेड* (न्यू दिल्ली : व्हिजन बुक्स : १९७९).

केलेली विषारी विधानं त्यांना खरी वाटू लागली होती. जनता पक्षात उभयपक्षी संहारक अशी दुही माजल्याचं ऐकून ते अत्यंत व्यथित झाले. आणखी एका वर्षानं जयप्रकाशजींचं निधन झालं. त्या वेळेस आपल्या ओजस्वी वक्तृत्वशैलीत वाजपेयींनी त्यांचं वर्णन भारतीय राजकारणातले भीष्म पितामह, आयुष्याच्या अखेरीस बाणांच्या शय्येवर रुतून पडलेले अग्रणी, अशा यथायोग्य शब्दांत केलं. याहून कोणतीही अन्य श्रद्धांजली अधिक समर्पक ठरली नसती.

***

भारतात १९७८च्या शेवटी आणि १९७९च्या प्रारंभी जे संप घडले, त्यामुळे जनता पक्षातील कलहानं वेगळंच वळण घेतलं. अलिगड आणि जमशेदपूर येथे घडलेल्या संपांमुळे जनता पक्षातील आणि मंत्रिमंडळातील पूर्वीच्या जनसंघ सदस्यांवर हल्ला चढवायला राजनारायण आणि त्यांच्यासारख्या अन्य कलहप्रिय लोकांना धारदार शस्त्र सापडलं. त्यांनी आरोप करायला सुरुवात केली की, जनसंघाची पितृसंस्था आरएसएस उत्तर प्रदेश आणि बिहार या जनता पक्षाचं सरकार असलेल्या राज्यांमध्ये संप घडवून आणायला कारणीभूत ठरली होती.[१५] इतर काही जणांनी आरोप केला की, या दोन राज्यांमध्ये आपलं आसन बळकट करण्यासाठी आरएसएस, जनता पक्षाकडून घेतल्या जाणाऱ्या निर्णयांबाबत दडपण आणत आहे. राज नारायण यांनी आरोप केला की, जमशेदपूर या पोलाद कारखान्याच्या शहरात आरएसएसचे अध्यक्ष बाळासाहेब देवरस १ एप्रिल १९७९ रोजी येऊन गेल्यावर अवघ्या दहा दिवसांत तिथं हिंसक दंगल उसळली.[१६] लागलीच जनता पक्षानं मागणी करायला सुरुवात केली की, जनता पक्षातील पूर्वीचे जनसंघ सदस्य असलेल्या सर्व लोकांनी आरएसएसमधून वेगळं व्हावं. त्यांचा आरोप होता की, हे लोक जनता पक्ष आणि आरएसएस या दोन वेगवेगळ्या पक्षांचे सदस्य आहेत. आरएसएसनं घटनाबाह्य सत्ता वापरून जनता पक्षात लुडबुड करावी ही गोष्ट जनसंघाचे सदस्य नसलेल्या जनता पक्षातील गटाला पूर्णतः अमान्य होती. अशी वागणूक लोकशाही तत्त्वांविरुद्ध आहे, असा त्यांचा दावा होता.

समाजवादी आणि अन्य पक्षाच्या सदस्यांना शांत करण्याच्या प्रयत्नात वाजपेयी आघाडीवर होते. त्यांनी आपल्या पूर्वीच्या जनसंघ सहकाऱ्यांना सूचना दिली होती की, त्यांनी आपल्या समाजवादी पक्षाच्या सहकाऱ्यांच्या संवेदनशीलतेला जपलं पाहिजे. त्यांनी सहकार्याचं रणशिंग फुंकलं आणि 'क्षमा करा आणि विसरून जा' अशा शब्दांमध्ये मनं वळवायचा प्रयत्न केला. वाजपेयींनी म्हटलं की, या नव्या

---

[१५] तेव्हा जमशेदपूर बिहार राज्यात होतं. आता ते झारखंड राज्यात आहे.

[१६] नंतर जितेंद्र नारायण चौकशी समितीनं ठरवलं की जमशेदपूरमधलं देवरस यांचं भाषण अत्यंत प्रक्षोभक होतं.

(जनता) पक्षातला जनसंघ हा सर्वांत सुव्यवस्थापित गट असल्यामुळे, त्यांनी अन्य मित्रपक्षांच्या सदस्यांच्या 'काँग्रेससदृश' वर्तणुकीकडे सहिष्णुवृत्तीनं बघितलं पाहिजे; कारण अशी मंडळी कोणत्या ना कोणत्या पद्धतीनं भारतातील या पुरातन पक्षाशी संलग्न होती.[१७] जरी वाजपेयींनी मधू लिमये आणि नारायण यांचं एक मध्यमपंथी मवाळ सदस्य या भूमिकेतून मन वळवण्याचा कसोशीनं प्रयत्न केला होता, तरी जनता पक्षाच्या बहुसंख्य सदस्यांना भीती वाटू लागली होती की, देशभरात अगदी तळागाळापासून भक्कम पाया असलेला आरएसएस जनता पक्षाचा ताबा घेईल आणि कालांतरानं पक्षाच्या मुस्लीम मतदारसंघाचा दुरावा ओढवून घेईल.

'आरएसएस आणि जनता पक्ष यातील एकाची निवड करा,' अशी वारंवार दिली जाणारी निर्वाणीची सूचना ऐकल्यावर वाजपेयी, नानाजी देशमुख आणि अडवाणी यांनी अशी सूचना देणाऱ्यांना फैलावर घेऊन फेरप्रश्न विचारायला सुरुवात केली, 'सरकार स्थापनेनंतर अनेक महिन्यांनी आता तुम्ही दुहेरी सदस्यत्वाचा मुद्दा का उभा करताय?', 'दीर्घकाळ आरएसएसचे सदस्य असलेले लोक रातोरात त्यांच्याशी संबंध तोडतील, अशी अपेक्षा तुम्ही कशी करू शकता?' जॉर्ज फर्नांडिससारखे लोक दुहेरी सदस्यत्वाच्या मुद्द्याबद्दल मधू लिमये आणि राजनारायण यांच्याएवढे प्रक्षोभित झालेले नव्हते; परंतु त्यांनी शांततेसाठी केलेल्या आवाहनाकडे कुणीही लक्ष देत नव्हतं.

जुलै, १९८९मध्ये या समर प्रसंगामुळे सरकारचं कामकाज चालवणंच अशक्य होऊन बसणार आहे ही गोष्ट स्पष्ट झाली. चंद्रशेखरनी वाजपेयी आणि अडवाणींची भेट घेतली आणि सांगितलं की, जर त्यांच्यासारख्या पूर्वी जनसंघ सदस्य असलेल्या लोकांनी सरकारमधून राजीनामा दिला, तर एच.एन. बहुगुणांसारखे श्रेष्ठी जनता पक्षात राहतील आणि जनता पक्षात फूट पाडणार नाहीत. बहुगुणा पूर्वी प्रदीर्घकाळापर्यंत काँग्रेस सदस्य होते आणि कालांतरानं ते चरणसिंग यांचे जवळचे सहकारी बनले. राज नारायण यांनी आधीच 'जनता पार्टी (सेक्युलर)' हा नवा पक्ष स्थापन केला होता आणि उत्तर प्रदेश आणि बिहारमधील राज्य सरकारांपुढे मोठाच पेचप्रसंग उभा करून ठेवला होता.

मंत्रिमंडळातले, पूर्वी जनसंघ सदस्य असलेले तीन मंत्री वाजपेयींच्या नेतृत्वाखाली पंतप्रधान मोरारजी देसाईंना भेटायला गेले आणि त्यांनी राजीनामा देण्याची तयारी दर्शवली. देसाईंनी त्यांचा राजीनामा स्वीकारला नाही. ते म्हणाले, "तुम्ही का म्हणून राजीनामा देताय? तुम्ही कोणती चूक केलीय? तुमच्या राजीनाम्यामुळे माझं सरकार टिकून राहणार असेल, तरी मी तुमचा राजीनामा स्वीकारणं हे

---

[१७] अन्य मित्रपक्ष म्हणजे : देसाईंचा काँग्रेस (ओ), चरणसिंगांचा भारतीय लोकदल आणि जगजीवनरामांचा काँग्रेस फॉर डेमॉक्रसी (सीएफडी).

नैतिकदृष्ट्या चुकीचं ठरेल. तुम्हाला राजीनामा द्यायला लावण्याऐवजी मीच राजीनामा देणं पसंत करेन!''[१८]

लवकरच देसाईंनी जनता पक्षातलं आपलं बहुमत गमावलं. त्यांनी विश्वास ठरावाला तोंड न देता आपला राजीनामा देऊन टाकला आणि काँग्रेस (आय) या इंदिरा गांधींच्या पक्षाच्या पाठिंब्यानं पंतप्रधानपद मिळवण्याचा चरणसिंग यांचा मार्ग मोकळा केला. चरणसिंग यांना इंदिरा गांधींच्या काँग्रेस (आय) पक्षाबरोबरच यशवंतराव चव्हाण यांनी स्थापन केलेल्या काँग्रेस (सेक्युलर) पक्षाचाही पाठिंबा होता. यशवंतराव चव्हाणांनी काही काळ स्वतःला काँग्रेस (आय) पक्षापासून दूर ठेवून हा नवा पक्ष स्थापन केला होता. हा पक्ष जनता पक्षात विविध पातळ्यांवर दुही माजवण्यात मग्न होता.

वाजपेयी आणि जनसंघातले त्यांचे अन्य सहकारी यांच्या दृष्टीनं त्यांच्या सत्तेच्या प्रयोगांची ही अखेर होती. चरणसिंग यांचं भाग्य अल्पजीवी ठरलं. इंदिरा गांधींनी आणीबाणीच्या वेळेस केलेल्या अत्याचारांबाबतचे त्यांच्यावरील खटले मागे घेण्यास चरणसिंग यांनी नकार दिल्यामुळे काँग्रेसनं त्यांना दिलेला पाठिंबा मागे घेतला आणि चरणसिंग यांचं सरकार कोसळलं. त्याचक्षणी वाजपेयींनी आखाड्यात उडी घेतली आणि तमीळ नेते एम.जी. रामचंद्रन यांच्या नेतृत्वाखालच्या अखिल भारतीय द्रविड मुन्नेत्र कळघम या पक्षाचा पाठिंबा मिळवून जगजीवनराम यांना पंतप्रधानपदासाठी उभं केलं; परंतु राष्ट्रपती नीलमसंजीव रेड्डी यांनी लोकसभा बरखास्त करून सर्वांना धक्का दिला. पुढील निवडणुका १९८० साली घेण्यात येणार होत्या.

जनता पक्षाचं स्थैर्य आणि आयुष्य वाढवण्यासाठी केवळ दूर राहण्याचं काम आरएसएसनं करायला हवं होतं, असं त्यावेळेस वाजपेयींना वाटत होतं; परंतु त्यांच्या भगव्या वस्त्रातील सहकाऱ्यांचे म्हणणंसुद्धा त्यांना पटत होतं की, चरणसिंग हा अस्थिरता वाढवणारा राजकारणी होता आणि सरकारात द्वितीय क्रमांकावर असण्याचा त्यानं कधीही स्वीकार केला नव्हता; दुहेरी पक्ष सदस्यत्वाचा मुद्दा त्यानं केव्हा पूर्वी जनसंघाचे सदस्य असलेल्यांवर चिखलफेक करण्यासाठी उभा केला होता, कारण त्यांनी देसाईंना हटवण्याला नकार दिला होता आणि त्यांच्याशी त्यांचे इतर मतभेदसुद्धा होते; परंतु 'ऑल रिस्पॉन्सिबल फॉर जनता क्रायसिस (जनता पक्षातील समरप्रसंगाला जबाबदार असणारे सर्वजण)'[१९] या लेखात वाजपेयींनी अत्यंत तीव्रतेनं म्हटलं होतं की, आरएसएसनं राजकीय पक्ष, कामगार संघटना आणि तरुणांचे गट यांचं सुकाणू हाती घेण्यात रस दाखवण्याऐवजी त्याच्या दीर्घकालीन उद्दिष्टांवर लक्ष केंद्रित केलं पाहिजे.

---

[१८] लेखक - एल. के. अडवाणी, पुस्तक - *माय कंट्री माय लाइफ.*

[१९] *इंडियन एक्स्प्रेस,* २ ऑगस्ट १९७९.

वाजपेयींनी लिहिलं होतं, 'मला हे सांगितलंच पाहिजे की, एक सामाजिक आणि सांस्कृतिक संस्था असल्याचा दावा करणाऱ्या आरएसएसनं आणखी प्रयत्न करून दाखवून द्यायला हवं होतं की त्यांना राजनीतीमध्ये सहभाग घेण्याची अजिबात इच्छा नाही. गलिच्छ सत्तास्पर्धेत पक्षपातीपणे बाजू घेणाऱ्या प्रसारमाध्यमांना प्रोत्साहन देणं, राजकीय पक्षांबरोबर संबंध ठेवणाऱ्या युवा संघटनांबद्दल आस्था दाखवणं, दिल्लीचा पाणीपुरवठा कोडगेपणाने तोडून दिल्लीवासीयांना प्रचंड त्रास भोगायला लावणं. यांसारखी दुष्कर्मं परस्पर वैरापोटी करणाऱ्या कामगार संघटनांना फूस लावणं यांसारख्या गोष्टी संस्थेला आपलं, अराजकीयत्व सिद्ध करण्यात मोठा अडथळा आणत असतात.'[२०] आरएसएसनं आपली द्वारं हिंदुएतर लोकांसाठीसुद्धा खुली ठेवावीत, अशी इच्छा वाजपेयींनी प्रदर्शित केली. आरएसएसनं अनेक महिन्यांनंतर, ऑक्टोबर १९७९मध्ये विजया दशमीदिनाच्या मेळाव्याच्या वेळेस अप्रत्यक्षपणे वाजपेयींच्या या वक्तव्यावरची आपली प्रतिक्रिया उघड केली. ज्या वेळेस आरएसएसची राजकीय शाखा (जनसंघ) अस्पृश्य बनली होती, त्यावेळेस वाजपेयींना पुढं आणणं अत्यंत गरजेचं आहे, हे आरएसएसचे अध्यक्ष देवरस पूर्णपणे जाणून होते. त्यांनी केवळ एवढंच म्हटलं की, आरएसएसनंसुद्धा बदलत्या काळानुसार स्वतःमध्ये परिवर्तन घडवणं गरजेचं आहे.

फक्त वाजपेयीच आरएसएसला उघडपणे विरोध करूनही सहीसलामत राहू शकत होते!

---

[२०] http://www.mainstreamweekly.net/article5196.html.

७

१९८०-१९८४

विनम्रतेचे धडे

एखाद्या स्वप्नातून भीषण दुःस्वप्नाचा उगम व्हावा, अशा परिस्थितीला सामोरं जायची वेळ आली असली, तरी स्वतःचीच कीव करत बसण्याएवढा वेळ वाजपेयींच्या आणि त्यांच्या सहकाऱ्यांच्या हाती शिल्लक उरला नव्हता. पहिलंच काँग्रेसेतर सरकार कोसळावं हा मोठाच दैवदुर्विलास होता आणि त्याहूनही, दाहक वास्तव होतं 'कार्यक्षमतेनं चालणाऱ्या सरकारलाच मतं द्या' हे घोषवाक्य पुकारत इंदिरा गांधींनी पुन्हा सत्ता काबीज करणं. दुःखात सुख मानायचं तर एकच गोष्ट मनाला उभारी देणारी होती; ती म्हणजे काँग्रेसला पराभूत करणं शक्य आहे हे जनता पक्षानं सिद्ध करून दाखवलं होतं! काँग्रेसरूपी बलभीमाला नमवण्याची दुसरी संधी हस्तगत करण्यासाठी प्रयत्नांची पराकाष्ठा करण्याची हीच वेळ होती!

जानेवारी १९८०मध्ये झालेल्या निवडणुकीमध्ये लोकसभेत ३५३ जागा काबीज करून, प्रचंड बहुमतानं इंदिरा गांधींनी पुन्हा सत्ता काबीज केली. जनता पक्षाचा धुव्वा उडाला. सातव्या लोकसभा निवडणुकीत जनता पक्षाची अशी धूळदाण उडाल्यावर, पूर्वी जनसंघ सदस्य असलेल्या नेत्यांनी अजिबात वेळ न दवडता भारतभर प्रवास केला. तळागाळापासून काम करणाऱ्या पक्षातील सदस्यांचं जनता पक्षाच्या अन्य घटकपक्षांबद्दल काय मत आहे, याची चाचपणी करण्यासाठी त्यांनी ही धडपड केली होती.[१]

---

[१] जनता पक्षाला अवघ्या ३१ जागा मिळाल्या होत्या तर चरणसिंग यांच्या जनता पक्षाला (सेक्युलर) ४१ जागा मिळाल्या होत्या. (इलेक्शन कमिशन ऑफ इंडिया यांच्या संकेतस्थळावरून).

त्या सर्वांनी तळमळीनं एकच मुद्दा मांडला : कोणत्याही युतीच्या पक्षात दुय्यम स्थानावर जाण्याची त्यांची अजिबात इच्छा नव्हती. ज्या जनसंघेतर पक्षांनी जनता पक्षामध्ये आपला पक्ष सामील केला होता, त्यांनी तोपर्यंत अपयशाचं खापर जनता पक्षातले पूर्वीचे जनसंघ सदस्य आणि आरएसएस यांच्या दुराग्रही हट्टीपणावर फोडलं. 'दुहेरी सदस्यत्वाच्या' मुद्द्याबद्दलच्या हाकाटीनं उग्र स्वरूप धारण केलं आणि आरएसएसच्या विरोधातील मोहिमेचा सूर आणखीच कर्कश झाला.

निवडणूक हरल्यामुळे प्रक्षुब्ध होऊन (जनसंघ आणि आरएसएसचा) तीव्र निषेध करणाऱ्या जनता पक्षाच्या नेत्यांना काय उत्तर द्यायचं याचा आणि 'दुहेरी सदस्यत्वा'च्या मुद्द्याबाबतचा निर्णय जनता पक्षाच्या पक्षश्रेष्ठींच्या ४ एप्रिल १९८० रोजी दिल्लीत होणाऱ्या बैठकीत घ्यावा, असं ठरवण्यात आलं. जनता पक्षातून जनसंघ सदस्यांची हकालपट्टी करण्यात यावी, हा ठराव सतरा विरुद्ध चौदा मतांनी संमत झाला. समझोता घडवून आणण्यासाठी मोरारजी देसाई आणि इतर काही जणांनी मांडलेला तडजोडीचा प्रस्ताव फेटाळून लावण्यात आला.[२]

जनता पक्षातून आपली हकालपट्टी होईल, असा अंदाज आल्यामुळे जनता पक्षातील पूर्वीच्या जनसंघ सदस्यांनी ५ एप्रिल १९८० रोजी दिल्लीत दोन दिवसांची राष्ट्रीय परिषद आयोजित केली होती. ६ एप्रिल रोजी बैठकीला जवळजवळ ३,५०० सदस्य उपस्थित राहिले. ही बैठक दिल्लीतील फिरोझशाह कोटला मैदानात घेण्यात आली होती. त्यावेळेस भारतीय जनता पक्ष हा नवा पक्ष स्थापन करून वाजपेयींना पक्षाचं अध्यक्षपद देण्याचा निर्णय सर्व सदस्यांनी घेतला. त्याच दिवशी जगजीवनराम जनता पक्ष सोडून यशवंतराव चव्हाणांच्या काँग्रेस (यू) पक्षात सामील झालेले ऐकून जनसंघ सदस्यांची करमणूक झाली. लवकरच (जनता पक्षाबाहेर पडून) चरणसिंग यांनी त्यांचा भारतीय लोकदल हा पक्ष नव्यानं सुरू केला. पुढील काही महिन्यांत जनता पक्षातले अनेक उपपक्ष बाहेर पडले आणि जनता पक्ष नावालाच शिल्लक राहिला.

त्यांच्या एप्रिलमधल्या राष्ट्रीय परिषदेत भाजपनं देशातील भ्रष्टाचारी आणि जुलमी लोकांचं निर्दालन करण्याचं जयप्रकाशांचं स्वप्न साकार करण्याची जेव्हा शपथ घेतली, त्याच वेळेस इंदिरा गांधी हिंदू धर्माचं पालन करत असल्याच्या देखाव्यासाठी विविध मंदिरांना आणि मठांना भेटी देण्यात गर्क झाल्या होत्या. ईश्वरी कृपेमुळे त्या पुन्हा निवडून आल्याचा त्यांचा दावा होता!

आता सत्ता काबीज केल्यामुळे, आपल्या अत्याचारांची भूतकाळातली भुतं आपल्या मानगुटीवर बसतील अशी भीती इंदिरा गांधींना उरली नव्हती. जिंकून आल्यामुळे त्यांना अत्यानंद झाला होता, कारण राजकीय मृत्यूच्या अगदी समीप

---

[२] लेखक – एल. के. अडवाणी, पुस्तक – *माय कंट्री माय लाइफ.*

जाऊन प्रचंड असुरक्षितता आणि भीतीनं पछाडलेल्या इंदिरा गांधींचा राजकीय पुनर्जन्मच झाला होता, अशी गोष्ट उच्च नेत्यांच्या बाबतीत क्वचितच घडते. बरेचजण सत्ता गमावल्यावर उरलेलं आयुष्य तुरुंगात खितपत काढतात, त्यांना हद्दपार केलं जातं किंवा ते फाशीलासुद्धा सामोरे जातात. सत्ता काबीज केल्यामुळे, फक्त 'क्षमा करा आणि विसरा' एवढंच म्हणून त्या बेदरकारपणे सर्व आरोपांकडे पाठ फिरवू शकल्या. आणीबाणीच्या वेळेस अनेक जणांनी अत्याचार केले. इंदिरा गांधींच्या धाकट्या मुलानं संजय गांधी यांनी त्याच्या बन्सीलालसारख्या साहाय्यकांबरोबर केलेल्या उद्योगांमुळे जनतेला प्रचंड तिरस्कार वाटत होता आणि त्यावर भरपूर टीकासुद्धा झाली होती. त्यावेळेस संजय इतके बेफाम आणि एखाद्या गुंडासारखे बेमुर्वतखोर झाले होते की, १९७५च्या जुलै महिन्यातील 'वॉशिंग्टन पोस्ट'च्या बातमीत लुइस एम. सिमन्सनी लिहिलं होत, संजय यांनी अनेकदा इंदिरा गांधींच्या श्रीमुखात भडकावली होती आणि त्या कोणताही प्रतिकार करत नव्हत्या.[३] मंत्र्यांच्या नियुक्तीतसुद्धा संजय ढवळाढवळ करत असत अणि ऑल इंडिया रेडिओसारख्या संस्थांच्या कामकाजात हस्तक्षेप करत असत. त्यावेळेस इंदरकुमार गुजराल हे माहिती प्रसारण खात्याचे मंत्री होते. त्यांनी संजय यांच्या आज्ञा स्वीकारायला नकार देऊन त्यांना फटकारलं आणि त्यानंतर राजीनामा दिला. त्यांच्या जागी संजय यांनी राजकारणात बदनाम झालेल्या, निर्लज्ज अशा विद्याचरण शुक्ल यांना नियुक्त केलं.

शुक्ल यांना बॉलिवूड नट-नट्यांबद्दल प्रचंड आकर्षण वाटत असे आणि त्यांच्या भलत्याच उद्योगांबद्दल सत्तावर्तुळांमध्ये आणि कॉकटेल पार्टीजमध्ये गरमगरम चर्चा होत असत. राजधानीतील जामा मशिदीसमोरची झोपडपट्टी उद्ध्वस्त करताना संजय यांनी मुळीच हयगय केली नाही. जुन्या दिल्लीत असंख्य लोकांना त्यांनी मृत्युमुखी लोटलं; परंतु काही बाबतीतल्या त्यांच्या कल्पना काळाच्या पुढं होत्या. त्यांना फोक्सवॅगन बीटलसारखी गाडी जनतेसाठी तयार करायची होती; परंतु आपली स्वतःची उद्दिष्टं साध्य करण्यासाठी त्यांनी सरकारी यंत्रणेचा आणि सरकारी मालमत्तेचा जो गैरवापर केला, त्यावर आणीबाणी संपल्यावरच प्रकाश पडला.

परराष्ट्रमंत्री म्हणून १९७७ साली शपथ घेतल्यावर वाजपेयींनी केलेली पहिली गोष्ट म्हणजे ते थेट इंदिरा गांधींच्या निवासस्थानी पोहोचले आणि त्यांनी आश्वासन दिलं की, नवं सरकार त्यांची गाडलेली भुतं उकरून काढणार नाही. श्रीमती गांधी

---

[३] *द इमर्जन्सी : अ पर्सनल हिस्टरी* (न्यू दिल्ली : पेंग्विन बुक्स २०१५) या कुमी कपूरलिखित पुस्तकात या बातमीच्या सत्यतेबाबत प्रश्न उभा केला आहे; परंतु सिमन्सनं Scroll.in वर नमूद केलंय की, त्यांना मिळालेली बातमी पूर्णपणे विश्वासार्ह आहे आणि ती प्रसृत केल्याबद्दल त्यांना अजिबात खेद वाटत नाही. कारण या बातमीमुळे 'इंदिरा-संजय' या आई-मुलाच्या विचित्र नात्यावर प्रकाश पडला, खरं तर या नात्याचे पडसाद त्या वेळी असंख्य भारतीयांच्या आयुष्यावर उमटत होते.

आणि त्यांच्या कुटुंबीयांना प्रचंड भीती वाटत होती की, खवळलेला जमाव त्यांची कत्तल करून टाकेल. श्रीमती गांधींच्या घरी जाण्यापूर्वी वाजपेयींनी मोरारजी देसाईंची परवानगी घेतली होती आणि बऱ्याच विनवण्या केल्यावर मोरारजींनी तशी परवानगी दिली होती. वाजपेयींनी इंदिरा गांधींना सांगितलं की, त्यांना न्यायाची वागणूक दिली जाईल आणि सत्तेवरील पक्षाचा एकही नेता त्यांच्याविरुद्ध प्रक्षोभ माजवणार नाही. खरंतर जनता तेव्हा इतकी खवळलेली होती की, अगदी छोट्याशा ठिणगीनं प्रचंड गोंधळ माजला असता आणि जनतेनं आपल्या हाती कायदा घेतला असता. फक्त दिल्लीतच, आणीबाणीच्या काळात, वीस हजार लोकांचा छळ करण्यात आला होता. वाजपेयींनी दिलेलं आश्वासन केवळ तोंडदेखलं नव्हतं; ते वचन होतं.

वाजपेयी त्यानंतर म्हणत असत की, संसदेत जरी ते इंदिरा गांधींवर भरपूर टीकेची झोड उठवत असत, तरी त्यांचे वैयक्तिक स्नेहसंबंध टिकून राहिले होते. त्यांच्या मृत्यूनंतर वाजपेयी म्हणाले, 'जेव्हा जेव्हा मी इंदिरा गांधींना भेटत असे, तेव्हा दर वेळेस मला त्या कोणत्यातरी अनामिक भीतीच्या दडपणाखाली आहेत, असं जाणवत असे. त्यांच्या मनाच्या कोणत्यातरी कोपऱ्यात प्रचंड असुरक्षितता कायम ठाण मांडून बसलेली असे. प्रत्येकाकडे बारकाईनं बघणं, प्रकटपणे काहीही न बोलणं आणि सारं जग आपल्या विरुद्ध कट करत असल्याच्या संशयानं पछाडलेलं असणं या साऱ्या गोष्टी एका वेगळ्याच मानसिकतेकडे बोट दाखवतात. त्या मानसिकतेचं विश्लेषण नीटपणे केलं, तरच आपण इंदिराजींचं व्यक्तिमत्त्व आणि त्यांचं वागणं यांचा अर्थ लावू शकू.'[४]

संजय यांनी कॉलेजात न जाता रोल्स रॉइसमध्ये अनुभव घेण्यासाठी काम केलं होतं. आता त्यांची आई सत्तेवर आल्यामुळे, त्यांनी भारतातील लक्षावधी लोकांना परवडेल अशी कमी किमतीची मोटारगाडी बनवण्याच्या आपल्या स्वप्नाचा पाठपुरावा करायला सुरुवात केली; परंतु त्यांचं प्रदीर्घ काळापासूनचं स्वप्न वास्तवात उतरलेलं पाहणं त्यांच्या नशिबी नव्हतं. २३ जून १९८०च्या सकाळी संजय यांनी दिल्ली फ्लाइंग क्लबच्या नव्या विमानातून आकाशात झेप घेतली. विमान उड्डाणाचे ते भलतेच शौकीन होते; परंतु विमानाच्या कसरती करत असताना त्यांचा विमानावरचा ताबा सुटला. झालेल्या अपघातात डोक्याला जबर मार बसून ते आणि त्यांच्यासोबत असलेले कप्तान सुभाष सक्सेना हे दोघे जण तत्काळ मृत्यू पावले.

***

---

४ *रीट्रॉस्पेक्ट अँड प्रॉस्पेक्ट*, या *फोर डिकेड्स इन पार्लमेंट : अटल बिहारी वाजपेयी* शीर्षकाच्या पुस्तकातील लेखातून.

अवघ्या तेहेतिसाव्या वर्षी संजय मरण पावल्यामुळे अपेक्षित गोष्टच घडली. त्यांचे बुजरे आणि मितभाषी ज्येष्ठ भाऊ राजीव राजकारणात उतरले.[५] इटॅलियन सोनिया यांच्याशी राजीव विवाहबद्ध झालेले होते. एकमेकांचे गळे कापणाऱ्या भारतीय राजकारणात त्यांनी शिरावं, अशी सोनिया यांची अजिबात इच्छा नव्हती; परंतु जगातील सर्वांत मोठ्या लोकशाहीत आपल्या घराण्याचा वारसा पुढं नेण्याच्या दडपणापुढे त्यांना मान तुकवावीच लागली. जरी राजीव यांनी इंडियन एअरलाइन्समध्ये वैमानिक म्हणून काम करणं सुरूच ठेवलं, तरी पक्षाच्या बैठकींना आवर्जून हजेरी लावणं त्यांना भाग पडलं.

१९८० हे इंदिरा गांधींसाठी सर्वांत चांगलं आणि सर्वांत वाईट साल ठरलं. त्यावर्षी स्थैर्य मिळवून देण्याच्या आश्वासनावर त्या पुन्हा सत्तेवर आल्या. या एकाच खेपेला त्यांनी दोन वेगळ्या मतदारसंघांतून निवडणूक लढवली आणि दोन्हीतून त्या निवडून आल्या. रायबरेलीला त्यांनी प्रतिस्पर्धी राजमाता विजयाराजे सिंदियांना पराजित केलं,[६] तर आंध्र प्रदेशातील मेडक येथे त्यांनी जयपाल रेड्डींना पराजित केलं. (जयपाल रेड्डी आता काँग्रेसमध्ये आले आहेत.)[७]

संजयसुद्धा अमेठीतून बहुमतांनी निवडून आले होते. उत्तर प्रदेशातील अमेठी मतदारसंघात तीन वर्षांपूर्वीच्या निवडणुकीत ते पराभूत झाले होते; (आणि त्या निवडणुकीत उत्तर भारतात काँग्रेसचा पूर्ण धुव्वा उडाला होता.) परंतु विजयी झाल्यावर अवघ्या सहा महिन्यांत त्यांचे निधन झाले.

भाजपचं अध्यक्षपद वाजपेयींनी अधिकृतपणे स्वीकारल्यावर, त्यावर्षीच्या डिसेंबरमध्ये भाजपचं अधिवेशन मुंबईत आयोजित करण्यात आलं. पक्षाचे संपूर्ण देशभरातले नेते तेथे एकत्र जमले होते. त्यावेळेस ५०,००० लोकांच्या प्रचंड मोठ्या जनसमुदायापुढे भाषण करून वाजपेयींनी लोकांना मंत्रमुग्ध करून टाकलं. देशभरातून आलेल्या भाजप सदस्यांचं स्वागत केल्याबद्दल भाषणाच्या प्रारंभी वाजपेयींनी देशाच्या या आर्थिक राजधानीतील जनतेचे मनःपूर्वक आभार मानले. ते भाषणात म्हणाले, 'भारतीय जनता पक्षाचं अध्यक्षपद म्हणजे शोभेचा अलंकार नव्हे!.... जनता पक्ष तुटून विखुरला; परंतु जयप्रकाशांची स्वप्नं आम्ही तुटून विखरू देणार नाही.'

---

[५] २०१० साली काँग्रेस पक्षानं आणीबाणीचा पुन्हा एकदा आढावा घेतला आणि त्या काळातील अतिरेकी अत्याचारांचा ठपका संजयवर ठेवला.

[६] आणीबाणीच्या काळात इंदिरा गांधींनी दोन राजस्त्रियांना कैदेत टाकलं होतं : एक विजयाराजे सिंदिया आणि दुसऱ्या जयपूरच्या गायत्रीदेवी.

[७] त्या वर्षी पूर्वी त्यांच्या राज्याच्या सत्तेखाली असलेल्या भिंड मतदारसंघातूनही विजयाराजे पराजित झाल्या.

वाजपेयींच्या सर्व भाषणांचे वैशिष्ट्य म्हणजे बोलताना योग्य वेळ साधून त्यांनी पाळलेली क्षणभराची स्तब्धता. जणू काही शब्दांनंतर थांबून ते आपल्या शब्दांचा प्रतिध्वनी पूर्ण होण्याची वाट पाहत असत. सर्वसाधारणपणे ते अगदी शांतपणे भाषणाला प्रारंभ करत आणि त्यानंतर त्यांच्या आवाजाची लय आणि जोर खूपच वाढत जात असे. येणारं प्रत्येक वाक्य मागच्या वाक्यापेक्षा अधिक जोशानं येत असे. निश्चित मताचे ठासून प्रतिपादन करताना त्यांच्या डोक्यांची होकारार्थी हालचाल होत असे आणि प्रत्येक हालचालीबरोबर त्यांची करड्या रंगाच्या केसांची दाट झुलपं कपाळावर झेपावत असत. त्यांच्या शब्दांमधल्या जोमाबरोबर त्यांच्या हातांची समर्पक हालचाल होत असे. तर्जनी आकाशाकडे रोखून जणूकाही श्रोत्यांपुढे उभ्या करत असलेल्या दैवी प्रतिमेकडेच ते निर्देश करत आहेत, असा भास होत असे. त्यांचं हिंदी अगदी शुद्ध आणि निर्दोष होतं आणि त्यात मधूनच योजलेल्या वैचारिक इंग्रजी संज्ञा त्यांच्या धोरणीपणाच्या तेजोवलयात भरच पाडत असत. आपल्या श्रोत्यांशी आपल्या नेत्रांनी संपर्क साधत, ओठांच्या कोपऱ्यात सूचक स्मित खेळवत ते जी भाषणं करीत ती मेघगर्जनेसारखी जोरदार आणि भुरळ पाडणारी असत. श्रोत्यांना एकवेळ त्यांच्या भाषणाचा आशय पटत नसेल; परंतु त्या भाषणांची मोहिनी न पडणं ही अशक्य कोटीतली गोष्ट असे!

त्या रात्री मुंबईत सुखद गारवा होता. हजारो श्रोते धक्काबुक्की करत, बसण्यासाठी जागा शोधत होते आणि वाजपेयी नीटपणे दिसावेत म्हणून माना उंच करत होते. वाजपेयी त्यावेळेस नखशिखांत शुभ्र प्रावरणात होते. लांब बाह्यांचा सुती कुर्ता, धोतर आणि गळ्याभोवती ते नेहमी वापरत असलेला गळपट्टा. त्यांनी आणि त्यांच्या पक्षानं जी जबाबदारी स्वीकारली होती, त्यांना देशातील जनसामान्य आणि शेतकरी यांच्याबद्दल जी आत्मीयता वाटत होती आणि ज्या झगड्याच्या राजकारणापासून भाजप स्वतःला दूर ठेवणार होता त्याबद्दल ते भरभरून बोलले. त्यांनी काँग्रेस सरकारवर जोरदार टीका केली आणि काँग्रेसनं गरीब आणि दीनदलितांना जी अन्याय्य वागणूक दिली त्यावर प्रखर प्रकाशझोत टाकला. नव्यानं स्थापन झालेल्या भारतीय जनता पक्षातले त्यांचे अडवाणींसह सर्व सहकारी त्यांच्या शेजारी व्यासपीठावर शांतपणे मांडी घालून बसले होते आणि वाजपेयी ध्वनिक्षेपकापुढे उभे राहून बोलत असता, एकाच कोनात त्यांच्या दिशेने डोकं वर वळवून त्यांचं भाषण ऐकत होते. या सर्व लोकांनी शेकडो वेळा त्यांची भाषणं ऐकली होती आणि तरीसुद्धा ते मंत्रमुग्ध झाले होते.

वाजपेयींनी पक्षाच्या नवीन दिशा आणि धोरणांबाबतचा जाहीरनामा श्रोत्यांपुढे मांडला. भाषणाचा समारोप करताना त्यांनी भविष्यवाणी वर्तवली :

'अंधेरा छटेगा' परिणाम साधण्यासाठी क्षणभर थांबून ते पुढे म्हणाले, 'सूरज निकलेगा'. अखेरीस ते जेव्हा म्हणाले, 'कमल खिलेगा', तेव्हा श्रोत्यांनी टाळ्यांचा

इतका प्रचंड कडकडाट केला की, तो थांबायला अनेक मिनिटं जावी लागली.[८] हे शेवटचं वाक्य येत्या काही वर्षांमध्ये वारंवार उद्गारलं जाणारं भाजपचं घोषवाक्य बनलं.

लोकसभेत नव्या पक्षाचा नेता या नात्यानं वाजपेयींना वाटत होतं की नव्या पक्षानं आपला यापूर्वीचा लढाऊ बाणा सोडून द्यावा आणि वेगवेगळ्या विस्तृत जनसमुदायाला आकृष्ट करून घ्यावे.[९] त्यांनी जेव्हा पक्षाच्या मुंबईतल्या गुप्त बैठकीसाठी मोहम्मद करीम छागला यांना आमंत्रण दिलं, तेव्हा त्यांचं हे नवं धोरण सर्वांपुढे उघड झालं. छागला हे मुंबई उच्च न्यायालयाचे अत्यंत आदरणीय असे भूतपूर्व मुख्य न्यायाधीश होते. या बैठकीच्या वेळेस ते म्हणाले की, भविष्यात वाजपेयी पंतप्रधान बनतील आणि त्यांनी आशा व्यक्त केली की, भाजप केंद्र सरकारातील सत्तेसाठीचा महत्त्वाचा दावेदार बनेल.

अशी उत्तुंग उद्दिष्टं ठेवण्याचा काळ अजून खूप लांब असला, तरी काँग्रेसला लोकशाहीत पर्यायी अशा, लोकांच्या हक्कांसाठी लढणारा, धर्मनिरपेक्ष पक्ष अशी भाजपची प्रतिमा निर्माण करण्यासाठी त्यांनी जिवाचं रान केलं. 'जनसामान्यांपर्यंत कधीच न पोहोचलेला पक्ष' हा भाजप पक्षावर लागलेला कलंक वाजपेयींना पुसून काढायचा होता. शिवाय 'कट्टर हिंदुत्ववादी' आणि 'मुस्लीमद्वेष्टा पक्ष' या प्रतिमासुद्धा त्यांना खोडायच्या होत्या. काही काळानं स्तंभलेखक आणि संपादक वीर संघवी यांनी वाजपेयींनी घडवलेल्या भाजपचं नेमकं स्वरूप विशद करताना म्हटलं, 'राष्ट्राच्या उत्थानाविषयी काहीच चर्चा झाली नाही. खरं तर भारतातील सर्व मुस्लीम हे मूळचे हिंदूच आहेत; पण या मुद्द्याविषयीही चर्चा झाली नाही. मशिदी पाडायला हव्यात याविषयीही चर्चा झाली नाही आणि स्वतःच्याच देशात हिंदूंना दुय्यम वागणूक मिळते याबद्दलही चर्चा झाली नाही.'[१०]

भाजपचे हे नवे अध्यक्ष आपल्या पक्षाचं नामकरण नव्यानं 'जनसंघ' असं करण्याच्या विरोधात होते; कारण त्यांना खरोखरच वाटत होतं की, या डाव्या पक्षांनी जनता पक्षाचा अनुभव आणि त्यापासून घेतलेला बोध मनीमानसी रुजवून घेतला आहे आणि त्यामुळेच आता आपला पक्ष खूपच स्वायत्त आणि जनसंघापेक्षा लवचीक बनला आहे. राजनैतिक सदस्यत्वाच्या संदर्भात आरएसएस आणि जनसंघ यांची संवेदनक्षमता प्रयत्नपूर्वक आकाराला आणून त्यांना आपल्या प्रतिमेसदृश बनवण्याचा प्रयत्न वाजपेयी कसोशीने करत होते. उदारमतवादी अशी स्वतःची प्रतिमा ते घडवत

---

८ भाजपचं निवडणुकीचं चिन्ह होतं कमळ. जनसंघाचं निवडणुकीचं चिन्ह होतं दीप.

९ वाजपेयी काँग्रेसच्या सी. एम. स्टीफनला थोड्याशा मतांनी पराभूत करून लोकसभेत दिल्लीतून काठावर निवडून आले.

१० rediff.com/news/1999/may/06vir.htm.

होते आणि आपल्या पूर्वीच्या सहकाऱ्यांना त्या संदर्भात ते संवेदनशील बनवत होते. उदारमतवादी अशी आपली आणि आपल्या पक्षाची प्रतिमा बनवण्याचा त्यांचा मानस होता. 'ऑर्गनायझर' या साप्ताहिकाचे माजी संपादक व्ही.पी. भाटिया यांना त्या सुमारास डाव्या विचारसरणीच्या त्यांच्या एका मित्राबरोबरचा संवाद आठवतोय. ते म्हणाले, 'मुस्लीम समाजातली वाजपेयींची प्रतिमा उदारमतवादी अशी असल्याबद्दल खूपच बोललं गेलंय. मुंबईत नामवंत सिनेलेखक आणि आयुष्यभर कम्युनिस्ट असलेल्या एका निकटच्या नातेवाइकाला भेटायला गेलो असता, मला एक वेगळाच अनुभव आला. त्यावेळेस मद्यप्राशनाची मैफल जमली असता, वाजपेयींचा विषय चर्चेत होता. त्यांचा कम्युनिस्ट विचारांचा नातलग भाटियांना म्हणाला, 'ख्वाजा महम्मद अब्बासला काय झालंय, कळत नाही! तोसुद्धा वाजपेयींचा भक्त झालाय. मी अब्बासला म्हटलं की, वाजपेयी अमेरिकेचा,[११] हस्तक आहे; पण तो त्यावर विश्वास ठेवायलाच तयार नाही!!'

राजकीय युतीचा कोणता फायदा होतो आणि त्यामुळे अशक्य ते शक्य कसं घडवून आणता येतं, याचा वाजपेयींना अनुभव आलेला होता. त्यामुळे त्यांना भाजपची विचारसरणी बदलून आपल्या पक्षाला विरोधातील काँग्रेसेतर पक्षांशी युती करण्यायोग्य बनवायचं होतं. समान विचारसरणी असलेल्या पक्षांनी युती केली आणि एकत्रितपणे विरोध केला तर काँग्रेस सारख्या बलाढ्य पक्षालासुद्धा हादरा देता येतो, हे त्यांनी प्रत्यक्ष पाहिलं होतं. अगदी १९५८ सालापासून वाजपेयींनी महानगरपालिकेच्या निवडणुकीत विरोधात गेलेल्या काँग्रेस सदस्यांशी युती करण्याचं चातुर्य दाखवलं होतं. त्यामुळेच कम्युनिस्ट पक्षाच्या अरुणा असफअली नंतर दिल्लीच्या महापौर झाल्या तरी आरएसएसचे के.एन. सहानी उपमहापौर झाले. संसदेतील चर्चेत त्यांनी आपली ६०च्या आणि ७०च्या दशकातली भूमिका बदलली होती आणि ठामपणे म्हणायला सुरुवात केली होती की, धर्माला राजकारणापासून अलग ठेवलं पाहिजे. उदाहरणार्थ, ३ ऑगस्ट १९८२ रोजी देशातील विविध भागांतील दुष्काळाबाबत चर्चा सुरू असताना त्यांनी बिहारचे मुख्यमंत्री जगन्नाथ मिश्रा यांच्यावर टीका केली होती; कारण त्यावेळेस उपाशी मरणाऱ्या लोकांना मदत करण्याऐवजी मिश्रांना प्रसारमाध्यमांमधली आपली प्रतिमा आणि प्रसारमाध्यमांच्या स्वातंत्र्यावर गदा आणणारा 'बिहार प्रेस बिल' हा कायदा संमत करणं याचीच फिकीर पडलेली होती. तेव्हाच कृषिमंत्री राव वीरेंद्रसिंग यांनी सुचवलं होतं, 'तुम्ही प्रार्थना करू शकता'. वाजपेयींनी ताबडतोब उत्तर दिलं, 'प्रार्थनेनं काहीही होणार नाही. मंत्र्यांनी प्रार्थनेबद्दल काहीही बोलू नये. पुजाऱ्यांनी प्रार्थनेची काळजी करावी! मंत्र्यांनी व्यवस्थापनाकडे लक्ष द्यावं! उपाशी लोक प्रार्थना करतील;

[११] जी. एन. एस. राघवन, *अ न्यू एरा इन द इंडियन पॉलिटी : अ स्टडी ऑफ अटल बिहारी वाजपेयी अँड द बीजेपी* (न्यू दिल्ली : ग्यान पब्लिशिंग हाउस, १९९६).

पण जर सरकारनं त्यांच्या मुखी अन्न पाणी दिलं नाही आणि त्यांना नोकऱ्या मिळवून दिल्या नाहीत, तर प्रार्थनेचा सरकारला काहीही उपयोग होणार नाही. लोकांच्या भुकेच्या ज्वाळांमध्ये सरकार भस्मसात होऊन जाईल.'

जरी संसदेत वाजपेयी नेहरूंच्या शैलीशी मिळतीजुळती 'सर्वधर्म समभावा'ची वक्तव्य करत असले, तरी एका पत्रकारानं उद्दामपणे, त्यांनी हिंदुत्ववादी गोटात मारलेल्या फेरफटक्याचा उल्लेख केला आहे. १९८३ साली आसामच्या निवडणुकीच्या वेळेस वाजपेयींनी अत्यंत प्रक्षोभक भाषण केलं होतं. आसाममधील बांगलादेशी घुसखोरांची प्रचंड प्रमाणावरची उपस्थिती हा वादाचा मुद्दा त्यांनी आपल्या भाषणात जोरानं मांडला होता. वाजपेयींच्या भाषणाकडे खुद्द भाजपनं तेव्हा पाठ फिरवली होती आणि स्वतःला त्यापासून अलिप्त राखलं होतं; कारण वाजपेयींच्या प्रक्षोभक भाषणामुळेच बहुधा आसामच्या नेल्ली गावात दंगल उसळली होती आणि बहुतांश मुस्लीम असलेल्या दोन हजारांपेक्षा अधिक स्त्री–पुरुषांची कत्तल करण्यात आली होती.[१२] त्यावेळच्या भाषणात वाजपेयींनी आसाममधल्या जमावापुढे म्हटलं होतं, 'जर असे घुसखोर पंजाबात आले असते, तर त्यांचे तुकडे तुकडे केले गेले असते.' त्यानंतर अवघ्या काही तासांमध्येच दंगल उसळली.[१३]

***

दरम्यान, काँग्रेस पक्ष भ्रष्टाचाराच्या आरोपांमुळे हादरून निघाला होता. त्यात प्रामुख्यानं समावेश होता १९८१ सालच्या अंतुले विश्वस्त संस्थेबद्दलच्या गदारोळाचा! परंतु अनेक राज्यांत विजयी होऊन काँग्रेस सरकार सत्तेवर आल्यामुळे या दोषारोपांमुळे इंदिरा गांधी पेचात सापडल्या असल्या तरी त्यांना फारसा त्रास झाला नाही. इंदिरा गांधींचे अत्यंत लाडके समजले जाणारे अब्दुल रहमान अंतुले महाराष्ट्राचे मुख्यमंत्री असताना त्यांनी ३० कोटी रुपये अंदाजपत्रक असलेल्या सात विश्वस्त संस्था स्थापन केल्या होत्या. त्यातील एका संस्थेचं नाव होतं, 'इंदिरा गांधी प्रतिभा प्रतिष्ठान.' कलेला आणि कलाकारांना प्रोत्साहन देणं हा या संस्थेचा अधिकृत हेतू होता. त्यात ५.२ कोटींचा निधी होता. उरलेले पैसे बांधकाम व्यावसायिक आणि सहकारी साखर कारखान्यांनी दिलेल्या देणग्यांमधून उभे राहिले होते. लोकांना ज्याचा धसका वाटत असे, त्या अरुण शौरीनं, त्यावेळेस इंडियन एक्स्प्रेसचा पत्रकार असताना, अन्वेषक अहवालाद्वारे प्रसिद्ध केलं होतं की, महाराष्ट्र राज्य सरकारनं फर्मान काढलं होतं की

---

[१२] २८ मे १९९६ रोजी संसदेत वाजपेयींनी मांडलेल्या विश्वास ठरावाबद्दल चर्चा करतेवेळी सी.पी.आय.चे ज्येष्ठ नेते इंद्रजित गुप्ता यांनी त्या वेळच्या वाजपेयींच्या भाषणातले उतारे वाचून दाखवले होते.

[१३] http://www.thehindu.com/opinion//lead/two-bjp-men-so-alike-and-so-different/article62165.ece.

सहकारी साखर कारखान्यांनी १ टन साखरेच्या उत्पादनामागे २.५ रुपये देणगीदाखल द्यावेत आणि बांधकाम व्यावसायिकांनी त्यांना मंजूर झालेल्या सिमेंटच्या गोणीमागे या विश्वस्त संस्थेला ठरावीक देणगी द्यावी.[१४] अंतुले त्यांच्याकडून गोणीमागे ४०रु.ची देणगी मागत होते. शौरी यांनी त्यांच्या अहवालात यामागची गोम विशद केली. ते म्हणाले, अंतुलेंनी दावा केला होता, तसा हा सरकारी ट्रस्ट नव्हताच! तो खासगी ट्रस्ट होता आणि अंतुलेच मुख्य ट्रस्टी (विश्वस्त) होते. त्यांचे काही मित्रच इतर ट्रस्टी होते. जर हा ट्रस्ट बंद करण्यात आला असता, तर करारानुसार त्यातले सारे पैसे अंतुलेंच्या ताब्यात गेले असते.

ही बातमी १९८१ अखेरीस प्रसिद्ध झाली, तेव्हा संसदेचा कारभार ठप्प झाला; कारण हा मुद्दा वाजपेयींनी आणि इतर लोकांनी संसदेत चांगलाच लावून धरला. खरंतर विरोधी पक्षांनी अंतुलेंवर आरोप केला की सरकारी कोट्यापेक्षा जास्त सिमेंट देण्याच्या बदल्यात अंतुले बांधकाम व्यावसायिकांकडून पैसे उकळत आहेत. जानेवारी १९८२मध्ये मुंबई उच्च न्यायालयानं या संदर्भात अंतुले यांना दोषी ठरवल्यावर त्यांना मुख्यमंत्रिपदाचा राजीनामा द्यावा लागला.[१५]

इतक्या साऱ्या अडचणी आल्या तरी राजकीय जीवनात पुनर्जन्म झालेल्या इंदिरा गांधींच्या नेतृत्वाखाली काँगेस पक्षाची आगेकूच सुरूच राहिली. जम्मू आणि काश्मीर यांसारख्या राज्यातील निवडणुका काँग्रेसनं जिंकल्या. त्या राज्यात प्रगती होईल, अशी भाजपला आशा वाटत होती. अगदी हिंदूंची बहुसंख्या असलेल्या जम्मूमध्येसुद्धा भाजपनं मार खाल्ला; कारण इंदिरा गांधींनी अत्यंत हुशारीनं निवडणूक मोहीम आखली होती. हिंदू मतं मिळवण्यासाठी त्यांनी काश्मीरचे लाडके मुस्लीम नेते शेख अब्दुल्ला यांच्यावर जोरदार टीकास्त्रं सोडली होती.

दुसरीकडे वाजपेयींचं भाजपमधलं स्थान अधिकच बळकट झालं होतं. राज्य निवडणुकांमधल्या प्रतिकूल निकालांमुळे आजवर काँग्रेसेतर पक्षांबरोबर युती करण्यास तयार नसलेले भाजपचे सदस्य याबाबत पुनर्विचार करून युतीसाठी राजी होऊ लागले होते. त्यांच्या युतीविरोधामागचं कारण होतं जनता पक्षाबाबतचा त्यांचा नकारात्मक अनुभव. वाजपेयींनी राजकीय हालचालींपासून आरएसएसला हातभर दूरच ठेवल्यामुळे, वाजपेयींकडे संशयानं बघणाऱ्या आरएसएसच्या तक्रारीसुद्धा काही काळ कमी झाल्या होत्या. नव्यानं आशा वाटू लागण्याचं कारण म्हणजे १९८२मध्ये काँग्रेसेतर पक्षनेते एन.टी. रामाराव यांनी स्थापलेल्या तेलुगू देसम पक्षाला (TDP) आंध्र प्रदेश निवडणुकीत प्रचंड यश मिळालं होतं आणि ओडिशामधील वजनदार नेता बिजू पटनाईक यांनी विरोधी पक्षांनी एकजूट दाखवावी, असं जोरदार रणशिंग फुंकलं होतं.

---

[१४] http ://mumbaimirror.indiatimes.com/mumbai/other/Anoutspoken-man-of-measured -words/articleshow/45354182.cms?

[१५] त्यानंतर सर्वोच्च न्यायालयानं त्यांच्यावरील सर्व आरोपातून त्यांना निर्दोष म्हणून मुक्त केलं.

परंतु १९७०च्या अखेरीस भस्म झालेला काँग्रेस पक्ष राखेतून उड्डाण करणाऱ्या फिनिक्स पक्ष्याप्रमाणे उंच झेपावला होता आणि त्याचं भक्कम स्थान डळमळीत होण्याचं कोणतंही चिन्ह तेव्हा दिसत नव्हतं. नव्यानं स्थापन झालेला भाजप प्रसववेदना सहन करत होता, त्यावेळेस इंदिरा गांधींचे नेतृत्व असलेला काँग्रेस पक्ष, आपलं सर्वधर्म समभावाचं तुणतुणं फारच काळजीपूर्वक वाजवत होता. हिंदूंचा रोष ओढवू नये, यासाठीची ही हुशार खेळी होती. इंदिरा गांधींचे पिता, जवाहरलाल नेहरू आणि लालबहादूर शास्त्री या दोघांनीही किंचितसा हिंदुत्ववाद दाखवण्याचं धोरण यापूर्वी हुशारीनं वापरलं होतं. तेच धोरण वापरून इंदिरा गांधींनी विरोधी पक्षांना गोंधळात टाकलं होतं. काँग्रेसचं अनुकरण करणं फायद्याचं ठरलं नसतं. राजनैतिक लंबक डावीकडे झुकू लागल्यावर आरएसएसच्या हाती, वाजपेयींची धोरणं म्हणजे नेहरूंची नक्कल आहे आणि दिल्लीला केंद्रबिंदू मानणारी आहेत, अशी तक्रार करण्याखेरीज फारसं काही उरलं नव्हतं; परंतु वाजपेयींना वठणीवर आणण्यासाठी त्यांना फारसं काही करताही येत नव्हतं!

संस्था पेचप्रसंगात सापडली असताना आणि तळागाळापासून पक्षप्रचार करायचा कुणालाच फारसा उत्साह वाटत नव्हता. मात्र त्याचवेळी वाजपेयींनी नेता या नात्यानं 'मध्यममार्गी मवाळ राजकारणी' अशी आपली प्रतिमा यशस्वीपणे उभी करून नेता या नात्यानं उत्तम कामगिरी करून दाखवली. हे काम त्यांनी अगदी मनापासून केलं. संसदेत जोरदार भाषणं करणं आणि गांधींच्या धर्तीवर पण त्यातून मुस्लिमांबद्दलचं प्रेम वजा केलेल्या अंगभूत माणुसकीचा प्रचार आणि प्रदर्शन करणं अशा त्यांना सहजगत्या उत्तम जमणाऱ्या गोष्टी त्यांनी जोमानं केल्या.

त्याच वेळेस पंजाबात प्रचंड गोंधळ माजला होता. १९८२मध्ये पंजाबमधील लोकांनी 'धरम युद्ध मोर्चा' शीर्षकाचा शांततामय निषेध नोंदवला होता. 'आनंदपूर साहिब रिझोल्यूशन'च्या वेळेस पंजाबातील लोकांनी आपल्या मागण्या अधोरेखित केल्या होत्या आणि त्या संदर्भातला हा निषेध मोर्चा होता. अत्यंत पक्षपाती वृत्तीनं पंजाबातील राज्य सरकारनं तो निषेध मोडून काढला.[१६] आणि हजारोंना कैदेत टाकलं. जरी या गोष्टीचा सर्वांनी निषेध केला असला, तरी त्यानंतर पंजाबात मोठ्या प्रमाणात हिंसाचार बळावला आणि त्याची मुळं भूतकाळात सापडतात. राज्य सरकार विरोधातला सर्वांत नवा हिंसाचार जर्नैलसिंग भिंद्रानवालेनं सुरू केला होता. तो 'दमदमी टकसाल' नावाच्या अत्यंत कडव्या शीख पंथाचा नेता होता. सर्व शिखांना, अत्यंत पवित्र वाटत असलेल्या 'सुवर्णमंदिर या गुरुद्वारांत त्यानं आपलं सत्तास्थान निर्माण केलं होतं.

[१६] पंजाबातील लोकांना शेतीसाठी नदीच्या पाण्याचा जास्त मोठा हिस्सा हवा होता आणि चंडीगड पंजाबात परत हवं होतं. १९६६ साली पंजाबचे तीन तुकडे पाडून पंजाब, हरियाना आणि हिमाचल प्रदेश अशी तीन विभिन्न राज्यं स्थापन करण्यात आली होती.

१९६०च्या अखेरीस पंजाबात झालेल्या हरितक्रांतीमुळे शेतीत यंत्रांचा मोठ्या प्रमाणात वापर होऊ लागला होता आणि त्यामुळे अनेक लोकांना पूर्वी मिळणारी शेतीची कामं आता मिळेनाशी झाली होती. या राज्यात मोठे कारखाने सुरू करायला केंद्र सरकार फारसं राजी नव्हतं, त्यामुळे बेकार झालेले असंख्य तरुण भिंद्रानवालेच्या हाकेला ओ देऊन हाती शस्त्रं घ्यायला तयार झाले होते.

भाजपच्या दृष्टीनं पंजाबातली स्थिती खूपच काळजीत टाकणारी होती. तेथे सत्तेवर असलेला 'अकाली दल' हा पक्ष पूर्वीच्या जनता पक्षाचा एक घटकपक्ष होता. 'जनता पक्ष' या विभिन्न पक्षांच्या युतीनं तयार झालेल्या पक्षानं १९७७ साली राज्यात सरकार स्थापन केलं होतं. पंजाबला हिंसाचाराचे हादरे बसू लागल्यावर, वाजपेयींनी संसदेत अत्यंत तळमळीनं भाषण केलं आणि देशभक्त शिखांना दूर लोटून जनतेवर बेफाम हल्ले चढवू नयेत, अशी केंद्र सरकारला कळकळीची विनंती केली. १९८० सालीच इंदिरा गांधींनी अकाली दल नेता मुख्यमंत्री प्रकाशसिंग बादल यांच राज्य सरकार बरखास्त केलं. (बादल १०० पेक्षा अधिक दिवस सत्तेवर होते). बादलना पंजाबच्या विधानसभेत निर्विवाद बहुमत मिळालेलं होतं. त्यामुळे इंदिरा गांधींची ही कृती लोकशाही तत्त्वाशी पूर्णपणे विसंगत मानली गेली. राजकीय उद्दिष्टं साध्य करण्यासाठी बादल सरकार धर्माचा वापर करत आहे, असा आरोप इंदिरा गांधींनी बादल सरकारवर केला, त्यामुळे भाजपसारखे पक्ष पेचात सापडले. त्यांनी या विरोधात तक्रार केली असती, तर त्यांचे हिंदू समर्थक दुरावले असते.

वाजपेयींचे भाषण नेहमीप्रमाणे प्रभावी झाले. इंदिरा गांधी आणि त्यांचे सहकारी पंजाबमध्ये मते मिळवण्यासाठी, शिखांविरुद्ध हिंदूविषयी कळवळा दाखवण्याचा जो धोकादायक खेळ खेळत होते, तोही वाजपेयींनी आपल्या भाषणात नजरेस आणून दिला.

> जेव्हा अकाली दल आणि काँग्रेसमधल्या वाटाघाटी फिस्कटल्यावर विरोधी पक्षांना वाटाघाटीत सामील करून घेण्यात आलं; परंतु वाटाघाटींना सुरुवात झाली, तेव्हा विरोधी पक्षांना त्यात सहभागी करण्यात आलं नव्हतं, कारण काँग्रेसमधील आमच्या मित्रांनी ठरवलं की, हा त्यांच्यातला आणि अकाली दलातला घरगुती मामला आहे! त्यांना वाटलं की, त्यांना या प्रश्नावर तोडगा शोधता येईल. वाटाघाटींमध्ये पंजाबातील अन्य पक्षांना सामील करून विश्वासात घेण्याची काहीही गरज नाही. राष्ट्रीय पातळीवर चर्चा करण्याची गरज नाही; परंतु तसा तोडगा शोधणं त्यांना शक्य झालं नाही! त्यानंतर विरोधी पक्षनेत्यांना सामील करून घेण्यात आलं. माझे मित्र इंद्रजित गुप्ता इथे उपस्थित आहेत. त्यांना माहीत आहे की, अशा त्रिपक्षी वाटाघाटींमध्ये सहभाग घेण्यास मी उत्सुक नव्हतो. माझ्या मनात त्याबाबत किंतू होता. आसाममधील अनुभवातून मी धडा शिकलो होतो. जेव्हा वाटाघाटी

> फिस्कटायला सुरुवात होते किंवा जेव्हा सरकार तडजोडीसाठी तयार होत नाही, तेव्हा ते विरोधी पक्षांना त्याबद्दल दोषी ठरवतात. अशा त्रिपक्षी वाटाघाटींमुळे मतभेद कमी झाले. केंद्र व राज्य सरकार संबंधांबाबत समिती स्थापन करतेवेळी आनंदपूर साहिब ठरावाचा उल्लेख करण्याची गरज नाही, हे अकाली दलानं मान्य केलं. या गोष्टी सत्य नाहीत? हिमाचल प्रदेश, हरियानाचा मोठा भाग आणि राजस्थानातील गंगानगर यांवर असलेला त्यांचा दावा मागे घ्यायची अकालींनी तयारी दाखवली, ही गोष्ट सत्य नाही?... ही प्रगती नव्हे?'

त्यांच्या २६ जुलै १९८३च्या भाषणात वाजपेयींनी सरकारला 'देशाच्या भविष्याशी खेळू नये,' अशी सावधगिरीची सूचना केली होती. ते म्हणाले,

> 'अकाली दलानं खलिस्तानाच्या (स्वतंत्र शीख राष्ट्र) मागणीपासून स्वतःला दूर ठेवलंय की नाही? मूठभर शिखांखेरीज कुणालाही खलिस्तान नकोय! शीख देशभक्त आहेत. मी इंग्लंड, युरोपमधील इतर देश आणि अमेरिका इथे राहत असलेल्या (शीख) लोकांशी बोललोय. खलिस्तानला पाठिंबा देणाऱ्यांना न्यू यॉर्कमधील गुरुद्वारात प्रवेश करता येत नाही. लंडनमध्येसुद्धा तसंच घडलं. सगळीकडच्या माझ्या बैठकींना शिखांचा प्रचंड मोठा समुदाय उपस्थित राहिला होता. मी त्यांना म्हटलं, 'खलिस्तान होणार नाही!' ते म्हणाले, 'खलिस्तान कुणाला हवंय? आम्ही खलिस्तानची मागणी करत नाही...' परदेशातील शीख जनतेनं मला सांगितलं, 'आम्ही भारतावर प्रेम करतो; पण आम्ही भारताला भेट देतो, तेव्हा आमच्याकडे संशयानं बघितलं जातं, आम्हाला थांबवलं जातं आणि आमच्या पारपत्राची (पासपोर्टची) कसून तपासणी केली जाते.' पंजाबमध्ये केव्हा आगडोंब उसळेल, हे कुणीही सांगू शकणार नाही. पंजाबातले लोक देशभक्त आहेत आणि तेथील राजकीय पक्षाचे लोक संयमानं वागत आहेत; पण गोष्टी चिघळू शकतात. तीन ठिकाणी दंगल उसळली आहे. मी अकाली दलाला विनंती करू इच्छितो. केंद्र सरकार ऐकत नाहीय.... आंदोलन थांबून हिंदू-शिखांमध्ये एकजूट झाल्यावर पंजाबात मोहीम सुरू होऊ शकेल.'

त्याकाळात पंजाबातील हिंसाचार हा चर्चेतला महत्त्वाचा मुद्दा होता आणि पंजाबातील जनतेच्या समस्यांकडे लक्ष वेधून घेण्यासाठी संसदेचं व्यासपीठ वापरण्याची एकही संधी वाजपेयींनी सोडली नाही. ते अत्यंत स्पष्टपणे पुनःपुन्हा इंदिरा गांधींची धोरणं आणि त्यांच्या सरकारची पंजाबमधली कारवाई यांवर टीकेची झोड उठवत होते. पंजाबात (७ ऑक्टोबर रोजी) राष्ट्रपती राजवट लागू केल्यावर जो हिंसाचार घडला,

त्याबद्दल १६ नोव्हेंबर १९८३ रोजी त्यांनी संसदेत भाषण केलं. 'अगदी योग्य पाऊलसुद्धा विलंबानं उचललं, तर ते कसं निष्प्रभ ठरतं, याचं ज्वलंत उदाहरण म्हणजे पंजाबात लागू केलेलं ३५६ हे कलम (राष्ट्रपती राजवट)', असं ते म्हणाले. वाजपेयींनी १९८३च्या मध्यापासूनच पंजाबात राष्ट्रपती राजवट आणावी म्हणून विनंती करायला प्रारंभ केला होता. ते म्हणाले की, जर केंद्र सरकारनं ही परिस्थिती नीटपणे हाताळली असती, तर गोष्टी या थराला गेल्या नसत्या. त्यांनी अतिरेक्यांवर वेळेतच कारवाई करायला हवी होती.

या टप्प्यावर इंदिरा गांधी सत्तेच्या शिखरावर पोहोचल्या होत्या आणि त्यांच्या राज्यकारभारावर आव्हानात्मक टीका करणं ही विरोधी पक्ष सदस्यांच्या दृष्टीनं अशक्य कोटीतली गोष्ट होती. असं असूनही त्यांच्यावर संसदेत तोफा डागायला वाजपेयी अजिबात कचरले नाहीत. पंजाबात त्या खेळत असलेली राजकीय खेळी किती धोक्याची आहे, हे त्यांनी स्पष्टपणे निदर्शनाला आणून दिलं. ४ एप्रिल १९८४ रोजी केलेल्या भाषणात वाजपेयींनी काँग्रेसवर आरोप केला आणि भिंद्रानवालेंशी त्यांचे गुप्त संबंध आहेत, असं ठासून म्हटलं. ते म्हणाले,

> 'भिंद्रानवालेंचं नाव ऐकताक्षणी इतकं चिडायचं काय कारण आहे? १९८०च्या निवडणुकीत त्यांनी काँग्रेस पक्षासाठी काम केलं हे सर्वांना ठाऊक आहे. गुरुद्वारा प्रबंधक समितीवर निवडून येण्यासाठी, भिंद्रानवालेंच्या सहकाऱ्यांनी निवडणुकीत काँग्रेसची मदत घेतली हेसुद्धा सर्वश्रुत आहे. सरकार घेणार असलेल्या सर्व निर्णयांची बातमी भिंद्रानवालेंना कोण पुरवतं? ते दिल्लीत येऊनही कैद झाले नाहीत. पंतप्रधानांनी मुंबईतील एका साप्ताहिकाला मुलाखत दिली; परंतु त्यात त्यांनी भिंद्रानवालेंच्या विरोधात चकार शब्दसुद्धा काढला नाही! दिल्लीतील साप्ताहिकाला दिलेल्या मुलाखतीत त्या म्हणाल्या, 'आम्ही दोन्ही संतांना भेटायला तयार आहोत (हरचरण सिंग) लोंगोवाल (अकाली दलाचे पंजाबातील बंडखोरीच्या काळातले अध्यक्ष) आणि भिंद्रानवाले.' तसं करून तुम्हाला समस्येवर तोडगा शोधता येणार असेल, तर जरूर तसं करा, पण कृपा करून पंजाबातली समस्या सोडवा! अन्यथा, भावी पिढ्या तुम्हाला कधीही माफ करणार नाहीत..... या गोष्टीचा राजकीय फायद्यासाठी वापर करू नका.... दिल्लीच्या राज्यकर्त्यांनो! लक्ष द्या! आपलं कर्तव्य जाणा!''

यावेळेपर्यंत पंजाबातील गुन्ह्यांचं प्रमाण प्रचंड वाढलं होतं. निष्पाप नागरिकांवर आणि पोलिसांवर अतिरेक्यांनी क्रूर हल्ले चढवणं, ही नित्याचीच बाब झाली होती.

वाजपेयी म्हणाले, 'दिवसागणिक परिस्थिती आणखी बिघडतेय आणि गोष्टी हाताबाहेर चालल्या आहेत. राजकीय पक्षांचा फायदा होणं, एवढाच हा

प्रश्न उरलेला नाहीये. कधी कधी भारताचा एकसंधपणा आणि अखंडत्व कायम राहण्याबाबतच फार काळजी वाटू लागते. २८ फेब्रुवारी रोजी गृहमंत्र्यांनी हरियाणा आणि पंजाबमधील परिस्थितीबद्दल निवेदन केलं. मी त्यातला काही भाग उद्धृत करतोय. 'मी संसदेला आश्वासन देतो की हा क्रूर हिंसाचार थांबवण्यासाठी सरकार शक्य तेवढं सारं करेल. मग त्याची कितीही किंमत मोजावी लागो!' हे त्यांचं वक्तव्य होतं २८ फेब्रुवारी रोजीचं. आणि २८ मार्च रोजी, दिल्ली गुरुद्वाराप्रबंध समितीचे अध्यक्ष मनचंदा यांचा या दिल्लीतच खून झाला! भारताच्या राजधानीत! अंधाऱ्या रात्री नव्हे तर चक्क दिवसाढवळ्या! कोणत्या निर्जन कोपऱ्यात नव्हे, तर गर्दीच्या रस्त्यात! ज्यांना मारून टाकायचंय त्यांच्या यादीत मनचंदांचं नाव अग्रक्रमावर होतं. त्यांना एक सुरक्षारक्षक देण्यात आलेला होता. खुन्यांच्या धाडसाकडे बघा! त्यांनी मनचंदांना ठार केलं आणि कुणाच्याही हाती न पडता ते निसटले. ते नक्कीच मनचंदांच्या मागावर असणार. सरकार काय करत होतं? पंजाबातील ज्वाळा आता राजधानीपर्यंत पोहोचल्या आहेत!'

वाजपेयींची भविष्यवाणी खरोखरच सत्य ठरली! पंजाब गर्तेत लोटला गेला. भिंद्रानवाले हा फ्रँकेन्स्टाइनसदृश राक्षसच होता. त्याचे हस्तक असलेले अतिरेकी पंजाबात हैदोस घालून कामावर असलेल्या किंवा झोपी गेलेल्या निष्पाप लोकांची बेछूटपणे कत्तल करू लागले होते. इंदिरा गांधींनी शेवटी धोका ओळखला आणि त्यांनी सैन्यातर्फे जी कारवाई केली, त्याची किंमत त्यांना आपल्या प्राणांचं मोल देऊन चुकवावी लागली. या लष्करी कारवाईचं नाव होतं, 'ऑपरेशन ब्लू स्टार' आणि ३ ते ८ जून १९८४ दरम्यान ती करण्यात आली होती. अमृतसरच्या सुवर्णमंदिरात दडी मारून बसलेल्या भिंद्रानवालेंना आणि सर्व अतिरेक्यांना बाहेर काढून ताब्यात घेण्यासाठी लष्कराला पाठवण्यात आलं होतं. लष्कराशी दोन हात करणारे भिंद्रानवाले आणि त्यांचे सहकारी या कारवाईत मारले गेले.

वाजपेयींनी यशस्वीरीत्या मोहीम फत्ते करणाऱ्या लष्कराचं मनःपूर्वक अभिनंदन केलं. परंतु अशाप्रकारे भविष्यात अयोग्य रितीनं लष्कराचा वापर करण्याबाबत धोक्याची घंटा वाजवली. २५ जुलै (१९८४) रोजी लोकसभेत केलेल्या भाषणात वाजपेयी म्हणाले,

> 'लष्करावर अत्यंत अवघड आणि नाजूक जबाबदारी सोपवण्यात आली होती. अत्यंत कौशल्यानं आणि धाडसानं ही जबाबदारी पार पाडल्याबद्दल त्यांचे अभिनंदन केलंच पाहिजे! परंतु एका गोष्टीकडे आपण डोळेझाक करता कामा नये! ती म्हणजे, लष्कर हे मुख्यतः परदेशी शत्रूंशी लढा देण्यासाठी तयार केलेलं असतं आणि त्या दृष्टीनं लष्कराला साधनसामग्री पुरवण्यात आलेली असते. या गोष्टी आपल्याच देशवासीयांच्या विरोधात

> वापरणं ही अतिशय कटू गोष्ट आहे आणि शक्यतो आपण ती टाळायलाच हवी! हरमिंदर साहिबमधील (अमृतसरच्या सुवर्णमंदिरातील सर्वांत पवित्र मानलं गेलेलं अंतर्गृह) लष्करी कारवाईबद्दल मला दोन गोष्टी सांगायच्या आहेत. पहिली म्हणजे या वेळेस लष्कराला प्रथमच एका धर्मस्थानात पाठवण्यात आलं होतं आणि ही शेवटचीच वेळ ठरली पाहिजे! आपल्याच जनतेविरुद्ध धर्मस्थानात लष्कराला पाठवणं अपरिहार्य ठरावं अशी परिस्थिती उद्‌भवू देता कामा नये. सरतेशेवटी देशांतर्गत सुरक्षेकडे लक्ष पुरवणं हे पोलिसांचं काम आहे. त्यांच्या मदतीला गरज उद्‌भवल्यास केंद्रीय राखीव पोलीस दलाला (सेंट्रल रिझर्व्ह पोलीस फोर्स) पाठवावं. तशीच गरज पडली तर सीमा सुरक्षा दलाला (बॉर्डर सिक्युरिटी फोर्स) पाठवावं. पंजाबात ही तिन्ही दलं निष्प्रभ ठरली! का? लष्कराला बोलवावं लागावं, अशा थराला गोष्टी का पोहोचल्या? पंजाबातलं राज्य सरकार बरखास्त करावं लागलं. विधानसभा बरखास्त केली गेली नसली, तरी तिचा कारभार ठप्प झाला. राज्यकारभार लुळापांगळा होऊन पडला आहे. समाजात दुही माजलीय.... ही दुही सांधायला 'रोटी-बेटी' व्यवहाराचीसुद्धा मदत होऊ शकली नाही.'

फारसा कुणालाही माहीत नसलेले भिंद्रानवाले, थेट हुतात्मा ठरण्याइतका मोठा झाला या चमत्कारावरही वाजपेयींनी या भाषणात प्रखर प्रकाश टाकला.[१७] वाजपेयी म्हणाले की, १९८० साली, दिल्लीत, निरंकारी बाबाच्या खुनाच्या संदर्भात ज्यांच्या ज्यांच्यावर पकड वॉरंट जारी करण्यात आली होती, त्यात भिंद्रानवालेचं नाव होतं; परंतु त्याला कैद केल्यावर, त्याची इतकी ढिसाळपणे पोलीस चौकशी करण्यात आली की, तो सुटून जाणं अपरिहार्य ठरावं! वाजपेयी म्हणाले की, अमृतसरमध्ये ५-६ जून रोजी घडलेल्या घटना अजिबात अभिमानास्पद नाहीत! 'मी लष्कराचं अभिनंदन केलं, कारण त्यांनी आपली आयुष्यं धोक्यात घातली होती. सरकारी आज्ञेचं पालन करण्यावाचून लष्करापुढे कोणताही अन्य पर्यायच उरलेला नव्हता. पण ज्यांनी अशी सरकारी आज्ञा दिली, ते आज आरोपीच्या पिंजऱ्यात उभे आहेत. परिस्थिती या थरापर्यंत का पोहोचू देण्यात आली? दीर्घकाळपर्यंत भिंद्रानवालेला मनाप्रमाणे हैदोस घालू दिल्याबद्दल आणि पंजाबी फुटीरवाद्यांना परदेशातून पैसे पुरवणाऱ्यांची माहिती सर्वांपुढे उघड न केल्याबद्दल, वाजपेयींनी सरकारला दोषी ठरवलं.

त्या वर्षीच्या ३१ ऑक्टोबर रोजी सकाळी साडेनऊ वाजता श्रीमती इंदिरा गांधी, १ सफदरजंग रोडवरून १ अकबर रोडवरील त्यांच्या कचेरीत जायला निघाल्या होत्या. तेथे आयर्लंडमधील एक दूरदर्शन वाहिनी त्यांची मुलाखत घेणार होती. त्यावेळेस

[१७] अमृतसरच्या सुवर्ण मंदिरातील वस्तुसंग्रहालयात भिंद्रानवालेच्या फोटोला उच्चतम स्थान देण्यात आलंय. शिखांसाठी प्राण समर्पित करणारा हुतात्मा असं त्याचं वर्णन करण्यात आलंय.

सतवंतसिंग आणि बियांत सिंग या त्यांच्या दोन सुरक्षारक्षकांनी गोळ्या झाडून त्यांची हत्या केली. 'ऑपरेशन ब्ल्यू स्टार'च्या वेळेस सुवर्णमंदिराची फार हानी झाली होती. सुवर्णमंदिर अपवित्र केल्याचा बदला घेण्यासाठी या दोघांनी इंदिरा गांधींना ठार मारलं होतं. त्या दोघांनी मिळून त्यांच्यावर तेहेतीस गोळ्या झाडल्या. तीन त्यांना लागल्या नाहीत. तेवीस त्यांच्या शरीरातून आरपार गेल्या आणि सात त्यांच्या देहात अडकून राहिल्या होत्या.

> वाजपेयींच्या भाकिताप्रमाणे, पंजाबच्या अग्निज्वाळा राजधानीला येऊन भिडल्या होत्या.

इंदिरा गांधींच्या हत्येची बातमी, त्यांच्यावर गोळ्या झाडल्यानंतर, दहा तासांहूनही जास्त कालावधीनंतर दूरदर्शनच्या सायंकालीन बातम्यांत प्रसृत करण्यात आली. राजधानीच्या शहरात पुढील अनेक दिवस भीषण हिंसाचाराचं थैमान सुरू होतं. असं म्हटलं जातं की, सरकारमधल्या काही महत्त्वाच्या अधिकाऱ्यांच्या आदेशानुसार, गुंडांनी हजारो शिखांची निष्ठुरपणे कत्तल केली. सरकारनं मृत्युमुखी पडलेल्यांची संख्या ३,००० इतकी सांगितली असली, तरी राजकीय हेतूनं घडवलेल्या एकतर्फी हिंसाचारी दंगलीत ८,००० पेक्षा जास्त शिखांना राजधानीच्या शहरात मारण्यात आलं, असा स्वतंत्र अंदाज बांधला गेला होता.[१८] श्रीमती गांधींचे पुत्र राजीव गांधी यांचा त्यांचे वारस म्हणून पंतप्रधानपदावर ताबडतोब शपथविधी करण्यात आला. शिखांच्या कत्तलीबद्दल ते फक्त म्हणाले, 'मोठा वृक्ष जेव्हा कोसळतो, तेव्हा भूमी हादरतेच!' आणि त्यांनी विषय संपवला.[१९] दिल्लीतील शिखांच्या दुर्दशेबाबत सरकार इतकं भावनाशून्य आणि बेदरकार राहिलं होतं!

त्यावेळेस वाजपेयी ६, रायसीना रोड येथे राहत होते. बाहेर गोंधळ गडबड माजलेली पाहून ते घराबाहेर आले. त्यांना काही शीख टॅक्सीचालक मदतीसाठी आक्रोश करत असताना दिसले. पेट्रोल, सुरे आणि काठ्या घेऊन गुंडांचा मोठा जमाव टॅक्सीचालकांवर हल्ला करायला चालून आलेला होता. वाजपेयी गर्दीत घुसले आणि गुंडांचा जमाव आणि टॅक्सीचालकांच्या मधोमध उभे राहिले. त्यांनी संतापलेल्या जमावाला म्हटलं, 'मला ठार मारल्यावरच तुम्ही त्यांना हात लावू शकाल.' जमाव प्रथम थोडा घुटमळला आणि त्यानंतर वाजपेयींना म्हणाला, 'बाजूला व्हा आणि आम्हाला आमचं काम करू द्या.' काम कोणतं तर गरीब बिचाऱ्या टॅक्सीचालकांना ठार मारण्याचं!

---

१८ http://india.blogs.nytimes.com/2013/04/11/investigation-of-1984-sikh-massacre-continues-in-india/?_r=0.

१९ लेखक – मनोज मित्ता, पुस्तक – *व्हेन अ ट्री शुक दिल्ली* (न्यू दिल्ली : रोली बुक्स, २००८).

वाजपेयींच्या कामावर तैनात असलेल्या एकमेव सुरक्षारक्षकानं तोवर पोलिसांना फोन करून तेथे ताबडतोब पोहोचायला सांगितलं होतं. पोलीस तेथे पोहोचेपर्यंत, वाजपेयी त्या शिखांना गुंडांपासून सुरक्षित ठेवण्यासाठी न डगमगता तिथंच उभे होते. पोलीस आल्यावर गुंड पळून गेले. आणखी काही दिवसांनी पत्रकार आणि व्यंग्यचित्रकार राजिंदर पुरी त्यांना भेटायला आलेला असताना पुन्हा एकदा वाजपेयींचे धैर्य सर्वांना दिसलं. रस्त्यावरची एक मोटारगाडी जमावानं अडवली होती. आरडाओरडा ऐकून सारेजण घराच्या फाटकापाशी धावत गेले. पुरी म्हणाले, 'गाडीभोवती मुलं आणि तरुण लोक पेट्रोल कॅन घेऊन उभे होते. गाडीत शीख समुदायाचे लोक होते. वाजपेयी गुंडांवर ओरडले.'

त्यानंतर लवकरच घेण्यात आलेल्या निवडणुकीत काँग्रेसनं सहानुभूतीच्या लाटेचा पुरेपूर फायदा घेतला आणि शिखांबद्दलच्या विरोधाचं अवगुंठित प्रदर्शन करून मोहीम लढवली. राजकारणाच्या सक्रिय मुख्य प्रवाहात प्रवेश मिळवण्यासाठी वाजपेयींना अजून खूप काळ प्रतीक्षा करावी लागली. संधी समोर उभी ठाकेपर्यंत प्रतीक्षा करणं त्यांना भाग पडलं!

८

१९८४-१९९१

निष्फल वर्षे

१९८४च्या निवडणुकीपूर्वी एका जाहीर कार्यक्रमात वाजपेयींचा काढण्यात आलेला एक फोटो अजूनही सर्वांच्या लक्षात आहे. त्या फोटोत त्यांचा उजवा हात स्लिंगमध्ये अडकवलेला आहे. अस्थिभंग झाल्यामुळे घट्ट बांधून टाकलेला आणि एका टेबलवर ठेवलेला त्यांचा उजवा पाय एखाद्या ॲस्ट्रॉनॉटच्या पायासारखा दिसतो आहे. निवडणूक मोहिमेच्या वेळेस त्यांना दुखापत झाली होती. १९८४ साली त्यांची आणि त्यांच्या भाजप पक्षाची जी हानी झाली आणि दोघांच्याही प्रगतीला ज्या प्रकारे खीळ बसली, त्याची जणू काही पूर्वसूचनाच या फोटोद्वारे दिली जात होती.

भाजपनं त्याच्या जनसंघ अवतारातल्या कट्टर हिंदुत्ववादापासून किंचित मवाळ धोरण स्वीकारत आपलं परिवर्तन करून घेतलं होतं. हिंदू जनता कट्टर धर्मवादी नाही आणि त्यामुळे आपल्या पक्षाचं नवं मवाळ हिंदुत्ववादी रूप हिंदू मतदारांना रुचेल, पटेल असं वाजपेयींना वाटत होतं. अर्थात श्रीमती गांधींच्या खुनानंतर पसरलेल्या सहानुभूतीच्या लाटेमुळे काँग्रेस पक्षाचा फायदा होईल, हे भाजपनं गृहीत धरलंच होतं; परंतु शिखांविरुद्धच्या प्रचारामुळे सर्वच हिंदू मतदार काँग्रेसकडे वळतील, असं मात्र त्यांना अजिबात वाटलं नव्हतं.

वाजपेयी १९८४च्या निवडणुकीत ग्वाल्हेर मतदारसंघातून उभे राहिले. त्यापूर्वी, वाजपेयींनी त्यांना शिक्षणासाठी मदत करणाऱ्या ग्वाल्हेर राजघराण्याच्या तत्कालीन वारसाबरोबर माधवराव सिंदियांबरोबर मसलत केली होती. ग्वाल्हेर राजघराणं कायमच

उजव्या राजकीय विचारसरणीचं होतं. राजमाता विजयाराजे सिंदिया प्रथम भारतीय जनसंघाच्या आणि त्यानंतर भाजपच्या सदस्य होत्या. स्वतः वाजपेयींनी माधवरावांचा भारतीय जनसंघाशी परिचय करून दिला होता, तरी माधवरावांनी आणीबाणीच्या वेळेस काँग्रेसमध्ये पक्षांतर केलं होतं. गुणा येथील लोकसभा मतदारसंघातून ते तीन वेळा विजयी झाले होते.[१] ग्वाल्हेर मतदारसंघातून उमेदवार म्हणून उभं राहण्यापूर्वी वाजपेयींनी माधवरावांना विचारलं होतं की, या वेळेस ग्वाल्हेर मतदारसंघातून निवडणूक लढवण्याचा त्यांचा इरादा आहे का? त्याला माधवरावांनी नकारार्थी उत्तर दिलं होतं; परंतु आयत्या वेळेस त्यांनी त्याच मतदारसंघातून निवडणूक लढवण्याचा निर्णय घेतला. थोडक्यात, वाजपेयींना आपल्या आश्रयदात्याच्या मुलाच्या विरोधातच निवडणूक लढवावी लागली आणि तीसुद्धा अशा मतदारसंघातून, ज्यावर त्यांच्या प्रतिस्पर्ध्याच्या पूर्वजांनी राज्य केलं होतं! भारतात लोकशाही असली तरी अजूनही जनतेला राजघराण्यांबद्दल दरारायुक्त आदर वाटतो याचं ते द्योतक होतं आणि माधवराव त्या मतदारसंघातून जिंकणार यात कोणताही संदेह शिल्लक नव्हता!

निवडणुकीनंतर, माधवराव इतरांना सांगत असत की, जनतेत असणारं त्यांचं स्थान सिद्ध करण्यासाठी वाजपेयींनीच त्यांच्या विरोधात निवडणूक लढवण्याचं त्यांना आव्हान दिलं होतं. अशा प्रकारची वितंडवादी वागणूक आपल्या हातून घडली असल्याच्या आरोपाचं वाजपेयींनी ठामपणे खंडन केलं. ते म्हणाले, ''माझ्या राजकीय प्रतिस्पर्ध्याबरोबर अशा प्रकारच्या औधत्यानं वागण्याचा माझा स्वभाव नाही.'' त्यांनी माधवरावांच्या अयोग्य वर्तणुकीबद्दल खेद व्यक्त केला; परंतु 'विश्वासघात केला' असं म्हणणं त्यांनी संयमानं टाळलं. ग्वाल्हेर मतदारसंघातला पराजय ही देशभरातून भाजपनं खाल्लेल्या माराची केवळ सुरुवात होती.

नियतीच्या खेळामुळे राजीव गांधी राष्ट्रीय राजकारणात ओढले गेले, तेव्हा ते अवघे चाळीस वर्षांचे होते. निवडणुकीत ते तरुणाईच्या जोषानं उतरले. ते भाबडे असले, तरी ते नेहरू-गांधी घराण्याचे वारस होते आणि त्यांच्या आईचा भीषण मृत्यू घातपातामुळे ओढवला होता. निवडणुकीचे निकाल ऐकून सर्वांनाच - अगदी मुरलेल्या काँग्रेस नेत्यांनासुद्धा आश्चर्याचा धक्काच बसला! ५३३ सभासद असलेल्या लोकसभेतील ४०४ जागा काँग्रेस पक्षानं हस्तगत केल्या होत्या आणि उत्तर भारतातील विरोधी पक्षांना पूर्णपणे धूळ चारली होती. काँग्रेसच्या नव्या राजपुत्रानं जादूची कांडी फिरवून राजकारणाचं परिकथेत रूपांतर करून टाकलं होतं. सारा देश अक्षरशः अचंबित झाला होता.

---

[१] पहिल्या वेळेस जनसंघाचे उमेदवार म्हणून निवडून आले. दुसऱ्या वेळेस काँग्रेस पाठिंब्याने स्वतंत्र उमेदवार म्हणून आणि १९८० साली काँग्रेस नेते म्हणून ते निवडून आले.

भाजपच्या दृष्टीनं निवडणुकीतली पीछेहाट हे एक भीषण दुःस्वप्नच होतं. भाजपला लोकसभेत अवघ्या दोन जागा मिळवता आल्या; गुजरातमधून आणि आंध्र प्रदेशातून प्रत्येकी एक! त्याही अनुक्रमे जनता पक्ष आणि तेलुगू देसम पक्षाशी हात मिळवणी करून! वाजपेयींसह भाजपचे सर्व नामवंत नेते निवडणुकीत पराभूत झाले होते. काँग्रेसच्या दृष्टीनं तो इतिहासातला आजपर्यंतचा सर्वोत्कृष्ट निकाल होता. नेहरू आणि इंदिरा गांधींच्या वेळच्या निकालापेक्षासुद्धा कितीतरी सरस!

इटलीतील राजनीतिज्ञ काउंट गॅलेॲझ्झो कियानो यांचं एक मर्मभेदक वाक्य जॉन एफ. केनेडींनी अत्यंत लोकप्रिय केलं होतं; 'Victory has a hundred fathers, but defeat is an orphan.' 'विजयाला शेकडो पालक असतात; परंतु पराजय नेहमीच पोरका असतो.'

वाजपेयी या अनाथाला म्हणजेच पराजयाला दत्तक घ्यायला तयार होते.

काही पक्षनेते वाजपेयींकडून निवडणुकीत पक्षाची जी दाणादाण उडाली त्याबद्दलचं स्पष्टीकरण मागू लागले होते. हा पराजय केवळ सहानुभूतीच्या लाटेचा परिणाम नव्हता; आपल्या मूलभूत हिंदुत्ववादी विचारसरणीपासून पक्ष भरकटल्याचा तो परिणाम होता, अशी त्यांची तक्रार होती. आरएसएस आणि त्याची जुळी संस्था विश्व हिंदू परिषद यांच्याशी जवळीक असलेले नेते, खासगी संभाषणात वाजपेयींवर जहरी टीका करू लागले होते. त्यांची तक्रार होती की, वाजपेयींनी पक्षाला 'सर्वधर्मसमभावाचा' जो नवा मुखवटा चढवला होता, त्यामुळे तो पक्ष काँग्रेससारखाच दिसू लागला होता; तर त्याउलट आता काँग्रेस पक्ष स्वतःच धर्माचा मुद्दा गुपचूप खुबीनं वापरून हिंदूंची मतं ओढून घेत होता. इंदिरा गांधींचा शिखांनी वध केल्यामुळे चिडलेल्या हिंदूंवर, या धर्माच्या मुद्द्याचा भरपूर प्रभाव पाडण्यात काँग्रेस पक्ष यशस्वी झाला होता. इंदिरा गांधींच्या मृत्यूचा बदला घेण्यासाठी हिंदूंनी काँग्रेसलाच मतं द्यावीत, असं आवाहन निवडणुकीपूर्वी खुद्द नानाजी देशमुखांनीच केलं होतं आणि तो त्या वेळच्या सामाजिक क्षोभाचा प्रतिध्वनीच होता. इतर काही जण म्हणू लागले होते की, वाजपेयींच्या नेतृत्वाखालचा भाजप काँग्रेसचा उपपक्षच बनू लागला होता. पक्षातील सत्तास्पर्धेत वाजपेयींनी देशमुखांना मागे टाकल्यामुळे, देशमुख हे वाजपेयींचे कट्टर शत्रू बनले होते, हे सर्व जण जाणून होते. जरी नानाजींनी ग्रामीण विकासाला वाहून घेण्याचा निर्णय घेतला होता, तरी वाजपेयींवर कुरघोडी करणं आपल्याला केवळ अशक्य आहे, अशी खात्री पटल्यावरच त्यांनी तसा निर्णय घेतला होता. नानाजींनी अनेकदा हेतूपुरस्सर वाजपेयींचा स्वाभिमान दुखावला होता. १९७९ साली जनता पक्षाला पेचप्रसंगातून बाहेर काढण्यासाठी नानाजींनी चंद्रशेखर यांचं नाव 'सर्व पक्षांना मान्य होईल असा उमेदवार' म्हणून पंतप्रधानपदासाठी सुचवलं होतं. 'वृद्धांना तरुण पर्याय' अशा शब्दांमध्ये नानाजींनी चंद्रशेखर यांची भलामण केली

होती. वाजपेयींनी या खोडसाळपणाबद्दल नानाजींना कधीही माफ केलं नाही![२] केवळ ब्राह्मण, बनिये आणि शहरी मध्यमवर्ग या भाजपच्या रूढ मतदार समर्थकांपलीकडचे सदस्य मिळवून भाजपचा पाया अधिक विस्तृत करण्यासाठी, जनता पक्षाच्या प्रयोगाप्रमाणे, भाजपनं इतरांशी जवळीक साधावी हे वाजपेयींचं धोरण आरएसएसला अजिबात आवडलं नाही. १९८४च्या सार्वत्रिक निवडणुकांपूर्वी १९८३मध्ये घेतल्या गेलेल्या राज्य निवडणुकांमध्ये आणि दिल्लीतील निवडणुकीमध्ये अशी युती करूनही भाजपला अपेक्षित यश मिळालं नव्हतं. हरियानात आणि आंध्र प्रदेशात भाजपला पुरेशा जागा मिळवता आल्या नव्हत्या. दिल्लीतला निकाल तर त्याहूनही निराशाजनक होता. 'इंडिया टुडे'मध्ये आलेल्या अहवालानुसार, 'भाजपला पुरेशा जागा मिळाल्या नाहीत, कारण आपल्या आतल्या गोटाबाहेरील अन्य भाजप उमेदवारांना आरएसएसनं जोरदार टेकू दिला नाही.'

१९८४ सालच्या निर्णायक पराजयानंतर वाजपेयींनी आणि इतरांनी (आपल्या धोरणांचं समर्थन करण्यासाठी) असा युक्तिवाद केला की, काँग्रेसेतर मतं विभागली जाऊ नयेत म्हणून भाजपला कोणत्याही प्रकारचा 'ताठरपणा' नको होता. अडवाणींसारखे नेते वाजपेयींचा कैवारा घेण्यास धावले आणि स्पष्टीकरण देऊ लागले. अडवाणींनी सफाई दिली की, मतांची टक्केवारी अवघ्या एक टक्क्यानं घसरून ७.६६ टक्क्यांवर आली आहे. भाजप लोकसभेच्या १००पेक्षा अधिक जागांवर निवडणुकीत द्वितीय स्थानावर पोहोचला आहे आणि इतर सर्व विरोधी पक्षांशी तुलना करता भाजपची मतांची टक्केवारी सर्वांत जास्त आहे; परंतु वाजपेयींची 'भाजपचा नेता' या नात्यानं अपयशी ठरल्याबद्दल कोणत्याही सबबी देण्याची किंवा समर्थन करण्याची अजिबात इच्छा नव्हती.

खरं सांगायचं तर वाजपेयींनी अत्यंत अवघड काळात पक्षाची नौका हाकली होती. काँग्रेसनं अत्यंत आश्चर्यकारकरीत्या आपली लोकप्रियता परत मिळवून जनमानसावर पुन्हा एकदा गारुड केलं होतं. प्रथम इंदिरा गांधींच्या राजकीय पुनर्जन्माच्या वेळेस आणि आता ताज्या दमाच्या, सळसळत्या रक्ताच्या नेतृत्वाखाली! परंतु आरएसएसचे कट्टर हिंदुत्ववादी सदस्य वाजपेयींच्या सर्वधर्मसमभाव दाखवणाऱ्या धोरणाबद्दल अत्यंत नाराज होते. त्या वेळेस लोकप्रिय असलेल्या धर्मनिरपेक्षतेच्या राजकारणाला साजेसा भाजपचा मुखवटा बनवण्याचा वाजपेयींचा प्रयत्न त्यांना अजिबात पसंत नव्हता. त्यांनी ठरवलं की, निवडणुकीतील अपयशाबद्दल नेत्याला जबाबदार धरायलाच हवं! जनता पक्षाची अनेकत्वाची (बहुलवादाची) नीतिमूल्यं भाजपमध्ये रुजवण्याचा वाजपेयींचा प्रयोग फसला होता, असं आरएसएसच्या नेत्यांनी ठरवलं. भाजपमध्येही वाजपेयींच्या हातून घडलेल्या चुकांबद्दल दबकत, क्षीणपणे तक्रार केली जात होती.

---

२ ही वृत्ती भाजप नेत्यांमध्ये यानंतरसुद्धा आढळली. सध्याचे पंतप्रधान आणि भाजपचे वजनदार नेते नरेंद्र मोदीसुद्धा कधीही (अपमान) विसरत नाहीत आणि त्याबद्दल कधीही क्षमा करत नाहीत.

घेतलेल्या सर्वेक्षणांमध्ये, वाजपेयी हे काँग्रेस नेतृत्वाला एकमेव पर्यायी नेते असल्याचे अहवाल स्पष्टपणे मांडले जात असले, तरी त्यांचा पक्ष मात्र रसातळाला गेला होता. याच कारणास्तव त्यांना आरएसएसच्या टीकेची झोड सहन करावी लागत होती. जनता पक्षातील अन्य घटक पक्षांशी अत्यंत उत्साहानं हातमिळवणी करून आपलं पक्षयुतीचं धोरण रेटत नेण्याबद्दल त्यांच्यावर रोष ओढवला होता. भाजपचे मुख्य सचिव असलेले अडवाणी स्वतःच, चौदा विरोधी पक्षांच्या बैठकीला, २८ मे १९८३ रोजी विजयवाडा येथे उपस्थित राहिले होते आणि त्यांनी कर्नाटकचे मुख्यमंत्री राम कृष्ण हेगडे, जम्मू-काश्मीरचे मुख्यमंत्री फारूक अब्दुल्ला, काँग्रेस (एस.)चे नेते शरद पवार आणि कम्युनिस्ट पार्टी ऑफ इंडिया (मार्क्सवादी पक्ष)चे नेते एम. बसवपुनैय्या अशा श्रेष्ठींबरोबर संवाद साधला होता.[३]

विरोधाभास म्हणजे पैलूदार हिऱ्याचं प्रदर्शन करावं, त्याप्रमाणे आपल्या धर्मनिरपेक्ष धोरणांचं प्रदर्शन करण्याची एकही संधी न गमावणारा आणि मवाळ समजला जाणारा काँग्रेस पक्षच आता १९८० सालापासून सामाजिक बहिष्काराचं धोरण अमलात आणू लागला होता.[४] पंजाबातील अकाली दल पक्षाचं सरकार बरखास्त करणं हे हिंदुत्ववादाकडे काँग्रेसनं उचललेलं पहिलं पाऊल होतं. त्यानंतर काँग्रेसनं भिंद्रनवालेसारख्या अतिरेक्यांना मोकाट सोडून, काँग्रेसेतर सदस्यांवर त्यांना हल्ला चढवता येईल, अशी परिस्थिती हेतूपुरस्सर निर्माण केली. भिंद्रनवालेचं अत्याचारी थैमान शिगेला पोहोचलं होतं. १९८४ साली दिल्लीतील अनेक काँग्रेस नेत्यांनी, हिंदूंची मतं मिळवण्याच्या उद्दिष्टानं, स्वतः शिखांविरोधी दंगलींमध्ये सहभाग घेतला होता. राजीव गांधी राजकारणात नवशिके होते, तरी राजीव गांधी यांनीही 'हम इस हत्या का बदला लेंगे' यांसारखी स्फोटक विधानं करून अशा प्रयत्नांना हातभार लावला होता. कदाचित, आपण सर्वश्रेष्ठ आहोत अशा भ्रामक कल्पनेत रमणाऱ्या, त्यांच्या नव्या चमच्यांनी त्यांना त्यासाठी भरीसही पाडलं असेल.

काहीही असलं, तरी वाजपेयींचं स्थान झपाट्यानं खालावत गेलं आणि त्यांनी आखलेला राजनैतिक व्यूह असफल झाला. भाजपच्या नव्या प्रतिमेचा काहीही उपयोग झाला नाही. आरएसएस आणि त्यांची राजकीय शाखा (भाजप) यातील वाढती दरी पाहून कडवे संघसभासद चिंतेत पडले होते. काही नेते तर स्पष्टपणे म्हणू लागले की, भाजपनं आपली (उजवी) पक्षनीती ठामपणे मांडून आरएसएसच्या मार्गदर्शनाखाली आपली प्रतिमा नव्यानं उभी करायला सुरुवात करावी.[५]

---

३ व्ही. कृष्ण अनंथ, *इंडिया सिन्स इंडिपेंडन्स, मेकिंग सेन्स ऑफ इंडियन पॉलिटिक्स* (न्यू दिल्ली : पिअर्सन एज्युकेशन इंडिया, २०१०).

४ व्ही. बी. सिंग, *द राइज ऑफ बी.जे.पी. अँड द डिक्लाइन ऑफ काँग्रेस.*

५ अशा राजकीय आणि विचारधारात्मक आधारामुळे भविष्यकाळात नरेंद्र मोदींसारखे नेते उदयाला आले.

त्यासाठी भाजपला नव्या नेत्याची गरज होती. (वाजपेयींहून) जास्त धोरणी पिंडाचा, श्रेणींवर आधारित असलेली पक्षाची मांडणी पूज्य मानणारा आणि आरएसएसच्या मूलभूत तत्त्वांपासून न भरकटणारा नेता त्या वेळेस गरजेचा होता. अशा सर्व अटींमध्ये चपखलपणे बसेल असा नेता वाजपेयींना ठाऊक होता. कोलकात्यातील पक्षश्रेष्ठींच्या बैठकीत वाजपेयी म्हणाले, ''लोकसभा निवडणुकीतील भाजपच्या अपयशाची पूर्ण नैतिक जबाबदारी मी स्वीकारत आहे आणि पक्ष ठरवेल ती शिक्षा आनंदानं भोगायला मी मनापासून तयार आहे.'' अन्य नेत्यांनी अशा प्रकारची कोणतीही शिक्षा द्यायला नकार दिला असला, तरी वाजपेयींनी आत्मपरीक्षण करून निर्णय घेतला आणि अडवाणींनी पक्षनेतृत्वाची सूत्रं आपल्या हाती घ्यावीत असा आग्रह धरला. १९७३ साली अडवाणींनी वाजपेयींकडून जनसंघाच्या अध्यक्षपदाची सूत्रं ज्या प्रकारे हाती घेतली होती, त्याच प्रकारे त्यांनी भाजपच्या अध्यक्षपदाची सूत्रंसुद्धा आता हाती घ्यावीत, असा वाजपेयींचा आग्रह होता. अडवाणी दिवसागणिक संघाच्या श्रेष्ठींच्या गळ्यातले ताईत बनत चालले होते. मे १९८६ रोजी या निर्णयावर अखेरीस शिक्कामोर्तब करण्यात आला.

हिंदुत्ववादी पक्ष त्यानंतर पूर्णपणे बदलून गेला.

हिंदूंच्या हक्कांबद्दल काँग्रेस दाखवत असलेल्या अनास्थेबाबत हाकाटी करायच्या अनेक संधी भाजपकडे लवकरच चालत आल्या. राजीव गांधी राजकारणात नवशिके होते, त्यामुळे राजकीय पक्षात पुरेसा अनुभव नसलेल्या आणि चमचेगिरी करणाऱ्या लोकांच्या चुकीच्या सल्ल्यांपायी त्यांनी अनेक समस्या चुकीच्या पद्धतीनं हाताळल्या, त्यामुळे हिंदुत्ववाद्यांना तलवार परजण्याच्या आयत्या संधी मिळाल्या. हिंदुत्ववाद्यांच्या घोडदौडीसाठी ही अत्यंत अनुकूल गोष्ट ठरली!

वाजपेयी डावपेचांच्या कार्यवाहीपासून दूर राहिले आणि हळूहळू या हिंदुत्ववादी पक्षाचे सर्वेसर्वा म्हणून अडवाणी उदयास येऊ लागले. वाजपेयींचे बलबीर पुंजसारखे निकटवर्ती सहकारी म्हणतात की, प्रकृती अस्वास्थ्यामुळे वाजपेयींनी या काळात संयत राहण्याचा निर्णय घेतला होता. वस्तुतः त्यांना तळलेले खाद्यपदार्थ आहारातून वर्ज्य करण्याचा डॉक्टरी सल्ला मिळाला होता; पण तो मोह टाळणं त्यांना फार कठीण जात होतं. १९८० दशकाच्या मध्यात एकदा पुंज वाजपेयींना भेटायला गेले होते. वाजपेयींनी त्यांना दुपारच्या जेवणासाठी थांबायचा आग्रह केला. त्या जेवणात चपात्या, डाळ आणि भाजी एवढ्याच गोष्टींचा समावेश होता. वाजपेयींची सोबती श्रीमती कौल, त्या वेळेस घरातली मुख्य स्त्री होती. स्वयंपाकाबाबतचे सारे निर्णय त्याच घेत असत; परंतु त्या दिवशी त्या घरी नव्हत्या. जेवणाला सुरुवात करताना वाजपेयींना वाटलं की, त्यांच्या मित्राला याहून चमचमीत आणि स्वादिष्ट भोजन मिळायला हवं. त्यांनी स्वयंपाक्याला शुद्ध तुपात तळलेल्या पुऱ्या आणायला सांगितलं. त्या वेळी श्रीमती कौल घरी असत्या, तर या गोष्टीला त्यांनी

कधीच परवानगी दिली नसती. श्रीमती कौल, त्यांची मुलगी नमिता आणि जावई रंजन ही मंडळी वाजपेयींच्या आहारावर आणि औषधोपचारावर करडी नजर ठेवत असत. स्वयंपाक्याला पुऱ्या लाटणं अवघड जाऊ लागलं, तेव्हा वाजपेयी त्याच्या मदतीसाठी स्वयंपाकघरात गेले आणि त्यांनी अनेक टमटमीत फुगलेल्या पुऱ्या केल्या.

परंतु जेव्हा त्या पुऱ्या वाढायची वेळ आली, तेव्हा अचानक कुठून तरी श्रीमती कौल अवतरल्या आणि स्वास्थ्याला घातक असणाऱ्या खाद्यपदार्थांचा मोह वाटण्याबद्दल तिनं कडक शब्दांत पुंज आणि वाजपेयी या दोघांचीही खरडपट्टी काढली. त्या पुऱ्या त्यांच्यापुढून उचलून नेण्यात आल्या आणि त्या दोघांना चपात्या, डाळ आणि भाजीवरच समाधान मानावं लागलं.

अडवाणी जेव्हा भाजपच्या स्वयंसेवकांचा पाया अधिक भक्कम आणि विस्तृत करण्यासाठी देशभर भ्रमंती करून अगदी तळागाळापासून काम करणाऱ्या सदस्यांशी संवाद साधत होते, तेव्हाच राज्यसभेवर निवडून आलेले वाजपेयी संसदेतील शाब्दिक मुष्टियुद्ध आणि टोमणे या शस्त्रांनी त्यांच्या विरोधकांना गारद करण्यात गुंतलेले होते. चुरहाट येथील लॉटरी घोटाळ्याबाबत १४ जून १९८६ रोजी राज्यसभेत चर्चा सुरू असताना वाजपेयींनी आरोप केला की, भोपाळ गॅस दुर्घटनेत हजारो लोकांना मृत्यूमुखी लोटणाऱ्या युनियन कार्बाईड कंपनीनं चुरहाटस्थित एका धर्मादाय संस्थेला भरपूर पैसा दिला होता. चुरहाट हे मध्य प्रदेशातील एका ज्येष्ठ काँग्रेस नेत्याचं मूळ गाव होतं. त्या वेळेस अर्थमंत्री असलेल्या व्ही. पी. सिंग यांच्याशी वाजपेयींनी वाद घालायला सुरुवात केली, कारण सिंग यांनी या धर्मादाय संस्थेला करातून सूट दिली होती. 'बालकांचं कल्याण या बुरख्याखाली या विशिष्ट कुटुंबाचंच कल्याण साधलं जातंय आणि त्याची चौकशी अर्थमंत्री करत नाहीयेत! त्यामागचं एकमेव कारण आहे की, या संस्थांशी संलग्न लोकांशी अर्थमंत्र्यांचे लागेबांधे आहेत,' असा आरोप करून त्यांनी याबाबत चौकशी व्हावी, अशी अधिकृतपणे मागणी केली.

काँग्रेस नेते एन. के. पी. साळवे अर्थमंत्र्यांचा कैवार घेण्यास धावले; परंतु त्यांचं एक वाक्यसुद्धा पुरं न होऊ देता, संसदेतील दुसऱ्या एका सदस्यानं विनोद केला, 'साळवे इज प्रेस्ड फॉर साल्वेजिंग'. वाजपेयींना राहवलं नाही आणि त्यांनी उद्धटपणे समारोप केला, 'ऑपरेशन साळवे'.

जेव्हा संसदेतला हसण्याचा गडगडाट थांबला, तेव्हा साळवे म्हणाले, ''वाजपेयींनी चौकशीची मागणी अधिकृतपणे नोंदवताना संयमानं शब्द वापरले आणि कटुतायुक्त वादंग उभे केले नाहीत ही अत्यंत संतोषाची बाब आहे;'' परंतु यावर कुरघोडी केली नाही, तर ते वाजपेयी कसले! ते म्हणाले, ''मी नेहमीच तसा वागतो!''

***

लढाऊ बाण्याचा कडवा हिंदुत्ववाद फोफावायला आणि हिंदूंची नवी ओळख निर्माण करायला अत्यंत अनुकूल अशी घटना लवकरच घडली. १९८१ साली तामिळनाडू राज्यात दलित हिंदूंचं मोठ्या प्रमाणावर इस्लाममध्ये धर्मांतर करण्यात आलं. त्यानंतर 'हिंदू धर्माला धोका आहे' अशी ओरड करणारी मोहीम सुरू करण्यात आली. या घटनेचा भाजपला ताबडतोब फायदा झाला नसला तरी उधाण आलेल्या चर्चांचा कालांतरानं भाजपला नक्कीच फायदा झाला. १९ फेब्रुवारी १९८१ रोजी, मीनाक्षीपुरम् नावाच्या एका कंगाल खेड्यात पल्लार जातीच्या ८०० दलितांचं इस्लाममध्ये धर्मांतर करण्यात आलं. या घटनेचा परिणाम दीर्घकालीन होता. कारण काँग्रेस आणि भाजप अशा दोन्ही पक्षांमधल्या अनेक हिंदू नेत्यांनी हिंदुत्वाची प्रतीकं कौशल्यानं हाताळायचा प्रयत्न सुरू केला आणि 'धर्मांतर घडवणाऱ्या इतर धर्मांपासून हिंदू धर्माला धोका आहे' अशी भीती रुजवायला प्रारंभ केला. स्थानिक पातळीवर उच्च वर्गीयांच्या मानसिकतेविरुद्धचं हे बंड होतं; परंतु राष्ट्रीय पातळीवर ते हिंदूंना वाटणाऱ्या असुरक्षिततेचं प्रतीक बनलं. धर्मांतरामुळे मीनाक्षीपुरम्मधल्या दलितांचा फायदा झाला. ते गाव आता 'रेहमतनगर' या नावानं ओळखलं जाऊ लागलं. धर्मांतर केल्यामुळे त्यांना जमीनदारांपासून आणि थेवर नावाच्या उच्चजातीय हिंदूंपासून संरक्षण देण्यात आलं, त्यांची समाजातली पत उंचावली. ज्या (धर्मांतराच्या) कृतीनं, तामिळनाडूमधील दलितांना प्रतिष्ठा लाभली, त्याच कृतीचा देशभरातील हिंदुत्ववादी संस्थांची एकजूट वाढवण्यासाठी फार मोठा उपयोग झाला.

लाकडात दडलेल्या भुंग्यानं वारंवार डोकं वर काढावं, तसा हा मुद्दा वारंवार उगाळला जाऊ लागला.

राजीव गांधी 'इंडियन एअरलाइन्स'मध्ये वैमानिक म्हणून काम करत होते, तेव्हापासून वाजपेयी त्यांना ओळखत होते. एकदा वाजपेयी विमानातून उतरत होते, तेव्हा राजीव गांधीनी त्यांचं नमस्कार करून स्वागत केल्याचं वाजपेयींना स्मरत होतं. राजीव गांधी हे एक अतिशय साधे आणि प्रेमळ म्हणून वाजपेयींच्या लक्षात राहिले होते. वैमानिक असताना राजीव गांधींनी त्यांना नमस्कार केला होता, तेव्हा ते कोण आहेत हे वाजपेयींच्या लक्षात आलं नव्हतं. आणखी एकदा त्यांना राजीव गांधींची पत्नी आणि मुलं राजीव गांधी यांच्यासमवेत विमानतळावर दिसली होती आणि हा तरुण इतका निगर्वी कसा, यांचं वाजपेयींना आश्चर्य वाटलं होतं.

परंतु एकदा पंतप्रधानपदाचा शेला पांघरल्यावर हे सारं बदललं. राजीव गांधी यांनी लोकसभेतील भाजप सदस्यांची कडवट उपरोधानं खिल्ली उडवली होती! असं असलं तरी ते वाजपेयींसारख्या ज्येष्ठ नेत्यांबरोबर अत्यंत सौजन्यानं वागत असत. वाजपेयी त्यांना भेटायला गेले की ते उठून उभा राहत असत आणि ते परत निघाले की, दारापर्यंत त्यांच्यासोबत जाऊन त्यांना निरोप देत असत. मूत्रपिंडांवर वैद्यकीय इलाज करून घेण्यासाठी वाजपेयींना अमेरिकेत जावं लागणार होतं. त्या वेळेस राजीव

© Indian Express

तरुण उमदा वक्ता, जहाल संसद सदस्य आणि भारतीय जनसंघाचा आघाडीचा, कसलेला मोहीम नेता.

भारतीय जनसंघाच्या बैठकीत बलराज मधोक (डावीकडून दुसरे) आणि इतरांसमवेत. पूर्वी भारतीय जनसंघाचे अध्यक्ष असलेले मधोक, पक्षातून निलंबित झाल्यानंतरसुद्धा प्रदीर्घ काळ वाजपेयींवर जहरी टीका करत राहिले.

डावीकडून उजवीकडे : वाजपेयी, जगजीवन राम, मोरारजी देसाई, चंद्रशेखर आणि इतर जण जनता पक्षाच्या बैठकीच्या जागी.

बिजू पटनाईक (सर्वांत डावीकडे), चौधरी चरणसिंग (डावीकडून तिसरे) आणि चंद्रशेखर (सर्वांत उजवीकडे) यांसमवेत वाजपेयी.

जनता पक्षाच्या सरकारात ज्यांच्या हाताखाली वाजपेयींनी परराष्ट्रमंत्री म्हणून पदभार सांभाळला, त्या पंतप्रधान मोरारजी देसाई समवेत वाजपेयी.

विजयाराजे सिंदिया (डावीकडून दुसऱ्या), एल. के. अडवाणी (उजवीकडून दुसरे) आणि इतर जणांबरोबर भाजप बैठकीत वाजपेयी.

भारतीय जनसंघात त्यांचा अभ्युदय करण्यात महत्त्वाची भूमिका बजावणाऱ्या विजयाराजे सिंदिया यांच्याशी हास्यविनोद करताना वाजपेयी.

© Indian Express

१९९५ सालच्या मुंबईतील पक्षाच्या गुप्त बैठकीत वाजपेयी. पुढील वर्षी होणाऱ्या राष्ट्रीय निवडणुकीत भाजपचे पंतप्रधानपदाचे उमेदवार म्हणून इथेच वाजपेयींचं नामांकन करण्यात आलं होतं.

© Ministry of Information and Broadcasting

राष्ट्रपती शंकर दयाळ शर्मा (डावीकडे) हे वाजपेयींना १९९६ साली पंतप्रधानपदाची शपथ देत असताना. त्यांच्या महत्त्वाच्या निर्णयामुळेच वाजपेयी तेरा दिवसांसाठी पंतप्रधानपदी राहिले होते (१६ मे १९९६).

१९९६ साली पंतप्रधानपदाचा शपथविधी झाल्यानंतर वाजपेयी त्यांच्या आधीचे पंतप्रधान आणि मित्र पी. व्ही. नरसिंह राव यांना दिल्लीत भेटायला गेले असताना.

भारत–पाकिस्तानमधील हॉकी सामन्याच्या वेळेस दिल्लीत (१९ मार्च १९९८ रोजी) वाजपेयी भारतीय हॉकी संघासमवेत. या वेळी वाजपेयींनी म्हटलं होतं की, यापुढे भारत आणि पाकिस्तान फक्त हॉकीच्या मैदानातच एकमेकांबरोबर लढतील. तत्क्षणी टाळ्यांचा कडकडाट झाला.

कम्युनिस्ट पार्टी मार्क्सिस्ट (CPM)चे नेते ज्योती बसू यांच्या समवेत दिल्लीत. जनता दलाच्या व्ही. पी. सिंगना १९८९च्या निवडणुकीत भाजप आणि सीपीएमनं बाहेरून पाठिंबा देऊन सत्तेवर आणलं होतं. (१९ मे १९९८).

पोखरण येथील अणुचाचणीच्या जागी, काही मंत्रिमंडळातील सहकारी आणि शास्त्रज्ञ यांच्यासमवेत. या अणुचाचण्या होणार याची फक्त मूठभर लोकांनाच पूर्वकल्पना होती. या अणुचाचण्यांनंतर आघाडीवरील अणुसक्षमता असलेल्या देशांनी भारतावर चौफेर टीका करून आर्थिक निर्बंध घातले (२० मे १९९८).

वाजपेयी आणि त्यांच्या उजवीकडे बसलेले संरक्षणमंत्री जॉर्ज फर्नांडिस आणि सैनिक. पोखरण भेटीदरम्यान (२० मे १९९८).

वाजपेयींनी 'इन्सानियत आणि जम्मूरियत' अशी घोषणा करून काश्मीर खोऱ्यात प्रचंड प्रतिसाद मिळवला होता. नॅशनल कॉन्फरन्स पक्षाचे नेते फारूख अब्दुल्ला (गॉगल घातलेले), यांच्या समवेत जम्मू आणि काश्मीरमधील कुपवाडा येथील जाहीर सभेला जात असताना वाजपेयी (७ डिसेंबर १९९८).

वाजपेयी आपली नात, निहारिका हिला घोड्यावर बसायला मदत करत असताना (१९९८).

त्यांचे साहाय्यक, कडवे समर्थक, मित्र आणि कालांतरानं प्रतिस्पर्धी बनलेल्या एल. के. अडवाणी (डावीकडील) यांबरोबर वाजपेयी. फोटोत (उजवीकडून दुसरे) मुरली मनोहर जोशी आणि जवळचे सहकारी जॉर्ज फर्नांडिस (उजवीकडे) दिसत आहेत.

पंजाबमधील अमृतसरच्या राजा सांसी विमानतळावरून पाकिस्तानला नेणाऱ्या बसमध्ये चढून जमलेल्या जमावाला प्रतिसाद देणारे वाजपेयी (२० फेब्रुवारी १९९९).

सत्यसाईबाबांसमवेत वाजपेयी (१२ मार्च १९९९).

नवी दिल्ली येथे कारगिल समस्येबाबत विरोधी पक्षनेत्यांशी चर्चा करत असलेले वाजपेयी (११ जुलै १९९९).

कारगिल युद्धात अत्यंत उपयुक्त ठरलेल्या बोफोर्स तोफांमध्ये भरण्यासाठी तोफगोळे वाहून नेणारे भारतीय सैनिक (१९९९).

लष्करी विमानातून संरक्षण मंत्री जॉर्ज फर्नांडिस आणि आर्मी चीफ जनरल व्ही. पी. मलिक यांच्याबरोबर कारगिल युद्ध टापूचं निरीक्षण करताना वाजपेयी (१९९९).

सैनिकांबरोबर संवाद साधत असलेले वाजपेयी.

पोर्तुगालमधील लिस्बन येथील परिषदेत मंत्रिमंडळातील आपले सहकारी, यशवंत सिन्हा (उजवीकडे), जसवंत सिंग (डावीकडे), प्रमोद महाजन (सर्वांत डावीकडे) यांसमवेत वाजपेयी (२८ जून २०००).

वैयक्तिक, खासगी संभाषणांदरम्यान वाजपेयी प्रदीर्घ काळ मूक राहू शकत असत आणि तेवढीच लांबलचक, स्फोटक भाषणं संसदेत आणि जाहीर सभांमध्ये करू शकत असत.

संयुक्त राष्ट्रसंघाच्या मुख्य कचेरीत, दहशतवादाला वित्तपुरवठा करण्यावर बंदी घालणाऱ्या करारावर ८ सप्टेंबर २००० रोजी सही करताना वाजपेयी. त्यांच्या मागे आहेत त्यांचे आवडते लोक, मंत्रिमंडळातले सहकारी जसवंत सिंग (डावीकडे) आणि राष्ट्रीय सुरक्षा सल्लागार ब्रजेश मिश्रा हे पंतप्रधानांचे प्रमुख साहाय्यक मध्यभागी.

वाजपेयी वॉशिंग्टन डी. सी. मधील व्हाइट हाउसच्या साउथ लॉनवर बोलत आहेत (१५ सप्टेंबर २०००). यानंतरच्या काळात त्यांच्या मुत्सद्दीगिरीच्या कौशल्याबद्दल त्यांची प्रशंसा करणारे अध्यक्ष बिल क्लिंटन त्यांचे भाषण लक्षपूर्वक ऐकत आहेत.

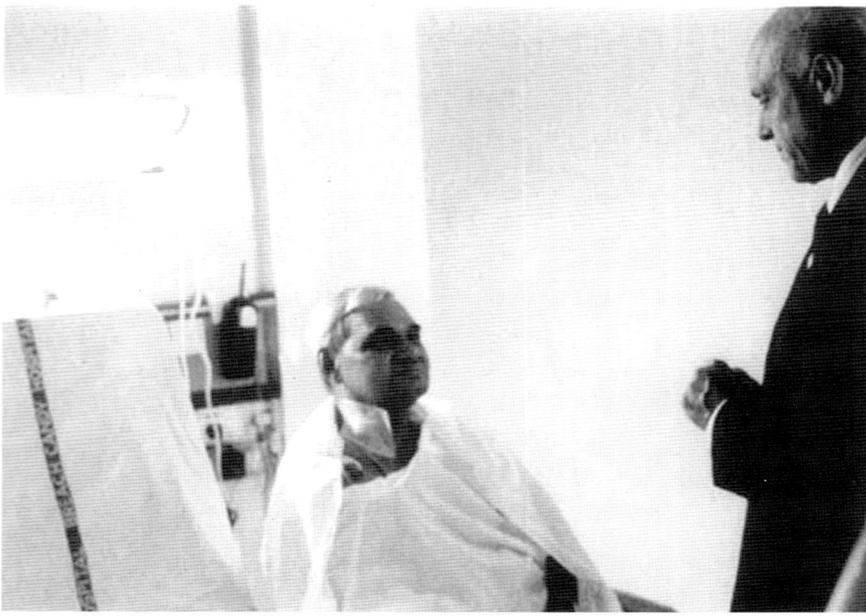

गुडघे प्रत्यारोपण शस्त्रक्रियेनंतर विश्रांती घेऊन पूर्वपदाला येत असलेले मुंबईतील रुग्णालयातले वाजपेयी (११ ऑक्टोबर २०००) त्यांचे शल्यचिकित्सक चित्रंजन सिंग राणावत यांच्याबरोबर संभाषण करताना. राणावत यांना यानंतर पद्मभूषण देऊन सन्मानित करण्यात आलं.

गांधींनी त्यांना कशी मदत केली, याचं वर्णन वाजपेयींनी एका मुलाखतीत आवर्जून केलं होतं. वाजपेयींनी मुलाखतीत सांगितलं, ''राजीवजी पंतप्रधान होते, तेव्हा त्यांना कुठून तरी समजलं की मला मूत्रपिंडाची समस्या आहे आणि त्यावर परदेशातील उपचारांची गरज आहे. एके दिवशी त्यांनी मला त्यांच्या ऑफिसात बोलावलं आणि सांगितलं की, युनायटेड नेशन्सला जे प्रतिनिधी मंडळ भारतातून जाणार आहे, त्यात त्यांनी माझा समावेश केला आहे. त्यांनी आशा व्यक्त केली की, या संधीचा फायदा घेऊन मला हवे ते उपचार करून घेता येतील. मी न्यूयॉर्कला गेलो आणि त्या एकाच कारणामुळे मी आजही जिवंत राहिलो आहे!''

राजीव गांधींनी स्वतःच जाहिरात केलेल्या त्यांच्या 'मिस्टर क्लीन' या प्रतिमेचा प्रारंभीच्या काळात खूपच अनुकूल ठसा उमटला. त्यांचा आदर्शवाद संसर्गजन्य होता. त्यांनी साऱ्या भ्रष्टाचाराचा विशेषतः उच्चस्थानीय भ्रष्टाचाराचा समूळ नाश करायचा विडा उचलला होता. भारताच्या सर्वांत अल्पवयीन पंतप्रधानाच्या प्रेमात पडलेल्या प्रसारमाध्यमांनी त्यांचा प्रचंड उदोउदो केला आणि 'सर्वांचा तारणहार' अशी उच्च अधिष्ठानावर त्यांची स्थापना केली. प्रसारमाध्यमांचे राजे रामनाथ गोएंका यांनी अमेरिकी बोधपट निर्माते आणि पत्रकार जॅक अँडर्सन यांना म्हटलं होतं, '''देश योग्य माणसाच्या हाती आहे' या विचारामुळे आता मी शांतपणे डोळे मिटू शकेन.'' जून १९८५ रोजी अमेरिकेतील काँग्रेसपुढे भाषण करतेवळी राजीव गांधी म्हणाले, ''मी तरुण आहे. माझंदेखील एक स्वप्न आहे. माझ्या स्वप्नातला भारत बलवान, स्वतंत्र, आत्मनिर्भर आणि मानवजातीच्या सेवेत जगभरातील देशांच्या अग्रस्थानी आहे!'' १९८५ डिसेंबरमध्ये मुंबईत काँग्रेसचा शतक महोत्सव साजरा करण्यात आला, त्या वेळेस राजीव गांधी म्हणाले, ''देशभरातल्या लक्षावधी कामगारांनी काँग्रेसच्या धोरणांबाबत प्रचंड उत्साह दाखवला आहे; परंतु त्यांच्या मार्गात मोठंच विघ्न उभं आहे; कारण सत्ता आणि वशिला यांचे दलाल त्यांच्या मानगुटीवर बसले आहेत. ते पक्षपातीपणे लाच देऊन जन आंदोलनाचं परिवर्तन सरंजामशाहीत करून टाकत आहेत.'' हे भाषण ऐकून हर्षोल्लास झालेल्यांपैकी एक जण होते पंच्याण्णव वर्षीय खान अब्दुल गफार खान. ते 'सरहद गांधी' या नावानंसुद्धा परिचित होते. ते सभांना क्वचितच हजेरी लावत; परंतु त्या दिवशी ते उपस्थित होते.[६] आधुनिकतेच्या या प्रवर्तकाकडून सर्वांच्या अपेक्षा इतक्या उंचावल्या होत्या की, देशभरातले इतर सारे राजकारणी तुलनेत खुजे आणि नगण्य वाटू लागले होते.

जणू काही कोणता तरी चमत्कारच घडला होता आणि त्यामुळे देशात आणि देशाबाहेर राजीव गांधींना अनेक करारांवर, ठरावांवर शिक्कामोर्तब करणं शक्य झालं होतं. पंजाब, आसाम, मिझोराम, जम्मू-काश्मीर, श्रीलंका यातील साऱ्या साऱ्या समस्या या शांतता करारांमुळे भूतकाळात जमा झाल्या होत्या!

---

[६] *इंडिया टुडे,* कव्हर स्टोरी, १५ नोव्हेंबर १९८९.

मात्र त्यानंतर त्यांच्या हातून चुका होऊ लागल्या आणि प्रत्येक चूक हे विरोधकांसाठीचं वरदान ठरलं!

मैलाचा दगड म्हणून ओळखल्या जाणाऱ्या एका निवाड्यात सर्वोच्च न्यायालयानं १९८५ साली निर्णय दिला की बासष्ट वर्षीय, पाच मुलांची आई असलेल्या शाहबानोला, तिला घटस्फोट देणारा पती मोहम्मद अहमद खानकडून पोटगी मिळाली पाहिजे. सर्वोच्च न्यायालयानं म्हटलं की, इतर कोणत्याही भारतीय स्त्रीप्रमाणे तिचासुद्धा पोटगीवर हक्क आहे. या निर्णयानंतर मुस्लीम धर्मोपदेशक आणि त्या वेळचे स्त्रीद्वेष्टे राजकारणी यांनी तक्रारींचा पाढा वाचत गदारोळ मांडला. यात मुस्लीम नेत्यांनीसुद्धा आपला आवाज मिळवला. त्यांच्याभोवती जमा झालेल्या चांडाळचौकडीचे परस्परविरोधी सल्ले ऐकून बहुधा राजीव गांधी भरकटले असावेत. त्यांनी 'मुस्लीम विमेन (प्रोटेक्शन ऑफ राइट्स ऑन डिव्होर्स) ॲक्ट १९८६' हा कायदा संसदेत संमत करून घेतला आणि त्यायोगे सर्वोच्च न्यायालयाचा निर्णय रद्दबातल करवला. इस्लामी धर्मगुरूंपुढे त्यांनी अशा लाजिरवाण्या पद्धतीनं लोटांगण घातलं. विरोधाभास असा की, त्यांच्याच मंत्रिमंडळातल्या अरीफ मोहम्मद खान नावाच्या तरुण मंत्र्यानं लोकसभेत राजीव गांधींच्या सांगण्यानुसार अत्यंत भावस्पर्शी भाषण केलं होतं आणि सर्वोच्च न्यायालयाच्या निर्णयाची तरफदारी केली होती. सरकारनं आपल्या निर्णयाबबत पूर्णपणे घुमजाव केल्यामुळे रागावून या मंत्र्यानं निषेध नोंदवण्यासाठी मंत्रिमंडळातून राजीनामा दिला. भारतातील जातीय संबंध त्यानंतर कधीच पूर्वीसारखे राहिले नाहीत.

उच्चस्तरीय मुस्लिमांपुढे अशा प्रकारे संपूर्ण लोटांगण घातल्यामुळे संतापलेल्या हिंदू समाजाला शांत करण्यासाठी राजीव गांधी आता वेगवेगळे मार्ग शोधू लागले होते. देशातील बहुसंख्य हिंदूंच्या हक्कांबद्दल कोणत्याही सरकारला काडीमात्र आस्था वाटत नाही, असं संतापलेल्या हिंदू समाजाला भाजपने आणि अन्य पक्षांनी देशात चालवलेल्या जोरदार मोहिमेमुळे वाटू लागलं होतं. त्यामुळे (मुस्लिमांपुढे मान तुकवल्यानंतर) आता आपल्या चमच्यांचा सल्ला शिरोधार्य मानून, राजीव गांधी हिंदूंना शांत करायला दुसऱ्या टोकाला जाऊ लागले. त्यासाठी त्यांनी अयोध्येतील रामजन्मभूमी बाबरी मशिदीची द्वारं सर्व जनतेसाठी खुली केली. रामायण या महाकाव्यानुसार, राम हा पौराणिक कथेतला राजा १०००० वर्षांपूर्वी अयोध्येवर राज्य करत होता. ज्या ठिकाणी तो जन्म ला होता, त्याच जागेचं मुघल साम्राज्याचा संस्थापक, सम्राट बाबर यानं सोळाव्या शतकात मशिदीत परिवर्तन केलं होतं. स्थानिक सरकारच्या मदतीनं काही मूठभर लोकांनी तिथं प्रतिष्ठापना केलेल्या मूर्तींची पूजा करण्यासाठी १९४९ सालापासून वर्षातून एकदा एका पुजाऱ्याला तिथं प्रवेश दिला जात होता. १९८४ साली विश्व हिंदू परिषदेनं बिहारमधील सीतामढीपासून उत्तर प्रदेशातील अयोध्येपर्यंत एक मिरवणूक काढली आणि रामाच्या जन्मस्थळी त्याचं मंदिर बांधण्यात यावं अशी मागणी केली.

त्यांचा दावा होता की, तिथं मशीद उभी करण्यासाठी बाबरानं त्या जागी असलेलं राम मंदिर उद्ध्वस्त केलं होतं. या चळवळीला खूप लोकांनी मोठ्या उत्साहानं प्रतिसाद दिला होता; परंतु श्रीमती गांधींच्या मृत्यूनंतर त्यांना ती चळवळ मागे घ्यावी लागली होती. वाजपेयींना ही योजना पसंत नव्हती; कारण त्यामुळे धार्मिक तणाव पेटेल, अशी त्यांना भीती वाटत होती.

मंदिराचे दरवाजे सर्वसामान्य जनतेसाठी खुले ठेवण्याच्या राजीव गांधींच्या निर्णयामुळे सुप्तावस्थेत असलेल्या चळवळीला नवजीवन प्राप्त झालं. या वेळेस मात्र आजवर मुख्यतः स्थानिक पातळीवर असलेल्या वादंगानं राष्ट्रीय चळवळीचं रूप धारण केलं आणि त्यामुळे भाजपमधील नवीन नेत्यांना हर्षाच्या उकळ्या फुटल्या! हे हिंदू, हिंदूंवर अन्याय केला जात असल्याच्या कांगाव्याचं जे राजकारण खेळत होते, त्यांना शह देण्याइतपत राजीव गांधी अनुभवी आणि मुरलेले राजकारणी नव्हते. त्यांनी या हिंदूंना शांत करण्याचं धोरण, आपले नातेवाईक अरुण नेहरू यांच्या सल्ल्यानुसार स्वीकारलं होतं. अरुण नेहरूंना वाटत होतं की, लोकप्रिय होत चाललेल्या हिंदुत्ववाद्यांची हवा काढून घेणं, या क्लृप्तीमुळे साध्य होईल. १९८९ सालच्या भागलपूर येथील दंगलीनंतर, बिहारचे मुख्यमंत्री सत्येंद्र नारायण सिंग यांनी भागलपूरचे पोलीस आयुक्त कृष्ण स्वरूप द्विवेदी यांची बदली केली; कारण दंगलीत सहभागी झालेल्या पोलिसांना नियंत्रणात ठेवण्यात पोलीस आयुक्त अपयशी ठरले होते. हिंदूंना शांत करायचा एक मार्ग म्हणून राजीव गांधींनी द्विवेदींना पुन्हा मूळ स्थानावर परत आणलं होतं.[७] परंतु या धोरणामुळे अपेक्षित परिणाम साधला नाही.

राजीव गांधींच्या हातून आणखीही काही चुका झाल्या. त्यांनी भाजप हा आपला प्रमुख प्रतिस्पर्धी आहे हे सत्य अजून ओळखलंच नव्हतं. त्यांच्या मते सर्व समस्या या काँग्रेस पक्षाच्याच अंतर्गत समस्या होत्या. त्यांच्या काही मंत्र्यांचे उद्योगपतींबरोबर खटके उडू लागले होते आणि हेच उद्योगपती आता राजीव गांधींचे मित्र बनले होते. राजीव गांधींना असुरक्षिततेच्या भावनेनं ग्रासलं होतं. त्यामुळेच 'इंडिया टुडे' मासिकानं त्यांचं वर्णन 'भारतीय राजकारणात किंग लिअर बनलेला उमदा राजपुत्र' अशा शब्दांमध्ये केलं होतं. आपल्या मंत्रिमंडळातील सहकाऱ्यांकडून आपल्या विरुद्ध कट केला जातोय, अशा भीतीनं आणि काल्पनिक संकटांच्या भीतीनं ते इतके पछाडले होते की, आपल्या कारकिर्दीच्या पहिल्या चार वर्षांमध्येच त्यांनी मंत्रिमंडळातील सत्तावीस मंत्र्यांचे खातेबदल घडवले. सर्वांत गाजलेला खातेबदल होता सुधारणाभिमुख अर्थमंत्री व्ही. पी. सिंग यांच्या हातून अर्थखातं काढून घेणं आणि त्यांच्यावर संरक्षण खात्याची जबाबदारी सोपवणं. हे त्यांनी १९८७ मध्ये केलं. त्यानंतर संकटांची मालिकाच सुरू झाली. पंजाबातील परिस्थिती भीषण बनली;

---

७ सईद नकवी, *बीइंग द अदर : द मुस्लीम इन इंडिया* (न्यू दिल्ली : अलेफ : २०१६).

कारण ज्या संत लोगोवालांबरोबर त्यांनी शांतता करार केला होता, त्यांचीच गोळ्या घालून हत्या करण्यात आली. जम्मू आणि काश्मीरमधील समस्या आणखीच तीव्र बनल्या. अकाली दल नेत्यांशी बोलणी करून परिस्थितीवर काबू मिळवण्यास राजीव गांधींनी नकार दिला. श्रीलंकेत शांतता राखण्यासाठी पाठवलेल्या भारतीय सेनेतल्या १००० सैनिकांना मारून टाकण्यात आलं कारण सांस्कृतिकदृष्ट्या विभागलेल्या, यादवी युद्धानं जर्जर झालेल्या या राष्ट्रात शांतता राखता येईल हे स्वप्न वास्तवात उतरवणं अशक्य कोटीतलं ठरलं. मोठाल्या उद्योगपतींवर मेहेरनजर ठेवल्याबद्दलही त्यांच्यावर हल्ला चढवण्यात आला.

परंतु त्यांच्या कारकिर्दीला सर्वांत मोठा हादरा बसला १९८७ साली उजेडात आलेल्या एका बातमीमुळे! ती बातमी प्रसृत करणाऱ्या अहवालात नमूद केलं गेलं की, बोफोर्स एबी या स्वीडनमधील कंपनीकडून हॉविट्झर तोफांची खरेदी करतेवेळी, त्या व्यवहाराशी संबंध असलेल्या भारतातील एका सर्वोच्च नेत्यानं लाच स्वीकारली होती. सरकारवर संसदेत आणि संसदेबाहेर हल्ले चढवले जाऊ लागले आणि राजीव गांधी पेचात सापडले. महाशक्तिशाली काँग्रेस पक्षाच्या अग्रस्थानी असलेल्या कुटुंबाचं नाव या लाचप्रकरणात गोवलं गेल्याच्या बातमीवर भारतातील आणि भारताबाहेरील प्रसारमाध्यमांनी झडप घातली. त्या बातमीचं मोठ्या चवीनं चर्वितचर्वण करायला सुरुवात केली. स्वतः वाजपेयींनी टीकेची झोड उठवण्याची एकही संधी सोडली नाही. चतुराईत मुरलेलं त्यांचं एक वाक्य खूपच गाजलं, 'तोफ स्वीडनमध्ये डागली गेली आणि त्याचा धमाका दिल्लीत कानांवर पडला!'[८]

११ मे १९८८ रोजी, बोफोर्स प्रकरणावर चर्चा सुरू करताना वाजपेयींनी काँग्रेसचे अहवाल आणि कृती यातल्या अनेक चुका आणि विसंवाद यांवर प्रकाश पाडला; त्यांनी अखेरीस मुद्दा उभा केला की, ६४ कोटी रुपयांचे कोणत्याही कागदपत्रांशिवाय अनधिकृतपणे हस्तांतर कसं केलं गेलं? वाजपेयींनी उपरोधिकपणे म्हटलं की, संसदेतील समितीनं निष्कर्ष काढला होता की, पैशांचं हस्तांतर झालं असलं तरी कोणत्याही निवासी किंवा अनिवासी भारतीयाला हे पैसे देण्यात आले नव्हते. त्यांनी त्या समितीच्या अध्यक्षांना प्रश्न विचारला की, ते पैसे कुणाला दिले गेले होते हे जर तुम्हांला माहीत नसेल, तर मुळात ते दिले गेले होते, असं तरी तुम्ही कसं म्हणू शकता?

वाजपेयींनी त्यानंतर काँग्रेस सदस्य बी. शंकरानंद यांची खिल्ली उडवायला सुरुवात केली. त्यांचं निवेदन वैदिक सुज्ञतेसारखं आहे; त्यात ब्रह्म फक्त 'नेति नेति' (हे नाही – ते नाही) एवढंच म्हणतो अशी उपरोधिक तुलना करून वाजपेयी म्हणाले, ''शंकरानंदांना ब्रह्मज्ञान अवगत झालंय असं दिसतंय. ते (लाच घेणारे) भारतीय

---

[८] एन. एम. घटाटे, *फोर डिकेड्स इन पार्लमेंट : अटल बिहारी वाजपेयी.*

नाहीत, ते अनिवासी भारतीय नाहीत. मग ते आहेत तरी कोण? आम्हांला ठाऊक नाही; परंतु हे लोक ब्रह्मज्ञानी नसून ते मायाजालात गुरफटले आहेत! भौतिक मोहात गुंतले आहेत.'' त्यांनी प्रसारमाध्यमांना आणखी खाद्य पुरवत पुढं म्हटलं, ''मला एकाच गोष्टीचा खेद वाटतो की, ६४ कोटी रुपये इतकी मोठी लाच देण्यात आली; पण एकाही भारतीयाला त्याचा फायदा झाला नाही. देश हितासाठी दलाली देणं किंवा घेणं हा आमचा जन्मसिद्ध हक्क आहे; या हक्कापासून आम्हाला वंचित ठेवत ६४ कोटी रुपये स्वतःच्या खिशात घालणारी ही तिसरी पार्टी मध्येच कुठून आली? या लाचखोरांना कोण पकडून देईल? काही लोक म्हणतायेत की पुरावा आणा... पण आम्ही कोठून पुरावा आणणार? तो तर सरकारनंच शोधून काढायला हवा. हे जणू असंच झालं की पोलिसानं म्हणावं, 'मी मान्य करतो की खून झालाय; पण तुम्हीच पुरावा सादर करायला हवा!' सरकार मात्र असंच सांगतंय.'' वाजपेयी पुढं म्हणाले, ''ऑडिट ब्यूरोच्या (सरकारी तपासणी खात्याच्या) अहवालात एक पुरावा सापडलाय. हा 'पिटको' कोण आहे? यानं केव्हा दर्शन दिलं? त्यानं किती अवतार घेतले आहेत? हा 'संगम' काय प्रकार आहे? पिटको आणि हिंदुजा कंपनीमधला करार आहे का? 'बोल राधा बोल संगम होगा के नही?''''[१]

मंत्रिमंडळातील राजीव गांधीच्या सहकाऱ्यांनी लवकरच त्यांच्या विरोधात बंड पुकारलं आणि संयुक्त विरोधकांशी हातमिळवणी करून १९८९च्या निवडणुकीत त्यांनी राजीव गांधींच्या विरोधात लढा दिला.

राजीव गांधींना ज्या भाजपच्या खऱ्या ताकदीचा अजिबात अंदाज आलेला नव्हता, तो पक्षच काँग्रेस विरोधाच्या लाटेवर आरूढ होऊन राष्ट्रीय पातळीवर मुसंडी मारण्याच्या तयारीत होता. काँग्रेसपासून फुटून अलग झालेल्या सदस्यांच्या व्ही. पी. सिंग, अरुण नेहरूसदृश नेत्यांच्या नेतृत्वाखालील फुटीर गटाबरोबर भाजपनं तहाची बोलणी तर सुरू केली होतीच; पण त्याचबरोबर दुसरीकडे आक्रमक हिंदूंशी हातमिळवणी करून अयोध्येत राम मंदिर बांधण्यासाठी हालचालीही सुरू केल्या होत्या. मंदिराबाबतचा निर्णय चर्चेत होता आणि जून १९८९च्या भाजपच्या राष्ट्रीय कार्यकारिणीच्या बैठकीत या गोष्टीला संमती देण्यात आली.

कम्युनिस्टांसह सर्व काँग्रेसविरोधी शक्तींबरोबर हातमिळवणी करायला वाजपेयी उत्सुक होते; परंतु मंदिर चळवळीबद्दल त्यांच्या मनात किंतू होता आणि त्या चळवळीपासून त्यांनी स्वतःला दूर ठेवलं होतं.

---

[१] लोकांसमोर वाजपेयींनी अशी भूमिका घेतली असली, तरी *आउटलुक*चे संपादक विनोद मेहता यांनी उघड केलं की, वाजपेयींची दीर्घकाळापासून हिंदुजा कुटुंबाशी वैयक्तिक जवळीक होती. बोफोर्ससंदर्भात त्यांना माफ करावं, अशी अविवेकी विनंती करणारी चिठ्ठीसुद्धा त्यांनी पंतप्रधान नरसिंह राव यांना पाठवली होती, असं म्हटलं जातं. (*लखनौ बॉय* : न्यू दिल्ली : वायकिंग २०११).

विरोधी पक्षांबरोबर गठबंधन करण्यामागचं तर्कशास्त्र वाजपेयींना पूर्णपणे ज्ञात होतं आणि विरोधी शक्तींचा एकोपा घडवण्याच्या कामात त्यांनी मनापासून सर्व शक्तिनिशी स्वतःला झोकून दिलं होतं. मात्र काँग्रेस विरोधी पक्षाचा केंद्रबिंदू स्वतः व्ही. पी. सिंग बनले असताना स्वतंत्रपणे यश मिळवणं भाजपला शक्य होणार नव्हतं. व्ही. पी. सिंगनी आणि अन्य पक्षनेत्यांनी एकत्र येऊन जनता दल नावाचा नवा संयुक्त पक्ष स्थापन केला होता. येणाऱ्या विधानसभा निवडणुकींमध्ये आघाडी मारण्यासाठी जनता दलाबरोबर समन्वय साधण्याचाही भाजपचा मानस होता. भाजपच्या एका गटाला वाटत होतं की, जनता पक्षाप्रमाणेच जनता दलसुद्धा[१०] नामशेष होईल. भाजप ही संयोग घडवू शकणारी आणि स्वतंत्र अस्तित्व असलेली संस्था असल्यामुळे कालांतरानं पुढं जाईल. त्यांचा हा होरा सुज्ञपणाचा होता.

नोव्हेंबर महिन्यात घेण्यात आलेल्या राष्ट्रीय निवडणुकीत काँग्रेसला लोकसभेत अवघ्या १९७ जागा मिळाल्या आणि जनता दलाला १४७ जागा मिळाल्या. भाजपनं काँग्रेसविरोधी पक्षांबरोबर उघडपणे संबंध जोडून ८५ जागा मिळवल्या आणि 'निवडणूकपूर्व अंदाज व्यक्त करणाऱ्यांना' आश्चर्याचा धक्का दिला. तेलुगू देसम्, द्रविड मुन्नेत्र कळघम्, आसाम गणपरिषद यांनी एकत्र येऊन बनवलेल्या नॅशनल फ्रंटनं (एनएफ) व्ही. पी. सिंग यांना आपला नेता म्हणून निवडलं आणि भाजप आणि लेफ्ट फ्रंटनं बाहेरून दिलेल्या पाठिंब्याच्या जोरावर ते १९८९ साली पंतप्रधान बनले. व्ही. पी. सिंग सत्तेवर होते, तेव्हा ते त्यांच्या निवासस्थानी दर मंगळवारी रात्री वाजपेयी, अडवाणी, ज्येष्ठ कम्युनिस्ट नेते खासदार इंद्रजित गुप्ता आणि मार्क्सिस्ट नेते सोमनाथ चटर्जी (हे पुढे लोकसभेचे सभापती झाले) यांच्याबरोबर भोजन घेत आणि त्यांच्यापुढील आव्हानांबाबत मनमोकळी चर्चा करत असत.[११]

व्ही. पी. सिंग यांच्या सरकारनं मंडल समिती अहवालाची कार्यवाही करण्याचा निर्णय घेतला. त्यात २७% सरकारी नोकऱ्या अन्य मागास वर्गांसाठी राखीव ठेवण्याचा प्रस्ताव होता, त्यामुळे त्यांच्या भाजपबरोबरच्या संबंधांमध्ये तणाव निर्माण झाला; परंतु जनता दल नेते आणि व्ही. पी. सिंगांचे समर्थक असलेल्या लालूप्रसाद यादवांनी २३ ऑक्टोबर १९९० मध्ये बिहारमधील समस्तीपूर येथे अडवाणींची रथयात्रा[१२] अडवल्यानंतर व्ही. पी. सिंगांचं सरकार कोसळलं. विश्वास ठरावात १४२

---

[१०] जनता दल ११ ऑक्टोबर १९८८ रोजी स्थापन झालं. राजकीय महत्त्वाकांक्षा असलेले जनता पक्ष, लोकदल, काँग्रेस (एस) आणि जन मोर्चा हे पक्ष त्यात एकत्र आले.

[११] सोमनाथ चटर्जी : *कीपिंग द फेथ : मेमॉअर्स ऑफ अ पार्लमेंटेरिअन* (न्यू दिल्ली : हार्पर कॉलिन्स, २०१०).

[१२] अयोध्येत राम मंदिर बांधायची मोहीम गुजरातेतील सोमनाथ मंदिरातून सुरू करण्यात आली. या मोहिमेची प्रगती होत गेल्यावर त्यानं जातीय क्षोभाला भडकावलं आणि देशभरात अनेक ठिकाणी दंगली उसळल्या.

विरुद्ध ३४६ मतांनी व्ही. पी. सिंग यांचा पाडाव झाला. चंद्रशेखर यांची प्रदीर्घ काळापासून पंतप्रधान बनण्याची महत्त्वाकांक्षा होती. ते नोव्हेंबर १९९० ते मार्च १९९१ या अल्पकाळासाठी पंतप्रधानपदी आरूढ झाले. काँग्रेसच्या पाठिंब्यामुळे त्यांना पंतप्रधानपद लाभलं होतं. महत्त्वाच्या काँग्रेस नेत्यांवर चंद्रशेखर नजर ठेवत असल्याचा आरोप करून काँग्रेसनं पाठिंबा काढून घेतल्यानंतर चंद्रशेखर सरकार कोसळलं.

तोवर सर्व शक्तिनिशी तलवार परजत भाजप आपल्या मंदिर निर्माण उद्दिष्टाकडे आगेकूच करत होता. वाजपेयींना हा निर्णय अनेक कारणांमुळे पसंत नव्हता. भारतीय समाजात दुही माजवेल असा हा कलहाचा मार्ग त्यांना मान्य नव्हता. त्यांच्या मते अशा लोकक्षोभक चळवळीमुळे पंजाब, आसाम आणि जम्मू-काश्मीरसारख्या राज्यांमध्ये हिंसाचाराचा आणि माओवादाचा धोका वाढला असता. ज्या चळवळीद्वारे अत्यंत आवेशानं भूतकाळ उकरून काढला जातोय, अशी चळवळ भारताच्या जागतिक स्तरावरील प्रतिमेला हानी पोहोचवेल, असंही वाजपेयींना वाटत होतं.

अन्य मुद्द्यांबाबतसुद्धा वाजपेयींचे आपल्या पक्षाबरोबर मतभेद होते. राजीव गांधींचं 'मवाळ हिंदुत्व धोरण' राष्ट्रीय स्वयंसेवक संघाच्या नेत्यांना पसंत पडलं होतं. राजकारणाबद्दल त्यांना युक्तीच्या चार गोष्टी सांगण्यासाठी संघनेत्यांनी राजीव गांधींना गुप्तपणे भेटायला सुरुवात केली होती. अशा मैत्रीबद्दल वाजपेयी साशंक होते. लक्षात घेण्याजोगी गोष्ट म्हणजे १९८९ सालच्या निवडणुकीच्या मोहिमेचा प्रारंभ राजीव गांधींनी अयोध्येपासून केला होता. बाबरी मशीद आणि राम जन्मभूमी या विवादात सापडलेल्या स्थळाचे दरवाजे सर्व जनतेसाठी खुले करणं आणि त्यात मंदिर उभारण्यासाठी शीलान्यास करणं अशा राजीव गांधींच्या हिंदूंना खूश करायच्या धोरणाचा त्यांना मतं मिळवण्यासाठी नक्कीच उपयोग होईल, असा त्यांचा होरा असावा. वाजपेयींनी मंदिर बांधण्याच्या मोहिमेपासून जसं स्वतःला दूर ठेवलं होतं, तसंच आरएसएसच्या वाढत्या राजीवप्रेमापासूनही अलिप्तता राखली होती. ती गोष्ट त्यांना पसंत नव्हती.

आणखी एक गोष्ट त्यांना अजिबात आवडली नव्हती, ती म्हणजे व्ही. पी. सिंग यांची आणि मार्क्सवाद्यांची 'गरज सरो वैद्य मरो' ही वृत्ती! त्यांना काँग्रेसेतर सरकार स्थापण्यासाठी भाजपची मदत तर हवी होती आणि तरीही ते भाजपला अस्पृश्यासारखे वागवत होते. त्यांची भेटसुद्धा ते चोरून मारून घेत होते. जणू काही उघडपणे त्यांना भेटणं ही त्यांच्या पक्षधोरणाची मोठीच पायमल्ली ठरणार होती! एकदा पश्चिम बंगालचे मुख्यमंत्री ज्योती बसू हे वाजपेयींना आणि अडवाणींना भेटू इच्छित होते, तेव्हा त्यांनी भेटण्यासाठी त्यांच्या एका सामाईक मित्राचं, उद्योगपती विरेन शाह याचं वसंतविहारमधलं घर निवडलं होतं. ज्योती बसू हे वाजपेयी, अडवाणी यांना त्यांच्या कोलकात्यातील निवासस्थानी येऊ देत नसत किंवा या भाजप नेत्यांच्या

दिल्लीतील निवासस्थानी स्वतःही जात नसत. ते म्हणत, 'माझ्या पक्षाला हे कळलं तर समस्या उभी राहील.' अशा प्रकारची दुटप्पी वागणूक वाजपेयींना आवडत नसे. डाव्या पक्षनेत्यांपैकी फक्त इंद्रजित गुप्ता त्यांना चारचौघात भेटायला राजी असत.

आणि तरीही नेहमीप्रमाणे वाजपेयींनी याही वेळी पक्षाच्या योजनांना कडाडून उघडपणे विरोध केला नाही. ते फक्त खासगीतच त्याबद्दल तुच्छता दर्शवत. ते अत्यंत महत्त्वाकांक्षी राजकारणी होते; त्यामुळे ज्याबद्दल आपल्याला आतून खराखुरा विश्वास वाटत नाही, अशा गोष्टीचीदेखील अस्खलित वाणीनं तरफदारी करायला त्यांना काहीही प्रत्यवाय वाटत नसे, असं मत भाजपचे माजी अध्यक्ष के. एन. गोविंदाचार्य यांनी व्यक्त केलं आहे. वाजपेयींनी ४ एप्रिल १९९१ रोजी दिल्लीतील बोटक्लब येथे विश्व हिंदू परिषदेच्या आणि आरएसएसच्या कार्यकर्त्यांपुढे जे भाषण केलं होतं, ते ऐकून गोविंदाचार्यांना आश्चर्याचा धक्काच बसला होता. या भाषणात वाजपेयींनी ठामपणे विशद केलं होतं की, अयोध्येत राममंदिर बांधल्यामुळे भारतीयांच्या अभिमानात भर पडणार आहे! आणि असं असूनही, एकदा दूरचित्रवाणीवर रथयात्रेचं नेतृत्व करताना वाजपेयींनी अडवाणींना पाहिलं, तेव्हा गोविंदाचार्यांनी वाजपेयींना त्याबद्दल बोलताना ऐकलं होतं. वाजपेयी म्हणाले होते, 'ही पाहा अडवाणींची वानरसेना!' हे बोलताना त्यांच्या स्वरात कोणताही कडवटपणा नव्हता, असं तिथं उपस्थित असलेल्या एका पत्रकारानं नमूद केलंय.

सत्तेच्या केंद्रस्थानी नसणं ही गोष्ट वाजपेयींना नक्कीच अत्यंत डाचत होती. 'हार नहीं मानूँगा' हाच वाजपेयींचा झुंजार बाणा होता.

९

१९९१-१९९५

वादळाला भिडताना

२१ मे १९९१ रोजी राजीव गांधींची हत्या करण्यात आली. त्या वेळेस ते दक्षिणेकडच्या तामिळनाडू राज्यात निवडणुकीच्या प्रचार मोहिमेसाठी गेले होते. त्यांच्या आईच्या आणि भावाच्या मृत्यूनंतर अवघ्या दहा वर्षांनी नेहरू-गांधी कुटुंबात हा तिसरा अनैसर्गिक मृत्यू घडला होता. बॉंबस्फोटात त्यांच्याबरोबर इतर पंधरा लोकही मृत्युमुखी पडले.

चेन्नईमध्ये राजीव गांधींचा पक्षसमर्थक असल्याचा बहाणा करून लिबरेशन टायगर्स ऑफ तामीळ इलमच्या (LTTE) एका आत्मघातकी बॉंब विस्फोटकानं हा बॉंबस्फोट घडवला होता.[१] लिबरेशन टायगर्स ऑफ तामीळ इलम (LTTE)चे नेते, प्रभाकरन यानं सूड उगवण्याची शपथ दोन कारणांमुळे घेतली होती; भारतानं श्रीलंकेत पाठवलेल्या लष्करी शांतिसेनेनं तेथे खूप अत्याचार केले होते हे सुडाचं एक कारण होतं. दुसरं कारण म्हणजे १९८६ साली राजीव गांधींनी प्रभारकरनना दिल्लीतील तामीळनाडू हाउसमध्ये अडकवून ठेवलं होतं आणि श्रीलंकेतील सरकारशी शांतता प्रस्थापित करण्यासाठी वाटाघाटी करायला त्यांना राजी करण्यासाठी त्यांच्यावर खूप

---

१ LTTE श्रीलंकेत वेगळा देश मिळवण्यासाठी लढा देत होती. त्यायोगे बहुसंख्य सिंहली वंशीय, तामीळ लोकांबाबत करत असलेला पक्षपात संपेल असं त्यांना वाटतं होतं. हा वांशिक हिंसाचार थोपवण्यासाठी राजीव गांधींनी तेथे भारतीय लष्कर पाठवलं होतं.

दबाव आणला होता.[२] (श्रीलंकेत) गनिमी युद्ध खेळणाऱ्यांना राजीव गांधी पुन्हा सत्तेवर यायला नको होते; कारण त्यांनी श्रीलंकेतील भारतीय सेनेची संख्या आणखी वाढवली असती.

राष्ट्रीय निवडणूक २० मेपासून सुरू झाली होती. ती ताबडतोब २० जूनपर्यंत पुढं ढकलण्यात आली. राजीव गांधींच्या हत्येपूर्वी मिळालेली मतं आणि त्यानंतर मिळालेली मतं यात प्रचंड तफावत दिसली. त्यांच्या हत्येनंतर झालेल्या मतदानात त्यांना जास्त मतं मिळाली. विरोधी पक्षाच्या काही नेत्यांना वाटत होतं की, सहानुभूतीची मोठी लाट उसळेल! परंतु १९८४पेक्षा परिस्थिती आता काही बाबतीत वेगळी होती. व्ही. पी. सिंग यांनी मंडल आयोगाच्या अहवालाची कार्यवाही सुरू केली होती आणि राम मंदिर स्थापनेच्या चळवळीनं जोर धरला होता, त्यामुळे अवघ्या ४६व्या वर्षी मृत्युमुखी पडलेल्या माजी पंतप्रधानांच्या मृत्यूमुळे ज्या प्रमाणात सहानुभूतीची लाट उसळणं अपेक्षित होतं, त्या अपेक्षेपेक्षा त्या लाटेचा जोर खूपच कमी होता.

काँग्रेस पक्ष मोठ्या कष्टानं अगदी थोड्या मताधिक्यानं सत्तेवर आला. भाजपची संसद सदस्य संख्या आणखी वाढली. १९८४ साली दोन, १९८९ साली ८४ आणि १९९१ साली १२० अशी भाजप संसद सदस्य संख्येत उत्तरोत्तर वाढ होत गेली होती. देशातील सर्वांत जास्त लोकसंख्या असलेल्या उत्तर प्रदेश या राज्यात भाजपच्या सभासद संख्येत आश्चर्यकारक वाढ झाली. अनेक दशकं या राज्यावर एखाद्या प्रचंड मोठ्या रणगाड्यानं तुडवावं त्या प्रकारे काँग्रेस पक्ष अंमल गाजवत होता. आता तोच पक्ष जनता दलापेक्षाही कमी मते मिळवत तिसऱ्या स्थानावर घसरला होता. १९८५ साली राज्यातील विधानसभेत काँग्रेसला २६९ जागा मिळाल्या होत्या, तर भाजपला अवघ्या सोळा जागा मिळाल्या होत्या. १९८९च्या राज्य निवडणुकीत जनता दलाला २०८ जागा, काँग्रेसला ९४ जागा आणि भाजपला ५७ जागा मिळाल्या होत्या. त्या वेळेस भाजप तृतीय स्थानावर होता. १९९१ साली मात्र भाजपला विधानसभेतील ४४५ पैकी २२१ जागा मिळाल्या! उत्तर प्रदेशातील विधानसभेच्या राज्य निवडणुका लोकसभेच्या राष्ट्रीय निवडणुकीबरोबरच घेण्यात आल्या होत्या. राम मंदिर बांधायच्या चळवळीमुळे 'केशरी रंगा'च्या पक्षाची लोकप्रियता प्रचंड वाढल्याचा हा दृश्य परिणाम होता. भाजपनं कल्याणसिंग या यादव कुळाबाहेरच्या अन्य मागास जमातीतील व्यक्तीला उत्तर प्रदेशाचे मुख्यमंत्री म्हणून घोषित केलं. आजवर भाजपचा मतदार हा मुख्यतः उच्च वर्णियांचा होता. त्यापलीकडील कनिष्ठ वर्गीयांनासुद्धा भाजपकडे आकृष्ट करून घेण्यासाठीची ही राजकीय चाल होती.

---

[२] अफसीर करीम, *ट्रान्सनॅशनल टेरेरिझम : द डेंजर इन द साउथ* (न्यू दिल्ली : लान्सर पब्लिशर्स, १९९३).

वाजपेयी राज्यसभेचे सदस्य होते, तरीही त्यांनी १९९१ साली लोकसभा निवडणूक लढवली. १९६७ साली असंच झालं होतं. या वेळेस वाजपेयींनी लखनौ मतदारसंघातून निवडणूक लढवली आणि २००९ सालापर्यंत त्यांनी लखनौ मतदारसंघातूनच लोकसभेचं प्रतिनिधित्व केलं.

मुख्य विरोधी पक्षाचे सर्वांत ज्येष्ठ नेते असल्यामुळे वाजपेयींचीच लोकसभेत विरोधी पक्षनेते म्हणून निवड होईल, असं त्या काळच्या सर्व ज्येष्ठ नेत्यांनी गृहीत धरलं होतं. वाजपेयी जनसंघाच्या कार्यकारिणीचे आणि त्यानंतर भाजपचे नेते होते; परंतु जेव्हा आरएसएसनं या पदासाठी अनुत्सुक असलेल्या अडवाणींना त्या पदासाठी पाठिंबा दिला, तेव्हा वाजपेयींसकट पूर्ण भारतीय जनता पक्षाला आश्चर्याचा धक्का बसला.

आरएसएसच्या नेत्यांच्या मनात काय आहे याची अडवाणींना कुणकुण लागली, तेव्हा स्वतः अडवाणींनाच वाटलं की वाजपेयी लोकसभा सदस्य असताना आपण विरोधी पक्षनेते बनणं अतिशय अयोग्य दिसेल. अडवाणी १९८९ ते १९९१पर्यंत लोकसभेत विरोधी पक्षनेते म्हणून काम करत असले, तरी त्या वेळेस वाजपेयी राज्यसभेचे सदस्य होते. ही वावगी योजना सरसंघचालक राजेंद्रसिंग ऊर्फ रज्जूभैया यांच्या कानांवर घालण्यासाठी अडवाणींनी भाजपचे मुख्य सचिव आणि संघप्रचारक गोविंदाचार्यांना ताबडतोब नागपूरला रवाना केलं. गोविंदाचार्य विमान पकडून त्वरेनं नागपूरला पोहोचले; परंतु आरएसएसच्या प्रमुखांनी याबाबत काहीही ऐकून घ्यायला नकार दिला. ते म्हणाले, ''तुम्ही जाणताच की पक्ष या स्थानावर केवळ (भाजपमध्ये अडवाणींनी नेतृत्व केलेल्या) मंदिर चळवळीमुळे पोहोचला आहे!''

आरएसएसनं असं पाऊल उचललेलं पाहून अर्थातच वाजपेयी काही खूश झाले नाहीत. जरी त्यांनी अनेक वेळा जाहीरपणे ग्वाही दिली होती की, ते पूर्णतः संघाचा माणूस आहेत, तरी त्यांची वागण्याची आणि विचारांची पद्धत आरएसएसच्या मंडळींपेक्षा वेगळी होती. संघाची मानसिकता अनेक बाबतीत कोती आणि आडमुठी होती. त्याचं नेतृत्व उच्च वर्णियांच्या हाती होतं. कौटुंबिक एकात्मता हे संघाच्या दृष्टीनं अत्यंत महत्त्वाचं नीतिमूल्य होतं आणि सामिष भोजन (मांसाहार) त्यांना निषिद्ध वाटत असे. वाजपेयी या वर्तुळात अगदी वेगळे उठून दिसत. ते बैलाच्या मांसासह सर्व प्रकारचा मांसाहार आवडीनं घेत असत.[३] ते व्हिस्कीचा चवीनं आस्वाद घेत असत.

---

[३] वाजपेयी अनेकदा त्यांच्या मित्रांसाठी मांसाहारी जेवण रांधत असत. खूप कांदा-लसूण घालून तेलात परतलेले सुकं मटण हे त्यांचं अत्यंत आवडतं जेवण होतं. त्यांच्या एका मित्रानं या (मांसाहार खाणाऱ्या) खास मित्रांचा उल्लेख *गोघ्न* असा केला होता. या संस्कृत शब्दाचा अर्थ खास पद्धतीनं शिजवलेलं बैलाचं मांस ज्याला दिलं जातं ती विशेष व्यक्ती. अशा प्राचीन प्रथांचा उल्लेख पाणिनीच्या *अष्टाध्यायी*त सापडतो.

त्यांची कुटुंबव्यवस्था सर्वथा अपारंपरिक होती. त्यांचे स्वतःचे विचार संघ सदस्यांच्या विचारांपेक्षा सर्वस्वी निराळे होते. टी. व्ही. आर. शेणॉय हे ख्यातकीर्त पत्रकार आणि भाजपचे समकालीन प्रवक्ते म्हणत असत, ''संघाच्या लोकांना ते फारसे आवडत नसत, हे गुपित सर्वश्रुत होतं!''

या घटकेला वाजपेयींना भाजपचे अध्यक्ष म्हणून जागा देणं शक्य नव्हतं, कारण नुकतेच मुरली मनोहर जोशी यांच्या नावाची भाजपचे अध्यक्ष म्हणून घोषणा झाली होती. आपल्याला लोकसभेत विरोधी पक्ष नेतेपद मिळायला हवं होतं, असं वाजपेयींना वाटत होतं, त्यामुळे (ते पद अडवाणींकडे गेल्यावर) त्यांना अपमानित वाटत होतं, ही गोष्ट भाजपचे मुख्य कार्यकर्ते आणि संघटक असलेल्या गोविंदाचार्यांच्या लक्षात आलेली होती; परंतु स्वपन दासगुप्तासारख्या स्तंभलेखकांचं मत मात्र काही संघ नेत्यांच्या मताशी मिळतं जुळतं होतं : अडवाणींनी रथयात्रेच्या माध्यमातून भाजपचं प्रचंड मोठ्या लोकआंदोलनात परिवर्तन करेपर्यंत, 'भाजप हा स्वभावी, वैयक्तिक पातळीवर आदरणीय, अशा मूठभर मान्यवरांचा पक्ष आहे; परंतु राजकीयदृष्ट्या महत्त्वाचा पक्ष नाही' अशीच भाजपची प्रतिमा होती, त्यामुळेच आरएसएसनं अडवाणींच्या प्रयत्नांची योग्य ती दखल घेण्याचा निश्चय केला होता.

दीनदयाळ उपाध्याय यांच्या मृत्यूनंतर म्हणजेच १९६८ सालापासून वाजपेयी प्रथम जनसंघाचे आणि नंतर भाजपचे प्रथम क्रमांकाचे नेते होते. पक्षाच्या सर्वोच्च पदासाठी त्यांच्या विरोधात निर्णय घेतला गेलाय ही गोष्ट पचवणं, त्यांच्या दृष्टीनं अत्यंत कठीण होतं! परंतु १९५७ सालापासून संसदेच्या कामात वाजपेयींना मदत करण्यासाठी नियुक्त झालेल्या अडवाणींनी आपल्या माजी गुरूबरोबर मैत्रीचे संबंध राखले होते. बऱ्याचदा दोघांचे मतभेद होत, तेव्हा वाजपेयी अडवाणींना आणि त्यांच्या पत्नी कमल यांना आपल्या घरी बोलवत किंवा कमलांना फोन करून स्वतःच अडवाणींच्या घरी जाऊन समझोता घडवत. दोघेही सारखेच महत्त्वाकांक्षी होते. अनेक बाबींवर दुमत असूनही आपण चांगले मित्र असल्याचा दोघंही दावा करत असत. त्या वेळेस त्या दोघांशी जवळीक असलेले भाजपचे नेते मात्र म्हणतात की, लोकसभेतलं औपचारिक अभिवादन वगळता अनेक महिने या दोघांनी एकमेकांशी कुठलंही संभाषण केलं नव्हतं.

वाजपेयी नाराज झाले असले तरी एका चिमुकल्या पक्षाचं आता राष्ट्रीय पक्षात रूपांतर झालंय यांचा त्यांना आनंदही वाटत होता. विंध्य पर्वताच्या दक्षिणेसह अनेक नवी कुरणं पक्षानं पादाक्रांत केली आहेत. संघानं त्यांना उणं लेखण्याचा केलेला प्रयत्न त्यांना पसंत नव्हता, तरी ते ११, अशोक रोड येथील भाजपच्या मुख्यालयात नियमितपणे जाऊ लागले. १९९२मध्ये अहमदाबादेत भाजपच्या राष्ट्रीय कार्यकारी मंडळाची बैठक भरली होती. त्या वेळेस त्यांच्या रागाचा उद्रेक सर्वांना दिसला. वय होत चाललेल्या या नेत्यानं गोविंदाचार्यांवर हल्ला चढवला आणि त्यांना

चाणक्याची उपमा देऊन त्यांच्यावर आरोप केला की, ते पडद्यामागून सूत्रं हलवून उच्च पदाचा मेवा कुणाला वाटायचा ते ठरवत असतात. गोविंदाचार्य यावर उत्तर देण्यापूर्वीच अडवाणींनी हस्तक्षेप केला आणि तणाव दूर करण्याच्या हेतूनं बैठक संपल्याची घोषणा केली.

परंतु कडवटपणा मात्र टिकूनच राहिला.

पक्षात अडवाणींना झुकतं माप मिळण्यास कारणही होतं. ते अत्यंत कुशल आयोजक, नुसते वाचावीर नव्हे, तर प्रत्यक्ष कृती करणारे आणि कार्यमग्नतेचं व्यसन असणारे नेते होते. याउलट वाजपेयींची कामाची पद्धत जरी अत्यंत सर्जनशील असली तरी अगदी आरामशीर आणि अनौपचारिक होती. राजीव गांधींच्या नेतृत्वाखाली बहुमतानं सत्तेवर आलेला काँग्रेस पक्ष जनसामान्यांसाठी पुरेसे प्रयत्न करत नाही, असा जनतेचा ग्रह झाला होता. काँग्रेसबाबत भ्रमनिरास झालेल्या लोकांना चेतवून एकत्र आणणाऱ्या मोहिमेचा नेता म्हणून लोक अडवाणींना ओळखू लागले होते. डळमळीतपणे चालणारी जनता दलाची सरकारं राजीव गांधीनंतर सत्तेवर आली होती; ती भाजपपेक्षा जनतेला फारशी आकर्षक वाटली नव्हती कारण भाजपनं तोवर आपली राष्ट्रीयवादी भूमिका सर्वांपुढे उघड केली होती. त्या वेळची आर्थिक संकटंसुद्धा भाजपच्या 'पार्टी विथ अ डिफरन्स' या घोषवाक्याकडे लोकांचा कल झुकवायला कारणीभूत ठरली. असं असूनही समाजात वाजपेयींनी 'समर्पित नेता' या भूमिकेतून आपलं काम सुरूच ठेवलं. कुशल संसद सदस्य ही प्रतिमा त्यांनी अबाधित ठेवली होती. २३ मार्च १९९२ रोजी वार्षिक अंदाजपत्रकावर लोकसभेत चर्चा चालू असताना वाजपेयींनी अर्थमंत्री मनमोहन सिंग यांच्या योजनेतील काही मुद्द्यांवर टीका केली; परंतु त्यांची उपस्थिती इतकी नाट्यमय आणि आत्मविश्वासपूर्ण असे की विरोधकांशी 'वाढता चंगळवाद' यांसारख्या मुद्द्यांवर टीकात्मक चर्चा करतानासुद्धा ते चतुराईनं हशा पिकवत.

अर्धवट उपहासानं, अतिशयोक्ती करत वाजपेयींनी तेव्हा हल्ला चढवला होता, ''केबल टी.व्ही., स्टार टी.व्ही. येऊ घातलेत... ते चैनीच्या वस्तूंची जाहिरात करतील. आपापल्या झोपड्यांमध्ये बसून लोक त्या जाहिराती बघतील. जरी बालकांना प्यायला दूध देता येत नसलं, तरी लोक शॅम्पू विकत आणतील. रंगीत टी.व्ही.वर आकर्षक चेहऱ्याबरोबर दाखवला गेलेला शॅम्पू गरिबाच्या झोपडीत पोहोचेल!''

CPM (कम्युनिस्ट पार्टी–मार्क्सिस्ट)चे सदस्य एन. के. चटर्जी म्हणाले, ''तुम्ही शॅम्पू आणि शँपेनमधला फरक ओळखला पाहिजे.'' त्यानंतर लोकसभेबाहेर एकमेकांचे मित्र असलेल्या जुन्या संसद सदस्यांना राहवलं नाही. काँग्रेसचे मनोरंजन भक्त यांनी म्हटलं, ''तुम्ही शँपेन म्हणालात.'' वाजपेयींनी नकार देत म्हटलं, ''मी शँपेन म्हणालो नाही! ज्यांना शँपेन आवडते त्यांनाच वाटलं की मी शँपेन म्हटलं.

जाकी रही भावना जैसी, प्रभू, मूरत देखी तिन तैसी,'' यावर इतका हशा पिकला की तो थांबल्यावरच सरकारी कामकाज पुन्हा सुरू झालं.

परंतु वाजपेयींचं बोलणं संपलं नव्हतं. त्याच भाषणाचा शेवट करताना त्यांनी धोरणाचे परिणाम दाखवण्यासाठी तीन वर्षांची मुदत मागणाऱ्या मनमोहन सिंग यांच्या एका 'शेरा'चा उल्लेख करून स्वतःचा एक 'शेर' सादर केला.

> आह को चाहिए एक उमर असर होने तक
> कौन जीता है, तेरी जुल्फ के सर होने तक?

आख्यायिका बनलेल्या शायर गालिबच्या एका गझलमधील या काव्यपंक्ती प्रतिसाद न लाभलेल्या प्रेमाचं वर्णन करत आहेत. त्यांचा शब्दशः अर्थ आहे, '(उत्कट इच्छेच्या) एका निःश्वासाला आपला परिणाम दाखवण्यासाठी उभ्या जन्माची प्रतीक्षा करावी लागते. तू तुझ्या केशकलापातील गुंता सोडवत असतेस, तेव्हा मी व्याकूळ होऊन तळमळत असतो...' हा शेर उद्धृत करण्यामागे वाजपेयींचा खोडसाळ हेतू होता. अर्थमंत्री सर्वसामान्य माणसाला (जी कधीही वास्तवात उतरणार नाहीत) अशी मोठाली आश्वासनं देत आहेत, असा त्यामागचा गर्भितार्थ असला, तरी भारतातील शीख लोकांप्रमाणे लांब केस राखणाऱ्या मनमोहन सिंग यांची त्याबाबतची अल्पस्वल्प थट्टासुद्धा त्यात अभिप्रेत होती. वाजपेयी म्हणाले, ''सरदारजींची प्रत्यक्षात खरीखुरी 'झुल्फं' (झुलुपं) आहेत, त्यामुळे ते त्यातला गुंता सोडवेपर्यंत आपली स्थिती काय होईल कुणास ठाऊक!''

जरी वाजपेयी सिंग यांची केवळ थट्टा-मस्करी करत होते, तरी चारचौघात झालेली टिंगल मनमोहन सिंग यांना अजिबात आवडली नाही. त्यामागचं कारण असं होतं की, स्वतः सिंग अत्यंत गंभीर स्वभावाचे होते. वाजपेयींसारखी हजरजबाबी आणि चतुर संभाषण कला त्यांना अवगत नव्हती. वाजपेयींनी केलेल्या 'अपमाना'बद्दल सिंग यांनी पंतप्रधान राव यांच्याजवळ तक्रार केली. रावनी वाजपेयींना बोलावून सांगितलं की, त्यांच्या अंदाजपत्रकावरची वाजपेयींची टीका जिव्हारी लागल्यामुळे त्यांनी अर्थमंत्रिपदाचा राजीनामा देऊ केला आहे. भंगलेली मनं सांधण्यात वाजपेयी कधीच कुचराई करत नसत. वाजपेयींनी ताबडतोब मनमोहन सिंग यांना फोन करून सांगितलं की, त्यांनी शेऱ्यांमुळे नाराज होऊ नये, कारण त्यामागचा हेतू केवळ राजनीतीमध्ये वरचढपणा सिद्ध करणं एवढाच होता. हे ऐकून मनमोहन सिंग शांत झाले आणि वाजपेयींनी एक नवा मित्र मिळवला.[४]

***

[४] http://timesofindia.indiatimes.com/india/A-peek-into-the-life-Atal-Bihari-Vajpayee-now-leads/articleshow/32683790.cms.

अडवाणींच्या प्रयत्नांचा परमोच्चबिंदू लवकरच येणार होता. रामाच्या नावे अयोध्येत मंदिर बांधण्याच्या उद्दिष्टाचा त्यांनीच चिकाटीनं पाठपुरावा केला होता. कट्टर हिंदुत्ववादी लोक आणि त्यांचे समर्थक यांचे ते पूज्य आदर्श होते. १००० किलोमीटरचं सोमनाथ ते अयोध्या हे अंतर काटण्यासाठी ३७ दिवसांची रथयात्रा सुरू करण्यामागे १९९० सालच्या व्ही. पी. सिंग यांच्या मंडल आयोग कार्यवाहीला प्रतिकार दर्शवणारं खरमरीत प्रत्युत्तर देणं, हाच अडवाणींचा मुख्य हेतू होता. त्यायोगे 'पर्यायी उद्दिष्ट असलेला पर्यायी नेता' अशी आपली प्रतिमा जनमनावर ठसवण्यात ते यशस्वी ठरले होते.[५] लोकांची धार्मिक मुद्द्यावर दुफळी माजवण्यासाठी सारे नियम धाब्यावर बसवून खेळले जाणारे राजनैतिक डावपेच वाजपेयींना अजिबात पसंत नव्हते. जाता जाता नमूद करायचं म्हणजे स्वतः अडवाणींनीच भविष्यात मान्य केलं होतं की, वाजपेयींचे आणि त्यांचे गंभीर मतभेद फक्त दोनच गोष्टींबाबत झाले होते. त्यातली एक गोष्ट होती.

६ डिसेंबर १९९२ रोजी कारसेवकांनी बाबरी मशिदीचा घुमट फोडला. या विध्वंसावर चौफेर टीका झाली. प्रसारमाध्यमं, राजकारणपटू, परदेशी नेते आणि काही भाजपचे नेतेसुद्धा म्हणू लागले होते की, ही चळवळ हाताबाहेर गेली होती. जे काही चाललं होतं, त्याबद्दल वाजपेयी अत्यंत नाराज होते; परंतु तरीही ते ज्या कुणाशी बोलत असतील त्याप्रमाणे परस्परविरोधी विधानं करत असत. पक्षाच्या कार्यकर्त्यांशी बोलताना मंदिर चळवळीचं महत्त्व उणं न लेखण्याएवढं चातुर्य त्यांच्या ठायी नक्कीच होतं. कधी कधी अगदी संसदेतसुद्धा, ते परस्परविरोधी भावनांचं प्रदर्शन करत असत. अडवाणींनाही या घटनेबाबत खेद वाटत होता. कदाचित त्यामागचं कारण राजकीयसुद्धा असेल. मशीद पाडून टाकल्यामुळे एका फटक्यानिशी राजकीयदृष्ट्या लोकांना चेतवण्याचा एक प्रमुख मुद्दाच संपला! अडवाणी म्हणाले की, तो त्यांच्या आयुष्यातला सर्वांत दुःखद दिवस होता. त्यांनी कारसेवकांना मशीद पाडण्याचा मोह टाळायची सूचना दिली होती. त्या वेळेस तिथे उपस्थित असलेल्या अनेक बातमीदारांनी शपथेवर सांगितलं होतं की, अडवाणी ध्वनिक्षेपकावरून दंगलखोरांना शांत राहण्याची विनंती करत होते; परंतु त्या दंगलखोरांवर त्या विनंतीचा काहीही परिणाम झाला नाही.

बाबरी मशीद पडली, त्या सायंकाळी वाजपेयी लखनौमध्ये होते; परंतु ते त्या रात्रीच परत आले कारण अनेक उजव्या पक्षनेत्यांनी ती सारी रात्र जल्लोष करण्यात व्यतीत केली होती. कल्याणसिंग आणि अडवाणी या दोघांनीही आपल्या सरकारातील पदांचा राजीनामा दिला. कल्याणसिंग यांनी उत्तर प्रदेशाचं मुख्यमंत्रिपद सोडलं. अडवाणींनी लोकसभेतील विरोधी पक्षनेते हे पद सोडलं. त्यांनी बाबरी मशिदीच्या तोडफोडीची नैतिक जबाबदारी स्वीकारून हे राजीनामे दिले होते. अडवाणींना

---

[५] *इंडिया टुडे*, १६ जानेवारी २००६.

झाशीमध्ये अडवण्यात आलं होतं. तेथून त्यांनी भाजपची भूमिका विशद करणारी दोन भागांमधली लेखमाला 'इंडियन एक्स्प्रेस' वृत्तपत्राला सादर केली. एका लेखाचं शीर्षक या अर्थाचं होतं, 'भाजपनं धर्मनिरपेक्षतेला निःसंदिग्धपणे वाहून घेतलं आहे.' दुसऱ्या लेखाचं शीर्षक या अर्थाचं होतं, 'अर्जुनसिंग यांनी या वेळेस मुलायमसिंग यांची भूमिका निभावली होती!'[६]

अडवाणींनी लेखात लिहिलं होतं,

> 'पंतप्रधानांनी (पी. व्ही. नरसिंह राव) ६ डिसेंबरनंतर ज्या अनेक कृती केल्या आहेत. उदाहरणार्थ आरएसएस आणि विश्व हिंदू परिषद यावर बंदी घालणं, भाजपची राजस्थानातील, हिमाचल प्रदेशातील आणि मध्य प्रदेशातील राज्य सरकारं बरखास्त करणं आणि पाडलेली मशीद पुन्हा बांधून देण्याचं वचन देणं. प्राथमिक राजकीय सुज्ञपणा वापरून, पंतप्रधानांनी या कृती टाळायला हव्या होत्या; परंतु अनाकलनीय पद्धतीनं इतिहासाची पुनरावृत्ती होत राहते. व्ही. पी. सिंग यांनी स्वतःहून १९९० सालची रथयात्रा बहुधा अडवली नसती; परंतु जनता दलाच्या अंतर्गत राजकारणामुळे त्यांच्यापुढे दुसरा इलाज उरला नाही! मुलायमसिंग यादव यांच्याहूनही आपण अल्पसंख्याकांचे अधिक मोठे आश्रयदाते आहोत, हे सिद्ध करण्यासाठी व्ही. पी. सिंग यांनी उत्तर प्रदेशाच्या मुख्यमंत्र्यांना ती संधी मिळण्यापूर्वीच लालूप्रसादांना रथयात्रा अडवायचा आदेश दिला. (लालूप्रसाद) यादवांनी सांगितल्याबरहुकूम केलं आणि व्ही. पीं. ची राजवट संपुष्टात आणायला ते कारणीभूत ठरले. या वेळेस नरसिंह रावांचे मुलायमसिंग ठरलेत अर्जुनसिंग. त्याचा परिणाम त्या वेळेसारखाच होणं अगदी सर्वथैव शक्य आहे.[७]

---

६ अर्जुनसिंगनी ज्या पद्धतीनं कारसेवकांना प्रक्षुब्ध केलं होतं, त्याच पद्धतीनं उत्तर प्रदेशाचे मुख्यमंत्री असताना, काही वर्षांपूर्वी, मुलायमसिंगांनीसुद्धा कारसेवकांना उसकावलं होतं. त्या वेळेस २ नोव्हेंबर १९९० रोजी अयोद्धेकडे जात असलेल्या कारसेवकांवर कारवाई करण्याची आज्ञा मुलायमसिंगांनी केली होती. लाखो स्वयंसेवकांनी विश्वहिंदू परिषदेचे नेते अशोक सिंघल यांच्या नेतृत्वाखाली बाबरी मशिदीच्या घुमटावर झेंडा चढवून प्रतीकात्मक कारसेवा केल्यानंतर दोन दिवसांनी मुलायमसिंग यांनी ही आज्ञा केली. यापूर्वी मुलायमसिंगांनी वल्गना केली होती की, ते अयोध्येवर पक्ष्यांनासुद्धा उडू देणार नाहीत; परंतु त्यांच्या लवकरच लक्षात आलं की त्यांचे स्वतःचेच अनेक अधिकारी त्यांच्या आज्ञेची अंमलबजावणी करणार नाहीत.

७ *इंडियन एक्स्प्रेस.*

लवकरच देशभरात विशेषतः नागरी आणि अर्धनागरी वस्त्यांमध्ये दंगली उसळल्या. भाजपच्या आणि त्यांचे मित्र असलेल्या महाराष्ट्रातील शिवसेनेसारख्या स्थानिक पक्षांच्या नेत्यांनी प्रक्षुब्ध करणारी वक्तव्यं सुरू केली. त्यांनी अयोध्येतील घटनेवरून धडा शिकावा, असं मुस्लिमांना सांगायला सुरुवात केली.[८]

दरम्यान, वाजपेयी लोकांना कुठंही दिसत नव्हते. घडलेल्या घटनांमुळे ते अत्यंत सचिंत झाले होते, असं म्हटलं जात होतं. त्यांच्या निकटवर्तीयांनी पत्रकारांना सांगितलं की, घडलेली घटना हा लोकशाहीवरचा मोठा कलंक आहे, असं त्यांना वाटत होतं. प्रसारमाध्यमांपुढे कोणतीही निवेदनं न करण्याची त्यांनी खबरदारी घेतली होती; परंतु मशीद पाडली गेली त्याच्या आदल्या दिवशी, एका खासगी बैठकीत कारसेवकांबरोबर बोलताना, त्यांना मशीद पाडण्याबाबत कोणतंही दुःख किंवा यातना वाटतेय असं त्यांनी दर्शवलं नव्हतं. (या बैठकीच्या अहवालाची टिपणं दहा वर्षांपेक्षाही अधिक काळानं बाहेर आली.) या उलट त्यांची देहबोली अत्यंत प्रफुल्लित दिसत होती. न्यायालयाच्या आज्ञेबाबत उपरोध आणि वक्रोक्तीनं भरलेलं त्यांचं भाषण अत्यंत प्रक्षोभक होतं. (या न्यायालयीन आज्ञेत कोणत्याही बांधकामाला स्थगिती देण्यात आली होती. फक्त धार्मिक गोष्टींसाठी मुभा देण्यात आली होती.) लोकांनी टाळ्यांच्या गजरात पसंती दर्शवल्यावर ते खोडसाळपणे म्हणाले, ‘‘पण धार्मिक विधी पार पाडण्यासाठी भूमी समतल करणं गरजेचं असतं.’’[९] या भाषणावरून सिद्ध होतं की, वाजपेयी वेगवेगळ्या गटांतील लोकांपुढे वेगवेगळ्या प्रकारे बोलत असत. त्यावरून त्यांचा कावेबाजपणा तसेच होता होईल तोवर विरोध न करण्याची वृत्ती दिसून येते!

वाजपेयींनी पंतप्रधानपद स्वीकारल्यावर त्यांच्या उदारमतवादाचं जाहीर प्रदर्शन करायला सुरुवात केली; परंतु त्यापूर्वी, जेव्हा कट्टर हिंदुत्ववाद्यांच्या हीणकस अंतःप्रेरणांना खतपाणी घालणं त्यांना गरजेचं वाटत असे, तेव्हा तसं करण्यात त्यांना अजिबात अडचण वाटत नसे. त्यांचे अनेक माजी सहकारी म्हणतात की, या बाबतीत ते अतिशय कुशल होते. अशा वेळेस ते लोकांना प्रचंड भुरळ पाडत. हिंदीवरच्या आपल्या प्रभुत्वाचा ते पुरेपूर उपयोग करून घेत. ज्या वातावरणात कट्टर हिंदुत्ववादाचा बुरखा पांघरला की ताबडतोब आदर लाभत असे, तेथे स्वतः तग धरून राहण्याच्या दृष्टीनं ते विविध क्लृप्त्या लढवत असत. याचं एक उदाहरण म्हणजे कैलासस्वामी विनायक दामोदर सावरकर या विवाद्य हिंदूमहासभा नेत्यावर स्तुतिसुमनं उधळत सर्वांना खिळवून ठेवणारं त्यांचं भाषण! सावरकरांवर गांधी हत्येचा आरोप ठेवण्यात

---

८ सुजाता आनंदन, *हिंदू हृदय सम्राट : हाउ द शिवसेना चेंज्ड मुंबई फॉरेव्हर* (न्यू दिल्ली : हार्पर कॉलिन्स, २०१४).

९ http://expressindia.indianexpress.com/news/fullstory. php?newsid=42082; http://www.outlookindia.com/magazine/story/there-are-sharp-stones-there-the-ground-has-to-be-levelled/263018.

आला होता. पुढे ते त्यात सामील असल्याचा कोणताही पुरावा न सापडल्यामुळे त्यांना आरोपातून मुक्त करण्यात आलं होतं. वाजपेयींनी म्हटलं होतं, ''सावरकरांचं व्यक्तिमत्त्व जसं उच्च होतं, तशीच त्यांच्या व्यक्तित्वात ज्ञानाची खोलीही होती. ते बाणासारखे भेदक आणि तलवारीप्रमाणे तळपणारे होते. चिकाटी, सहनशीलता आणि त्याग यांसाठी ते सुप्रसिद्ध होते. त्यांना प्रचंड दूरदृष्टी होती, समाज घडवणारे ते शिल्पकार होते, लढवय्ये होते आणि समाजसुधारक होते. त्यांनी दुष्ट सामाजिक प्रवृत्तींशी धैर्यानं लढा दिला.'' अत्यंत उत्साही वाजपेयींनी भावनेनं ओथंबलेल्या स्वरात जे भाषण केलं होतं, त्यातले शब्द त्यांनी धर्मनिरपेक्ष व्यासपीठावर कधीही उच्चारले नसते.

धर्मांतराच्या समस्येवर तोडगा शोधताना त्यांनी हीच युक्ती वापरली होती. दंगाधोपा किंवा आरडाओरड अजिबात न करता, धर्मांतरितांना पुन्हा हिंदू धर्मात घेण्याचा अधिक सौम्य मार्ग आपण स्वीकारावा, असं त्यांनी सुचवलं होतं, त्यामुळेच धर्मांतराच्या विरोधातील आरएसएसची आक्रमक हिंसक पद्धत त्यांना रुचत नसे.

आपल्या सामाजिक प्रतिमेला कोणताही तडा न जाऊ देता, अखेरीस, वाजपेयींनी दमदार पावलं टाकायच्या त्यांच्या लोकसभारूपी व्यासपीठावरून (भाजपच्या कैवारासाठी) शस्त्र परजलं. तेथून अयोध्येतील हिंसाचारानंतर अकरा दिवसांनी १७ डिसेंबर रोजी, त्यांनी पी. व्ही. नरसिंहराव यांच्या नेतृत्वाखालच्या काँग्रेस सरकारवर शाब्दिक सरबत्ती सुरू केली. पंतप्रधान राव हे कोल्ह्यासारखे धूर्त राजकारणपटू होते. ते विवाद्य देवभक्त चंद्रास्वामींचे शिष्य होते. राव यांनी एकदा 'माझे गुरू' असा वाजपेयींचा उल्लेख केला होता. मानवाधिकार आयोगाच्या जिनिव्हातील १९९३च्या बैठकीसाठी भारतीय प्रतिनिधी मंडळाचे नेते म्हणून त्यांनी वाजपेयींना पाठवलं होतं. काश्मीरमध्ये मानवाधिकार - समस्या असल्याच्या पाकिस्तानच्या आरोपाचं खंडन करण्याची जबाबदारी राव यांनी वाजपेयींवर सोपवली होती. जरी राजकीय क्षेत्राबाहेर राव आणि वाजपेयींना परस्परांबद्दल, आदर आणि कौतुक वाटत असलं, तरी संसदेत वाजपेयी राव यांच्यावर अत्यंत निष्ठुरपणे हल्ला चढवत. वाजपेयींनी सुरुवातीलाच म्हटलं की, अविश्वासाचा ठराव आणण्यामागचं कारण ते देणार नाहीत, कारण त्यांनी गृहीत धरलंय की त्यांना स्वतःला खेद वाटत असलेल्या ६ डिसेंबरच्या घटनेनंतर सारा देश राजकीय पेचप्रसंगात सापडला आहे.

वाजपेयींनी संसदेत बोलताना कबूल केलं की, जेव्हा अडवाणींनी रथयात्रेची सुरुवात केली, तेव्हा त्यांच्या स्वतःच्या मनातसुद्धा त्याबाबत किंतू होता; परंतु अत्यंत चतुराईनं शब्दप्रयोग करून वाजपेयींनी काँग्रेसवर आणि उत्तर प्रदेशातील यापूर्वीच्या मुलायमसिंग यांच्या राज्य सरकारवर खरमरीत टीका केली. वाजपेयींच्या मते मुलायम सिंग यादव यांनी मंदिर चळवळीबाबत जुलमी आणि लहरी धोरण स्वीकारून जाहीर केलं होतं की, एका ठरावीक समाजातील लोकांना कारसेवकांचा सामना करण्यासाठी

हत्यारं बाळगायची परवानगी आहे आणि त्यायोगे हिंदूंच्या भावना दुखावल्या होत्या. वाजपेयींनी आपल्या सहकाऱ्यांची तरफदारी करण्यात फारसा वेळ खर्च केला नाही. ते एवढंच म्हणाले की, कायदा हातात घेणाऱ्या कारसेवकांवर नियंत्रण ठेवण्यात असफल झाल्यामुळे त्यांनी आपल्या सत्तास्थानांचा त्याग करण्यासाठी राजीनामे दिले आहेत. त्याऐवजी वाजपेयींनी भाजपच्या प्रतिस्पर्ध्यांवर बंदूक रोखून त्यांना या समरप्रसंगासाठी जबाबदार धरलं. हिंदूंच्या भावनांबद्दल असंवेदनशील राहून त्यांनी हे संकट ओढवून घेतलं आहे, असा त्यांच्यावर वाजपेयींनी आरोप केला.

सर्व तर्कशास्त्र धाब्यावर बसवून वाजपेयी क्षणभर भरकटले. प्रसारमाध्यमांनी त्यांना मवाळ आणि अडवानींना जहाल ठरवल्याबद्दल वाजपेयी प्रसारमाध्यमांवर घसरले; परंतु लवकरच त्यांनी सावरून पुन्हा रोख बदलला आणि मुलायमसिंग यांच्यावर टीकेची झोड उठवली. वाजपेयींचं वाक्‌चातुर्य तिथं पुरेपूर प्रकट झालं होतं. (त्या वेळच्या मुलायमसिंग पक्षातला) जनता दलाचा छोटेसिंग यादव यानं जेव्हा संसदेत उपस्थित नसलेल्या त्यांच्या नेत्याला नावं ठेवण्याबद्दल आक्षेप घेतला, तेव्हा वाजपेयींनी त्याच्यावर कुरघोडी करून बाजी मारली आणि हजरजबाबीपणे प्रत्युत्तर दिलं, ''अडवाणीही संसदेत उपस्थित नाहीत!'' ते पुढं म्हणाले, ''मी मुलायमसिंग यांचा नामोल्लेख केल्यामुळे माझ्या आदरणीय मित्राच्या भावना दुखावल्या जात असतील, तर मी एवढंच म्हणेन की तत्कालीन मवाळ प्रतिमा असलेले पंतप्रधान कृतींच्या बाबतीत फार कठोर होते!''

वाजपेयी खासगी संभाषणात बरेचदा म्हणत असत, 'झालं गेलं विसरून गेलं पाहिजे', किंवा 'भूतकाळ उकरून काढून कोणताही फायदा होत नसतो;' परंतु समाजात इतरांपुढे मात्र ते आपल्या पक्षाचं जोरदारपणे समर्थन करत असत. अयोध्येतील घटनेवरची देशभरातली आणि देशाबाहेरील प्रतिक्रिया अवाजवी आणि प्रमाणाबाहेर तीव्र आहे, असंसुद्धा ते ठासून म्हणत असत. त्यानंतर ते आक्रमक बनत आणि म्हणत, ''आपण जगाला सांगितलं नाही की, ही वास्तू (मशीद) विवाद्य वास्तू होती. वारंवार एकच गोष्ट सांगण्यात आली, 'तिथं मशीद होती!' आपण कधीही स्पष्ट करून सांगितलं नाही की, त्याच जागी मशिदीजवळ एक मंदिरसुद्धा आहे आणि तिथं पूजाअर्चा केली जाते. हा विवाद गेली ५०० वर्षे सुरूच आहे. जेव्हा रशियानं पोलंडवर ताबा मिळवला, तेव्हा तेथे एक चर्च उभारलं होतं. जेव्हा पोलंड देश स्वतंत्र झाला, तेव्हा त्यांनी सर्वांत आधी ते चर्च पाडून टाकलं. इतिहास याला साक्ष आहे! जेव्हा (इतिहासकार ॲर्नाल्ड) टॉयन्बी भारत भेटीला आले, तेव्हा त्यांनी आपल्याला टोमणा मारला की फक्त आणि फक्त भारतातच मंदिरांचा विध्वंस करून त्या जागी मशीद बांधली गेलीय. आपण जगातला अपप्रचार अनिर्बंधपणे चालू दिलाय!''

अयोध्येतील घटनेनंतर राजकीय संकटात सापडलेल्या त्यांच्या पक्षाच्या वतीनं तरफदारी करणं आणि पक्षाची प्रतिमा पूर्ववत करण्याची मोहीम सुरू करणं हे आपलं

बलस्थान आहे, ही गोष्ट वाजपेयी पूर्णपणे जाणून होते. भाजपची उत्तर प्रदेशासकट अनेक राज्यांतली सरकारं बरखास्त करण्यात आली होती. त्या राज्यांमध्ये राष्ट्रपती राजवट लागू करण्यात आली होती. तडफदारपणे पक्षाची तरफदारी करता येणं हे त्यांचं बलस्थान होतं आणि तेवढंच त्यांनी करणं, ही या घटकेची गरज होती. त्यांनी या संधीवर झडप घातली. नागरी अधिकार आणि नागरी स्वातंत्र्याचे ते जोरदार पुरस्कर्ते बनले.

वाजपेयींनी त्यांच्या लांबलचक भाषणात मंदिर-समस्या, धर्मनिरपेक्षतावाद आणि संघ राज्यवाद अशा अनेक वेगवेगळ्या विषयांचा परामर्श घेतला. त्यांनी शहाबानो खटलासुद्धा उकरून काढला आणि तिचं वर्णन 'इंदौरमधील वृद्ध स्त्री' अशा शब्दांत करून अल्पसंख्याकांना लोणी लावण्याच्या काँग्रेस धोरणावर कडाडून हल्ला चढवला. आपल्या धारदार शब्दांनी त्यांनी संसद अक्षरशः हादरवून टाकली. बाबरी मशीद पाडल्यानंतर उद्‌भवलेल्या परिस्थितीवर बंदुकींच्या गोळ्यांद्वारे नियंत्रण आणू पाहणाऱ्या राव यांच्या सरकारवर वाजपेयींनी टीकेची झोड उठवली.

पंतप्रधान राव यांनी सगळ्यात आधी उत्तर प्रदेशातलं सरकार बरखास्त केलं आणि आठवड्याभरातच देशाच्या अन्य भागांमध्ये हिंदू-मुस्लीम दंगली उसळल्या. त्यानंतर त्यांनी वरील प्रमाणेच घटनेचा आधार घेऊन भाजपची मध्य प्रदेश, राजस्थान आणि हिमाचल प्रदेश येथील राज्य सरकारं बरखास्त केली. राव यांच्या युतीच्या सरकारचे नेतृत्व काँग्रेस पक्ष करत होता. काँग्रेस पक्षनेते पदाच्या त्यांच्या स्थानाला त्या वेळेस जोरदार विरोध केला जात होता आणि नेमका त्याच वेळेस त्यांनी वरील निर्णय घेतला होता. युतीच्या सरकारचं नेतृत्व करत असताना राव यांनी भारतात उदारीकरणाचं धोरण कार्यान्वित केलं होतं. त्यासाठी सर्वथैव योग्य असा डॉ. मनमोहन सिंग यांच्यासारखा अर्थमंत्री नियुक्त केला होता. भारताच्या परकीय चलनात आजवर कधी नाही एवढी प्रचंड तूट आल्यामुळे उदारीकरणाशिवाय भारतापुढे अन्य पर्याय उरलाच नव्हता. त्यासाठी जगातील एकपंचमांश लोकसंख्या असलेल्या आपल्या देशात प्राथमिक आर्थिक सुधारणा नेटानं पुढं नेण्याची आत्यंतिक गरज होती. मनमोहन सिंग हे त्यासाठी अगदी योग्य असे अर्थमंत्री होते.

वाजपेयींच्या दृष्टीनं त्यांची भाजपमध्ये उणावलेली भूमिका पूर्वपदाला नेण्यासाठी राव यांचे असे निर्णय हे एक वरदानच ठरलं. वाजपेयींनी संसदेत आरोप केला की, सत्तेवरचं काँग्रेस सरकार भाजपच्या बाबतीत पक्षपात करत आहे. ते भाषणात म्हणाले, ''आता असा प्रश्न उभा राहतो की महाराष्ट्र, गुजरात आणि पश्चिम बंगाल येथे नेमकी किती माणसं मरण पावली; पण एक गोष्ट विसरू नका – जी माणसं मरण पावली ती सर्व भारतीय होती. ज्यांनी आपले आप्त गमावले, त्या कुटुंबांबद्दल मला सहानुभूती वाटतेय. सरकारनं काही संस्थांवर बंदी घातली आणि भाजपची राज्य सरकारं बरखास्त केली. का? त्यांचा कोणता अपराध होता?.... हातून खून घडण्यापूर्वीच व्यक्तीला

फाशीची शिक्षा फर्मावली गेलीय... आकडेवारी सिद्ध करेल की उत्तर प्रदेश, मध्य प्रदेश आणि राजस्थान येथील जातीय दंगलींची संख्या अगदी अल्प होती. जिथे जिथे त्या उसळल्या, तिथे तिथे पोलिसांनी त्या कडकपणे नियंत्रणाखाली आणल्या. त्यात हिंदू-मुस्लीम असा भेदभाव करण्यात आला नव्हता. सर्वांना सुरक्षित ठेवणं हा आमच्या सरकारचा धर्मच आहे! त्या बाबतीत कोणताही जातीयतावाद आणि जातीय भेदभाव करता कामा नये.''

वाजपेयींनी आपल्या सुसूत्र भाषणाचा समारोप करताना त्यांच्या स्वभावाप्रमाणे आणखी एक गुगली टाकली. ते म्हणाले, ''जर धृतराष्ट्र दुर्योधन, दुःशासनाच्या संगतीत असेल, तर इच्छा असली तरीही तो न्यायाच्या मार्गानं जाऊच शकणार नाही!''

२१ डिसेंबर १९९२ रोजी संसदेत चर्चेसाठी घेतलेल्या मुद्द्यांना उत्तर देताना वाजपेयींनी त्यांच्या पक्षावर करण्यात आलेल्या आरोपांचं खंडन केलं आणि त्याबाबत बोलणाऱ्या विविध पक्षांच्या संसद सदस्यांवर हल्ला चढवला. आपल्या अमोघ वक्तृत्वशैलीची चमक दाखवत त्यांनी सरकारला धोक्याचा इशारा देऊन म्हटलं की, पुढच्या निवडणुकीत त्यांचा पक्ष आणखी जास्त मतांनी निवडून संसदेत परत येईल. 'सरकारला भारतीय जनतेच्या भावनांचा नीटसा अंदाज बांधता आलेला नाही. सरकारला जर वाटत असेल की, आमच्या पक्षाचा धुव्वा उडेल, तर मी पंतप्रधान नरसिंह राव यांना आव्हान देतो की, त्यांनी माझ्या अविश्वासाच्या ठरावानंतर संसद बरखास्त करून पुन्हा निवडणुका घेऊन जनतेचा कौल घ्यावा. मग आपल्या देशबांधवांचा निर्णय त्यांना उमगेल !'

वाजपेयी अत्यंत चतुराईनं पक्षातलं आपलं महत्त्व पुनःस्थापित करण्याचा जोरदार प्रयत्न करत होते. पक्षाला जेव्हा त्यांच्यासारख्या माणसाची अतिशय गरज होती, तेव्हा समर्थपणे ते पक्षाच्या पाठीशी उभे राहिले होते. असे करताना सी.पी.एम.चे ज्येष्ठ सदस्य आणि माजी लोकसभा सभापती सोमनाथ चटर्जी यांसारख्या त्यांच्या प्रतिस्पर्ध्यांच्या मते त्यांच्या मवाळ प्रतिमेला तडा गेला असला, तरी त्यांनी त्याची क्षिती बाळगली नाही. चटर्जींना वाजपेयींचं संसदेतलं भाषण अत्यंत निराशादायक वाटलं होतं. चटर्जी म्हणाले की, वाजपेयींसारख्या उच्च नीतिमूल्यं मानणाऱ्या आणि सुज्ञ असल्याचा दावा करणाऱ्या माणसानं आपल्या भाषणात 'पवित्र वास्तूच्या अनादराची' निर्भर्त्सना करायला हवी होती. वाजपेयींकडून त्यांना तशी अपेक्षा होती.

वाजपेयी एक गोष्ट पूर्णपणे जाणून होते. राजकारणात मागचा पुढचा संदर्भ पाहिल्यावाचून केलेलं भाषण निरर्थक ठरतं. पक्षाची तरफदारी करणं हे त्यांचं परम-कर्तव्य होतं! त्यांचा पक्ष उच्चस्थानी पोहोचत असे, त्या वेळी त्यांच्या पक्षातील सहकाऱ्यांना वाजपेयी बंडखोर प्रवृत्तीचे वाटत असत आणि पक्ष जेव्हा रसातळाला जात असे, तेव्हा पक्षाची जनमानसातील प्रतिमा उंचावण्यासाठी वाजपेयीच पक्षाचा त्राता ठरत असत.

अधूनमधून आकांडतांडव करत असले, तरी वाजपेयी सर्वसाधारणतः सौम्य स्वभावाचे होते. ते केवळ एक राजकारणपटू म्हणूनच नव्हे, तर एक व्यक्ती म्हणूनही अत्यंत धैर्यशाली होते. भाजप नेता बलबीर पुंज याला अजूनही एक अत्यंत भीतिदायक प्रसंग आठवतोय. १९९०च्या दशकात केव्हातरी एकदा पुंज वाजपेयींसोबत विमानानं हिमाचल प्रदेशात जात होते. ते एका अत्यंत चिमुकल्या विमानानं दिल्लीहून धरम शाला येथे जात होते. तेथे वाजपेयींना एका सार्वजनिक समारंभात भाषण करायचं होतं. भाजपचे वजनदार नेते डुलकी घेत होते, तेव्हा वैमानिकांपैकी एक जण पुंज यांच्याजवळ आला आणि त्यानं पुंजना एक अगदी साधासा प्रश्न विचारला, ''तुम्हाला धरमशाला गाव ओळखता येईल का?''

पुंज म्हणाले, ''मी प्रयत्न करून बघतो; पण काय झालंय?'' तो सहवैमानिक म्हणाला, ''आपण एका लहानशा गावाच्या डोक्यावर पोहोचलो आहोत. कदाचित हेच धरमशाला गाव असेल. आपला ATC बरोबरचा (Air Traffic Controller विमानाच्या दिशेवर नियंत्रण ठेवणारा) संपर्क तुटला आहे आणि विमानातली यंत्रणा काम करत नाहीये. आमच्या जवळचे नकाशे खूप जुने आहेत. ते दुसऱ्या महायुद्धाच्या काळातले आहेत.''

सचिंत पुंजनी वाजपेयींना जागं करायचा प्रयत्न केला. त्यांनी डोळे किलकिले केले आणि ते पुन्हा झोपी गेले. ते फक्त म्हणाले, ''काळजी करू नका. सारं ठीक होईल.''

काही वेळानं पुंज वैमानिकापाशी गेले आणि पुढे काय प्रगती झालीय, याबद्दल त्यांनी वैमानिकाला प्रश्न केला.

'फारच वाईट परिस्थिती आहे,' असं त्यांना उत्तर मिळालं. आणखी अर्धा तास पुंज यांनी दम धरला. त्यांचं काळीज काळजीनं धडधडत होतं. वाजपेयी या सर्वांबद्दल अनभिज्ञ अवस्थेत मंदपणे घोरत होते.

लवकरच खालचा भूप्रदेश बदलला आणि डोंगरांची जागा दाट धुक्यानं घेतली. आणखी बऱ्याच विमान प्रवाशांना संकटाची चाहूल लागली होती. विमानात भीतीचं वातावरण पसरलं होतं.

आपली खुर्ची आणि कॉकपिट् (वैमानिकाचा विमानातला कक्ष) यांमध्ये येरझाऱ्या घालत असलेले पुंज अखेरीस पुन्हा वाजपेयींजवळ गेले आणि म्हणाले, ''वाजपेयीजी, परिस्थिती फार भीषण आहे. आपण काय करायचं?''

वाजपेयींच्या डोळ्यांमध्ये खोडसाळ चमक उमटली. ते म्हणाले, ''काळजी करू नका. उद्या ही बातमी पहिल्या पानावर छापून येईल. आपल्याला ते इतमामानं घरी घेऊन जातील.''

पुंज घाबरून म्हणाले, ''तुमच्या बाबतीत तसं घडेल अटलजी; पण माझा विचार करा.''

वाजपेयी हसले आणि म्हणाले, ''जोवर इतिहासात माझं नाव स्मरलं जातंय, तोवर तुमचंसुद्धा स्मरलं जाईल; कारण तुम्ही माझे मित्र आहात.''

या प्रसंगाचं वर्णन करायला ते दोघे जिवंत राहिले. संध्याकाळी वैमानिकानं कसंबसं विमान कुलूमध्ये उतरवलं. त्यांच्या मूळच्या टप्प्यापासून खूपच दूर! वाजपेयी शांतपणे उठले आणि पुंजला वाटणाऱ्या मरणाच्या भीतीची टर उडवत विमानाबाहेर पडले.

***

लवकरच देशाच्या आणखी इतर भागांमध्ये दंगल पसरली. बाबरी मशीद पाडल्यामुळे संतापलेले मुंबईतले मुस्लीम आणि त्याबद्दल आनंद व्यक्त करणारे मेळावे भरवणारे हिंदू यांच्यामध्ये भांडणं पेटली. त्यानंतर (अधिकृत अहवालांनुसार) मुख्य नेत्यांनी भडकावून दिलेले हिंदूंचे जमाव दाट मुस्लीम वस्ती असलेल्या भागांमध्ये हिंसाचारी दंगली करू लागले. डिसेंबर १९९२ आणि जानेवारी १९९३मध्ये किमान ९०० लोक या दंगलींमध्ये मरण पावले. भारताच्या औद्योगिक राजधानीतले व्यवहार ठप्प झाले. मुस्लिमांची घरं आणि उद्योगधंदे यांवर हल्ले चढवल्याचा सूड उगवण्यासाठी मुंबईत जन्मलेला गुंडांचा सम्राट दाऊद इब्राहिम याच्या सूचनेनुसार, १२ मार्च १९९३ रोजी मुंबईतील तेरा जागी तेरा बॉंबस्फोट घडवून ३०० लोकांना ठार मारण्यात आलं.[१०] राष्ट्रीय पातळीवर दिवसागणिक पक्षांतर्गत भांडणं वाढत चालल्यामुळे कॉंग्रेस पक्षात सावळा गोंधळ माजला होता. सर्व गोष्टींकडे तपशीलवारपणे अत्यंत बारीक नजर ठेवणाऱ्या पंतप्रधान राव यांना जुलै १९९३मध्ये वाटू लागलं की, कम्युनिस्ट (मार्क्सिस्ट) पक्षाच्या एका सदस्यानं अविश्वासाचा ठराव संसदेत सादर केल्यामुळे त्यांचं बहुमत नसलेलं सरकार संकटात सापडणार आहे. या संकटातून सुखरूप बाहेर पडण्यासाठी, त्यांच्या सरकारनं झारखंड मुक्तिमोर्चा या पक्षाच्या आणि जनता दल पक्षाच्या दहा संसद सदस्यांना लाच दिली. अविश्वासाच्या ठरावाच्या विरोधात मतं देण्यास त्यांना उद्युक्त केलं. फली एस. नरीमन यांनी त्यानंतर 'इंडिया टुडे'मधील लेखात लिहिलं की, 'जर इतिहास म्हणजे ज्या गोष्टी टाळता येणं शक्य होतं त्यांची गोळाबेरीज असेल, तर १९९३ साल हे टाळल्या जायला हव्या असलेल्या हीन गोष्टींची मालिका असलेलं वर्ष म्हणून मानलं जाईल. याच वर्षी भारतातील भ्रष्टाचाराचं एका प्रथेत अधिकृतपणे रूपांतर घडवलं गेलं.'[११] २८ जुलै १९९३ रोजी राव यांच्या सरकार विरोधातला अविश्वासाचा ठराव १४ मतांनी फेटाळण्यात आला.

---

१० http://www.frontline.in/static/html/fl1517/15170200.htm. (Based on the Shri Krishna Report on the Bombay riots).

११ http://indiatoday.intoday.in/story/jharkhand-mukti-morcha-bribery-scandal-in-1993-corruption-got-institutionalised-in-india/1/192408.html.

पंतप्रधान नरसिंह राव हे दक्षिणेकडच्या राज्यातले होते. त्यांनी काँग्रेस पक्षातल्या उत्तरेकडच्या मानव संसाधन विकास मंत्री अर्जुनसिंग यांच्यासारख्या वजनदार नेत्यांना प्रयत्नपूर्वक बाजूला सारलं होतं. या प्रक्रियेत काँग्रेसची विंध्य पर्वताच्या उत्तरेकडची पक्षयंत्रणा फारच कमकुवत झाली होती. याच वेळेस विरोधी पक्षांची ताकद वाढली होती. दक्षिणेकडे खूपच बळ मिळवलं होतं. विशेषतः आंध्र प्रदेशात १९९४ मध्ये एन. टी. रामाराव यांच्या नेतृत्वाखालच्या तेलुगू देसम पार्टीनं विधानसभेतील २९४ जागांपैकी २१६ जागा जिंकून काँग्रेसचा धुव्वा उडवला. आधीच्या निवडणुकीत १८१ जागा मिळवू शकलेल्या काँग्रेस पक्षाला, या वेळेस अवघ्या २६ जागा मिळवता आल्या. उत्तर प्रदेशात आपल्यासाठी निकाल उत्तम लागतील असा भाजपचा आत्मविश्वास बळकट झाला होता. कारण १९९५मध्ये दलितांचा कैवारी असलेला बहुजन समाज पक्ष आणि मुलायमसिंग यांचा समाजवादी पक्ष यांच्यातली भरभक्कम गठबंधन मोडून गेले.[१२] भाजपनं बहुजन समाज पार्टीच्या मायावतीला काहीकाळ पाठिंबा देऊन उत्तर प्रदेशमधील प्रधानमंत्री पदावर राहू दिलं आणि त्यानंतर पाठिंबा काढून घेतला. भाजपचं उत्तर प्रदेशातलं भवितव्य उज्ज्वल दिसत होतं.

त्या वर्षी अडवाणी पुन्हा एकदा भाजपचे अध्यक्ष बनले. वाजपेयींना अत्यंत हवीहवीशी वाटणारी लोकसभेतील विरोधी पक्षनेते ही जागा मिळाली. अंतर्गत कलह, भ्रष्टाचाराचे आरोप अशा संकटांशी झुंज देऊन बेजार झालेल्या काँग्रेस पक्षाबद्दल तुच्छता व्यक्त करायची एकही संधी ते सोडत नव्हते. काही काळ प्रकाशझोताबाहेर राहिलेले वाजपेयी पुन्हा एकदा महत्त्वाची आसामी बनले होते. अडवाणी खंबीरपणे पक्षाची नौका हाकत होते, त्या वेळेस वाजपेयींना आपल्या अतुलनीय पद्धतीनं संसद गाजवण्यासाठी मोकळं रान मिळालं होतं. अधिकृत कामासाठी वाजपेयी अमेरिकेला गेले, तेव्हा त्यांनी थोडी रजा घेऊन ग्रँड कॅनियन आणि डिस्नेलँड या प्रेक्षणीय स्थळांना भेट दिली. त्यांच्यासोबत त्यांचे विश्वासू सहकारी शिवकुमार हेही होते. १९६८ साली दीनदयाळ उपाध्याय यांचं दुःखद निधन झाल्यावर संघ परिवारानं, पूर्वी वकिली करणाऱ्या शिवकुमार या सद्गृहस्थांची नियुक्ती वाजपेयींचे सोबती या पदावर केली होती. अडवाणींच्या कडक, शिस्तबद्ध वर्तणुकीच्या बरोब्बर उलट वाजपेयींची विलासी वर्तणूक होती. अशा परदेश वाऱ्यांना गेल्यावर ते मौजमजा करण्याची एकही संधी हातची सोडत नसत. शिवकुमारना अजूनही आठवतंय की, त्या वेळेस ६९ वर्षांचे असलेले वाजपेयी डिस्नेलँडमध्ये एखाद्या बालकाच्या आनंदानं मौज लुटत होते. नेहमीच्या धोतर–कुर्त्याऐवजी शर्ट–पँट परिधान करून शांतपणे रांगांमध्ये प्रतीक्षा करत थांबत होते. या आणि अशाच अमेरिकेच्या अन्य भेटींदरम्यान ते आपल्या

---

[१२] पूर्वी जनता दलाबरोबर असलेल्या मुलायमसिंग यादव यांनी १९९२ साली समाजवादी पार्टीची स्थापना केली.

सुरक्षारक्षकांच्या गराड्यात न्यूयॉर्कच्या रस्त्यांवर भटकत असत, सुरक्षारक्षकांसाठी शीतपेयं आणि आइस्क्रीम विकत घेत असत. श्वार्ट्झ या खेळण्यांच्या दुकानात आणि पाळीव प्राण्यांसाठी वस्तू विकणाऱ्या दुकानांमध्ये जाऊन त्यांच्या निहारिका या लाडक्या नातीसाठी (नमिता आणि रंजन भट्टाचार्य यांची मुलगी) भेटवस्तू, सॅसी आणि सोफी या त्यांच्या दोन कुत्र्यांसाठी आणि रितू या मांजरीसाठी गळ्याचे पट्टे आणि खाऊ विकत घेत असत. श्रीमती कौल यांची ज्येष्ठ कन्या नंदिता (नंदा) आपल्या पतीसमवेत अमेरिकेत राहत होती. तिला भेटायलासुद्धा ते वेळात वेळ काढून जात असत.[१३]

पुढची दोन वर्षे ते भाजपमध्ये द्वितीय स्थानावरच राहिले; परंतु भारतात ब्राह्मण असण्याचा काय फायदा आहे आणि त्यामुळे त्या काळच्या परिस्थितीत ब्राह्मणांचा वरचष्मा कसा टिकून राहतो ही गोष्ट बहुधा ते जाणून होते. त्यांचे सहकारी आणि प्रतिस्पर्धी अडवाणी यांना पूर्ण कल्पना होती की वाजपेयींच्या ठायी आकर्षून घेण्याची जी असाधारण शक्ती आहे, तिला मुळीच तोड नाही!!

---

[१३] http://indiatoday.intoday.in/story/vajpayee-separates- public-life-from-the-private-successfully/1/266071. html.

१०

१९९५-१९९८

नशिबाचे फासे वाजपेयींच्या दिशेने!

१२ नोव्हेंबर १९९५. त्या रात्री मुंबईतली हवा सुखकारक असली, तरी भाजपचे मुख्य सचिव के. एन. गोविंदाचार्य यांना अजूनही दिवसभरात घडलेल्या नाट्यमय घटनांचे हादरे जाणवत होते. त्यांनी अडवाणींच्या हॉटेलमधील खोलीत प्रवेश केला आणि जो प्रश्न विचारण्यासाठी दिवसभर त्यांची घालमेल होत होती, तो प्रश्न त्यांनी अडवाणींना विचारला, ''आपने ये क्यों किया?''

या प्रश्नामागचा गर्भितार्थ दोघंही जाणून होते. क्षणभर स्तब्ध राहून अडवाणींनी यांत्रिकपणे उत्तर दिलं की, तसं करणं आवश्यक होतं. त्या सायंकाळी दादरमधील शिवाजी पार्क या ऐतिहासिक स्थळी अडवाणींनी अत्यंत नाट्यमय असं जे जाहीर निवेदन केलं होतं, त्याबद्दलचा हा निर्देश होता. हे असं करतील याची कुणीही अपेक्षा केली नव्हती, त्यामुळेच त्यांचं हे निवेदन ऐकल्यावर क्षणभर पूर्ण शांतता पसरली आणि त्यानंतरच टाळ्यांचा मेघगर्जनेसारखा कडकडाट झाला.[१] ११ ते १३ नोव्हेंबर या काळात भाजपचं जे महाअधिवेशन आयोजित करण्यात आलं होतं, त्यातील दुसऱ्या दिवसाच्या त्यांच्या भाषणाच्या अखेरीस निवेदन करून अडवाणींनी सर्वांना आश्चर्याचा धक्का दिला होता. भाजपच्या राष्ट्रीय प्रशासकीय मंडळाची, सर्व सदस्यांच्या उपस्थितीत घेतली जाणारी तीन दिवसांची सभा महालक्ष्मी रेसकोर्स मैदानावर आयोजित करण्यात आली होती; परंतु १२ नोव्हेंबरच्या सायंकाळी सर्व सदस्य त्यांच्या नेत्याचं भाषण ऐकण्यासाठी दादरच्या शिवाजीपार्क मैदानावर जमले होते.

---

[१] कांचन गुप्ता यांनी *द पायोनिअर*मध्ये लिहिल्याप्रमाणे.

इथं भाजपचे अध्यक्ष या नात्यानं अडवाणींनी जी घोषणा केली, त्यामुळे त्यांच्या राजकीय कारकिर्दीत आमूलाग्र बदल घडणार होता. पक्ष स्थापनेनंतरच्या गेल्या पंधरा वर्षांमध्ये भाजपचा राजकीयदृष्ट्या झालेला विकास, त्या पक्षानं मिळवलेलं उच्च स्थान आणि झालेली घसरण या सर्व मुद्द्यांचा परामर्श घेतल्यावर त्यांनी जाहीर केलं की, १९९६च्या लोकसभा निवडणुकीत वाजपेयी भाजपचे पंतप्रधान पदाचे उमेदवार असतील.

'पुढली निवडणूक आपण श्री. अटल बिहारी वाजपेयी यांच्या नेतृत्वाखाली लढवू आणि ते पंतप्रधानपदाचे उमेदवार असतील. गेली अनेक वर्षे, फक्त आपले पक्षसदस्यच नव्हेत, तर सारी जनता एका घोषवाक्याचा जप करतेय, 'अगली बारी अटल बिहारी'. मला पूर्ण विश्वास वाटतोय की, अटलजींच्या नेतृत्वाखाली भाजप पुढचं सरकार स्थापन करेल!' असं अडवाणींनी जाहीर केलं.[२] त्यांच्या भाषणानंतर टाळ्यांच्या कडकडाटात वाजपेयी अत्यंत उत्तेजित होऊन उभे राहिले आणि म्हणाले की, निवडणुकीनंतर अडवाणीच पंतप्रधान बनतील, मी स्वतः पंतप्रधान होणार नाही. यावर अडवाणी म्हणाले की, याबाबतच्या निर्णयाची घोषणा यापूर्वीच करण्यात आली आहे. त्या दोघांच्या दृष्टीनं तो अत्यंत भावुक क्षण होता; परंतु त्या वेळचे पक्षाचे वादातीत नेते अडवाणी यांनी निर्णय घेतला होता – वाजपेयी पंतप्रधानपदाचे उमेदवार असतील. काही महिन्यांनी अडवाणींचं नाव बेकायदा अर्थव्यवहार घोटाळ्यात गोवलं गेलं आणि त्यांच्या राजकीय कारकिर्दीला फार मोठी खीळ बसली. जैन हवाला घोटाळ्यात वेगवेगळ्या पक्षांच्या वरिष्ठ नेत्यांची नावं गोवली गेली होती आणि त्यांनी चार हवाला दलालांकडून पैसे स्वीकारल्याचा आरोप त्यांच्यावर करण्यात आला होता.[३] अडवाणींनी त्यानंतर झालेली अपकीर्ती काही अंशी धुऊन काढली; परंतु त्यासाठी प्रदीर्घ काळ जावा लागला.

अडवाणींनी नोव्हेंबर १९९५मध्ये केलेल्या या घोषणेमुळे फक्त त्यांचे पक्षातले प्रतिस्पर्धीच नव्हेत, तर त्यांचे निकटचे सहकारीही हादरून गेले. गोविंदाचार्य इतके खिन्न का झाले होते, यामागची ही पार्श्वभूमी होती. पक्षाची शिस्त राखली जावी म्हणून अत्यंत जागरूक असलेल्या गोविंदाचार्यांना वाटत होतं की, अडवाणींनी ही घोषणा करण्यापूर्वी आवश्यक असलेली पूर्वतयारी नीटपणे करून सर्व अधिकृत कार्यप्रणालींचं पालन करायला हवं होतं. अडवाणींनी पक्षाच्या उच्चतम सत्तावर्तुळाशी किंवा आरएसएसशी मसलत केल्यानंतरच ही घोषणा करणं उचित ठरलं असतं, असं गोविंदाचार्यांना वाटत होतं. यावर अडवाणींनी प्रतिप्रश्न विचारला, ''आणि त्यांनी नकार दिला असता तर?''

---

२ एल. के. अडवाणी, *माय कंट्री माय लाइफ.*

३ हवाला हा समांतर, बेकायदेशीर अर्थव्यवहार असतो. परदेशातील चलन भारतात आणणं आणि भारतातला पैसा परदेशात पाठवणं यासाठीची सुसूत्र यंत्रणा काम करत असते.

गोविंदाचार्य म्हणाले की, अडवाणींपुढे आणखी एक पर्याय उपलब्ध होता. (घोषणेपूर्वी) वाजपेयींना काही काळ वेळ देऊन त्यांना या नव्या जबाबदारीसाठी कठोर श्रमांनी तयारी करण्याची संधी देणं. अडवाणींनी याला काहीच उत्तर दिलं नाही.

पंतप्रधानपदासाठी वाजपेयींचं नामांकन करण्याची बुद्धी अडवाणींना का झाली होती, हे अजूनही स्पष्ट झालेलं नाही. अडवाणींनी वारंवार ठामपणे म्हटलं आहे की, त्यांनी पंतप्रधानपदासाठी वाजपेयींचं नामांकन अत्यंत सच्च्या मनानं केलं होतं, कारण जरी पक्षांतर्गत त्यांची लोकप्रियता वाढलेली असली, तरी वाजपेयी हा पक्षातला सर्वाधिक तेजोवलय लाभलेला, सर्वांना आकर्षून घेणारा नेता आहे, असं त्यांना मनापासून वाटत होतं. त्यांनी वेळोवेळी असंही म्हटलं होतं की, काही लोकांनी यामागच्या त्यांच्या हेतूबद्दल शंका घेतल्यामुळे ते दुखावले गेले होते. अडवाणींच्या गोटातल्या अनेक लोकांची भावना अशी झाली की, वाजपेयी-अडवाणींमध्ये चार वर्षं अत्यंत तीव्र अशी स्पर्धेची जी रस्सीखेच चालली होती, त्यात शेवटच्या क्षणी अडवाणींनी कच खाल्ली. त्यांची लोकप्रियता वाढलेली असली तरी आत्मविश्वासाच्या बाबतीत अडवाणी उणे पडत असत, असं आणखी एक कारण दिलं जात असे.

भाजपचे अध्यक्ष या नात्यानं हा एकहाती निर्णय घेण्यापूर्वी अडवाणींनी वाजपेयींशीसुद्धा याबाबत चर्चा केली नव्हती. स्वतः अडवाणी वाजपेयींनी विचारलेला प्रश्न उद्‌धृत करत असत, ''क्या घोषणा कर दी आपने? कम से कम मुझसे तो बात करते?'' अडवाणी यावर उत्तर देत, ''क्या आप मानते, अगर हमने आप से पूछा होता?''

जेव्हा गोविंदाचार्यांनी अडवाणींना म्हटलं की, अडवाणींनी ही घोषणा करण्याची फार घाई केली, तेव्हा अडवाणी गप्प राहिले होते! या वस्तुस्थितीमुळे त्यांनी असं का केलं असावं, याबद्दल मोठाच प्रश्न उपस्थित होतो. कदाचित, वरवर दिसतंय त्याहून त्यामागं आणखी बरीच कारणं असतील. लवकरच त्यांच्याबाबत जो लोकापवाद उभा राहू पाहत होता, त्याची त्यांना कल्पना आली असावी. देशातील बहुसंख्य लोकांना वाजपेयी पंतप्रधान म्हणून अधिक स्वीकारार्ह वाटतील, असं त्यांना वाटत होतं? दुसऱ्या प्रश्नाचं होकारार्थी उत्तर आहे. अडवाणीजींना ही गोष्ट पूर्वीपासूनच माहीत होती, असं भाजपचे अन्य नेते आपसात कुजबुजत असत.

ही गोष्ट खरी असली तरी पंतप्रधानपदाचा उमेदवार इतक्या लवकर त्यांनी जाहीर करावा यामागं आणखी काहीतरी कारण असलं पाहिजे. अशी गोष्ट यापूर्वी कोणत्याही काँग्रेसेतर पक्षानं कधीच केली नव्हती.

भाजपमधला सर्वांत बलशाली आणि सर्वांत कार्यक्षम संघटन - कार्यकर्ता असल्याचा अडवाणींचा लौकिक तोवर गगनाला भिडला होता. असं असूनही अडवाणींनी अशी घोषणा करावी, याचा सर्वांना विशेषतः स्वतः वाजपेयींनाही त्या वेळेस मोठाच धक्का बसला होता.

एम. एल. फोतेदार हे काँग्रेसचे अत्यंत बुजुर्ग नेते आणि इंदिरा गांधींचे विश्वासू सहकारी होते. त्यांना ही घोषणा म्हणजे एका कारस्थानाचा दृश्य परिणाम वाटला. त्यांच्या आठवणींबाबत त्यांनी लिहिलेल्या 'द चिनार लीव्ज' या पुस्तकात फोतेदारांनी दावा केलाय की, त्या वेळेस पंतप्रधान असलेल्या नरसिंह राव यांच्याबद्दल अडवाणींना अगदी टोकाचा तिरस्कार वाटत असे. प्रत्यक्षात चारचौघांपुढे अडवाणी राव यांची स्तुती करणारी 'आजवरचा सर्वोत्कृष्ट पंतप्रधान' अशी वाक्यं फेकत असले, तरी त्यांच्याबद्दलचा विद्वेष अडवाणींच्या रोमारोमात भिनला होता. स्वतः फोतेदारसुद्धा रावना पंतप्रधानपदावरून पायउतार करायचे मार्ग शोधत होते. फोतेदारांनी लिहिलंय, 'अडवाणींना राव यांच्याबद्दल जेवढा दुस्वास वाटत होता, तेवढाच त्यांना माझ्याबद्दल विश्वास वाटत होता. या परिस्थितीचा मी फायदा उठवला नसता, तर तो माझा भोळसटपणा ठरला असता; परंतु मला भाजप बलशाली बनायला नको होता किंवा अडवाणींच्या हाती सत्ताही जायला नको होती.' पुढं ते म्हणतात की, अडवाणींनी अशी ऐतिहासिक घोषणा करण्यासाठीची मनोभूमी तयार होण्याचा प्रारंभ झाला होता, फोतेदार आणि ज्येष्ठ भाजप नेते कृष्णलाल शर्मा यांच्या भेटीमुळे! शर्मा हे अडवाणींचे विश्वासू आणि निकटचे सहकारी होते. संसद समितीच्या देशांतर्गत समस्यांबाबतच्या चर्चा–बैठकीत शर्मांनी विधान केलं होतं की, बिहारचे लालूप्रसाद आणि मुलायमसिंग यादव हे दोघेही अत्यंत जातीयवादी नेते होते. त्यावर फोतेदारांनी त्वरित उत्तर दिलं होतं की, ब्राह्मणांएवढं अन्य कुणीही जातीयवादी नसेल. शर्मांनी हसून संमती दर्शवली. 'ही शाब्दिक देवघेव आम्हा दोघांना निकट आणायला कारणीभूत ठरली. हळूहळू भाजपला चिंतेत पाडणाऱ्या समस्यांबद्दल शर्मा माझ्याशी मोकळेपणे बोलू लागले. त्यांना काळजीत पाडणारी एक बाब होती, राव यांचा अडवाणींना वठणीवर आणायचा प्रयत्न.' फोतेदार पुढे म्हणतात :

> 'शर्मांबरोबर गंभीरपणे चर्चा करताना मी त्यांना म्हटलं, अडवाणींना राव यांचं पद मिळवणं अवघड जाईल, कारण ते मूलतत्त्ववादी समजले जातात. ते जनतेला वाजपेयींएवढे स्वीकारार्ह वाटणार नाहीत. वाजपेयींनी नेहरूंप्रमाणे आपली प्रतिमा बनवली आहे आणि ते जनतेला अधिक स्वीकारार्ह वाटतील, त्यामुळे भाजपला जर केंद्रात सत्ता मिळवायची असेल, तर त्यांनी अडवाणींऐवजी वाजपेयींना पंतप्रधानपदाचा उमेदवार म्हणून घोषित केलं पाहिजे. खरं तर माझ्या अंतरीची तीव्र इच्छा अशीच होती की, भाजप कधीच सत्तेवर येऊ नये; पण मी विचार केला की अडवाणींपेक्षा वाजपेयी कमी त्रासदायक ठरतील. पुढल्या काही भेटींदरम्यान मी शर्मांची खात्री पटवली की वाजपेयींचं नाव जाहीर करण्याबाबत त्यांनी अडवाणींचं मन वळवलं पाहिजे... इतिहासात असे

> काही क्षण येतात की ज्यांचा अन्वयार्थ लावता येत नाही. हा अशांपैकीच एक क्षण होता, कारण शर्मांनी अखेरीस वाजपेयींचं नाव (पंतप्रधानपदाचा उमेदवार म्हणून) जाहीर करण्याबाबत अडवाणींचं मन वळवलं. रावांबद्दल अडवाणींच्या मनात इतका तीव्र तिरस्कार असल्यामुळे त्यांनी वाजपेयींना पाठिंबा दिला. वाजपेयी १३ दिवसांच्या सरकारचे पंतप्रधान बनले आणि पुन्हा १९९८ व १९९९मध्ये जिंकून येऊन सहा वर्षं सत्तेवर राहिले.'

त्या अनुषंगानं सांगायचं तर काँग्रेसचे पंतप्रधान राव यांचे वाजपेयींशी आणि आरएसएसचे संघचालक बाळासाहेब देवरस यांचे कनिष्ठ बंधू भाऊराव देवरस यांच्याशी जवळचे संबंध होते.

१९८०च्या दशकाच्या अखेरीस आणि १९९०च्या दशकारंभी अडवाणी भाजपचे सर्वोच्च नेते बनले होते. वाजपेयींचे आणि त्यांचे चांगले संबंध असले तरी आपलं महत्त्व कमी होत चालल्याबद्दल वाजपेयींची कुरकुर सुरू झाली होती. अडवाणींनी मुंबईत केलेल्या घोषणेमुळे वाजपेयी बरेच शांत झाले. त्यांना आश्वस्तसुद्धा वाटलं, कारण आधीच्या दशकात पक्षाचा मोठा विकास घडवण्यात महत्त्वाची भूमिका बजावलेली असूनही अडवाणींनी दुय्यम स्थान स्वीकारायची तयारी दाखवली होती. १९९६ सालच्या हवाला घोटाळ्यानंतर सत्ताकेंद्र वाजपेयींच्या बाजूला झुकू लागलं. न्यायालयाद्वारे आपल्या नावावरचं किटाळ दूर होईपर्यंत आपण निवडणूक लढवणार नाही, असं अडवाणींनी जाहीर केलं.

जणू काही नशिबाचे सर्व फासे वाजपेयींच्या बाजूनं पडले होते!

***

जानेवारी १९९६मध्ये उजेडात आलेल्या हवाला घोटाळा लोकापवादामुळे अडवाणी आणि अन्य विविध पक्षांचे नेते पेचात सापडले. बाबरी मशिदीच्या विध्वंसापूर्वीच्या दिवशी, वाजपेयींनी कारसेवकांपुढे केलेल्या भाषणाच्या ध्वनिफितीसुद्धा जैन हवाला ध्वनिफितींसारख्याच त्या वेळीच बाहेर आल्या असत्या, तर वाजपेयींपुढेसुद्धा मोठाच पेचप्रसंग उभा राहिला असता; परंतु त्यांच्या भाषणाच्या ध्वनिफिती त्या वेळेस बाहेर आल्या नाहीत! असं ऐकीवात आहे की पक्षाच्या बैठकीच्या वेळेस अडवाणींवर आलेली आपत्ती बघून, वाजपेयी इतके भावनाविवश झाले की, ते हुंदके देऊन गदगदत होते. पक्षातल्या काही सदस्यांनी त्याबाबत म्हटलं की, वाजपेयींनी केवळ परिणाम साधण्यासाठी तसं केलं होतं. मात्र या आरोपामुळे वृद्धत्वाकडे झुकू लागलेले वाजपेयी मनोमन दुखावले गेले.

दरम्यान, पत्रकार व माजी संघसदस्य आणि अखिल भारतीय विद्यार्थी परिषदेचा नेता रामबहादुर राय यांनी म्हटलंय की, १९९५च्या प्रारंभी वाजपेयींनी त्याला फोन

करून अडवाणींच्या हवाला दलालांशी असलेल्या संबंधांबाबत विचारणा केली. दोन वर्षांपूर्वी 'जनसत्ता' वर्तमानपत्रात राय यांनी उघडकीस आणलेली ही सर्व कहाणी त्यांनी वाजपेयींना विशद केली होती. राय म्हणाले की, जेव्हा दोन भाजप नेते हवालातील अत्यंत महत्त्वपूर्ण स्थानावरच्या एस. के. जैन यांच्या घरी पक्षासाठी देणग्या गोळा करायला गेले होते, तेव्हा जैन यांनी म्हटलं होतं, ''तुम्ही माझ्या घरी एल. के. अडवाणींना आणलंत, तर मी तुम्हाला भरपूर मोठी रक्कम देईन.''

अडवाणींवरील मोठं संकट हे वाजपेयींसाठी असं वरदान ठरलं, असं कुचाळखोर म्हणाले.

हा खटला अनेक वर्षे मंद गतीनं चालू राहिला. १६ जानेवारी १९९६ रोजी भारतातील सर्वोच्च अन्वेषण संस्था सी.बी.आय.नं (सेंट्रल ब्यूरो ऑफ इन्व्हेस्टिगेशन) काही ज्येष्ठ नेत्यांवर आरोपपत्र दाखल करण्याची परवानगी कोर्टाकडून मागितली होती. परदेशी कंपन्यांच्या पैशांची बेकायदेशीरपणे देशात आणि देशाबाहेर ने-आण करण्याची दलाली करणाऱ्या एस. के. जैन यांच्याकडून या नेत्यांनी पैसे स्वीकारले, असं आरोपपत्रात नमूद केलं होतं.

ज्यांच्यावर आरोपपत्र दाखल करण्याची परवानगी मागण्यात आली होती, त्यापैकी महत्त्वाची नावं होती - अडवाणी, बलराम जाखड, विद्याचरण सी. शुक्ल, माधवराव सिंदिया आणि शरद यादव जैन. यांच्या रोजनिशीत एकूण ११५ जणांच्या नावांची नोंद सापडली होती.

सी.बी.आय.ला ६ सप्टेंबर रोजी कोर्टाकडून तशी परवानगी मिळाली. त्या वेळेस अडवाणी त्यांच्या सी १/६ पंडारा रोड येथील निवासस्थानी होते. त्या वेळेस त्यांच्या घरी एस. गुरुमूर्ती, राम जेठमलानी, सुषमा स्वराज, प्रमोद महाजन आणि शत्रुघ्न सिन्हा ही मंडळीसुद्धा उपस्थित होती. कोर्टाचं फर्मान हा अडवाणींच्या गोटावरचा वज्राघातच होता, कारण या गोटाला आशा वाटत होती की, कोर्ट अडवाणींवरचे खटले मागे घेईल. सरतेशेवटी हे सी.बी.आय.ला पुरेशा पुराव्यानिशी सिद्ध करता आलं नाही की अडवाणींनी जैन बंधूंकडून ६० लाखांची लाच स्वीकारली होती.[४]

आपल्यावरचे आरोप दूर केले जाईपर्यंत निवडणूक लढवायची नाही, असं अडवाणींनी ताबडतोब ठरवलं. (काही काळानं, १९९८ मध्ये पुरेशा पुराव्याअभावी त्यांच्यावरचे आरोप मागे घेण्यात आले.) अडवाणींचे पक्ष सहाध्यायी आणि आरएसएस यांनी १९९६ची निवडणूक लढवण्याची अडवाणींना विनंती केली. वाजपेयींनीसुद्धा त्यांना आखाड्यात उतरण्याची गळ घातली; परंतु त्यांनी नकार दिला.

त्यानंतर घेतल्या गेलेल्या निवडणुकीनंतर भाजप तेरा दिवस सत्तेवर राहिला. त्यानंतर विविध पक्षांची इंद्रधनुषी युती होऊन तयार झालेल्या युनायटेड फ्रंटने त्या

---

४ http:/www.outlookindia.com/magazine/story/the-end-of-the-yatra/202118.

वेळेस कर्नाटकचे मुख्यमंत्री असलेल्या देवेगौडा या जनता दल नेत्याला पंतप्रधान म्हणून नियुक्त केलं. देवेगौडांची ही नियुक्ती म्हणजे एक अपघातच होता! धर्मनिरपेक्षतेचा दावा करणाऱ्या या युतीच्या पक्षाची पंतप्रधानपदासाठी पहिली निवड होती ज्योती बसू. मार्क्सिस्ट पक्षाचे हे बुजुर्ग नेते १९७७पासून बंगालचं मुख्यमंत्रिपद भूषवत होते. काँग्रेससह अनेक पक्षांत त्यांचे उच्चपदस्थ मित्र होते. श्रीमंत उच्चवर्णीय राजकारणपटू असलेले ज्योती बसू दिल्लीतील उच्चभ्रूंमध्ये आणि अन्यत्र खूपच लोकप्रिय होते. या युनायटेड फ्रंट नामक युतीमधले बसू हे (पंतप्रधानपदासाठी) सर्वोत्कृष्ट उमेदवार होते; परंतु अत्यंत ताठर विचारसरणी असलेले त्यांच्याच सी.पी.एम. पक्षातले प्रकाश करात आणि सीताराम येचुरी यांच्यासारखे तरुण नेते बसूंना पंतप्रधान करण्याच्या सूचनेविरुद्ध बंड करून उठले आणि हा प्रस्ताव त्यांनी फेटाळून लावला. बसू पंतप्रधान बनणं ही पक्षापुढली सुवर्णसंधी आहे आणि तसं घडलं तर घसरणीला लागलेला आपला पक्ष बाळसं धरेल, अशी सी.पी.एम.च्या ज्येष्ठ नेत्यांची धारणा होती. या तरुण सदस्यांचं बंड पाहून ते विचारातच पडले.

वाटाघाटींच्या आणखी फैरी झडल्यावर व्ही. पी. सिंग आणि जी. के. मूपनार यांची नावंसुद्धा पुढं आली. अखेरीस देवेगौडांचं नाव चर्चेत येऊन त्यावर अंतिम पसंतीचं शिक्कामोर्तब झालं. सी.पी.एम. आणि काँग्रेस यांनी बाहेरून पाठिंबा देऊन सरकार स्थापन झालं. १ जून १९९६मध्ये ३१८ खासदारांच्या पाठिंब्यानं देवेगौडा भारताचे पंतप्रधान बनले. त्यानंतर लगेचच राव यांचे काँग्रेसमधले वर्चस्व संपुष्टात येऊ लागलं. कारण निवडणुकीत काँग्रेसचा धुव्वा उडाल्याचं खापर त्यांच्या माथी फोडण्यात आलं. अवघ्या काहीच महिन्यांमध्ये राव यांचं काँग्रेसच्या अध्यक्षपदावरून उच्चाटन करण्यात आलं आणि सीताराम केसरी काँग्रेसचे अध्यक्ष बनले. त्यांचं पहिल्यापासूनच देवेगौडांशी वैर होतं. केसरींनी १९९७मध्ये उत्तर प्रदेशचे राज्यपाल, रोमेश भंडारी यांना बडतर्फ करण्याचा हट्ट धरल्यामुळे केसरी आणि गौडा यांच्यात वितुष्ट आलं.

त्यानंतर लगेचच, मार्च १९९७मध्ये देवेगौडा सरकारचं एक वर्ष पूर्ण होण्यापूर्वीच काँग्रेसनं त्यांचा पाठिंबा काढून घेतला. देवेगौडांनी प्यादी हलवण्याचं आपलं राजनीतीचं कौशल्य पुरेपूर पणाला लावलं आणि आपलं सरकार वाचवण्याएवढ्या सदस्यांचा पाठिंबा मिळवण्याचा जोरदार प्रयत्न केला. दरम्यान, पंतप्रधानपदासाठी दुसऱ्या नेत्याला पाठिंबा देण्याबद्दल केसरींनी कायदेतज्ज्ञांचा कौल घेतला. त्या वेळेस व्ही. पी. सिंग रुग्णालयात होते. त्यांनी मध्यस्थी करून पंतप्रधानपदासाठी मूपनार यांचं नाव सुचवलं आणि जनता दल आणि काँग्रेसमधील प्रत्येकी एक नेता उपपंतप्रधानपदावर आणावा असा तोडगा काढला. त्यांच्या या मध्यस्थी प्रस्तावात केसरींना राष्ट्रपतिपद दिलं जाणार होतं. केसरी या प्रलोभनाला बळी पडले नाहीत; कारण त्यांच्या मते गौडा हे खलनायक होते आणि त्यांनी जुनी प्रकरणं उकरून काढून अनेक काँग्रेस सदस्यांमागे भ्रष्टाचार संदर्भातली अन्वेषणं लावून दिली होतीच; पण

त्याखेरीज बोफोर्स घोटाळा आणि १९९३ सालचा केसरींचे स्वीय डॉक्टर तन्वर यांच्या खुनाचा खटला या बाबींवर नव्यानं तपास सुरू केला होता. राव कोणतीही संधी साधून देवेगौडांच्या मदतीनं त्यांच्याविरुद्ध कटकारस्थानं करतील, याचीही केसरींना कल्पना होती. गौडांच्या विरुद्ध आणण्यात आलेल्या अविश्वासाच्या ठरावावर मतदान करतेवेळी राव त्यांच्याशी एकनिष्ठ असलेल्या सदस्यांची मतं खिशात टाकून, त्यांचे मित्र वाजपेयी आणि त्यांचा भाजप पक्ष मतदानाला हजरच राहणार नाहीत, अशी तजवीज ते करतील आणि गौडांना निर्वेधपणे जिंकून देतील, अशी अफवा ऐकून केसरी चिंतेत पडले होते. अखेरीस नशिबाचे फासे केसरींच्या बाजूनं पडले, केसरी जिंकले आणि गौडा हरले.[५]

युतीमधूनच पंतप्रधान निवडला जावा, अशी काही काँग्रेसची अट नसल्यामुळे युतीमधले पक्ष निवडणूक टाळण्याच्या हेतूनं युतीमधल्या पक्षांमधूनच पंतप्रधानपदासाठी उमेदवार शोधू लागले. अखेरीस गौडांचे परराष्ट्रमंत्री आय. के. गुजराल यांचं नाव पुढं आलं. त्या वेळच्या बातम्यांनुसार, भांडणाऱ्या युनायटेड फ्रंटमधील नेत्यांच्या दृष्टीनं ते सर्वांत कमी पसंतीचे उमेदवार ठरले. त्यांची नेहरू-गांधी कुटुंबीयांशी असलेली जवळीक त्यांना पंतप्रधानपद मिळवण्यासाठी उपयुक्त ठरली.

अत्यंत मऊ आणि अव्यवहार्य राजकीय तत्त्वप्रणालीबद्दल प्रसिद्ध असलेल्या गुजराल यांनी पंतप्रधान पदावरील कार्यकाळात काँग्रेसचा विश्वास संपादन करण्यासाठी तहाचे अनेक प्रयत्न केले. त्याच वेळेस त्यांनी तीव्र मतभेद टाळायचा प्रयत्न केला आणि भ्रष्टाचाऱ्यांना शिक्षा करण्यात दिरंगाई दाखवली. लालूप्रसाद यादव या बिहारमधील त्यांच्या पक्षसहकाऱ्यांनी आणि तत्कालीन मुख्यमंत्र्यांनी गुरं आणि चारा विकत घेतला नसताना, तो विकत घेतल्याचा दावा करून कोट्यवधी रुपये घशात घातले होते, ही गोष्ट उघडकीला आणणाऱ्या सी.बी.आय. अधिकाऱ्याची गुजराल यांनी बदली करवली, असा त्यांच्यावर आरोप केला गेला होता. लालूप्रसाद यांनी केलेली चोरी 'चारा घोटाळा' या नावे उजेडात आली. त्याखेरीज केसरींनी आणलेल्या दडपणामुळे त्यांनी अनवधानाने भाजपच्या अधिपत्याखाली असलेल्या उत्तर प्रदेशात राष्ट्रपती राजवट आणायची शिफारस केली होती. ही शिफारस तत्कालीन राष्ट्रपती के. आर. नारायणन यांनी त्वरित फेटाळून लावली आणि नंतर राज्याच्या हायकोर्टानंसुद्धा (राज्य उच्च न्यायालयानंसुद्धा) नाकारली. राजीव गांधींच्या हत्येचा तपास करणाऱ्या जैन आयोगानं शोधून काढलं होतं की, द्रविड मुन्नेत्र कळघम् या युनायटेड फ्रंट युतीतील पक्षानं LTTEला पाठिंबा दिला होता, तरी या पक्षाला युतीतून काढून टाकायला गुजरालनी नकार दिला. हा नकार डिसेंबर १९९७मध्ये दिला गेल्यानंतर मोठाच पेच प्रसंग उभा राहिला. काँग्रेसनं त्यांना दिलेला पाठिंबा मागे घेतला आणि काँग्रेसेतर, भाजपेतर युती असलेलं शेवटचं केंद्र सरकार कोसळलं.

---

[५] एम. बी. चांदे, *बिट्रेअल ऑफ इंडियन डेमॉक्रसी* (न्यू दिल्ली : ॲटलांटिक पब्लिशर्स, १९९९).

फेब्रुवारी १९९८. निवडणुकीची पुन्हा एकदा वेळ आली होती. 'तिसऱ्या आघाडी'च्या प्रयोगाची अस्थिरता आणि अशा युतींबरोबरचं काँग्रेसचं मनमानी, लहरीपणाचं चंचल वागणं यांमुळे जनता अत्यंत प्रक्षुब्ध झाली होती. १९९६मध्ये अत्यंत प्रभावी आणि मंत्रमुग्ध करून टाकणारं भाषण करून वाजपेयींनी आपल्या पुनरागमनासाठी भक्कम पाया रचला होता. गुजराल सरकार कोसळण्यापूर्वीच जनतेला वाजपेयी हा भारतीय राजकारणातला पर्यायी पंतप्रधानपदाचा उमेदवार असल्याचं लख्खपणे उमगलं होतं.

ते पर्यायी पंतप्रधान असल्याबाबतची चर्चा जोरात सुरू झाली होती.

'भारतीय लोकशाही' या विषयावर १९९७च्या शेवटी दिल्लीतील इंडिया इंटरनॅशनल सेंटर येथे चर्चासत्र चालू होतं. लौकिक वाढवण्याच्या हेतूनं राजकारणात रस घेणारे बनिये आणि पंजाबी यांच्यात तेव्हाच्या चिंताजनक राजकीय परिस्थितीबाबत चर्चा सुरू होती. बनिये आणि पंजाबी या दोन बलिष्ठ गोटांमधली काँग्रेस, जनसंघ आणि नंतर भाजप यांच्यातली कुविख्यात सत्तास्पर्धा अशा जाहीर चर्चेच्या व्यासपीठावरसुद्धा स्पष्टपणे लक्षात येत होती. त्या चर्चेच्या वेळेस या दोन्ही गटांचं 'वाजपेयी' या विषयाखेरीज अन्य प्रत्येक विषयावर पूर्ण दुमत होताना दिसत होतं; परंतु वाजपेयींविरोधातला एकही वावगा शब्द या दोन्ही गोटांना सहन होत नव्हता. अगदी दुरन्वयेसुद्धा केलेली टीका ताबडतोब खोडून काढली जात होती.

लोककल्याणासाठी झटणारा भला माणूस, वेगवेगळ्या धार्मिक आणि राजकीय मतांच्या लोकांना आवडणारा मवाळ नेमस्त स्वभावाचा नेता, सौम्य हिंदुत्ववादी असून, स्वतःच्या धर्माचं पालन अल्पसंख्याकांना करता यावं याबद्दल सहानुभूती दाखवणारा नेता अशी वाजपेयींची प्रतिमा काही केवळ जाहिरात बाजीमुळे तयार झालेली नव्हती. खुशवंत सिंग यांनी भारताच्या पहिल्या भाजप पंतप्रधानाबद्दल प्रशंसा व्यक्त केली होती; पण त्याबरोबरच आश्चर्यसुद्धा व्यक्त केलं होतं की, अशा गुणी माणसाला एका वाईट पक्षात आयुष्य का काढावं लागलं? खुशवंत सिंगांबरोबर याबाबत डावे पक्ष सहमती दर्शवत असत. आपल्याला वाटत असलेलं कौतुक अगदी नाइलाजानं प्रकट करत असत.

१९९६मध्ये पहिल्या वेळेस अल्पकाळ पंतप्रधान झाल्यानंतर लवकरच भारतीय दूरदर्शन वाहिनीवरील 'आपकी अदालत' या कार्यक्रमात वाजपेयींना अशा शेऱ्यांवर प्रतिक्रिया व्यक्त करायची संधी मिळाली. या कार्यक्रमाचं सूत्रसंचालन सुप्रसिद्ध हिंदी पत्रकार रजत शर्मा करत असत. वाजपेयींना या कार्यक्रमाद्वारे जनमानसावर आपलं म्हणणं ठसवण्याची संधी मिळाली की, असे समज पसरवणं अत्यंत अनुचित आहे. आपल्या प्रतिस्पर्ध्यांपेक्षा उच्च गणल्या गेलेल्या माणसाच्या ठायी स्वाभाविकतःच जो प्रामाणिकपणा आणि आत्मविश्वास दिसून येतो, तो वाजपेयींच्या बोलण्यात स्पष्टपणे जाणवत होता. ते म्हणाले, ''मला सरदार खुशवंत सिंग यांच्याबद्दल खरोखरच खूप

आदर वाटतो. ते अतिशय चांगले लेखक आहेत. त्यांचं लेखन मी आवडीनं वाचतो. त्यांनी माझी जी स्तुती केलीय, त्याबद्दल मी त्यांचा ऋणी आहे; परंतु मी चांगला माणूस असून वाईट पक्षाचा सदस्य आहे, या त्यांच्या विधानाशी मी सहमत नाही. मी जर खरोखरच चांगला माणूस असेन, तर मी वाईट पक्षात कसा असू शकेन? आणि मी जर वाईट पक्षात असलो, तर मी चांगला माणूस असूच शकणार नाही. जर फळ चांगलं असेल, तर ते झाड वाईट असूच शकत नाही!'

त्यांच्या आवाजाची पट्टी अगदी खालची होती. जणू काही त्यांनी अत्यंत चाणाक्षपणे जाणलं होतं की, पाच-पन्नास प्रेक्षकांपुढे आवेशपूर्ण भाषणाची गरज नाही.

त्यांच्या भाषणानंतर टाळ्यांचा कडकडाट झाला.

त्यांनी केलेल्या विनोदांवरूनसुद्धा स्वतःबद्दलच उपरोधानं बोलण्याची आणि कधी कधी स्वतःवरच विनोद करण्याची त्यांची क्षमता लक्षात येते. त्यांच्या एका चाहत्यानं त्यांना एकदा 'अटल' (खंबीर) राहण्याची विनंती केली. त्यांनी त्वरित टोमणा मारला, 'अटल तो हूँ, लेकिन ना भूलिये कि साथ साथ बिहारी भी हूँ।' त्यांनी केलेली चेष्टा कधी कधी ईश्वरनिंदात्मकसुद्धा वाटे. त्यांचे राजकीय प्रतिस्पर्धी असताना रामविलास पासवान एकदा उच्छृंखलपणे म्हणाले होते की, त्यांच्या स्वतःच्या नावात 'राम' आहे; पण 'भाजप'च्या नावात 'राम' नाही. वाजपेयींनी ताबडतोब प्रतिहल्ला चढवत म्हटलं, 'पासवानजी, 'हराम' में भी 'राम' होता है।'[६]

आपली एका ओळीची वचनं आणि शाब्दिक बाण यांची वाजपेयी कधीही पुनरुक्ती करत नसत आणि पुनरुक्तीद्वारा त्याची बोच कमी करत नसत. १९९३च्या खूप गाजावाजा केलेल्या आपल्या एकता-यात्रेत मुरली मनोहर जोशी यांनी वाजपेयींचं एक खमंग वक्तव्य उसनं घेतलं आणि सर्वांना वीट येईल इतके वेळा ते पुन्हा पुन्हा उच्चारलं. (त्यांच्या एकता यात्रेचं वर्णन 'इंडिया टुडे'नं 'ओडिसी ऑफ फ्युटिलिटी' 'व्यर्थपणे केलेला प्रदीर्घ प्रवास' अशा शब्दांत केलं होतं.) एक पाकिस्तानी नेता काश्मीर हा पाकिस्तानचा अंगभूत भाग आहे, असा दावा करू लागल्यावर वाजपेयींनी झणझणीत प्रत्युत्तर दिलं होतं की, जर काश्मीर हा पाकिस्तानचा अंगभूत भाग असेल, तर पाकिस्तानसुद्धा भारताचा अंगभूत भाग आहे. जोशींनी वाजपेयींच्या या टोमण्याची अनेकदा पुनरुक्ती केल्याची बातमी ऐकून नाराज झालेल्या वाजपेयींनी आपल्या एका मित्राजवळ तक्रार केली, 'असे चतुर आणि विनोदी चुटके एक-दोनदाच वापरायचे असतात, कायम नाही!'

'बहिरी ससाण्यांच्या पक्षातलं (गरीब बिचारं) कबूतर,' असा आपला केला जाणारा उल्लेख ऐकायची वाजपेयींना सवय झाली होती. 'आपल्या पक्षाच्या

---

६ http://www.financialexpress.com/economy/atal-bihari-vajpayee-a-statesman-and-indias-most-under-rated- reformer/22833/.

समर्थकांच्या इच्छेप्रमाणे, बहुसंख्य हिंदूंना एकत्र आणण्याचे आपले उद्योग एकीकडे बिनबोभाट चालू ठेवण्यासाठी वाजपेयींची 'मवाळ' ही प्रतिमा ढालीसारखी वापरणं हे त्यांच्या पक्षाचं अत्यंत कावेबाज धोरण होतं,' असं विशेषज्ञांनी अनेकदा नमूद केलंय; परंतु यावर वाजपेयी एक अत्यंत साधा प्रतिप्रश्न विचारत असत. अनेक दशकं त्यांनी स्वतः ज्या आंदोलनाचं नेतृत्व केलं होतं, त्यापासून ते स्वतःला दूर कसं करू शकणार होते? सरतेशेवटी १९८०मध्ये स्थापन झालेल्या भाजपचे ते पहिले अध्यक्ष होते आणि भाजपचा पूर्व अवतार –जनसंघ – १९५१मध्ये झाल्यावर, अवघ्या काही वर्षांतच ते जनसंघाशी संलग्न झाले होते.

एक गोष्ट अगदी उघड आहे की, जरी वाजपेयी (भाजपबद्दल) उत्तर देताना संरक्षणात्मक पवित्रा घेत असले आणि मनापासून लीनतेनं बोलत असले तरी वारंवार पुनरुक्ती केलं जाणारं सत्य पूर्णपणे जाणून होते : युती राजकारणाच्या जीवघेण्या स्पर्धेच्या जगात, त्यांच्या पक्षाचा ते हुकमाचा एक्का होते! लोकांना समजत असलेलं आणि वारंवार उच्चारलं जाणारं त्यांच्या उपयुक्ततेचं मोल हे त्यांचं स्वतःचं संरक्षण करणारं अभेद्य कवच होतं. त्या कवचाच्या मदतीनं ते आघाडीवर राहू शकत होते, पारंपरिक पक्ष विचारप्रणालीबद्दल शंका उपस्थित करू शकत होते आणि तरीसुद्धा कायमच अपराजित होते!

११

१९९८-१९९९

बाँब, बस, बजेट

निदान दिल्लीत तरी सारे रस्ते राजपथाच्या दिशेनेच जातात. त्या प्रचंड रुंद अशा महामार्गावरून मोटारगाडीनं भारताच्या राष्ट्रपतींच्या भेटीसाठी जाता येणं आणि त्यांना भेटून पुढलं सरकार स्थापन करण्याबाबतचा आपला अधिकार विशद करणं ही प्रत्येकच राजकारणपटूची मनीषा असते. त्या उच्चतम सन्मानावर वर्षानुवर्षे अधिकार गाजवणाऱ्या काँग्रेस पक्षाला १९९०च्या दशकाअखेरीस काही निवडणुकीत हा अधिकार गमवावा लागल्यामुळे त्यांच्या अस्मितेला चांगलाच धक्का बसला होता आणि त्या पक्षातली अस्वस्थता, बेचैनी खूपच वाढली होती. असं घडल्यानंतर नेहरू-गांधी कुटुंबाचे मित्र आणि एकनिष्ठ पक्षसदस्य हे राजीव गांधींच्या पत्नी सोनिया गांधी यांच्याकडे गेले. पक्षाची घसरण थोपवण्यासाठी १९९८च्या निवडणुकीच्या मोहिमेत स्वतःला झोकून द्यावं, अशी या मंडळींनी सोनिया गांधींना गळ घातली. त्यांनी श्रीपेरूंबुदूर या गावापासून मोहिमेला प्रारंभ केला. याच गावात राजीव गांधींची हत्या झाली होती. त्यांनी विनंतीला मान देऊन होकार दिल्यावर पक्षातले काही स्तुतिपाठक इतके सद्गदित झाले होते, की काही काळ त्यांना काही बोलणं शक्य झालं नव्हतं, असं ऐकीवात आहे. गोंडा घोळणाऱ्या, तोंडपुज्या काँग्रेस सदस्यांनी अशी विनंती करण्यामागचं कारण दिलं होतं की, फक्त नेहरू-गांधी कुटुंबाचे सदस्यच गर्दी खेचून घेऊ शकतात आणि पक्षातल्या आपसात भांडणाऱ्या गोटांना कह्यात ठेवून एकत्र आणू शकतात. कोलकात्यातील १९९७च्या पक्ष अधिवेशनात सोनिया गांधी काँग्रेस सदस्या बनल्या होत्या. विरोधी

पक्षांमुळे हैराण झालेल्या जराजर्जर पक्षाला सोनिया गांधी नवं जीवदान देतील, अशी सर्वांची अपेक्षा होती. लोकांचा उजव्या विचारसरणीकडे वाढत जाणारा राजनैतिक कल आणि शहरी मतदारांमध्ये वाजपेयींची वाढती लोकप्रियता काँग्रेसला सचिंत करत होती. ज्या आधुनिक, धर्मनिरपेक्ष राज्याचं स्वप्न महात्मा गांधी आणि जवाहरलाल नेहरू यांनी जपलं होतं, त्या नीतिमूल्यांना पायदळी तुडवण्याचं काम भाजप करत आहे, असा जोरदार प्रचार काँग्रेसनं फेब्रुवारी-मार्चमध्ये होऊ घातलेल्या निवडणुकीसाठी आरंभला होता.

परंतु भाजपची गगनभरारी रोखणं कुणालाच शक्य होत नव्हतं. कारण काँग्रेस पक्ष दुबळा बनला होता आणि 'थर्ड फ्रंट (तिसरी आघाडी)' ही काँग्रेसेतर-भाजपेतर पक्षांची युती आपसातल्या भांडणांमुळे कमकुवत बनली होती. त्यांची प्रतिस्पर्धी गोंधळाच्या अवस्थेत सापडल्यामुळे, त्यांच्या निवडणूक जाहीरनाम्यात भाजपनं अत्यंत जोरदारपणे आपल्या जाज्वल्य राष्ट्रीयतावादाचं प्रदर्शन केलं होतं. जाहीरनाम्यातल्या आश्वासनांच्या लांबलचक यादीत, अयोध्येत राम मंदिर बांधण्याचा मुद्दा समाविष्ट करण्यात आला होता. हा अत्यंत कळीचा आणि विवादास्पद असा ऐरणीवरचा मुद्दा होता आणि देशातील विविध भागांत त्यानं प्रचंड प्रमाणात जनतेचं लक्ष वेधून घेतलं होतं. राष्ट्रीयतावाद पेटवून देणारे आणखी दोन विस्फोटक मुद्दे या जाहीरनाम्यात समाविष्ट करण्यात आलेले होते. देशभरात समान दिवाणी कायदेकानून अमलात आणणं हा त्यापैकी एक मुद्दा होता. मुस्लिमांना या मुद्द्याबाबत अशी भीती वाटत होती की, अशा समान कायद्यामुळे विवाह, घटस्फोट आणि वारसा हक्क यांबाबतच्या त्यांच्या प्रचलित धार्मिक रूढींमध्ये बदल घडेल. आणखी एक मुद्दा होता तो म्हणजे कलम ३७० रद्दबातल करण्याचा. या कलमान्वये बहुसंख्य मुस्लीम रहिवासी असलेल्या जम्मू-काश्मीर राज्याला विशेष अधिकार देण्यात आले होते. हे कलम रद्दबातल करण्याच्या प्रस्तावामागचं कारण राष्ट्रीयवाद भडकावून देणं होतं, ही गोष्ट उघड होती. भाजपच्या निवडणूक जाहीरनाम्यात देशाला अणुशक्तीप्रवण करण्याचं वचनही देण्यात आलं होतं. हे फाजील देशाभिमानाचं प्रदर्शनच होतं!

अत्यंत स्फोटक आणि हिंसक प्रचार मोहिमेनंतर उधळलेली धूळ-माती खाली बसल्यावर[1] २ मार्च रोजी निवडणुकीचे निकाल जाहीर झाले. लोकसभेतला सर्वांत मोठा एकल पक्ष हा आपला बहुमान भाजपनं पुन्हा एकदा मिळवला आणि सदस्य संख्या १८२ वर नेऊन पोहोचवली. भाजपची लोकसभेतली सदस्य संख्या १९८९पासून वाढतच चालली होती. या वेळेस १९९६पेक्षा परिस्थिती बदलली होती आणि वाजपेयींच्या नेतृत्वाखाली आणखी मित्रपक्षांना (युतीसाठी) आकृष्ट करून घेण्यात भाजपला यश मिळालं होतं. त्यात AIADMK (ऑल इंडिया अण्णा द्रविड मुन्नेत्र कळघम) या तामिळनाडूमधल्या जयललिता यांच्या नेतृत्वाखालच्या पक्षाचा

[1] निवडणुकीशी निगडित हिंसाचारात त्या वर्षी निदान १५० लोक मारले गेले होते.

समावेश होता. मित्रपक्षांपैकी काहींचा दावा होता की, भाजप वाजपेयींच्या नेतृत्वाखाली असल्यामुळे अधिक संयतपणे आणि जबाबदारीनं वागेल आणि विरोधी पक्ष म्हणून संसदेत भाजप जे शाब्दिक अवडंबर माजवत असे, त्यापासून तो आता दूर राहील. भाजपनं मित्रपक्षांना हमी दिली होती की, समान दिवाणी कायदे करणं यांसारख्या विवादास्पद मुद्द्यांमध्ये बदल घडवून आणले जातील, त्यामुळे विरोधी पक्षांना भाजपबद्दल विश्वास वाटत होता. नवं सरकार स्थापन करण्यासाठी तामिळनाडू राज्य अत्यंत महत्त्वाचं ठरलं होतं. भाजपच्या नेतृत्वाखाली NDA (नॅशनल डेमॉक्रॅटिक अलायन्स) ही १३ पक्षांची जी नवी युती स्थापन झाली होती, त्यापैकी तामिळनाडूतून या युतीला ३९ सदस्यांच्या जागा मिळाल्या होत्या. तेथे AIADMKला १८, भाजपला ३, पट्टली मक्कल काटची पक्षाला ४, MDMKला ३ आणि जनता पक्षाच्या सुब्रह्मण्यम स्वामी यांना १ अशा जागा मिळाल्या होत्या. त्या राज्याच्या एका स्वतंत्र उमेदवारानंसुद्धा भाजपला पाठिंबा दिला होता. या राष्ट्रीय युतीमधले अन्य पक्ष होते समता पक्ष, बिजू जनता दल, शिरोमणी अकाली दल, तृणमूल काँग्रेस, शिवसेना, लोकशक्ती, हरियाना विकास पार्टी आणि मिझो नॅशनल फ्रंट. आंध्र प्रदेशचे मुख्यमंत्री चंद्राबाबू नायडू यांनी त्यांच्या तेलुगू देसम पक्षाचा या युतीला सरकारात न राहता बाहेरून पाठिंबा देण्याचं आश्वासन दिलं होतं.

अर्थातच हे काही अगदी सहजासहजी पार पडलं नव्हतं. जेव्हा भाजपनं सुटकेचा निःश्वास सोडला की सरकार स्थापनेसाठी पुरेसे सदस्य एकत्र आणणं शक्य झालं आहे, तेव्हाच अत्यंत महत्त्वाचा मित्रपक्ष असलेल्या AIADMKच्या जयललिता यांनी तक्रार केली होती की, दिल्लीत घेण्यात आलेल्या बैठकीत वाजपेयी-अडवाणी यांच्या उपस्थितीत त्यांचा अपमान करण्यात आला होता. ही तक्रार अचानकच येऊन धडकली होती आणि पुढील चार दिवस त्यांनी वाजपेयींना आणि इतरांना संदेहात ठेवलं होतं. त्यांच्या पाठिंबा देणाऱ्या पत्राची ते अत्यंत चिंताग्रस्त अवस्थेत वाट पाहत होते. सरकार स्थापनेपूर्वी असं पत्र आणून १९९६ सालच्या घटनेची पुनरावृत्ती टाळावी, अशी अट राष्ट्रपती के. आर. नारायणन यांनी घातली होती.

जयललिता यांना आणि त्यांच्या पक्ष सदस्यांना अन्याय्य पद्धतीनं वागवलं गेल्यामुळे जयललिता दुखावल्या गेल्या होत्या. दक्षिणेच्या विरोधात भाजप नेतृत्वाखालील युती पक्षपात करतेय, असासुद्धा त्यांचा आरोप होता. मार्चच्या सुरुवातीला, वाजपेयींच्या घरात घेतल्या गेलेल्या बैठकीत जेव्हा जयललिता यांनी कावेरी-जल विवादावरील निर्णायक मंडळाच्या निर्णयाची कार्यवाही करण्याचा मुद्दा उपस्थित केला होता, तेव्हा पक्षात फक्त तीन सदस्य असलेल्या लोकशक्तीचे नेते रामकृष्ण हेगडे यांनी त्यांच्या संभाषणात सतत व्यत्यय आणून दादागिरी चालवली होती, अशी त्यांची तक्रार होती. त्या म्हणाल्या की, हेगडे यांना वाजपेयी-अडवाणींपैकी कुणीही अडवलं नाही. तामिळनाडूतील अन्य युती-पक्षांपैकी इतर कुणाही नेत्याला या बैठकीसाठी आमंत्रित केलं नव्हतं, यामुळेही त्या अस्वस्थ होत्या.

जयललिता यांना शांत करण्यासाठी वाजपेयींनी जसवंत सिंगना ताबडतोब चेन्नईला पाठवून दिलं. त्यांना शांत करण्याचे खूप प्रयत्न केल्यावर अखेरीस जयललिता यांनी दुराग्रह सोडला आणि NDAला पाठिंबा देत असल्याचं पत्र पाठवलं. ते पत्र पोहोचल्यावर वाजपेयींनी अर्धोन्मिलित नेत्रांनी नेहमीप्रमाणे स्मित केलं आणि म्हणाले, ''चिठ्ठी आ गयी.''

जयललिता यांच्या उद्दाम वागणुकीमुळे वाजपेयी सरकार नेहमीच अडचणीत सापडत असे. जेव्हा एकदा माजी संपादक विनोद मेहता वाजपेयींना भेटायला त्यांच्या घरी गेले तेव्हा पंतप्रधान नेहमीपेक्षा जास्त विचारमग्न अवस्थेत होते. संभाषणादरम्यान खूप काळ काहीही न बोलता स्तब्ध राहू शकणारे वाजपेयी, त्या दिवशी जरा जास्तच रुद्ध आणि अस्वस्थ दिसत होते. मेहता यांनी त्यांना विचारलं की, कुठल्या विचारानं ते इतके अस्वस्थ आहेत? खवचट प्रत्युत्तर देण्याची एकही संधी न सोडणारे वाजपेयी म्हणाले, ''तुमच्यानंतर जयललिता मला भेटायला येते,'' आणि ते गालातल्या गालात हसले.

युतीतील सर्व घटक पक्षांच्या सदस्यांबरोबर विचारविमर्श केल्यानंतरच धोरणात्मक कार्यवाहीसाठीचे प्राथमिक समान मुद्दे निश्चित करण्यात आले होते. असं असूनही AIADMK, दक्षिणेकडच्या विवाद्य समस्यांबाबत अनेकदा सरकारला वेठीला धरून जबर खंडणीची मागणी करण्याची अरेरावी करत असे. अशा गोष्टींमधून मार्ग काढणं खुद्द वाजपेयींनासुद्धा अवघड जात असे. या युती सरकारच्या राष्ट्रीय धोरणात्मक कार्यवाहीतून तीन विवाद्य मुद्दे बाहेर ठेवण्यात आलेले होते – अयोध्या, समान दिवाणी कायदे आणि कलम ३७०.

लवकरच जयललिता यांनी मागणी केली की, केंद्र सरकारनं त्यांचे प्रतिस्पर्धी एम. करुणानिधी यांच्या नेतृत्वाखालचं द्रविड मुन्नेत्र कळघम पक्षाचं राज्य सरकार बरखास्त करावं. त्यांच्या अन्य मागण्या होत्या की, राम जेठमलानी आणि रामकृष्ण हेगडे यांना केंद्रीय मंत्रिमंडळातून काढून टाकावं आणि चेन्नई स्थित एका खासगी दूरदर्शन वाहिनीवर खटला भरावा. एनडीएच्या महत्त्वाच्या सूत्रसंचालन समितीवर सुब्रह्मण्यम स्वामींना नियुक्त करावं अशीसुद्धा त्यांची मागणी होती.[२]

मुख्य विरोधी काँग्रेस पक्षातही बरीच अंतर्गत खळबळ सुरू होती. निवडणुकीत संसद सदस्यसंख्या घटल्यानंतर अवघ्या काही दिवसांतच सीताराम केसरी यांना राजीनामा द्यावा लागला आणि सोनिया गांधींच्या हाती सूत्रं सोपवावी लागली. मार्चच्या मध्याला त्यांची अध्यक्षपदी नियुक्ती झाली.

वाजपेयींनी पुन्हा एकदा जसवंत सिंग यांना चेन्नईला पाठवलं. जयललिता यांनी १८ एप्रिलला पाठवलेल्या पत्रातील सर्व मागण्या पूर्ण करणं शक्य नाही, असं

---

[२] http: //www.frontline.in/static/html /Fl1510 /15100120.htm.

स्पष्टपणे सांगण्यासाठी या वेळेस त्यांना तिथं पाठवलं गेलं. सरकार भूटा सिंगना मंत्रिमंडळातून काढून टाकण्यापलीकडे आणखी काहीही करू शकणार नाही, असं त्यांना स्पष्टपणे सांगण्यात आलं. जेठमलानी आणि हेगडे यांच्याबरोबर भूटा सिंग यांनासुद्धा मंत्रिमंडळातून काढून टाकावं, अशी जयललितांची मागणी होती. या मागणीमागचं जयललिता यांचं तर्कशास्त्र पुढीलप्रमाणं होतं – त्यांच्या पक्षातले सेडापट्टी आर. मुथैय्या हे परिवहनमंत्री होते आणि भ्रष्टाचाराच्या आरोपावरून त्यांच्यावर आरोपपत्र दाखल केलं गेल्यामुळे केंद्रीय मंत्रिमंडळातून त्यांना राजीनामा द्यावा लागला होता. असं असेल तर भ्रष्टाचाराच्या आरोपानं कलंकित झालेल्या सर्व मंत्र्यांना बाहेरचा रस्ता दाखवला जायला हवा होता. यापूर्वी वाजपेयींनी जयललिता यांची समजूत घालण्यासाठी जन कृष्णमूर्ती, ज्येष्ठ उपाध्यक्ष (तामिळनाडू) आणि राजस्थानचे मुख्यमंत्री भैरोसिंग शेखावत हे भाजपचे नेतेही चेन्नईला पाठवले होते. जयललिता यांनी केंद्रीय मंत्रिमंडळातल्या त्यांच्या तीन मंत्र्यांना राजीनामे तयार ठेवायला आणि वाजपेयींनी त्यांच्या मागण्यांबाबत हालचाल केली नाही तर ते सादर करायला सांगितलं होतं. एप्रिलमध्ये नव्या काँग्रेस अध्यक्षा सोनिया गांधी यांची भेट घेतल्यानंतर सुब्रह्मण्यम स्वामीनं एनडीए सरकार उलथून टाकायच्या दृष्टीनं ज्या हालचाली सुरू केल्या होत्या, त्याकडेसुद्धा सरकार बारकाईनं सावध नजर ठेवत होतं.

अत्यंत मधुरभाषी सिंग यांच्या इंग्रजीवरील प्रभुत्वाला आणि शब्दयोजनेला तोड नव्हती. त्यांनी उभयपक्षीचे मतभेद मोठ्या कौशल्यानं हाताळले आणि जयललिता यांना उमगलं की, त्यांच्यावर फसवणुकीचे आणि आर्थिक गैरव्यवहारांचे पुरेसे खटले चालू असताना सध्या तरी स्फोट घडवण्याऐवजी त्यांनी सबुरीनं घ्यायला हवं. सिंग यांनी AIADMKच्या प्रमुखांची (ज्यांना सुप्रीमो संबोधले जाते त्यांची) भेट घेतली. चेन्नईपासून ६० किलोमीटर्स अंतरावरील एका विश्रामस्थळी जयललिता-सिंग ही भेट झाली. तेथून परत आल्यावर त्यांनी पत्रकारांना सांगितलं की, ही भेट यशस्वीरीत्या पार पडली होती. जयललिता आपल्या मागण्या वाजपेयींपुढे ठेवण्यापूर्वीच त्या मागण्या प्रसारमाध्यमांपुढे जाहीरपणे मांडत असत. या वेळेस त्यांनी प्रसारमाध्यमांपुढे एकही शब्द उच्चारला नाही. दरम्यान, सरकारला पाठिंबा देण्याच्या बदल्यात अन्याय्य मागण्या करण्यासाठी तमीळ नेत्याला चिथावल्याबद्दल जेठमलानींसारख्या लोकांनी स्वामींवर हल्ला चढवला. स्वामींना वाजपेयींबद्दल वाटणारा तिरस्कार जगजाहीर होता. त्यांनी आपलं म्हणणं लावून धरलं की, सामाजिक आयुष्यात सचोटी राखण्यासाठी, स्वतःच्याच सरकारकडून भ्रष्टाचारासाठी चौकशी होत असलेल्या सदस्यांना एनडीए सरकारनं मंत्रिमंडळात घेणं योग्य नव्हे! स्वामींनी म्हटलं, ''जरी जेठमलानींवर आरोपपत्र दाखल करण्यात आलेलं नसलं, तरी त्यांच्याबाबत चौकशी सुरू आहे. गृहमंत्री एल. के. अडवाणींचा (हवाला घोटाळ्याबाबत) तपास चालू आहे, त्यामुळे फक्त आरोपपत्र दाखल केल्या गेलेल्यांवरच कारवाई होणं पुरेसं नाही. स्वतःच्याच सरकारकडून तपास होणं ही गोष्टही अयोग्य आहे.''

स्वामींकडून सरकारवर प्रहार करण्याबाबत चिथावणी देणाऱ्या जयललिता या आपल्या मानेभोवतीचं जोखड आहे, हे वाजपेयींना स्पष्टपणे उमगत होतं; परंतु त्यांच्याबाबतच्या आणि सरकारातल्या इतर सर्व ताज्या बातम्या इतरांपूर्वी स्वतः मिळवण्यात वाजपेयी अत्यंत जागरूक असत. अर्थमंत्री यशवंत सिन्हा म्हणत असत की, वरकरणी आपल्याला कशातच रस नाही असं वाजपेयी भासवत असले, तरी त्यांच्या सरकारच्या कानाकोपऱ्यात जे जे घडत होतं ते सारं त्यांना ठाऊक असे. अनेक वेळा AIADMKच्या कनिष्ठ मंत्र्यांनी टुमणं लावल्यानंतर अखेरीस एकदा यशवंत सिन्हांनी त्यांची विनंती मनावर घेतली आणि जयललिता यांना चेन्नईला भेटायचं ठरवलं. जाण्यापूर्वी सिन्हांनी याबाबत वाजपेयींची परवानगी घेतली आणि वाजपेयींनीसुद्धा ताबडतोब होकार दिला. सिन्हा दक्षिणेकडच्या महानगरात विमानानं पोहोचले आणि अत्यंत स्नेहानं वागणाऱ्या जयललितांबरोबर संभाषण करण्यात त्यांनी काही तास खर्च केले. परत यायला निघाले, तेव्हा कधी नव्हे इतक्या अगत्यशीलतेनं, जयललितांनी दारापर्यंत येऊन त्यांना निरोप दिला. तेव्हा तेथे आसपास फक्त काही रखवालदार आणि वाहनचालक होते. त्याच क्षणी जयललितांनी कपड्यांमध्ये दडवलेला एक लिफाफा बाहेर काढला आणि सिन्हांच्या हाती दिला. त्यांनी तो घेतला आणि ते निघून गेले.

दिल्लीला पोहोचेपर्यंत त्या लिफाफ्याबद्दल सिन्हा विसरूनही गेले होते, त्यांनी तो उघडून पाहण्याची तसदीसुद्धा घेतली नव्हती. दुसऱ्या दिवशी कचेरीत गेल्यावर त्यांनी तो लिफाफा उघडला. त्याच्या आत नीटपणे घडी घालून ठेवलेला एक कागद होता. जयललितांवर आर्थिक घोटाळ्याबाबत आणि इतर गोष्टींबाबत जे खटले दाखल करण्यात आलेले होते, त्या सर्वांची ती यादी होती. आपल्यावरचे हे खटले काढून घेतले जावेत, ही मागणी त्यांनी स्पष्ट शब्दांत केली नसली, तरी ती अध्याहृत होती. सिन्हांनी ती यादी यांत्रिकपणे वाचली आणि तो कागद कचऱ्याच्या डब्यात टाकून दिला. त्यानंतर काही तासांतच ते चेन्नईच्या भेटीबद्दलचा अहवाल सांगायला पंतप्रधानांकडे गेले. जयललिता किती अगत्यानं, स्नेहानं वागल्या याचं सिन्हांनी जे वर्णन केलं, ते वाजपेयींनी शांतपणे ऐकून घेतलं. सिन्हा अखेरीस जेव्हा बोलायचे थांबले, तेव्हा पंतप्रधान आपल्याकडे (पुढलं बोलणं ऐकायच्या) अपेक्षेने का पाहत आहेत हे सिन्हांच्या लक्षात येईना. स्मित करून वाजपेयींनी विचारलं, 'लिफाफ्याचं काय झालं?' हे ऐकून सिन्हांच्या लक्षात आलं की, ही गोष्ट ते विसरलेच होते. वाजपेयींनी त्या लिफाफ्याबद्दल कोठून शोधून काढलं, असा त्यांना प्रश्न पडला. 'त्यांना सारं सारं ठाऊक असतं,' सिन्हा स्वतःशीच म्हणाले.[३]

---

[३] लेखकानं यशवंत सिन्हांची मुलाखत घेतली होती, त्या आधारे.

दरम्यान, प्रसारमाध्यमांच्या काही गोटांमध्ये वाजपेयींचे जावई रंजन भट्टाचार्य यांचं नाव चर्चेत येऊ लागलं. ते जयललिता आणि टीडीपीचे चंद्राबाबू नायडू यांच्याशी स्नेहसंबंध प्रस्थापित करू पाहत आहेत आणि अधूनमधून त्यांची अनुक्रमे चेन्नई आणि हैदराबादला जाऊन भेटही घेत आहेत, असं ऐकीवात येऊ लागलं; परंतु प्रत्यक्ष मुलाखत घेतली असता दिल्ली विश्वविद्यालयाच्या सुप्रसिद्ध श्रीराम कॉलेजचे (वाणिज्य शाखा) पदवीधर असलेल्या भट्टाचार्यांनी हे आरोप फेटाळून लावले. ''मी माझ्या स्वतःच्या कामासाठीसुद्धा या दोन गावी गेलेलो नाही आणि आता तर जाण्यापूर्वी शंभर वेळा विचार करेन, कारण तुमच्यासारखे लोक यात राजकीय हेतू असल्याचा आरोप करतील!'' असं ते म्हणाले. भट्टाचार्य वाजपेयींचे इतके लाडके होते की, वाजपेयींवरच्या टीकेचा एकही शब्द ऐकून घ्यायला ते तयार नसत. वस्तुतः त्यांच्या पंतप्रधान कचेरीतले ब्रजेश मिश्रा आणि एन. के. सिंग यांच्या विरोधातही ते काहीही ऐकून घेत नसत. त्या सुमारास संघ कार्यकर्त्यांच्या मर्जीतून हे तिघे उतरले (भट्टाचार्य, मिश्रा, सिंग). एखादा चाप बसवावा तशी या तिघांची पंतप्रधानांवर पकड आहे, असं संघ कार्यकर्त्यांना वाटू लागलं होतं. भट्टाचार्य पैसे उकळून उद्योगपती आणि राजकारणी यांची पंतप्रधानांशी भेट घडवून देतो, असा भट्टाचार्यांवर आरोप केला जाऊ लागला होता. त्यांनी तो फेटाळून लावला आणि म्हटलं की, ज्यांचे हितसंबंध गुंतले आहेत, अशांनीच त्यांच्यावर असं बालंट आणलं आहे. ७, रेसकोर्स रोडवरची पंतप्रधानांची कचेरी स्वतःच्या हाती घेतल्याबद्दल भाजपमध्येही भट्टाचार्यांबद्दल तीव्र असंतोष पसरला. याचा जोरदार निषेध करत भट्टाचार्य म्हणाले की, त्यांची स्वतःची कचेरी दिल्लीतील ग्रेटर कैलाश भागात आहे, रेसकोर्स रोडवर नाही! ते ठासून म्हणाले की, बापजी (या नावानं ते आणि त्यांची पत्नी वाजपेयींना संबोधत असत) पंतप्रधान झाल्यामुळे त्यांच्या आयुष्यात कोणताही बदल घडलेला नाही आणि १९८३मध्ये त्याचा विवाह झाल्यापासून ते त्यांच्याजवळच राहत आहेत. त्यांनी पुढं म्हटलं की, १९९६पासून ते वाजपेयींसोबत निवडणूक प्रचार मोहिमेत जाऊ लागले होते, कारण पक्षनेत्यांचं म्हणणं होतं की, इतक्या खडतर मोहिमांच्या वेळेस वाजपेयी वेळेवर जेवण, औषधं घेत आहेत यावर नजर ठेवण्यासाठी कुटुंबीयांपैकी कुणीतरी त्यांच्यासोबत असणं आवश्यक आहे. १९९६मध्ये वाजपेयींनी सर्वांत पहिली नेमणूक केली होती ती रंजन भट्टाचार्यांची.

'विशेष कामावर नियुक्त झालेला अधिकारी (Officer on special duty)' या पदावर १९९८पर्यंत उत्तम पोषाख केलेला, सतत सिगारेट ओढणारा भट्टाचार्य त्याची फटकळ पत्नी नमिता हिची फूस मिळाल्यामुळे फारच बलशाली बनला होता, असं 'इंडिया टुडे'नं नमूद केलं होतं. रेसकोर्स रोडवरील वाजपेयींच्या कचेरीचं स्वायत्त

सत्ताकेंद्रात परिवर्तन करण्याचा प्रयत्न करण्याबाबत आणि प्रसारमाध्यमांशी सलगी करण्याबाबत प्रसारमाध्यमांनी नमितावर टीकासुद्धा केली होती.[४]

ही सर्व कट-कारस्थानं आणि युतीतील शाब्दिक युद्धं चालू असताना, 'देशातील जनतेचा आत्मसन्मान जागृत करणं' याला वाजपेयींनी अग्रक्रम दिलेला होता. त्यांचा पक्ष हा खरोखरच वेगळेपण जपणारा पक्ष आहे, ही कल्पना त्यांना जनमानसावर ठसवायची होती. भारतातील प्राचीन ज्ञान आणि प्रतिष्ठा या गोष्टींचा अखंडपणे मंत्रजप केल्यानंतर, त्यांनी जी योजना कार्यान्वित करायचा निश्चय केला होता, ती तत्पूर्वीच्या भपकेबाज बडग्यांची एक नैसर्गिक सांगता ठरली असती.

पंतप्रधान नरसिंह राव यांची १९९५च्या अखेरीस आण्विक चाचणी घेण्याची मनीषा होती. अमेरिकी उपग्रहांनी पोखरण येथील हालचाल टिपल्यावर अमेरिकेने त्यांच्यावर दडपण आणल्यामुळे त्यांनी दुसऱ्या संधीची वाट पाहण्याचा आणि भारतीय शास्त्रज्ञांना अणुबाँब बनवण्यासाठी पुरेसा वेळ देण्याचा निर्णय घेतला. त्यांनी आण्विक चाचण्या घेण्याचा आणखी प्रयत्न केला नाही कारण १९९६मध्ये ते निवडणूक हरले. भारताची आण्विक क्षमता वाढवल्याबद्दल वाजपेयींनी राव यांची तेव्हा स्तुती केली होती, त्यामुळे आता त्याबाबत पावलं उचलण्याची जबाबदारी स्वाभाविकपणे वाजपेयींवर आली होती. वाजपेयींनी ११ मे १९९८ मध्ये आण्विक चाचणी घेण्याची आज्ञा केली.

सत्तेवर आल्यानंतर अवघ्या दोनच महिन्यांत पाच आण्विक स्फोटांच्या चाचण्या घडवून वाजपेयींनी जगाला आश्चर्याचा धक्का दिला. परदेशी उपग्रहांना शोधता येऊ नये म्हणून शास्त्रज्ञ रात्रीच्या वेळेस काम करत होते आणि उपग्रहांच्या लक्षात येऊ न देता काम करण्याचं प्रशिक्षण मिळालेल्या लष्करातील अभियांत्रिकी तुकड्यांचा इथं योग्य वापर करून घेण्यात आला होता. राव यांनी प्रयत्नांची सुरुवात करून दिली असल्यामुळे, तयारीचा आधीच जोरदार आरंभ झालेला होता. वरिष्ठ पत्रकार चेंगप्पा यांनी लिहिलं होतं, 'पाकिस्तानची आण्विक चाचणीची जागा बलुचिस्तानातील दूरच्या छगाई टेकड्यांवर होती. भारतात पोखरण येथील हालचाल लपवण्याची पाकिस्तानसदृश सुविधा भारताला उपलब्ध नव्हती. अर्धवट वाळवंटी भागातील किंचितशी उंचसखलता असलेल्या टापूत फक्त खांदाभर उंचीची काटेरी झुडुपंच वाढू शकत होती. तीसुद्धा तुरळक आणि विरळ असल्यामुळे वालुकामय टेकड्यांप्रमाणेच ती झुडुपंसुद्धा उपग्रहांच्या टेहळणीपासून लपवणारा आडोसा देण्याबाबत कुचकामी होती. परंतु अठ्ठावन्न यंत्रज्ञांना सरावासाठी दीड वर्षाचा काळ मिळाला होता. तेथील यांत्रिक सुव्यवस्थेकडे बघणाऱ्या डझनभर तुकड्यांनी आपल्या अनुभवांचा खजिनाच

---

४ http://indiatoday.intoday.in/story/ranjan-bhattacharya-vajpayees-foster-son-in-law-who-dabbles-in-government- decisions/1/232647.html.

त्यांच्या हाती सुपूर्द केलेला होता. आण्विक चाचण्या घेतल्या जात असाव्यात, अशी शंका येण्याजोग्या हालचाली अमेरिकेला तीन वेळा दिसल्या होत्या – १९८२, १९९५ आणि १९९७ मध्ये. प्रत्येक वेळेस भारतीयांना 'कोणत्या गोष्टी टाळायला हव्यात' याबाबत वाढतं ज्ञान प्राप्त झालं होतं. चेंगप्पांनी त्या वेळेस लष्कर प्रमुख असलेल्या जनरल व्ही. पी. मलिक यांचं बोलणं उद्धृत केलं होतं, 'वर्षानुवर्षं आमच्या जवानांनी वाळवंटात उत्तम कामगिरी बजावली होती; परंतु आजवर आम्ही त्याबाबत चकार शब्दसुद्धा काढू शकलो नव्हतो!'

सत्ता ग्रहण केल्यावर लगेचच पंतप्रधान वाजपेयींनी अणुचाचण्यांच्या कामात भाग घेणाऱ्या शास्त्रज्ञांबरोबर आणि मूठभर अन्य अधिकाऱ्यांबरोबर बोलणी सुरू केली. त्यांच्या सरकारातील फारच थोड्या लोकांना चाचण्यांबाबत कल्पना होती आणि त्यांनासुद्धा प्रत्यक्ष चाचण्या घेण्यापूर्वीच याबद्दल सांगण्यात आलं होतं. वाजपेयी आणि शास्त्रज्ञांखेरीज वाजपेयींचे राष्ट्रीय सुरक्षा सल्लागार आणि मुख्य सचिव ब्रजेश मिश्रा यांनाच याबद्दल बऱ्याच आधीपासून माहिती देण्यात आली होती. यामागचं कारण असं होतं की, दोनपेक्षा जास्त माणसांना गुपित सांगितलं, तर ते अजिबात गुप्त ठेवलं जात नाही, असा वाजपेयींचा ठाम विश्वास होता. काही काळानं अर्थमंत्री यशवंत सिन्हा यांना अणुचाचण्यांबाबत सांगण्यात आलं होतं. अणुचाचण्यांनंतर भारतावर (अमेरिकेकडून) आर्थिक निर्बंध लादले जातील, अशी भीती होती आणि त्यामुळे उद्भवू शकणाऱ्या संभाव्य संकटांबाबत तयारी करण्यासाठी अर्थमंत्र्यांना तेवढा कालावधी लाभणं गरजेचं होतं. काही काळ या संदर्भात सिन्हांना खूपच विचारमंथन करावं लागलं होतं आणि तेसुद्धा आपल्या कर्मचाऱ्यांपासून ही बातमी गुप्त ठेवण्यासाठी एकट्यानंच करणं गरजेचं होतं. या अणुचाचण्यांबद्दल आणखी थोड्या मंडळींना जेव्हा समजलं, तेव्हा त्याबाबतची बरीचशी तयारी पार पडत आली होती. या मंडळींमध्ये गृहमंत्री एल. के. अडवाणी, संरक्षण मंत्री जॉर्ज फर्नांडिस, पंचवार्षिक योजना समितीचे उपाध्यक्ष जसवंत सिंग आणि पंतप्रधानांचे राजनैतिक सल्लागार प्रमोद महाजन एवढ्यांचाच समावेश होता.

११ मे १९९८च्या मध्यान्हीला दिल्लीतली ही सातही मंडळी ७, रेसकोर्स रोड या पंतप्रधानांच्या निवासस्थानी एकत्र जमली. ७ सफदरजंग रोड या निवासस्थानातून काही काळापूर्वीच वाजपेयी इथं राहायला आले होते. दुपारी ४ नंतर जेव्हा वाजपेयींना समजलं की, तिन्ही अणुचाचण्या यशस्वी ठरल्या आहेत, तेव्हा त्यांनी सर्वप्रथम सर्व शास्त्रज्ञांचं, विशेषतः DRDOचे प्रमुख (डिफेन्स रिसर्च अँड डेव्हलपमेंट ऑर्गनायझेशन) डॉ. ए. पी. जे. अब्दुल कलाम, अणुशक्ती खात्याचे (डिपार्टमेंट ऑफ ॲटॉमिक एनर्जी ऊर्फ DAE) प्रमुख आर. चिदंबरम, DAEमधील डॉ. अनिल काकोडकर आणि DRDOचे प्रमुख सल्लागार डॉ. के. सन्थानम, यांचं मनःपूर्वक अभिनंदन केलं.

काही वेळानं वाजपेयी आपल्या घराबाहेर आले. तोवर बाहेरच्या हिरवळीवर प्रमोद महाजन यांनी तिरंगा झेंडा उभारला होता. त्यांनी प्रसारमाध्यमांपुढे जाहीर निवेदन केलं की, अणुभंग करणारं साधन (फिशन डिव्हाइस), बेताच्या ऊर्जेचा उत्सर्ग करणारं साधन (लो यील्ड डिव्हाइस) आणि अणूंच्या एकत्रीकरणानं बनवलेला हायड्रोजन बाँब (फ्यूजन डिव्हाइस/थर्मोन्यूक्लिअर डिव्हाइस) यांच्या तीन चाचण्या यशस्वी झाल्या आहेत. त्यांनी असंही सांगितलं की, चाचण्यांनंतर मापण्यात आलेले ऊर्जेचे उत्सर्ग अपेक्षेप्रमाणेच होते आणि वातावरणात कोणताही किरणोत्सर्ग करण्यात आला नव्हता. आणखी दोन दिवसांनी राजस्थानच्या वाळवंटात आणखी दोन अणुचाचण्या घेण्यात आल्या होत्या. आण्विक साधनांची भारतातली ही द्वितीय चाचणी होती. पहिली चाचणी १९७४ साली इंदिरा गांधी पंतप्रधान असताना घेण्यात आली होती. त्या वेळेस वाजपेयींनी अणुचाचण्यांबद्दल इंदिरा गांधींचं अभिनंदन केलं होतं. अण्वस्त्रांच्या स्पर्धेत उतरणं टाळायच्या नेहरूंच्या भूमिकेच्या विरोधात ही गोष्ट होती, हे वाखाणण्याजोगं आहे.

परदेशातील हेर खात्यांना किंवा अन्य कुणालाही भारतातील या अणुचाचण्यांबद्दल सुगावा लागला नव्हता, याबद्दल वाजपेयींना फारच आनंद होता. उच्च कोटीची गुप्तता पाळल्याचा फायदा झाला होता. हेरगिरी करणाऱ्या परदेशी उपग्रहांना थांगपत्ता लागू नये म्हणून वाजपेयींनी लष्कर राजस्थानमध्ये हलवलं होतं. अगदी कलामांसारख्या शास्त्रज्ञांनासुद्धा तिथं लष्करी गणवेशातच वावरावं लागत होतं; जेणेकरून उपग्रहांना काहीतरी वेगळी गडबड असल्याचं उमगणार नाही. भारताच्या सीमेवर लष्कराची नेहमीच हालचाल होत असल्यामुळे उपग्रहांनी त्याकडे गांभीर्यानं पाहिलं नाही.

वाजपेयींनी १९९६मध्येच अणुचाचणी घेण्याबाबत तयारी सुरू केली होती. त्या वेळेस ते तेरा दिवसांच्या अल्प काळासाठी पंतप्रधानपदावर राहिले होते. तेवढ्या थोडक्या काळात डॉ. काकोडकरांनी वाजपेयींना पंतप्रधान राव यांच्या कारकिर्दीपासून सुरू झालेल्या तयारीबद्दल इत्थंभूत माहिती पुरवली होती. पंतप्रधानपद ग्रहण केल्यावर बरोब्बर चौथ्या दिवशी वाजपेयींनी त्यांच्या अधिकाऱ्यांना सांगितलं की, त्यांनी डॉ. कलाम यांना त्यांच्या ऑफिसात हजर करावं. कलाम कुठे आहेत, याचा शोध घ्यायची एकच धांदल उडाली. शेवटी त्या वेळेस विशेषज्ञांनी खास संरक्षण देणाऱ्या विभागाचे मुख्य असलेल्या आणि त्यानंतर हेरखात्याचे प्रमुख (डायरेक्टर ऑफ इंटलिजन्स ब्यूरो) झालेल्या श्यामल दत्तांनी कलाम यांना दक्षिण भारतातील कोणत्या तरी भागातून हुडकून काढलं. त्यांना ताबडतोब खास विमानानं दिल्लीला आणलं गेलं. वाजपेयी आणि कलाम यांनी गुप्त मसलत केली. त्यानंतर अत्यंत उत्फुल्ल मनोवस्थेतले कलाम खोलीबाहेर आले; परंतु नंतर वाजपेयींचं सरकार कोसळलं. कलाम अत्यंत निराश झाले. त्यांनी पंतप्रधानांच्या ऑफिसातील एका सदस्याला सांगितलं की, वाजपेयींना आणखी काही आठवडे सत्तेवर राहता आलं असतं तर त्यांनी 'ते' करून दाखवलं

असतं. या अधिकाऱ्याला आठवतंय की, हे सांगताना कलामांच्या डोळ्यांत अश्रू दाटले होते.

पोखरण दोन नंतर लोकसभेत भाषण करताना राष्ट्रीय सुरक्षेला कोणताही धोका नसल्यामुळे या अणुचाचण्या अनावश्यक होत्या आणि त्याचे दुष्परिणामच होतील, यांसारख्या त्यांच्यावरच्या विरोधकांच्या आरोपांचं वाजपेयींनी पूर्णपणे खंडन केलं. १९७४ साली इंदिरा गांधींनी अणुउपक्रमाबाबत जाहीर निवेदन केलं होतं, तेव्हा वाजपेयी विरोधी पक्षाचे उमेदवार होते आणि विरोधी पक्षानं त्या वेळी इंदिरा गांधींच्या या उपक्रमाचं कौतुकच केलं होतं. 'आम्ही विरोधी पक्षात असूनही त्यांचं या उपक्रमाबद्दल अभिनंदन केलं होतं, कारण हा उपक्रम देशाच्या सुरक्षेसाठी राबवला जात होता. तेव्हा आपल्यापुढे कोणता धोका होता? जेव्हा समोर संकट उभं राहतं, तेव्हाच आपण स्वसंरक्षणासाठी तयारी करू लागतो? आपण तयारीनिशी सिद्ध असलो, तरच धोका दूर ठेवला जातो... शस्त्रं ही स्वसंरक्षणासाठीसुद्धा असू शकतात. युद्ध टाळण्यासाठी आम्ही ही कृती केली.' वाजपेयींनी संसदेला असंही आश्वासन दिलं की, भारत स्वतःहून अण्वस्त्रांचा वापर न करण्याबाबत कटिबद्ध आहे; तसेच ज्या देशांजवळ अण्वस्त्रं नाहीत, त्यांच्याविरुद्ध भारत अण्वस्त्रांचा वापर करणार नाही. वाजपेयी म्हणाले की, अमेरिका आणि रशिया या दोन बलाढ्य देशांच्या उदाहरणावरून भारतानं बोध घ्यायला हवा. हे दोन देश जोरदार पारंपरिक युद्धापासून दूर राहू शकले, कारण शस्त्रसामग्रीबाबत ते पूर्णपणे सज्ज आहेत. त्यांनी भाषणाचा समारोप एका आश्वासनानं केला, 'परदेशी दबावामुळे गेल्या तेरा महिन्यांमध्ये आम्ही एकही निर्णय घेतलेला नाही आणि भविष्यातही आम्ही अशा दबावाखाली कोणताही निर्णय घेणार नाही!'

अणुचाचण्यांनंतर हिंदुत्ववादी गोटातून फाजील देशाभिमान व्यक्त करणारी भरपूर वक्तव्यं करण्यात आली आणि त्या गोंगाटात अणुचाचण्यांविरोधातले क्षीण आवाज दबून गेले. सरकारच्या प्राधान्यक्रमांबाबत शंका उपस्थित करणारा प्रत्येक जण रातोरात देशविद्रोही गणला जाऊ लागला. आपल्या रोखठोक वक्तव्यांनी स्वतःची राजकीय कारकीर्द गाजवणाऱ्या शिवसेना प्रमुख बाळासाहेब ठाकरे यांनी म्हटलं की, भारतानं जगापुढे सिद्ध करून दाखवलंय की हिंदू काही फक्त 'षंढ' नव्हते.[५] अडवाणी आणि जॉर्ज फर्नांडिस यांच्यासारख्या नेत्यांनीच खूप बढाईखोर वक्तव्यं केली. ही वक्तव्यं बाळासाहेब ठाकरे यांच्या तुलनेत बरीच सौम्य असली, तरी ती फाजील उत्साहानं केली असून, जनतेत प्रक्षोभ माजवणारी आहेत, असं मत व्यक्त करण्यात आलं.

---

[५] अॅन्ड्र्यू जॉन रॉटर, *कॉम्रेड्स अॅट ऑड्स : द युनायटेड स्टेट्स अॅन्ड इंडिया, १९४७–१९६४* (न्यू यॉर्क : कॉर्नेल युनिव्हर्सिटी प्रेस)

परंतु ही आनंदात विहरण्याची अवस्था फार काही टिकली नाही; कारण पोखरणमधील अणुचाचण्यांनंतर आठवडाभरातच २८ मे रोजी पाकिस्ताननं अणुबाँबची चाचणी घेतली. इतिहासकार रामचंद्र गुहा यांनी या घटनेचं वर्णन करताना म्हटलं होतं, 'राष्ट्राभिमानाच्या फुग्याला टाचणी लावून तो सपाट करण्यात आला होता!' जेव्हा एका भाजप पंतप्रधानानं अणुचाचणी घेण्याचा निर्णय घेतला होता, तेव्हा सर्वांनी गृहीतच धरलं होतं की CTBT (कॉम्प्रिहेन्सिव्ह टेस्ट बॅन ट्रीटी – अणुचाचणीवर सर्वंकष बहिष्कार घालणारा ठराव) वर सही करण्याचं दडपण आलं असता, त्या वेळच्या किंवा भविष्यातल्या कोणत्याही सरकारनं असाच निर्णय घेतला असता. नव्या जागतिक समीकरणांमध्ये आपल्या शक्तीचं असं प्रदर्शन केल्यामुळे भाजपला जोरदार नागरी पाठिंब्याचा लाभ घेता आला. शीत युद्धातील भारताचा मित्र, सोव्हिएत युनियन, १९८०च्या दशकाच्या शेवटी शकलं होऊन कमजोर झाल्यानंतर भारताच्या सुरक्षेबाबत निर्माण होणाऱ्या संभाव्य धोक्यांवर नियंत्रण ठेवण्यासाठी देशानं आपलं लष्करी सामर्थ्य जगाला दाखवून देणं गरजेचं होतं, असा जनतेचा युक्तिवाद होता.

त्यामुळे ही एक अत्यंत महत्त्वाची राजकीय खेळी होती; परंतु जे संदर्भ देऊन भारतानं हा निर्णय घेतला, त्याबाबत विवाद उसळला.

या वेळेस भारताचे संरक्षणमंत्री होते जॉर्ज फर्नांडिस. १९७७च्या जनता सरकारात त्यांनी आय.बी.एम. आणि कोकाकोला कंपन्यांवर तोफ डागून त्यांना देशाबाहेर हाकलून लावलं होतं. त्यांनी या अणुचाचण्यांनंतर विधान केलं की, भारताला चीनकडून सर्वांत जास्त धोका आहे आणि चीन संदर्भातील भारताच्या समस्यांकडे पुरेशा गांभीर्यानं न घेणं देशाच्या हिताचं नाही! त्यामुळे अणुचाचण्यांनंतर अवघ्या एकाच महिन्यात भारतानं आपल्या शब्दांनी आणि कृतींनी चीन आणि पाकिस्तान या दोहोंचं लक्ष भारताच्या आण्विक सामर्थ्याकडे वेधून घेतलं.

स्थैर्य–अस्थैर्य यांबद्दलच्या विरोधाभासांच्या दृष्टिकोनांमधून पाहिलं असता एक असा युक्तिवाद पुढे येतो की, दोन प्रतिस्पर्धी देश आण्विकदृष्ट्या समर्थ झाल्यामुळे, या दोघांनी बारीकसारीक कुरापती काढल्या तरी त्यांच्यात थेट जोरदार युद्ध होण्याची शक्यता बरीच कमी होईल. साधक बाधक विचार केला तर अणुचाचण्या घेण्याचं भारताचं धोरण तेवढंसं सुज्ञपणाचं नव्हतं, असं म्हणावं लागेल.

सोव्हिएत युनियन आणि यू.एस. हे दोन्ही देश आण्विकदृष्ट्या समर्थ होते, तरी त्यांनी आपसातलं वितुष्ट प्रमाणाबाहेर वाढू न देण्याची खबरदारी घेतली होती. या विरुद्ध परिस्थिती भारत आणि पाकिस्तानात उद्भवली आणि अणुचाचण्यांनंतर या दोन्ही देशांत अभूतपूर्व हिंसाचार घडला आणि वाढत गेला. अमेरिका आणि रशियातील मतभेद संपूर्णतः वेगळ्या प्रकारचे होते. याउलट भारत–पाकिस्तान हे शेजारी देश होते आणि त्यांच्यात सीमेसंदर्भात अत्यंत कडवट विवाद होता. १९९८च्या अणुचाचण्यांपासून पाकिस्तान देशाबाहेरचे लोक वापरून भारताला लक्ष्य

बनवत असल्यामुळे भारताला अनेक युद्धसदृश हल्ल्यांना तोंड द्यावं लागतंय. त्यामुळे अमेरिका–रशियाच्या पहिल्या अणुयुगापेक्षा भारत–पाकिस्तानचं दुसरं अणुयुग संपूर्णतः वेगळं आहे. इथं बारीकसारीक हल्ले मोठ्या युद्धातही परावर्तित होऊ शकतील; कारण फाजील देशाभिमान आणि खोलवर भिनलेला जनतेतील विद्वेष ठिणगीचं, भीषण आगीत कधी रूपांतर करेल, हे सांगता येणं कठीण आहे. स्वतः नामानिराळं राहून हस्तकांद्वारा भारतावर हल्ला चढवण्याचे विविध मार्ग पाकिस्ताननं शोधून काढले आहेत. यात पाकिस्तान मुख्यतः जिहादींचा वापर करून घेत आहे. सुरुवातीपासूनच पाकिस्तानच्या लष्करी धोरणामध्ये ही मूलभूत संकल्पना राबवण्यात आली आहे. त्यामुळे अनेक विदेश–धोरण–तज्ज्ञांची अशी अपेक्षा आहे की, पाकिस्तानी लष्करेतर लढवय्ये आणि भारतीय लष्कर यांच्यामधील अनिर्णित कुंठितावस्थेचा थेट परिणाम म्हणून दोन्ही देशांतच युद्ध पेटू शकेल.

सुरक्षा–तज्ज्ञ पॉल एस. कपूर आणि सुमित गांगुलींचं म्हणणं आहे की, पूर्वापारच्या भारतीय धोरणानुसार ठरावीक जागांवरून पाकिस्तानात खोलवर घुसण्याऐवजी भारत सरकार आता विस्तीर्ण पाकिस्तानी भूखंडावर अनेक उथळ चढाया करायची तयारी करत आहे. 'भारतीयांची अपेक्षा आहे की ही नवी रीत ज्याला कोल्ड स्टार्ट असं म्हटलं जातं, ती वापरली की पाकिस्ताननं कुरापत काढल्यावर अवघ्या काही दिवसांमध्ये भारताला त्यांच्यावर हल्ला चढवता येईल. हा हल्ला इतका तीव्र आणि वेगवान असेल की, पाकिस्तानला प्रतिकाराची तयारी करायला किंवा आंतरराष्ट्रीय श्रेष्ठींना भारताला आक्रमक पवित्र्यांपासून थोपवायला वेळच मिळणार नाही. प्रमाणबद्धतेचा अभाव असलेलं पाकिस्तानी लष्करी धोरण भारतीय लष्कराला कल्पक नवे मार्ग शोधायला उद्युक्त करत आहे आणि जे भारत पाकिस्तान युद्ध टाळायचा आपला प्रयत्न होता, त्याकडेच जोरानं मार्गक्रमण करायला भाग पाडत आहे,' असं या दोघा तज्ज्ञांचं म्हणणं आहे.

त्या दोघांचं म्हणणं आहे की, ज्या अण्वस्त्रांमुळे शीतयुद्धाच्या काळात अमेरिका–रशिया हे दोन बलाढ्य देश युद्धापासून परावृत्त केले गेले, तसं भारत–पाकिस्तानमध्ये घडण्याची फारशी शक्यता नाही. कपूर म्हणतात, ''मला वाटतं की, अण्वस्त्रांचा एकाच वेळेस युद्ध थोपवणं आणि युद्ध पेटवणं असा दुहेरी परिणाम घडू शकतो. हे किंवा ते असा त्यात निवडीला वाव नसतो. दक्षिण आशियात पाकिस्तानी अण्वस्त्रांमुळे भारत त्यांच्या जिहादी हल्ल्यांची शिक्षा म्हणून पाकिस्तानविरुद्ध जोरदार युद्ध पुकारायला कचरतोय; परंतु भारताच्या या धोरणामुळे अण्वस्त्रं असलेला पाकिस्तान अधिकच धीट बनून सीमेबाबत आक्रमकपणे वागतोय. अण्वस्त्रं नसती तर पाकिस्तान असं करण्यासाठी धजला नसता. अशा प्रकारे अण्वस्त्रांमुळे युद्धापासून थोपवलं जातं, तसंच जास्त धिटाईनं आक्रमकही बनवलं जातं. थोडक्यात म्हणजे विरुद्ध बाजू कचरेल हे माहीत असल्यामुळे दुसरी बाजू अधिक आक्रमक बनते. माझं असं म्हणणं नाही की,

भारतानं अणुचाचण्या घेणं ही धोरणात्मक चूक होती. पाकिस्तान आण्विक क्षमता असलेलं राष्ट्र आहे हे सर्वांना माहीत होतं. प्रत्यक्ष अण्वस्त्रं बनवण्यापासून पाकिस्तान तेव्हा काही पावलंच दूर होतं. त्यामुळे पाकिस्ताननं प्रत्यक्ष अणुचाचणी घेतल्यामुळे पाकिस्तानचा आण्विक क्षमता असलेलं राष्ट्र असा लौकिक स्पष्टपणे जगापुढे आला. यापेक्षा इतर काही फारसं बदललं असं मला वाटत नाही.''

भारतीय लष्कराचा जो दावा आहे की, अणुचाचणी घेतल्यामुळे आण्विक क्षमता असलेल्या त्यांच्या शत्रूंबरोबर उघड युद्ध पेटण्याची शक्यता कमी होते, याबद्दल अन्य काहींनीसुद्धा शंका उपस्थित केली आहे. भारत-चीन यांच्यात सीमेवरच्या मोजक्या चकमकी वगळता मोठं युद्ध करण्याजोगं इतर काही भांडण नाही, त्यामुळे आण्विक क्षमतेचा भारत-चीन संबंधांवर काही परिणाम होण्यासारखा नाही. अगदी १९६२मध्येसुद्धा चीननं स्वतःहून एकतर्फी युद्धसमाप्ती जाहीर केली होती आणि भारताचा मोठा टापू जिंकून घेण्यासाठी जोरदार चढाई केली नव्हती. तज्ज्ञांचं म्हणणं आहे की, पाकिस्तानजवळ अण्वस्त्र नसती, तर तो देश इतक्या बेपर्वाईनं वागला नसता. सरतेशेवटी भारताचं पाकिस्तानच्या तुलनेत पारंपरिकदृष्ट्या असलेलं श्रेष्ठत्व वादातीत आहे. भारताची लोकसंख्या पाकिस्तानपेक्षा सातपट जास्त आहे, अर्थव्यवस्था नऊ पटींनी अधिक प्रबळ आहे. भारताचा भूभाग पाकिस्तानपेक्षा चौपट मोठा आहे आणि भारताचं सामाजिक आणि आर्थिक विकासाबाबतचं श्रेष्ठत्व आणि भारताचं उच्च तंत्रज्ञान वादातीत आहे. अण्वस्त्रं आहेत या एवढ्याच विचारानं पाकिस्तानला आश्वस्त वाटत नसतं, तर भारतावर पारंपरिक पद्धतीनं आक्रमण करायला पाकिस्तान धजलाच नसता.[६] भारताला युद्धाला प्रवृत्त करण्याच्या दृष्टीनं पाकिस्तान ज्या प्रमाणात कुरापती काढत आहे, त्यात या दोन्ही देशांनी घेतलेल्या अणुचाचण्यांनंतर प्रचंड वाढ झाली आहे.

१९९०च्या दशकाच्या अखेरीस भारत कोणत्या वेळी अणुचाचणी घेण्याच्या बेतात होता आणि आर्थिक बाबींचा विचार करून त्यानं तो मोह कसा टाळला हे ऑस्ट्रेलियातील नॅशनल युनिव्हर्सिटीतील विद्वान अभ्यासक ॲन्ड्र्यू बी. केनेडी यांनी स्पष्ट केलं आहे.

> जेव्हा मे १९९६मध्ये भाजप सत्तेवर आला, तेव्हा पंतप्रधान अटल बिहारी वाजपेयी यांनी अणुचाचणी घेण्याचा प्राथमिक निर्णय घेतला होता; परंतु त्यांना तसं करता आलं नाही, कारण विश्वास ठरावावरच्या मतदानाचे निर्णय तोवर आलेले नव्हते. पुरेशी मतं न मिळाल्यामुळे त्यांचं सरकार लगेचच कोसळलं. त्यानंतर देवेगौडा सत्तेवर आले. ते युनायटेड फ्रंट युतीचे नेते

[६] http://nationalinterest.org/commentary/indias-nuclear-blunder-8946?page=2.

> म्हणून पंतप्रधान बनले. त्यांनी जून महिन्याच्या प्रारंभी अणुचाचणी घेण्याचा विचार केला होता; परंतु अखेरीस त्यांनीसुद्धा तो बेत रद्द केला. राव यांच्याप्रमाणेच गौडांनासुद्धा (या चाचण्यांचे) आर्थिक दुष्परिणाम विचारात घ्यावेसे वाटले. त्यानंतर युनायटेड फ्रंट युतीचे पंतप्रधान म्हणून गौडांनंतर इंदरकुमार गुजराल एप्रिल १९९७मध्ये सत्तेवर आले. गुजराल नंतर म्हणाले की, त्यांनीसुद्धा अणुचाचणीबद्दल साधक बाधक विचार केला होता; परंतु त्याबद्दलच्या संभाव्य शिक्षेच्या (आर्थिक निर्बंधांच्या) विचारामुळे त्यांनी तो बेत रद्द केला.[७]

या संदर्भात अनेक विश्लेषक म्हणतात की, वाजपेयींनी अणुचाचणी घेण्याच्या परिणामांची फारशी क्षिती बाळगली नाही. डावपेचाचा विचार करता त्यांनी केलं ते योग्य केलं; परंतु दीर्घकालीन धोरण म्हणून विचार केला, तर ते योग्य नव्हतं, असं हे विश्लेषक म्हणतात. अर्थात काही जण असंही म्हणतात की, त्यांचे मित्र राव यांच्या गूढार्थानं भरलेल्या संदेशामुळे (सामग्री तैय्यार है) वाजपेयी वाहवत गेले. काहींचा असा दावा आहे की, शीतयुद्धानंतर, शीतयुद्ध काळातील भारताचा मित्र रशिया भारताच्या पाठीशी उभा नसताना; त्याचवेळी पाकिस्तान आणि चीन यांच्याकडूनचा धोका अनेक पटींनी वाढत असताना, सुरक्षेच्या विचारानं भारतानं अणुचाचणीचा घेतलेला निर्णय योग्यच होता. असे विवाद चालूच राहतील. एक गोष्ट मात्र अगदी खरी आहे की, वाजपेयी द्वितीय अणुयुगाचे निर्माते ठरले!

जेव्हा जगातील अनेक देशांनी आणि संयुक्त राष्ट्रसंघानं भारत पाकिस्ताननं घेतलेल्या अणुचाचण्यांचा धिक्कार केला, त्याच वेळेस वाजपेयींना देशांतर्गत समस्यांनासुद्धा तोंड द्यावं लागलं. भारतातील उद्योगपती आणि जयललिता यांना खूश ठेवण्यासाठी अणुचाचण्या पुरेशा नव्हत्या.

१ जून १९९८ रोजी शेअर बाजाराचा निर्देशांक कोसळला; कारण त्या दिवशी अर्थमंत्री सिन्हा यांनी अंदाजपत्रक सादर करताना सरकारला त्याच्या काही योजना मागं घ्यायला लावल्या होत्या. जयललिता यांनी पुन्हा जुलै महिन्यात डोकं वर काढलं आणि केंद्र सरकारला तंबी दिली की तामिळनाडूला कावेरी नदीचं पाणी देण्याबाबत सर्वोच्च न्यायालयानं केलेला निवाडा सरकारनं दोन दिवसांत कार्यान्वित केला नाही, तर सरकारला भीषण परिणामांना सामोरं जावं लागेल. वाजपेयी सरकार मोठ्याच संकटात सापडलं आणि सरकारनं कावेरी नदीचं पाणी वाटून घेणाऱ्या अन्य राज्यांबरोबर समन्वय साधण्याच्या हेतूनं बोलणी सुरू केली न केली तोच जयललिता यांनी त्यांच्या पाठिंब्यावर अवलंबून असलेल्या एन.डी.ए. सरकारला सत्तेवरून खाली

---

[७] ॲन्ड्र्यू बी. केनेडी. 'इंडिआज न्यूक्लिअर ओडिसी', *इंटरनॅशनल सिक्युरिटी, व्हॉल्यूम* ३६, नं. २, २०११.

खेचण्यासाठी निर्णायक घाव घालण्याची तंबी दिली. हे शीतयुद्ध महिनाभर चालू होतं आणि वाजपेयी सरकारचं जीवित ऑगस्ट अखेरीस अधांतरी टांगलेल्या अवस्थेत सापडलं होतं. तोवर धमकी दिल्याप्रमाणे जीवघेणा ठोसा लगावण्याचा जयललितांचा उत्साह कमी झाला होता. गोष्टी त्यांच्या अपेक्षेप्रमाणे घडत गेल्या नाहीत, हे त्यामागचं कारण असावं. भाजपचे समझोता करणारे उमेदवारही आक्रमक मनःस्थितीत होते. त्यांनी वायकोचा एम.डी.एम.के. पक्ष, एस. रामदास यांचा पट्टली मक्कल काटची पक्ष यांच्यासह तामिळनाडूमधील अन्य पक्षांना आपल्या बाजूनं वळवून घेतलं होतं. त्या वेळचे अहवाल असंसुद्धा सूचित करतात की, जयललिता यांनी एन.डी.ए.चा पाठिंबा काढून घेतला नाही, कारण काँग्रेसबरोबर नवी युती करण्याबाबत त्यांना कोणतंही आश्वासन मिळवता आलं नव्हतं.[८]

बरीच आदळआपट केल्यानंतर जयललिता यांचा बार फुसकाच निघाला!

पत्रकार टी. व्ही. आर. शेणॉय यांनी मर्मावर अचूक बोट ठेवत म्हटलं की, कर्नाटक आणि तामिळनाडू या दोघांना पुरून उरेल एवढं पाणी कावेरी नदी पुरवतेय. एका सीमेबाहेर कर्नाटकनं कावेरीचं पाणी अडवून धरलं, तर पूर उसळतील ही गोष्ट सूर्यप्रकाशाएवढी स्पष्ट आहे; परंतु कर्नाटकातला एकही राजकारणी असं स्पष्टपणे म्हणायला राजी नसतो, त्यामुळे तामिळनाडूतील राजकारण्यांना आपल्यावर अन्याय होतोय, अशी तक्रार करण्याची संधी मिळते; असं शेणॉय यांनी नमूद केलंय.[९]

दरम्यान, भाजप नेते प्रमोद महाजन हे जयललितांचे प्रतिस्पर्धी डी.एम.के. या पक्षाकडे पाठिंबा मागण्यासाठी गेले होते. कार्यवाही अभियानाचे अध्यक्ष (डायरेक्टर ऑफ द एनफोर्समेंट डायरेक्टोरेट) एम. के. बेझबारूआ, अर्थ सचिव मॉन्टेकसिंग अहलुवालिया, महसूल सचिव एन. के. सिंग आणि अन्य उच्चपदस्थ अधिकाऱ्यांच्या करण्यात आलेल्या बदल्या स्थगित करण्यात याव्यात, अशी जयललितांची मागणी होती. मुख्य सचिव ब्रजेश मिश्रा यांना स्वतः या रस्सीखेचीत मध्यस्थी करणं भाग पडलं. जयललितांचं म्हणणं होतं की, तामिळनाडूमधील शक्तिशाली बातमी संस्थेनं बेझबारूआंच्या बदलीसाठी प्यादी हलवली होती. आपल्या पत्राला वाजपेयींकडून उत्तर येईल अशी जयललितांची अपेक्षा होती; परंतु ब्रजेश मिश्रांनीच उत्तर पाठवल्यामुळे त्यांना अपमानित झाल्यासारखं वाटलं, त्यामुळे त्यांनी त्यांच्या एका पक्षकार्यकर्त्याच्या हस्ते मिश्रांना उत्तर धाडलं आणि अशी प्यादी हलवल्याबाबतचा पुरावा पाठवून दिला.

तारेवरची कसरत ठरलेल्या युती सरकारचं नेतृत्व करण्याच्या यातनांखेरीज वाजपेयींनी सत्ताग्रहण केलं त्या वर्षी अनेक अंतर्गत समस्यासुद्धा देशापुढे उभ्या होत्या आणि त्या संकटांशी त्यांना दोन हात करावे लागले होते. कुठल्याही गोष्टीपुढं हार

---

८ http://www.frontline.in/static/html/fl1518/15180110.htm.

९ http://www.rediff.com/news/1998/aug/12 flip.htm.

न मानणारे वाजपेयी एका मित्राला म्हणाले की, सतत कठीण परिस्थितीशी दोन हात करायची वेळ आली की ते अंगवळणीच पडतं!

एका भल्यामोठ्या चक्रीवादळानं त्या वर्षीच्या उन्हाळ्यात भारताच्या पश्चिम किनाऱ्याला जोरदार तडाखा देऊन जो विध्वंस केला, त्यात १०,००० लोक मृत्युमुखी पडले. हे बरेचसे मृत्यू गुजरात राज्यात झाले. किनाऱ्यावरच्या काही जमाती रातोरात नाहीशा झाल्या. ९ जूनला चक्रीवादळानं पोरबंदरवर प्रहार केला आणि विस्तीर्ण टापूतील घरं, कारखाने उद्ध्वस्त झाले, त्यामुळे सरकारचं अब्जावधी रुपयांचं नुकसान झालं. विमा कंपन्यांना नैसर्गिक संकटामुळे झालेल्या विनाशाची भरपाई म्हणून १३०० कोटी रुपये द्यावे लागले. दरम्यान, काश्मीरमध्ये नव्यानं हिंसाचार उसळला आणि अतिरेक्यांनी निष्पाप लोकांना गोळ्यांनी ठार करण्याचा सपाटा लावला. एका लग्नाच्या वऱ्हाडालासुद्धा त्यांनी मारून टाकलं. त्यानंतर काही महिने हा हिंसाचार अखंड चालूच होता. हिझबुल मुजाहिदीन या बंदी घातलेल्या अतिरेकी टोळीचा नेता, अली मोहम्मद दर याच्या मृत्यूनंतर हिंसाचार पुन्हा नव्यानं उसळला.

वाजपेयी सरकारनं बिहारमध्ये राष्ट्रपती राजवट आणण्याचा प्रस्ताव मांडला, तेव्हा त्यांना मोठ्याच नामुष्कीला सामोरं जावं लागलं. बिहार राज्य सरकारचं मुख्यमंत्रिपद त्या वेळेस लालूप्रसाद यादव यांची पत्नी राबडीदेवी यांच्या हाती होतं. केंद्र सरकार आणि पूर्वी संघ सदस्य असलेले बिहारचे राज्यपाल सुंदरसिंग भंडारी यांनी राष्ट्रपती राजवट आणावी, असा प्रस्ताव राष्ट्रपती के. आर. नारायणन यांच्याकडे पाठवून दिला. त्यांनी तो लगेचच फेटाळून लावला. गमतीची गोष्ट म्हणजे नारायणन यांचा तीन पानी खलिता वाजपेयींकडे पाठवण्यात आला होता, तेव्हा ते देशाबाहेरच होते. या खलित्यात त्यांनी या प्रस्तावामागच्या घटनात्मक औचित्याबद्दल संदेह व्यक्त केला होता. नारायणन यांनी म्हटलं होतं, 'राज्यातील घटनात्मक यंत्रणा अकार्यक्षम झालेली असली तरच कलम ३५६च्या आधारे राष्ट्रपती राजवटीची मागणी करता येते. अशी परिस्थिती (बिहारमध्ये) असल्याचं राज्यपालांनी नीटपणे सिद्ध केलेलं नाही... कलम ३५६ खाली बिहारमध्ये क़ारवाई करण्यापूर्वी सावधगिरीची सूचना देणं, अधिसूचना देणं आणि राज्य सरकारकडून कारणांबद्दल स्पष्टीकरण मागणं यांसारख्या प्राथमिक प्रक्रियांची पूर्ती केली जाणं आवश्यक आहे. तसं न करता कलम ३५६ जारी करणं हे औद्धत्य ठरेल.' राष्ट्रपतींनी पुढं असाही निर्देश केला की, बोम्मईंवरचा निवाडा करतेवेळी साकरिया समितीचा निर्णय उद्धृत करण्यात आलेला होता. तो लक्षात घेऊन यांची नोंद घ्यायला हवी की राबडी देवी यांना (बिहार) विधानसभेत बहुमताचा पाठिंबा आहे. भाजपचं केंद्र सरकार अनेक दृष्ट्या पेचात सापडलं होतं. पूर्वी भाजपचे सरकार असलेल्या उत्तर प्रदेशाबाबत तत्कालीन केंद्र सरकारनं पाठवलेला असाच प्रस्ताव नारायणन यांनी फेटाळून लावला होता आणि त्या वेळेस भाजपनं स्वतःच नारायणन यांचं वर्णन 'लोकशाहीचा त्राता' अशा कौतुकाच्या भाषेत केलं होतं. ही गोष्ट आताच्या परिस्थितीत त्यांना कात्रीत पकडत होती.

नशिबाचे फासे भाजपच्या विरोधातच पडत होते. नोव्हेंबर १९९८च्या राज्य निवडणुकांमध्ये दिल्ली, राजस्थान आणि मध्य प्रदेश या महत्त्वाच्या राज्यांमध्ये भाजपला पराजयाला सामोरं जावं लागलं होतं. दिल्लीत भाजपनं इतका जोरदार मार खाल्ला की त्याचे पडसाद त्या वेळी कुशाभाऊ ठाकरेंच्या नेतृत्वाखाली असलेल्या सत्तेवरच्या भाजप पक्षातसुद्धा उमटले. कोणत्याही हिंदुत्ववादी पक्षाला गेल्या तीन दशकांमध्ये दिल्लीत जेवढी मतं मिळवता आली होती, त्या तुलनेत भाजपची या निवडणुकीतली कामगिरी सर्वांत डावी ठरली होती. भाजपचा पूर्वावतार असलेल्या जनसंघाच्या काळापासून पक्षाचा वरचष्मा आणि वचक असलेल्या दिल्लीतील सदर बझार आणि पटेल नगर अशा मतदारसंघांमधूनसुद्धा भाजपचा पराभव झाला होता. १९९३ सालच्या दिल्ली निवडणुकीत भाजपला दोन तृतीयांश जागा मिळून बहुमत प्राप्त झालं होतं. १९९८ साली दिल्लीत भाजपचा जो दारुण पराजय झाला, त्यामागं अनेक कारणं होती. नेहमीच्या गरजेच्या कांद्यांसारख्या खाद्यपदार्थांच्या किमतींवर नियंत्रण ठेवता न येणं आणि दिल्ली भाजपमधली आपापसातली जोरदार भांडणं यांसारख्या कारणांचा या यादीत समावेश होता. काँग्रेसच्या दृष्टीनं ही विजयाची लाटच होती. काँग्रेसला सत्तरपैकी एक्कावन्न जागा मिळाल्या आणि भाजपला अवघ्या पंधरा जागा मिळवता आल्या. दिल्लीतला दारुण पराजय, राजस्थानमध्ये मतांमध्ये झालेली पीछेहाट आणि ठाकरेंचं मातृराज्य मध्य प्रदेश येथेसुद्धा पुढं मुसंडी मारण्यात भाजपला आलेलं अपयश या गोष्टी युतीच्या केंद्र सरकारात नेतृत्व करणाऱ्या भाजपच्या दृष्टीनं पक्षावरचा कठोर आघातच होता; कारण ही हिंदीभाषिक राज्यं ही आपलीच हक्काची कुरणं आहेत अशी भाजपची धारणा होती.[१०]

देशात विविध जागी, विशेषतः मंगलोरमध्ये उसळलेल्या दंगली आणि संपांमुळे भाजपवर बरीच टीका झाली; परंतु खरं जोरदार वादंग माजलं नौदल प्रमुख, ॲडमिरल विष्णू भागवत यांना बडतर्फ करण्याच्या संरक्षणमंत्री जॉर्ज फर्नांडिस यांच्या निर्णयामुळे. त्यांना पदच्युत केलं गेल्याचा आदेश भागवत यांना ३० डिसेंबर १९९८ रोजी देण्यात आला. तो मिळताक्षणी नौदल प्रमुख आपली वकील पत्नी निलोफर भागवत यांच्याबरोबर राष्ट्रपतींना भेटायला गेले. राष्ट्रपतींनी या जोडप्याचं म्हणणं ऐकून घेतलं. तिथून निलोफर थेट प्रसारमाध्यमांपुढे गेल्या. त्यांनी संरक्षणमंत्री आणि भागवतांचे उत्तराधिकारी व्हॉइस ॲडमिरल सुशील कुमार या दोघांवर अनेक आरोप केले. या विवादात डावे पक्षसुद्धा सामील झाले. कम्युनिस्ट पार्टी ऑफ इंडियाचे नेते ए. बी. बर्धन यांनी भागवतांचं वर्णन 'भगवेगिरीच्या राजकारणाचा बळी' अशा शब्दांमध्ये केलं. अनेक शिक्षणतज्ज्ञांनी आणि शिक्षण व्यावसायिकांनीसुद्धा भागवतांना पाठिंबा दिला; परंतु वाजपेयींनी ठासून सांगितलं की, भागवतांना बडतर्फ करण्यामागे

---

[१०] http://www.frontline.in/static/html/Fl1525/15250210.htm.

संरक्षण दलांवरच्या मुलकी अधिकाराच्या वर्चस्वाचं पुनःप्रतिपादन करणं हा हेतू होता. पंतप्रधानांनी म्हटलं की, भागवतांना पदच्युत करण्यात आलं, कारण त्यांनी सुरक्षा दलांवर मंत्रिमंडळाचं नियंत्रण असण्याच्या रूढ प्रथेला हेतुपुरस्सर धुडकावून लावलं होतं. सुरक्षा मंत्रालयानं भागवतांवर ढीगभर अन्य आरोपसुद्धा केले होते. अंदमान बेटांवरच्या गोपनीय अशा 'ऑपरेशन लीच' या मोहिमेची बातमी बाहेर फोडणं, सहकाऱ्यांशी अत्यंत निंद्य पद्धतीनं वागणं आणि एकूणच आक्रमकपणे वागणं. सुरक्षा मंत्रालयानं अत्यंत चमत्कारिक शब्दांमध्ये भागवतांना पाठवलेल्या पत्रात नमूद केलं होतं, 'राष्ट्रपतींना नौदल कायदा १९५७च्या विभाग १५(१) या अन्वये देण्यात आलेल्या अधिकारांचा वापर करून, राष्ट्रपती ॲडमिरल विष्णू भागवत यांच्या नौदलातील सेवेला देण्यात आलेली मान्यता, नौदल प्रमुख म्हणून ते योग्य असल्याचा विश्वास नाहीसा झाल्यामुळे मागे घेत आहेत आणि त्यांना त्यांच्या सेवेतून त्वरित मुक्त करत आहेत.[११]

सरकारचा निर्णय योग्य असो की अयोग्य; पण वाजपेयींची राजवट वाढत्या प्रमाणात वादंगांना आमंत्रणं देत होती, याबाबत संदेह नव्हता!

१९९९ साली विविध राज्यांच्या आदिवासी भागांत ख्रिस्ती धर्मीयांवर हल्ले झाले. याला प्रारंभ झाला गुजरातेत आणि त्यानंतर केंद्रात हिंदुत्ववादी सरकार राज्य करीत आहे या विचारानं धिटावलेले संशयित हिंदू अतिरेकी एक भीषण कृत्य करायला धजावले. ऑस्ट्रेलियातील ख्रिस्ती धर्मप्रचारक ग्रॅहॅम स्टेन्स आणि त्याचे दोन मुलगे, दहा वर्षांचा फिलिप आणि सहा वर्षांचा टिमोथी, हे त्यांच्या ट्रेलरमध्ये झोपलेले असतानाच या अतिरेक्यांनी जाळून टाकून त्यांची हत्या केली. अठ्ठावन्न वर्षांचे स्टेन्स हे ओडिसातील अत्यंत दरिद्री भागातील लोकांची आणि महारोग्यांची सेवा करत होते. त्यांची आणि त्यांच्या मुलांची इतक्या भीषण प्रकारे हत्या केली गेल्याची बातमी देशात आणि देशाबाहेर ठळकपणे छापून आली आणि वाजपेयी अत्यंत व्यथित झाले. २३ जानेवारी १९९९च्या रात्री दारासिंगच्या नेतृत्वाखालील जमावानं, स्थानिक संथाली भाषेत उत्तम संभाषण करू शकणाऱ्या आणि केओंझार जिल्ह्यातील मनोहरपूर नावाच्या खेड्यात राहणाऱ्या स्टेन्सना मारून टाकलं. दारासिंगचा दावा होता की, हा स्थानिक जनतेला ख्रिस्ती धर्म स्वीकारायला लावणारा धर्मप्रचारक होता. हा आरोप स्टेन्सची विधवा पत्नी ग्लॅडिस हिनं फेटाळून लावला होता. या घटनेमुळे देश हादरून गेला. राष्ट्रपती नारायणन या हत्यांबद्दल म्हणाले की, आपल्यातील सहिष्णुता आणि एकोपा प्राचीन काळापासून आपण टिकवून ठेवला आहे; पण आता जागतिक कृष्णकृत्यांच्या यादीत या घटनेची भर पडली आहे.

---

[११] http://indiatoday.intoday.in/story/naval-chief-admiral-vishnu-bhagwat-sacked-for-defiance-of-civilian-authority/1/252841.html.

वाजपेयींनी या हत्यांचं वर्णन 'भीषण घटना' अशा शब्दांमध्ये केलं आणि मंत्रिमंडळातील तिघांचं पथक ताबडतोब मनोहरपूरला पाठवून सर्वोच्च न्यायालयातील न्यायाधीशाच्या नेतृत्वाखाली कायदेशीर चौकशी करत असल्याचं जाहीर केलं; परंतु आदिवासी टापूत धर्माच्या नावावर वाढत चाललेला हिंसाचार नियंत्रणाखाली ठेवता न आल्याबद्दल सरकारची बदनामी झाली. मूलतत्त्ववादी भाजप कार्यकर्ते अशा दंगलींच्या मागे असल्याचे अहवाल बाहेर येऊ लागले. अवघ्या एकाच आठवड्यात मदनलाल खुराणा या पर्यटन आणि संसदीय कामकाज मंत्र्यानं, ख्रिस्ती धर्मीयांवरील हल्ल्यांचा निषेध करत मंत्रिपद सोडलं. त्यायोगे त्यानं निष्पाप जीवित वाचवण्याबद्दलची सरकारी अक्षमताच मान्य केली.

दरम्यान, वाजपेयी सरकारला बिहारातलं राबडीदेवींचं सरकार बरखास्त करण्यात यश मिळालं होतं. वाजपेयी बिहारमध्ये कलम ३५६ अमलात आणण्यास फारसे उत्सुक नव्हते; परंतु युती सरकारातल्या समता पक्षाच्या जॉर्ज फर्नांडिस आणि नीतिश कुमार यांनी बिहारमधलं राष्ट्रीय जनता दल पक्षाचं राज्य सरकार ताबडतोब बरखास्त करण्यासाठी केंद्र सरकारवर प्रचंड दडपण आणलं. चारा घोटाळ्यानंतर सत्तेवरून दूर जावं लागल्यामुळे लालूप्रसाद यादव यांनी आपल्या पत्नीला राबडी यांना मुख्यमंत्रिपद बहाल केलं होतं.

समता पक्षापुढे मान तुकवल्याची जबर किंमत मोजावी लागणार आहे, हे वाजपेयी पूर्णपणे जाणून होते. त्यांनी एका जवळच्या सहकाऱ्याजवळ कबूल केलं होतं की, जोवर बिहारच्या मुख्यमंत्र्यांपाशी विधानसभेतलं बहुमत आहे, तोवर ते सरकार बरखास्त करणं सुज्ञपणाचं ठरणार नाही. त्यांनी या सहकाऱ्याजवळ प्रांजळ कबुली दिली, 'आपल्याला मोठा अडथळा पार करावा लागणार आहे.'

अपेक्षेप्रमाणेच केंद्र सरकारला १२ फेब्रुवारीला केलेली आज्ञा ८ मार्चला मागे घ्यावी लागली कारण एन.डी.ए.सरकारच्या लक्षात आलं की, या ठरावावर राज्यसभेत पुरेशी मतं मिळणार नाहीत, त्यामुळे राबडीदेवी पुन्हा मुख्यमंत्रिपदावर आरूढ झाल्या. राष्ट्रपतींचा ठराव राज्यसभेत मंजूर करून घेता आला नाही, यामुळे लज्जित झालेल्या गृहमंत्री एल. के. अडवाणींनी लोकसभेत एक त्रोटक निवेदन केलं, 'केंद्रीय मंत्रिमंडळानं आज सकाळी बैठक घेतली आणि राष्ट्रपतींना सुचवलं की, बिहारमधील राष्ट्रपती राजवट मागं घेण्यात यावी. आज राष्ट्रपती सध्या इथं नाहीत; ते आज रात्री परत येतील. राष्ट्रपती राजवट मागं घेण्याबाबतची सर्व प्रक्रिया त्यानंतर पूर्ण केली जाईल.'[१२]

आपल्या बिहारबाबतच्या प्रस्तावाला काँग्रेसचा पाठिंबा मिळवण्याचे प्रयत्न असफल झाल्यामुळे सरकारनं त्याबाबत पुनर्विचार केला. गमतीची गोष्ट म्हणजे स्वतः वाजपेयींनीच काही मित्रांपाशी मत व्यक्त केलं होतं की, बिहारबाबतचा ठराव मागं घेणं

[१२] http://www.frontline.in/static/html/fl1606/16060350.htm.

हा आदरणीय पर्याय ठरेल; परंतु स्वतःच वाजपेयी ६ मार्चला सोनिया गांधींकडे गेले आणि बिहारमध्ये कायदा सुव्यवस्था मोडकळीला आल्याचं कारण पुढं करून त्यांनी या ठरावासाठी काँग्रेस पक्षानं पाठिंबा द्यावा अशी विनंती केली. राष्ट्रपती राजवट लागू केल्यानंतर दोन महिन्यांत लोकसभा-राज्यसभा या संसदेच्या दोन्ही सभागृहांकडून त्याला मान्यता मिळवावी लागते. ही मान्यता सहा महिन्यांच्या कालावधीसाठी वैध असते. त्यानंतर ती आणखी वाढवणं संसदेच्या हाती असतं.

यापूर्वी वाजपेयींनी पाकिस्तानला दोन दिवसांसाठी भेट दिली होती. या वेळेस दिल्ली-लाहोर बस सेवेचं १९ फेब्रुवारी १९९९ रोजी उद्घाटन करतेवेळी ते सीमा पार करणार होते. या बससेवेचं 'सदा-ए-सरहद' असं नामकरण करण्यात आलं होतं. ही बससेवा या पूर्वापारपासून प्रतिस्पर्धी असलेल्या या दोन देशांच्या दृष्टीनं अत्यंत महत्त्वाचा असा ऐतिहासिक टप्पा समजला जात होता. त्या दिवसाची सुरुवात गमतीशीरच झाली. पंतप्रधान जसवंत सिंगसारख्या आपल्या सहकाऱ्यांसमवेत अमृतसरला जाण्यासाठी विशेष विमानात बसले.

विमान सुरू होण्यापूर्वीच विमानातून बाहेर पडण्याचा दरवाजा पुन्हा उघडण्यात आला. जसवंत सिंगनी काय गडबड आहे, असा प्रश्न विचारला असता वाजपेयींच्या मदतनिसानं लज्जित होऊन म्हटलं, ''मी त्यांचं श्रवणयंत्र आणायला विसरलो होतो.'' ऐकू येत नसताना भारताचे पंतप्रधान पाकिस्तानच्या पंतप्रधानांची भेट कशी घेऊ शकले असते? त्यामुळे एक गाडी त्वरेने रेसकोर्स रोडपासून थेट विमानतळापर्यंत, वाहतूक पोलिसाच्या मदतीनं, सकाळच्या गर्दीच्या वेळेस विना अडथळा दामटवण्यात आली. तोवर श्रवणयंत्राच्या प्रतीक्षेत पंतप्रधान आणि लाहोरकडे निघालेला त्यांचा लवाजमा विमानात बसून राहिले होते.[१३]

वाजपेयींनी वाघा येथे सीमा पार केल्यावर पाकिस्तानचे पंतप्रधान नवाझ शरीफ यांनी त्यांचं स्वागत केलं आणि त्यानंतर दोघे जण एका हेलिकॉप्टरमध्ये बसून लाहोरला गेले. गमतीची गोष्ट म्हणजे वाजपेयींनी ज्या बसनं प्रवास केला होता, ती बस लाहोरपर्यंत पोहोचू शकली नाही; कारण मुस्लीम मूलतत्त्ववादी हल्ला करतील या भीतीपायी पाकिस्तान सरकार तो धोका पत्करायला तयार नव्हतं. त्यानंतर वाजपेयी त्यांच्या सन्मानार्थ आयोजित करण्यात आलेल्या मेजवानीला आपल्या प्रतिनिधी मंडळासमवेत लाहोरच्या किल्ल्यात उपस्थित राहिले. त्यांनी आधीच्या वेळेसारखेच याही वेळेस मिनार-ए-पाकिस्तान आणि महाराजा रणजित सिंग यांच्या समाधी स्थळांना भेट दिली. इतरही स्थळांना त्यांनी भेट दिली. लाहोरमध्ये असताना त्यांनी केलेल्या भाषणामुळे उपस्थित असलेल्या पाकिस्तानी अधिकाऱ्यांची मनं हेलावली, त्यानंतर शरीफ विनोदानं वाजपेयींना म्हणाले, 'वाजपेयी साब, अब तो आप

---

[१३] जसवंत सिंग, *अ कॉल टू ऑनर* (न्यू दिल्ली : रूपा, २००६).

पाकिस्तान में भी इलेक्शन जीत सकते हैं।' मिनार-ए-पाकिस्तान येथील पर्यटकांच्या अभिप्राय पुस्तिकेत वाजपेयींनी लिहिलं, 'स्थिर, सुरक्षित आणि समृद्ध पाकिस्तान असणं भारताच्या हिताचं आहे. याबद्दल पाकिस्तानातील कुणीही संदेह ठेवू नये. भारत मनापासून पाकिस्तानचं भलं इच्छितोय.'

पाकिस्तानबरोबर शांततेचे संबंध प्रस्थापित करण्याच्या दृष्टीनं पाकिस्तानबरोबर संवाद साधण्याचे प्रयत्न केल्याबद्दल काही गोटातल्या विदेशनीतितज्ज्ञांनी वाजपेयींची प्रशंसा केली, ही गोष्ट खरी आहे; परंतु इतर अनेकांनी असंही मत व्यक्त केलं की, अणुचाचण्यांनंतर उभयपक्षी निर्माण झालेला तणाव कमी करण्याबाबत या दोन देशांवर जे आंतरराष्ट्रीय दडपण आणण्यात आलं होतं, त्यासाठी हा केवळ जाहिरातबाजीसाठीचा देखावा होता!

वाजपेयींनी पाकिस्तानला भेट देण्यापूर्वीच तेथील काही शहरांत निषेध नोंदवणाऱ्या दंगली उसळल्या, कारण मूलतत्त्ववादी इस्लामी गटांना वाटलं की, दोन देशांचे नेते एकत्र आले, तर पाकिस्तानपुढची प्रमुख उद्दिष्टं, मुख्यत्वे दोन देशांमधील विवादाचं प्रमुख कारण असलेला काश्मीर प्रश्न धूसर बनेल. 'वाजपेयी परत जा' अशा अर्थाचे फलक लाहोरमध्ये उभारण्यात आले होते आणि इतर काही शहरांमध्ये इस्लामवाद्यांनी (दोन देशांमध्ये नव्यानं चालू केलेल्या बससेवेच्या) बसची प्रतिकृती जाळून टाकून या नव्या प्रारंभाचा निषेध नोंदवला होता. मात्र इतर अनेक लोकांना वाजपेयींच्या भेटीमुळे खूपच आनंद झाला. एका लाहोरस्थित प्रकाशकानं वाजपेयींच्या हिंदी कवितांच्या उर्दूतील अनुवादाचं पुस्तक त्यांच्या भेटीची स्मृती म्हणून प्रकाशित केलं. सोनेरी रंगाच्या बसमधून वाजपेयींनी पाकिस्तानला दिलेल्या भेटीचं 'संस्मरणीय घटना' अशा शब्दांमध्ये अनेक विश्लेषकांनी वर्णन केलं. वाजपेयींनी आपल्या भेटीचं वर्णन 'अल्पकाळाची परंतु महत्त्वपूर्ण' अशा शब्दांमध्ये केलं. त्यांचं वाघा सीमोल्लंघन हा दक्षिण आशिया खंडाच्या इतिहासातला 'निर्णायक क्षण' होता, असं त्यांनी म्हटलं.

२१ फेब्रुवारी रोजी लाहोरमध्ये जे अधिकृत निवेदन करण्यात आलं, त्यानुसार वाजपेयी-शरीफ यांच्या चर्चेत उभयपक्षी -संबंधांबाबतच्या सर्व गोष्टी, सार्कमधलं (साउथ एशियन असोसिएशन फॉर रीजनल को-ऑपरेशन SAARC) स्थानिक सहकार्य आणि आंतरराष्ट्रीयदृष्ट्या चिंतेच्या बाबी अशा विविध गोष्टींचा परामर्श घेण्यात आलेला होता. अणुसंबंधांमधील आणि इतर उभयपक्षी जिव्हाळ्यांच्या सर्व समस्यांबद्दल चर्चा करण्यासाठी दोन्ही देशांचे परराष्ट्र मंत्री अधूनमधून भेटतील, असं या दोघांनी मान्य केलं. परदेश भेटीसाठी लागणारा परवाना (VISA) आणि प्रवासाबाबतचे निर्बंध याबाबत आणखी स्वातंत्र्य देण्याबद्दल दोन्ही बाजू चर्चा करतील, असं ठरवण्यात आलं. खूप उदोउदो झालेल्या २१ फेब्रुवारीच्या लाहोर ठरावात उभयपक्षी संबंधांबाबतची प्रमुख तत्त्वं आणि अनेक उदात्त उद्दिष्टं नमूद करण्यात आली.

वाजपेयी २२ फेब्रुवारी रोजी दिल्लीत परतले, तेव्हा दोन अनपेक्षित घटना त्यांची वाट पाहत होत्या. एक घटना त्यांच्या युतीला हादरा देणारी होती, तर दुसरी घटना देशाच्या सुरक्षेला धोका पोहोचवणारी होती.

३ एप्रिलला जयललिता यांनी आणखी एक मागणी पुढं केली; ती अशी की, नौदल प्रमुखाच्या बडतर्फीचं संसदीय अन्वेषण करण्यात यावं. आणखी दोन दिवसांनी त्यांनी मागणी केली की, वाजपेयींनी संरक्षणमंत्री फर्नांडिस यांना मंत्रिमंडळातून काढून टाकावं. सरकारनं जेव्हा या मागण्यांना निक्षून नकार दिला, तेव्हा त्यांनी मंत्रिमंडळातून त्यांच्या दोन मंत्र्यांना काढून घेतलं. १४ एप्रिल हा वाजपेयी सरकारसाठी सर्वांत त्रासदायक दिवस ठरला. त्या दिवशी जयललितांच्या अखअञ्चघ पक्षानं युतीतील आपला सहभाग मागं घेतला, त्यामुळे राष्ट्रपतींनी वाजपेयींना सूचना केली की, त्यांनी संसदेपुढं विश्वास ठराव सादर करावा. विरोधी पक्षांनी अविश्वासाचा ठराव संसदेत मांडावा, असं भाजपनं यापूर्वीच सुचवलं होतं. पत्रकार इंदर मल्होत्रा यानं नमूद केलंय, '२६ जानेवारी १९५० रोजी 'तात्पुरत्या स्वरूपातील' संसद स्थापन झाल्यापासून मी त्याबद्दल पत्रकारिता करत आलोय किंवा त्यावर जवळून बारीक नजर ठेवत आलोय. २६ जानेवारी १९५० रोजी देशाची घटना कार्यान्वित करण्यात आली होती (पहिली लोकसभा निवडणूक १९५१-५२ मध्ये घेण्यात आली होती.) त्या काळापासून आजवर मी कधीही संसदेतलं मतदान इतकं तणावपूर्ण आणि विषारी असलेलं पाहिलेलं नाही.'

अखेरीस विश्वास ठरावावरची मतं मोजली गेली. तेव्हा नॅशनल डेमाक्रेटिक फ्रंटला (वाजपेयींच्या नेतृत्वाखालची पक्षयुती) २६९ मतं मिळाली आणि त्यांच्या विरोधात २७० मतं पडली. पडद्यावर जेव्हा निकाल झळकले, तेव्हा त्यावर वाजपेयींनी निमिषमात्र नजर टाकली आणि उपरोधानं त्याला एक सलाम ठोकला. आपण विश्वासदर्शक प्रस्ताव हरल्याचं त्यांच्या लक्षात आलं होतं. ते अगदी शांत राहिले आणि संसदेतील पंतप्रधानांच्या १० नंबरच्या खोलीतील कचेरीकडे जाऊ लागले. त्यांच्या कचेरीत दुःखावेग अनावर होऊन, त्यांच्यासमोर राजमाता विजयाराजे सिंदिया अश्रू ढाळू लागल्या, तेव्हा त्यांना शांत करण्याचा वाजपेयींनी प्रयत्न केला. त्यांना स्वतःची आसवं थोपवण्यासाठी प्रयास करावे लागले. 'आपण एका मतानं हरलो – अवघ्या एका मतानं!' ते अडवाणींना म्हणाले.[१४]

वाजपेयींना सत्ता सोडावी लागली, तरी त्यांनी आपल्या अमोघ वक्तृत्वाचा पुरेपूर वापर करून एक सत्य सर्वांच्या मनावर ठसवलं की, ते राजकीय हव्यासाचा बळी ठरले होते. जर बहुजन समाज पक्षानं आपला निर्णय बदलून वाजपेयींच्या विरोधात मतदान केलं नसतं, तर वाजपेयींचं सरकार जिंकलं असतं.

---

[१४] एल. के. अडवाणी, *माय कंट्री माय लाइफ.*

तीन 'ब' बद्दल - बॉंब, बस, बजेट (फेब्रुवारी १९९९चं यशवंत सिन्हांचं उद्योगधंद्यांना अनुकूल असलेलं बजेट ऊर्फ अंदाजपत्रक) अभिमान बाळगणारं सरकार कोसळण्याबद्दलचं दुःख आणखी गडद झालं, कारण ते अवघ्या एका मतानं कोसळलं आणि तेसुद्धा त्या वेळेस भाजप नेता असलेल्या गिरिधर गमांग यांनी वाजपेयींच्या विरोधात मत दिल्यामुळे! गमांग यांना १७ फेब्रुवारी १९९९ मध्ये ओडिसाचा मुख्यमंत्री म्हणून नियुक्त केलं असूनही त्यांनी भाजप विरोधात मतदान केलं. मुख्यमंत्रिपदावर नियुक्त झाल्यानंतरसुद्धा गमांग यांनी संसद सदस्यत्वाचा राजीनामा दिला होता. तसेच नॅशनल कॉन्फरन्सचे नेते आणि बारामुल्लातून निवडून आलेले लोकसभा सदस्य सैफुद्दिन सोझ यांनी पक्षनेत्याची आज्ञा धुडकावून वाजपेयींच्या विरोधात मत दिलं होतं. दुसऱ्याच दिवशी नॅशनल कॉन्फरन्सचे नेते. डॉ. फारूख अब्दुल्ला यांनी सोझ यांना आपल्या नॅशनल कॉन्फरन्स या पक्षातून आयुष्यभरासाठी निलंबित केलं. सोझ त्यानंतर बढाया मारत असत की, 'जातीयवादी' सरकार त्यांनी पाडलं होतं.[१५]

अननुभवी सोनिया गांधींच्या नेतृत्वाखालच्या काँग्रेस पक्षानं २७२ संसद सदस्यांचा पाठिंबा असल्याचा दावा करून पुढील सरकार स्थापन करण्याची इच्छा व्यक्त केली; परंतु सरत्या दिवसागणिक सरकार स्थापनेची त्यांची आशा धूसर होत गेली. विशेषतः २० संसद सदस्य असलेल्या समाजवादी पक्षाचे नेते मुलायमसिंग यादव यांनी काँग्रेसला पाठिंबा देत नसल्याचं जाहीर केलं, तेव्हा ही आशा अगदीच मावळू लागली. भाजप पुन्हा सरकार स्थापनेची मागणी न करता, नव्यानं निवडणूक घ्यायला लावेल, असं आश्वासन जॉर्ज फर्नांडिस यांनी मुलायमसिंग यांना दिल्यामुळे, त्या अटीवर मुलायमसिंगनी काँग्रेसला दिलेला पाठिंबा काढून घेतला होता. यामुळे सोनिया गांधी फक्त २३३ संसद सदस्यांचा पाठिंबा मिळवू शकल्या. सरकार स्थापनेसाठी पुरेसं बळ मिळवणं सोनिया गांधींना शक्य होणार नाही हे २५ एप्रिलपर्यंत स्पष्ट झालं, त्यामुळे राष्ट्रपती नारायणन यांनी वाजपेयींना सांगितलं की, लोकसभा बरखास्त करणं हा एकच मार्ग आता शिल्लक राहिला आहे. महत्त्वाचे भाजप नेते आणि मित्र पक्ष यांच्याबरोबर मसलत केल्यानंतर वाजपेयींनी या प्रस्तावाला मान्यता दिली.

२६ एप्रिलला लोकसभा विसर्जित करण्यात आली आणि वाजपेयींना काळजीवाहू पंतप्रधान म्हणून (पुढील निवडणुकीपर्यंत) सरकार चालवण्याची विनंती करण्यात आली. या कालखंडात फारशा दखलपात्र घटना घडत नाहीत; पण वाजपेयींच्या बाबतीत तसं घडणार नव्हतं!

योगायोगानं तेव्हाच युद्धाला तोंड फुटलं!

---

[१५] http://www. rediff.com/news/1999/apr/21sozl.htm.

१२

१९९९

कारगिल युद्ध आणि वाजपेयी

वाजपेयी आणि नवाझ शरीफ यांनी वाघा येथे एकमेकांना प्रेमानं आलिंगन देऊन अभूतपूर्व प्रेम आणि आशा यांचं प्रदर्शन करत भारतीय उपखंडात चिरंतन शांती प्रस्थापित करण्याची शपथ घेतली आणि त्या दोघांनी हेलिकॉप्टरनं लाहोरकडे प्रयाण केलं. नेमकं त्याच वेळेस पाकिस्तानी लष्करानं जम्मू आणि काश्मीर राज्यातील कारगिल जिल्ह्याच्या भारतीय हद्दीत घुसखोरी करणारे सैनिक पाठवून दिले होते. भारतातील राजकारणपटूंना त्याबद्दल पुढे चार महिन्यांनी समजलं; परंतु पूर्वीच्या पाकिस्तानी अधिकाऱ्यांनी नुकत्याच सादर केलेल्या अहवालांनुसार शरीफना त्याबद्दल आधीच ठाऊक होतं. मात्र या आरोपाचं शरीफ जोरदारपणे खंडन करतात.

मे १९९९मध्ये या घुसखोरीबद्दल समजताक्षणी वाजपेयींनी शरीफना फोन लावून त्याबद्दल म्हटलं, 'नवाझ साब, ये क्या हो रहा है?' वाजपेयींनी शरीफना म्हटलं की, फेब्रुवारीत त्यांना एकवीस तोफांची सलामी दिल्यानंतर त्यांच्या पाठीत सुरा खुपसण्यात आला आहे. पाकिस्तानी पंतप्रधानांनी उत्तर दिलं की काय चाललं होतं याची त्यांना अजिबात कल्पना नव्हती. प्रशिक्षण दिलेल्या मुजाहिदींना नव्यानं नियुक्त झालेल्या परवेझ मुशर्रफ या लष्कर प्रमुखानं कारगिलमध्ये पाठवून दिलं होतं आणि शरीफ यांचं म्हणणं होतं की, त्यांच्या हालचालींबद्दल त्यांना स्वतःला काहीही माहीत नव्हतं. खरं सांगायचं तर वाजपेयी सरकारमधले परराष्ट्रमंत्री आणि त्यांच्या मर्जीतले मंत्री जसवंत सिंग यांनी यानंतर नमूद केलं होतं की, शरीफ यांच्या भविष्यातील कृतींचा

आधीपासूनच अंदाज बांधता येत असे. 'त्यांच्या या स्वभावधर्माची मला पुन्हा एकवार प्रकर्षानं जाणीव झाली. भेटीच्या वेळेस शांतता, समझोता आणि सद्भावना; त्यानंतर निंदा-नालस्ती, शिव्यांची लाखोली, भांडण आणि अगदी युद्धसुद्धा!' असं सिंग यांनी म्हटलं आहे.[१]

पाकिस्तानी (लष्करेतर) मुलकी सरकार शांततेची प्रक्रिया कितपत पुढे नेऊ शकेल, याबद्दल भारतीयांना नेहमीच साशंकता वाटत आली आहे; कारण बहुतेक वेळा तेथील कुप्रसिद्ध हेर खातं, इंटर सर्व्हिसेस इंटेलिजन्स (आय.एस.आय.) आणि लष्करच देशाचा कारभार चालवतात. मुलकी सरकार भारताबरोबरचे संबंध सुरळीत करण्याचा प्रयत्न करत होते, नव्यानं लाभलेल्या अणुसक्षमतेमुळे धिटावलेल्या मुशर्रफच्या नेतृत्वाखालच्या पाकिस्तानी लष्करानं, भारताच्या आणि पाकिस्तानच्या ताब्यातील काश्मीरमधली सीमारेषा (LOC लाइन ऑफ कंट्रोल) बेमुर्वतखोरीनं ओलांडली. श्रीनगर आणि लष्करी शिकंदी असलेलं लेह हे गाव जोडणाऱ्या महत्त्वाच्या महामार्गावर पाकिस्तानी लष्कर बॉंब हल्ले करू लागलं होतं. बटालिक, द्रास आणि मुशकोक विभागात १६,००० ते १८,००० फूट उंचीवरील खडकाळ भागांवर, अनेक महिन्यांपूर्वीच, पाकिस्ताननं प्रशिक्षण दिलेल्या भाडोत्री सैनिकांनी चर खणून भक्कम कोट (बंकर) उभारले होते. भारतीयांना गस्त घालतेवेळी या घुसखोरीबाबत किंवा संशयास्पद हालचालींबाबत ६ मे १९९९ रोजी बटालिकमधील काकरथांग येथे प्रथम सुगावा लागला. त्यापूर्वी स्थानिक मेंढपाळांना या विरळ वस्तीच्या काही भागांमध्ये असे बंकर दिसले होते. भविष्यात तीस पाकिस्तानी सैनिकांची दफनभूमी बनलेल्या जुब्बार हाइट्स या भागात, या मेंढपाळांना हे बंकर दिसले होते. तेथे परदेशी सैनिक तळ ठोकून बसले असल्याच्या बातमीचा पंजाब तुकडीतील अधिकाऱ्यांपुढे ताशी नामग्याल, मोरूप त्सेरिंग आणि अली रझा स्टान्बा या तीन मेंढपाळांनी गौप्यस्फोट केला. हे लोक इतक्या उंचीवर केवळ त्यांच्या मेंढ्या चारायलाच गेले नव्हते, तर पर्वतातील बकरे पकडून आणायचा त्यांचा हेतू होता. त्यांना पठाणी वेषातले काही लोक त्यांच्या दुर्बिणीतून दिसले होते. या अनोळखी लोकांचा शोध घेण्यासाठी गस्त घालणारी टोळी गेली आणि ती मृत्युमुखी पडली. शस्त्रास्त्रसज्ज लोक आपल्याला इतका जोरदार प्रतिकार करतील, अशी त्या बिचाऱ्यांना अपेक्षा नव्हती.[२]

जेव्हा १२ मे रोजी जॉर्ज फर्नांडिस यांनी या पर्वतशिखरांचा दौरा केला, तेव्हा परिस्थितीचं गांभीर्य सर्वांना उमगलं. मे अखेरीपर्यंत भारतीय लष्कर घुसखोरांना हाकलून देऊ लागलं होतं आणि अण्वस्त्र क्षमता असलेल्या दोन देशांमध्ये जोरदार युद्धाला तोंड फुटण्याचा रंग दिसू लागला होता. पाकिस्तानी लष्कराची समजूत होती की, फारशी जोरदार नसलेली भांडाभांडी अण्वस्त्र हल्ल्याच्या भीतीनं, जोरदार युद्धात

---

[१] जसवंत सिंग, *अ कॉल टू ऑनर.*

[२] http://www.satp.org/satporgtp/publication/faultlines/volume2/Fault2-SwamiF.htm.

परिवर्तित होणार नाही; परंतु कटकटीच्या काश्मीर प्रश्नाकडे साऱ्या जगाचं लक्ष वेधून घेणं हीसुद्धा धोक्याची खेळी ठरली असती. आंतरराष्ट्रीय व्यासपीठावर काश्मीर प्रश्नाची तीव्रता आणि तक्रारींची उपयुक्तता ओसरत असल्याची जाणीव पाकिस्तानी हेरखात्याला होऊ लागली होती.[३]

'पेरिल्स ऑफ प्रेडिक्शन, इंडियन इंटलिजन्स अँड कारगिल क्रायसिस' या शीर्षकांतर्गत 'सेंटर फॉर लँड वॉर फेअर स्टडीज'ने केलेला अभ्यास सांगतो की, RAW (रिसर्च अँड ॲनालिसिस विंग – भारतीय हेरखातं)ने ऑक्टोबर १९९८च्या मूल्यमापनात सावधगिरीची अशी सूचना केली होती, 'पाकिस्तान, मदतनिसांच्या (भाडोत्री सैनिकांच्या) साहाय्यानं अल्पकालीन वेगवान हल्ला चढवू शकेल.' याचाच अर्थ असा की कारगिल संकटापूर्वी भारतीय हेरखात्याला पाकिस्तानच्या हेतूचा अंदाज आला असला तरी, हा हल्ला नेमका कोणत्या पद्धतीनं चढवला जाईल याचा अंदाज वर्तवण्यात त्यांची चूक झाली.

२४ मे रोजी वाजपेयी एका ऊर्जा कारखान्याच्या अनावरण समारंभासाठी पाँडिचेरीला गेले होते. तेथे त्यांच्या नेहमीच्या विनोदबुद्धीनं त्यांनी म्हटलं की, जयललितांनंतर आता कारगिलमध्ये घुसखोरी करून ठाण मांडून बसलेल्या अतिरेक्यांच्या नव्याच समस्येचा ते सामना करत आहेत. त्याच सुमाराला, भारतीय वायुदलाचे प्रमुख ए. वाय. टिपणीस, काश्मीरमधील आघाडीवरील तळांवर वेषांतर करून फिरत होते आणि हल्ला चढवणाऱ्या वायुदल तुकडीला संपूर्ण माहिती पुरवून तयारीत ठेवत होते.

भारतानं २६ मे रोजी झटपट निर्णय घेऊन 'ऑपरेशन विजय' या नावाच्या मोहिमेअंतर्गत वाढीव तोफगोळे, शस्त्रास्त्रं आणि सेना पाठवून घुसखोरांना हुसकून काढून सीमेपासून हाकलून लावायचं जोरदार काम सुरू केलं. भारतीय वायुसेनेनं घुसखोरांच्या हिमालयाच्या शिखरांवरच्या छावण्यांना लक्ष्य बनवलं.

१९७१नंतर प्रथमच पाकिस्ताननं या फसलेल्या आक्रमक प्रयत्नात भाग घेतल्याचा स्पष्ट पुरावा लवकरच हाती आला; कारण भारतीय वायुसेनेची दोन लढाऊ विमानं ज्या क्षेपणास्त्रांचा वापर करून पाडण्यात आली होती, ती क्षेपणास्त्रं पाकिस्तानी लष्कराजवळ असलेली, अमेरिकेत बनलेली 'स्टिंगर्स' असल्याबाबत कोणताही संदेह उरला नव्हता. या क्षेपणास्त्रांचा वापर करण्यामागे भारताला धक्का देण्याचा पाकिस्तानचा स्पष्ट हेतू होता. या हल्ल्यात फ्लाइट लेफ्टनंट के. नचिकेत पकडला गेला आणि या पथकाचे मुख्य, स्क्वाड्रन लीडर ए. अहुजा मारले गेले. भारतानं लगेचच हल्ल्याची तीव्रता वाढवली आणि टायगर हिल आणि द्रास जवळील, लेह–श्रीनगर

---

३ रॉबिन ब्रूक–स्मिथ, *स्टॉर्म वॉर्निंग : रायडिंग द क्रॉसविन्ड्स इन द पाकिस्तान–अफगाण बॉर्डरलॅण्ड्स* (लंडन : आय. बी. तौरिस, २०१३).

महामार्गाला लक्ष्य बनवणारा, पॉइंट ४५९०, या शत्रूच्या दोन्ही तळांवर बॉंब हल्ले चढवले. पाकिस्तानी लष्करानं भारतात घुसखोरी करण्यासाठी हिवाळ्याची निवड केली होती, कारण बर्फवर्षावामुळे या काळात भारतीय लष्कर दुर्गम उंचीवरील आघाडीच्या छावण्यांमधून मागे फिरतं आणि उन्हाळ्यातच तिथं परत येतं.

काश्मीरचा प्रश्न आंतरराष्ट्रीय स्तरावर तार स्वरात मांडणं हा पाकिस्तानी लष्कराचा यामागचा उद्देश होता. मुशर्रफ आणि सेनाधिकारी मंडळ प्रमुख लेफ्टनंट जनरल महम्मद अझीझ खान यांच्यात २६ आणि २९ मे १९९९ रोजी झालेले संभाषण बाहेर फुटले होते आणि त्यावरून पाकिस्तानचा हेतू पूर्णपणे स्पष्ट झाला होता. हे संभाषण झालं तेव्हा मुशर्रफ चीनमध्ये होते आणि अझीझ खान पाकिस्तानात होते.

२६ मे रोजी मुशर्रफनी अझीझ खानना जेव्हा युद्धभूमीवरील परिस्थितीबद्दल विचारलं, तेव्हा अझीझ खाननी उत्तर दिलं होतं, 'प्रत्यक्ष जमिनीवर काही फरक नाही. त्यांनी क्षेपणास्त्रं वापरायला आणि हवेतून बॉंब हल्ले करायला सुरुवात केलीय... आज खूप उंचावरून बॉंब हल्ला करण्यात आलाय.'

भारतानं केलेला बॉंब हल्ला सीमेच्या पाकिस्तानच्या बाजूला पोहोचला असल्याचा दावा केल्यानंतर, त्या दोघांत शरीफ यांच्याबद्दल आणि त्यांना या हालचालींबद्दल कोठे माहिती पुरवण्यात आली आहे याबद्दल संभाषण झालं. अझीझ पुढल्या प्रश्नाच्या उत्तरादाखल म्हणाले, 'मियाँसाहेबांच्या ऑफिसात'. काही क्षणांनंतर मुशर्रफ पुढे म्हणाले, 'काल मीसुद्धा त्यांना सांगितलं की, वाटाघाटी – संवाद इत्यादींचा मार्ग खुला ठेवला पाहिजे आणि (युद्धभूमीबाबत) इतर काहीही बदलता कामा नये.'

पाकिस्तानला आशा वाटत होती की, लेह-श्रीनगरमधलं दळणवळण बंद केल्यामुळे भारतीय सेनेच्या सामग्रीची हालचाल रोखली जाईल आणि पाकिस्तानला सियाचिन ग्लेशियरवर टिकून राहता येईल. 'काश्मीर प्रश्नाबाबत मार्ग काढणारा अलौकिक वीरपुरुष' म्हणून नावारूपाला येण्याचा या चढाईमागचा मुशर्रफ यांचा हेतू होता. असं आक्रमण करावं ही शक्कल त्यांच्या मेंदूतून निपजली होती. या प्रयत्नांमध्ये त्यांना लेफ्टनंट जनरल अझीझ खान, उत्तरेकडील सेनेचे प्रमुख लेफ्टनंट जनरल जावेद हसन आणि दहाव्या तुकडीचे प्रमुख लेफ्टनंट जनरल महमुद अहमद यांनी साहाय्य केलं होतं.

या चढाईसाठी संपूर्ण तयारी केल्यामुळे पाकिस्तान झपाट्यानं पुढं जात होता. यामुळे वाजपेयी पेचात सापडले होते. हे युद्ध हाताबाहेर जाईल, या आशंकेमुळे भारतानं आपल्या हवाईदलाचा या युद्धात वापर करू नये, असं आंतरराष्ट्रीय मत होतं. अमेरिकेतील बिल क्लिंटन यांच्या सरकारनं पाकिस्तानवरही दडपण आणायला सुरुवात केली होती (त्यांनी भारताच्या हद्दीतून परत जावं यासाठी).

भारतीय वायुसेनेला अत्यंत कौशल्यानं कामगिरी करावी लागत होती. भारतातील पाकिस्तानच्या अड्ड्यांवर नेम धरताना, भारत-पाकिस्तान सीमा

अजिबात न ओलांडण्याची तारेवरची कसरत त्यांना करावी लागत होती. ज्या दुर्गम भागात वैमानिक हे काम करत होते, तेथील परिस्थिती पाहता हे अत्यंत अवघड काम होतं. पाकिस्तानी माघार घ्यायला तयार नव्हते. कारण ते पूर्णपणे जाणून होते की, त्यांची आण्विक क्षमता हे त्यांच्या हातचं मोठंच शस्त्र आहे. पाकिस्तानी लष्करानं पाकिस्तानी अणुबाँबचा जनक, ए. क्यू. खान याला बिनबोभाटपणे सहकार्य दिलेलं नव्हतं. ए. क्यू. खान या भोपाळमध्ये जन्मलेल्या भौतिक-विज्ञान शास्त्रज्ञ (फिजिसिस्ट) आणि इंजिनिअरला पाकिस्ताननं आपल्या 'युरेनियम एनरिचमेंट प्रोग्रॅम'अंतर्गत परदेशी प्रयोग शाळांमधून हे तंत्रज्ञान चोरायला गुप्तपणे मदत केली होती.[४]

वाजपेयींनी त्यांना उपलब्ध असलेल्या सर्व मार्गांचा वापर केला. त्यांनी अंबानींच्या मालकीच्या 'बिझनेस अँड पॉलिटिकल ऑब्झर्वर' या दैनिकाच्या आर. के. मिश्रा नामक संपादकाला सरकारचा गुप्त वकील म्हणून तीन वेळा पाकिस्तानात वाटाघाटींसाठी पाठवलं. १२ जून रोजी पाकिस्तानचे परराष्ट्रमंत्री सरताज अझीझ भारतात आले आणि भारतीय परराष्ट्र मंत्री जसवंतसिंग यांच्याशी त्यांनी बोलणी केली. सिंग यांनी आदल्याच दिवशी मुशर्रफ आणि अझीझ खान यांच्या संभाषणाच्या ध्वनिफिती सर्वांपुढे उघड केल्या होत्या, त्यामुळे ही भेट तशी थंडपणेच पार पडली. वाजपेयींनी अमेरिकेचे अध्यक्ष बिल क्लिंटन यांना जे पत्र पाठवलं होतं, त्यामुळे बहुधा राजकीय फासे भारताच्या बाजूनं पडू लागले आणि पाकिस्तानी लष्कर आणि भाडोत्री सैनिक यांच्यावर भारतीय हद्द सोडून जाण्यासाठी पुरेसं दडपण येऊ लागलं. वाजपेयींनी क्लिंटनना लिहिलेलं हे पत्र ब्रजेश मिश्रांनी १६ जूनला सँडी बर्गर यांना पाठवून दिलं. ते ब्रजेश मिश्रांच्या राजकीय पातळीवरचे अमेरिकन अधिकारी होते. त्या पत्रात वाजपेयींनी लिहिलं होतं की, पाकिस्ताननं आपलं सैन्य मागं हटवलं नाही, तर त्यांच्यावर आक्रमण करण्याखेरीज भारतापुढे अन्य कोणताही पर्याय उरणार नाही. तोवर भारतानं आपली १००पेक्षा जास्त माणसं गमावली होती. क्लिंटननी पाकिस्तानवर सेना मागं घेण्याचं दडपण आणल्यानंतरच हा विवाद संपला.

दरम्यान, हेरखात्यांनी दिलेल्या कारगिल संदर्भातील बातम्यांकडे साउथ ब्लॉकनं (सरकारच्या मंत्रिमंडळाच्या कचेऱ्या असलेली इमारत) पुरेशा गांभीर्यानं पाहिलं नसल्याचे आरोप केले जाऊ लागले होते; परंतु विजयाच्या हर्षोत्सवात असे विसंवादी

---

[४] २००४ साली खानवर आरोप करण्यात आला की, तो अण्वस्त्रांबाबतची गोपनीय माहिती इराण, उत्तर कोरिया आणि लिबिया यांसारख्या देशांना पुरवतो आहे. त्याला त्याच्या नोकरीतून काढून टाकून स्थानबद्धतेत ठेवण्यात आलं होतं; परंतु २००९ साली, इस्लामाबाद हायकोर्टनं त्याला पाकिस्तानचा स्वतंत्र नागरिक म्हणून घोषित केलं. त्यानं पाकिस्तानी लष्कराच्या विमानानं उत्तर कोरिया आणि लिबिया यांसारख्या देशांना भेटी दिल्या. आंतरराष्ट्रीय श्रेष्ठींना, तो अणुविषयक तंत्रज्ञान ओसामा-बिन-लादेनसारख्या अतिरेक्यांना विकेल, अशी भीती वाटत होती.

आवाज बुडून गेले. आण्विक क्षमता असल्यामुळेच अशा प्रकारचं आक्रमण करायला पाकिस्तान धजावलं, यात कोणताही संदेह नाही. अशा प्रकारची फसवणूक आणि आक्रमण पाकिस्ताननं केल्यामुळे भारताला १९७२च्या सिमला-कराराच्या काही अटींचं उल्लंघन करून, हल्ल्याला सडेतोड प्रत्युत्तर देणं भाग पडलं. या करारातलं एक कलम आहे – '१७ डिसेंबर १९७१च्या युद्ध समाप्तीमुळे तयार झालेल्या सीमारेषेचं (लाइन ऑफ कंट्रोल) दोन्ही बाजू उल्लंघन करणार नाहीत. आपसात मतभेद आणि कायदेशीर स्पष्टीकरणाची विभिन्नता असली, तरीही कुणीही एकतर्फीपणे ही सीमा बदलण्याचा प्रयत्न करणार नाही. दोन्ही बाजू ही सीमा उल्लंघण्यासाठी धमकी किंवा जुलूम यांचा वापर करणं टाळतील.'

काही आठवड्यांत आपले लष्करप्रमुख, व्ही. पी. मलिक हे सैनिकी आढ्यतेनं म्हणाले, 'काही लोक आमच्या राजकीय आणि लष्करी इच्छाशक्तीची परीक्षा पाहत आहेत, असं दिसतंय; परंतु अशा घटनांचा प्रतिकार करण्याच्या आमच्या सामर्थ्याची खरी कल्पना त्यांना आलेली दिसत नाही.'

वाजपेयी सरकार गोंधळून गेलं आणि प्रत्युत्तर द्यायला त्यांनी विलंब लावला, ही गोष्ट खरी आहे. लाहोर करारामुळे निर्माण झालेल्या मित्रत्वाच्या फसव्या भावनेमुळे अधिकारी आत्मसंतुष्टपणे गाफील राहिले होते. असं असूनही पाकिस्तानच्या 'ऑपरेशन बद्र'चा भारताच्या 'ऑपरेशन विजय' मोहिमेनं यशस्वीरीत्या पाडाव केला. पाकिस्ताननं 'ऑपरेशन बद्र' ही मोहीम, प्रेषित मोहम्मद याच्या इ.स. ६२४मध्ये १३ मार्च रोजी झालेल्या बादर-लढाईच्या धर्तीवर योजिली होती. वाजपेयींनी आणखी एक महत्त्वाचा निर्णय घेतला. त्यांनी धारातीर्थी पडलेल्या सर्व जवानांचे मृतदेह पूर्ण लष्करी इतमामासह अंतिम संस्कारांसाठी त्यांच्या मूळ गावच्या घरी सन्मानानं रवाना केले. ही वैयक्तिक आणि राष्ट्रीयदृष्ट्या अत्यंत प्रतीकात्मक अशी कृती होती. दरवेळेस सैनिकाचा देह, देशाच्या दूरदूरच्या कोपऱ्यातील त्याच्या मूळ गावी, पूर्ण लष्करी इतमामासह, अंत्यसंस्कारांसाठी (मग ते दहन असो की दफन) पोहोचला की त्यामुळे सर्व जिल्ह्यांत एकोप्याची आणि देशप्रेमाची भावना उचंबळून येत असे आणि सर्वांच्या मनात सैनिकाच्या मृत्यूचं दुःख आणि देशरक्षणासाठी त्यानं देह ठेवला असल्यामुळे त्याच्या शौर्याबद्दलचा अभिमान या भावना दाटून येत.[५]

वाजपेयींना वैयक्तिक पातळीवर भावनिकदृष्ट्या या युद्धानं पूर्णपणे हादरवून टाकलं. त्यांनी शरीफशी फोनवर जे संभाषण केलं, त्या वेळच्या त्यांच्या स्वरातून ही गोष्ट उघड होत होती; परंतु लगेचच त्यांनी स्वतःला सावरलं आणि अत्यंत जोमानं आणि तरीही संयमानं या संकटातून मार्ग काढण्यासाठी नेतृत्व सांभाळलं. लष्करप्रमुख व्ही. पी. मलिक यांनी नंतर कबूल केलं की, १९९९मध्ये भारतीय सेना पाकिस्तानच्या

---

[५] विजय त्रिवेदी – *हार नही मानूँगा* (न्यू दिल्ली, हार्पर कॉलिन्स, २०१६).

ताब्यातील मुलखात प्रवेश करायला सिद्ध होती; परंतु वाजपेयींनी त्यांना रोखलं. कारगिल युद्ध हा त्यामुळे लष्करीदृष्ट्या नसला तरी राजकीयदृष्ट्या पाकिस्तानचा पराजय ठरला. पाकिस्तानी सैन्य मागे घेण्याची प्रक्रिया, जुलैमध्ये शरीफनी क्लिंटन यांची भेट घेऊन लढाई थांबवण्याचं आश्वासन दिल्यानंतर, सुरू झाली. लेखिका ख्रिस्तीन फेअर हिनं टिपणी केली आहे की ही गोष्ट पाकिस्तानच्या दृष्टीनं तोट्याची ठरली, कारण यामुळे अमेरिकेचा कल पाकिस्तानकडून भारताकडे झुकू लागला आणि त्याची परिणती जॉर्ज डब्ल्यू. बुश आणि वाजपेयींच्या कारकिर्दीत भारत-अमेरिका धोरणात्मक भागीदारीत झाली.[६]

चौऱ्याहत्तर दिवस चालू असलेलं कारगिल युद्ध संपल्यावर, त्याबद्दलची भारताची भूमिका वाजपेयींनी कवितेद्वारे संसदेत स्पष्ट केली. भारतानं महाकष्टानं प्राप्त केलेल्या स्वातंत्र्याला आग लावून देण्याचा प्रयत्न करत असल्याचा आरोप त्यांनी आपल्या 'शेजाऱ्या'वर अत्यंत नाट्यमय काव्यपंक्तींमधून केला. अमेरिकेच्या टेकूमुळे उद्धट बनून, भारताला पराजित करणं आपल्याला शक्य होईल असं पाकिस्ताननं गृहीत धरलं होतं, असंही वाजपेयींनी ध्वनित केलं. अमेरिकेनं दिलेल्या शस्त्रांच्या आणि डॉलर्सच्या मदतीनं पाकिस्तान जगापुढं आपलं महत्त्व सिद्धही करू शकणार नाही आणि पुढं वाढून ठेवलेलं दुर्दैव टाळूसुद्धा शकणार नाही, असा त्यांनी टोमणा मारला. या काव्यपंक्ती होत्या :

धमकी, जिहाद के नारों से हथियारों से
कश्मीर कभी हथिया लोगे ये मत समझो।
हमलों से, अत्याचारों से, संहारों से,
भारत का शीश झुका लोगे, ये मत समझो।।

(तुमच्या धमक्या, तुमचा जिहाद आणि तुमची शस्त्रं यांच्या मदतीनं तुम्ही भारताकडून काश्मीर हस्तगत कराल असं समजू नका. तुमचे हल्ले, अत्याचार आणि संहार यांच्यामुळे तुम्ही भारताला मान खाली घालायला लावाल असं मुळीच समजू नका.)

श्रोते – अगदी विरोधी पक्षातले श्रोतेसुद्धा – टाळ्या वाजवून (पाकिस्तान विरोधातल्या) निषेधाच्या आरोळ्या ठोकू लागले होते. तो भावना उचंबळवून टाकणारा अपूर्व क्षण होता.

---

[६] सी. ख्रिस्टीन फेअर, *फाइटिंग टू द एंड : द पाकिस्तान आर्मीज वे ऑफ वॉर* (ऑक्स्फर्ड, २०१४).

कारगिल युद्ध हा राजनैतिक किंवा लष्करी विजय होता की नाही हा मुद्दा महत्त्वाचा उरला नाही, कारण भारतभर देशप्रेमाची प्रचंड लाट उसळली होती. पुढली राष्ट्रीय निवडणूक अवघ्या तीन महिन्यांवर येऊन ठेपली होती. लष्कराच्या वरिष्ठ नेत्यांनी जाहिरातबाजीच्या प्रयत्नाबद्दल तक्रार केल्यामुळे, वाजपेयींनी आपल्या पक्ष-कार्यकर्त्यांना सूचना केली की, त्यांनी निवडणुकीच्या जाहिरात-फलकांवर लष्कराचे फोटो किंवा माहिती छापू नये. या वेळेस पुढं होऊन मोहिमेचं नेतृत्व करायला वाजपेयी पूर्ण तयारीनिशी सिद्ध होते!

१३

१९९९-२००४

स्पष्ट प्राधान्यक्रम

१९९९च्या निवडणुकीसाठी वाजपेयींनी अथकपणे मोहीम लढवली आणि नेहमीप्रमाणेच रसभरीत गोष्टीवेल्हाळ शैलीत त्यांनी उत्कृष्ट प्रकारे प्रचार केला. त्या प्रचार मोहिमेचा अत्युच्च बिंदू म्हणजे कर्नाटकातील बेल्लारी येथील त्यांचं भाषण! या मतदारसंघात काँग्रेस अध्यक्ष सोनिया गांधींना सुषमा स्वराज टक्कर देणार होत्या. कारगिल युद्धात विजय मिळवल्यामुळे ताजेतवाने दिसणारे वाजपेयी हेलिकॉप्टरनं जेव्हा बेल्लारी येथे पोहोचले तेव्हा त्यांनी व्यासपीठावर पदार्पण करताक्षणी एखाद्या विजयवीराचं जसं स्वागत करावं, तसं टाळ्यांच्या कडकडाटात त्यांचं स्वागत करण्यात आलं. व्यासपीठावर सुषमा स्वराज आणि तेलुगू देसम पक्षाचे नेते चंद्राबाबू नायडू हेही उपस्थित होते. त्या वेळेस एन.डी.ए. या युतीमध्ये भाजप खालोखाल तेलुगू देसम हा पक्ष संख्येनं बलवान होता. टाळ्यांचा कडकडाट इतका प्रदीर्घ काळ सुरू होता की, पुढची अनेक मिनिटं वाजपेयींना एकही शब्द उच्चारता आला नाही. अखेरीस जेव्हा त्यांना बोलणं शक्य झालं, तेव्हा सुषमा स्वराज यांची तरफदारी करणाऱ्या त्यांच्या प्रत्येक वाक्यानंतर प्रेक्षक आनंदानं जयघोष करत होते.

अवघ्या काही महिन्यांपूर्वी भाजपला अवघं एक मत कमी पडल्यामुळे सत्ता सोडावी लागली होती; १९९९च्या सप्टेंबर–ऑक्टोबरमध्ये भाजप सत्तेवर आला तेव्हा १९९८पेक्षा संसदेत त्यांनी एक जागा अधिक मिळवून दाखवली होती. आता संसदेत भाजपची पक्षसदस्य संख्या झाली होती १८२; परंतु गेल्या वेळेपेक्षा, वाजपेयींच्या नेतृत्वाखालची इंद्रधनुषी युती, या वेळेस खूपच बलवान झाली होती. युतीनं ३०६

सदस्यसंख्या गाठली होती. या उलट, सोनिया गांधी काँग्रेस अध्यक्षा झाल्यानंतरच्या पहिल्या निवडणुकीत काँग्रेसनं १९९८च्या तुलनेत २६ जागांची आपटी खाऊन अवघ्या ११४ जागा मिळवल्या होत्या. भाजपचा मतांमधला हिस्सा १९९८च्या तुलनेत का घसरला, याचं सबळ कारण होतं : युतीपक्षांचं नेतृत्व करणारा पक्ष या नात्यानं भाजपनं आपलं जाळं विस्तृत पसरलं होतं आणि त्यासाठी मित्रपक्षांना औदार्यानं जास्त जागा वाटल्या होत्या.

पंतप्रधानपदाची शपथ घेण्यासाठी वाजपेयी तिसऱ्या वेळेस राष्ट्रपतीभवनात पोहोचले. त्यांनी यापूर्वी दोन अल्पकाळ चाललेल्या सरकारांचं नेतृत्व केलं होतं. पहिलं सरकार अवघे तेरा महिने सत्तेवर टिकलं होतं. या वेळेस संपूर्ण पाच वर्षांची मुदत पूर्ण करून ही असाध्य गोष्ट साध्य करून दाखवणारे पहिले काँग्रेसेतर पक्षाचे पंतप्रधान बनण्याचं भाग्य त्यांना लाभेल, असा रंग दिसत होता. शपथविधी समारंभासाठी उपस्थित असलेले काँग्रेस सदस्य वैफल्यग्रस्त दिसत होते. वाजपेयींची लोकप्रियता त्यांच्या पक्षातील इतर कुणाच्याही लोकप्रियतेपेक्षा, विशेषतः ज्यांच्या 'परदेशात जन्म झाल्याच्या' मुद्द्याचं प्रचार मोहिमेत भरपूर चर्वितचर्वण झालं होतं, त्या सोनिया गांधींच्या लोकप्रियतेपेक्षा अनेक पट जास्त आहे या वास्तवाची काँग्रेस पक्षाला हळूहळू जाणीव होऊ लागली होती. हे वास्तव ते मोठ्या कष्टानं पचनी पाडत होते. सोनियांच्या परदेशातील जन्माबाबत खुद्द काँग्रेस पक्षातूनही नाराजी व्यक्त करण्यात आली होती. जेव्हा सोनिया गांधींनी प्रश्न विचारला होता की, त्या परदेशात जन्मल्या असल्याचा निवडणुकीत पक्षावर प्रतिकूल परिणाम होईल का, तेव्हा उच्चस्तरीय काँग्रेस कार्यकारिणीतील तीन सदस्यांनी – शरद पवार, पी. ए. संगमा आणि तारीक अन्वर यांनी होकारार्थी उत्तर दिलं होतं. त्यातील सर्वांत ज्येष्ठ नेते शरद पवार यांनी सावध केलं होतं की, 'परदेशी' असल्याच्या सोनियाजींवरच्या शिक्क्याचा एन.डी.ए. आपल्या मोहिमेत अपप्रचारासाठी भरपूर वापर करून घेईल. त्यांनी असं परखड मत व्यक्त केल्यामुळे या तिन्ही नेत्यांना काँग्रेस पक्षातून काढून टाकण्यात आलं होतं. त्यांना पक्षाबाहेर काढल्यावर या तिघांनी नॅशनॅलिस्ट काँग्रेस पार्टी (NCP) असा नवा पक्ष स्थापन केला आणि अर्थातच कालांतरानं तो पक्ष काँग्रेसचा मित्रपक्ष बनला. प्रथम महाराष्ट्रात अणि त्यानंतर केंद्रात एन.सी.पी.नं. काँग्रेसला सहकार्य दिलं.

२०१४ची निवडणूक पंतप्रधान धर्तीची नसून, राष्ट्रपती धर्तीची होती असं ठासून म्हणणाऱ्या लोकांना विसर पडतो की तत्पूर्वी १९९८च्या आणि १९९९च्या निवडणुकासुद्धा राष्ट्रपती धर्तीच्याच पद्धतीनं लढवल्या गेल्या होत्या. या दोन्ही निवडणुकांमध्ये वाजपेयीच एन.डी.ए.चे शुभशकुनी ताईत आणि पंतप्रधानपदाचे उमेदवार होते आणि काँग्रेस पक्षाच्या 'तारका' सोनिया गांधी, यांच्याबरोबर त्यांची लढत होणार होती.

निवडणुकीपूर्वीच, ऑगस्ट १९९९मध्ये, 'इंडिया टुडे'मध्ये विख्यात पत्रकार (आणि आताचे राज्यसभा सदस्य) स्वपन दासगुप्ता यांनी एका लेखात देशभरातली मानसिकता चाणाक्षपणे टिपली होती.

> 'वर्षभरापूर्वी, स्वातंत्र्य दिनाच्या भाषणानंतर गडबडलेले वाजपेयी, परिस्थितीवरील ताबा गमावून बसले आहेत, असं वाटू लागलं होतं; परंतु या वर्षी लाल किल्ल्यावरच्या दुसऱ्या भाषणाची तयारी करत असलेले वाजपेयी हे देशाची धुरा वाहणारे सर्वस्वी वेगळ्या प्रकारचे पंतप्रधान असल्याची स्पष्टपणे जाणीव होत आहे. अन्य कुणीही प्रतिस्पर्धी नसलेले भाजपचे नेते आणि कारगिल युद्धाचे विजयी वीर असलेल्या वाजपेयींच्या लोकप्रियतेची तुलना आपल्या ऐन उमेदीच्या कारकिर्दीत इंदिरा गांधी आणि राजीव गांधी यांना लाभलेल्या लोकप्रियतेशी करता येईल. पंतप्रधान धर्तीच्या या लोकशाही निवडणुकीचं रूपांतर राष्ट्रपती धर्तीच्या निवडणुकीत झालं आहे आणि वाजपेयी हे एकमेव उमेदवार असल्याचा भास होत आहे. संघ परिवारातील त्यांच्या निंदकांपासून ते जनता दल (संयुक्त)मधील नव्यानं मिळवलेल्या मित्रांपर्यंत, या वेड्यावाकड्या युतीला एकसंधपणा आणणारी एकमेव व्यक्ती आहेत पंतप्रधान वाजपेयी! लोकांचा पक्षांच्या युतींबाबतचा अविश्वास दूर झालेला नाही, परंतु ते वाजपेयींवरच्या प्रेमामुळे भारल्यासारखे झाले आहेत. ही वाजपेयींच्या कारकिर्दीतली शेवटची निवडणूक असेल; परंतु ती त्यांची आणि त्यांचीच निवडणूक ठरणार आहे. एका अर्थानं इतर सारं काही गौण ठरणार आहे. कारगिलपूर्वी वाजपेयी अनेक तुल्यबळ नेत्यांपैकी आघाडीचे नेते होते. कारगिलनंतर ते सर्वोच्च नेते बनले आहेत. आपल्या सिद्ध केलेल्या कर्तबगारीच्या आणि नेतृत्वाच्या बळावर मतांची मागणी करत आहेत!'

१३ ऑक्टोबर रोजी, लोकप्रियतेच्या शिखरावर असताना वाजपेयींनी पंतप्रधानपदाची शपथ घेतली, तेव्हाचा विरोधाभास लक्षात येण्याजोगा होता. आदल्याच दिवशी, १२ ऑक्टोबर रोजी, पाकिस्तानात लष्करानं राज्यक्रांती घडवली. या राज्यक्रांतीचं नेतृत्व केलं मुशर्रफनी. त्यांनी त्यांच्या पंतप्रधानांना, शरीफना पदच्युत केलं आणि तुरुंगात टाकलं. (काही काळानं शरीफना सौदी अरेबियात पाठवण्यात आलं. तेथे ते हद्दपार अवस्थेत राहिले.) एल. के. अडवाणींचं मन पाकिस्तानबाबत नेहमीच पछाडलेलं राहत असे. त्यांनी म्हटलं, 'अपयशी पाकिस्तान आणि समृध्द, यशस्वी भारत यांच्यातला भेद साऱ्या जगापुढे उघड झाला.'[१]

---

[१] एल. के. अडवाणी, *माय कंट्री माय लाइफ.*

परंतु यशामुळे हर्षोत्फुल्ल झालेल्या नव्या सरकारची सुरुवात फारशी शुभशकुनी झाली नाही. पंतप्रधानपद ग्रहण केल्यावर सरकारच्या पहिल्या वाढदिवसाच्या आणि वाजपेयींच्या पंचाहत्तराव्या वाढदिवसाच्या अवघ्या एक दिवस आधी, त्यांना एका वाईट बातमीला तोंड द्यावं लागलं.

२४ डिसेंबर १९९९च्या दुपारी इंडियन एअरलाइन्सच्या विमानानं काठमांडू या नेपाळच्या राजधानीच्या शहरातून दिल्लीकडे जाण्यासाठी उड्डाण केलं. विमानात १७८ प्रवासी आणि अकरा विमान कर्मचारी होते. विमानानं भारतीय हवाईक्षेत्रात प्रवेश करताक्षणी साधारण ५.३० वाजता तोंड झाकलेल्या एका माणसानं अचानक पुढे येऊन विमान उडवून देण्याची धमकी दिली. त्याच्या मदतीसाठी तोंडाला लाल फडके बांधलेले चार सहकारी होते. या चार सहकाऱ्यांनी विमानाच्या चार कोपऱ्यात उभं राहून नेम धरले. चित्रपटात दिसतो तसा प्रकार त्यांनी करून दाखवला. या विमान अपहरणकर्त्यांच्या नेत्यानं प्रमुख वैमानिक कप्तान देवी शरण यांना विमान पाकिस्तानातील लाहोरमध्ये न्यायला सांगितलं. गंमत म्हणजे अपहरण केलेलं भारतीय विमान आपल्या देशात उतरवायला परवानगी दिली, तर त्याचे गंभीर दुष्परिणाम होतील, या भीतीपायी पाकिस्ताननं भारतीय वैमानिकाला विमान खाली उतरवायला परवानगी दिली नाही. काठमांडू दिल्ली प्रवास अल्पकाळाचा असल्यामुळे, विमानात घिरट्या घालत बसण्याएवढं इंधन नव्हतं, त्यामुळे वैमानिक शरण यांनी अपहरणकर्त्यांना समजावलं की आणखी इंधन भरण्यासाठी जवळच्याच अमृतसर विमानतळावर विमान उतरवणं श्रेयस्कर ठरेल आणि त्यांनी या गोष्टीला मान्यताही दिली.

फ्लाइट आयसी ८१४ विमानतळाच्या धावपट्टीवर इंधनाच्या प्रतीक्षेत उभी होती. भारतातील विमानतळ अधिकाऱ्यांना या परिस्थितीत काय करावं, याची काडीमात्र कल्पना नव्हती. तेथे उपस्थित असलेला एक अधिकारी म्हणाला की, काय करावं याची काहीही पूर्वसूचना न मिळालेले आणि स्वतः कोणताही निर्णय घेण्याची क्षमता नसलेले कर्मचारी मान कापलेल्या कोंबड्यांसारखे इकडून तिकडे नाचत होते. कुणीतरी दिल्लीतील अधिकाऱ्यांशी संपर्क साधला; परंतु पंतप्रधान विमानातून प्रवास करत होते आणि तासाभरापेक्षा अधिक काळ उडून गेला तरी त्यांच्याशी संपर्क साधणंच शक्य झालं नाही. काही जणांचं म्हणणं आहे की, भारतीय वायुदलाला या अपहरणाची बातमी समजली होती; परंतु त्यांनीसुद्धा पंतप्रधानांच्या विमानाशी, त्या विमानातल्या सॅटेलाइट फोनवर संपर्क साधला नाही. इतर काही जणांचं म्हणणं आहे की, जुन्या होत चाललेल्या भारतीय वायुदलाच्या बोइंग विमानांमध्ये सॅटेलाइट फोन यंत्रणा नसल्यामुळे वायुदलातील अधिकारी पंतप्रधानांशी संपर्क साधू शकले नव्हते.

वाजपेयींचं विमान दिल्लीत उतरलं, तोवर रात्रीचे सात वाजले होते आणि त्या वेळच्या अहवालांनुसार राष्ट्रीय सुरक्षा सल्लागार ब्रजेश मिश्रा पंतप्रधानांची वाट पाहत, विमानतळाच्या धावपट्टीवर उभे होते. पत्रकार कांचन गुप्ता त्या वेळेस पंतप्रधानांचे

मदतनीस म्हणून काम करत होते. त्यांनी त्या वेळच्या गडबड गोंधळाचं सविस्तर वर्णन केलं आहे. अर्थातच त्यांनी सरकारच्या निर्णयाची तरफदारी केली आहे. सरकारनं त्या वेळेस जीवित वाचवण्याला प्राधान्यक्रम दिला होता. नऊ वर्षांनी या घटनेची आठवण सांगताना गुप्तांनी लिहिलं :

> 'अमृसरच्या राजा सान्सी विमानतळावरील अधिकाऱ्यांना अत्यंत घाबऱ्याघुबऱ्यावस्थेत फोन लावण्यात आले होते आणि येनकेन प्रकारे विमानात इंधन भरायची टाळाटाळ करून विमानाला तेथेच थोपवून धरण्याचे प्रयत्न करायला सांगण्यात आले होते. चपळपणे हालचाल करून या विनंतीनुसार वागण्याबाबत विमानतळावरचे अधिकारी अगदी कुचकामाचे ठरले. माझी स्मरणशक्ती दगा देत नसेल, तर अत्यंत वैतागलेल्या जसवंत सिंगनी एका टप्प्यावर फोन उचलला आणि त्या अधिकाऱ्यांना अजिजीनं म्हटलं, 'अवजड वाहन, इंधनवाहू ट्रक, रोड-रोलर जे काही तुमच्या हाती लागेल ते विमानाच्या धावपट्टीवर नेऊन त्या विमानासमोर थांबवून ठेवा' पण या साऱ्याचा काहीही उपयोग झाला नाही.
>
> जसवंत सिंगना स्वतःलाच आठवतंय की ते फोनवर ओरडत होते, सारी राजकीय सभ्यता धाब्यावर बसवून... अशी भाषा वापरत होते की, ज्या भाषेचा अर्थ अगदी स्पष्ट होईल. ते म्हणाले, 'आपलं बूड हलवा! काहीही करा; पण ते विमान अमृतसरहून उडू देऊ नका,' त्या दिवशी दुपारीच त्यांच्या नातीचा जन्म झाला होता, त्यामुळे नवजात बाळापाशी थांबणं त्यांनी अपेक्षित होतं. मात्र हे 'नेहमीचं विमान अपहरण आहे' असं पहिल्यांदा कानी पडलं, तेव्हा त्यांच्या लक्षात आलं की हे संकट बराच काळ राहणार आहे, असं दिसतंय!'[२]

परंतु हे संकट हाताळणाऱ्यांच्या ठायी असणारा निर्णयक्षमतेचा आणि कार्यक्षमतेचा अभाव पाहून विचारमग्न झालेल्या जसवंत सिंगना लगेचच उमगलं की, हे 'नेहमीसारखं' विमान अपहरण अजिबातच नाहीये!

कांचन गुप्तांनी म्हटलंय की, उत्कृष्ट दर्जाचे राष्ट्रीय सुरक्षारक्षक (नॅशनल सिक्युरिटी गार्डस) अशा प्रकारच्या संकटांना तोंड देण्यासाठी उत्तम प्रकारे प्रशिक्षित असतात. आयसी ८१४चं अपहरण झाल्याचं कळताक्षणी त्यांना याबाबत खबर देण्यात आली होती. आणीबाणीच्या परिस्थितीसाठी त्यांना तयारीत राहण्याची सूचना देण्यात आलेली होती. आतापर्यंत गृहमंत्रालयालासुद्धा बातमी कळविण्यात आलेली

---

[२] जसवंत सिंग, *अ कॉल टू ऑनर.*

होती की, लाहोरमध्ये विमान उतरवण्याची परवानगी नाकारण्यात आल्यावर हे विमान अमृतसरच्या दिशेने निघालं आहे. 'आयसी ८१४ अमृतसरच्या धावपट्टीवर पाऊण तास थांबलेलं असूनही नॅशनल सिक्युरिटी गार्ड्सचे प्रशिक्षित सैनिक त्या विमानापर्यंत पोहोचू शकले नव्हते. ते का पोहोचू शकले नाहीत याची दोन वेगवेगळी कारणं देण्यात येतात. पहिलं कारण देण्यात येतं की, ते दिल्लीहून अमृतसरला नेणाऱ्या विमानाची वाट पाहत होते. दुसरं कारण दिलं जातं की, ते मानेसर ते दिल्ली विमानतळाच्या वाटेवर वाहतुकीच्या कोंडीत (ट्रॅफिक जॅम) अडकले होते. खरं सत्य कधीच कळलं नाही!' गुप्तांनी म्हटलंय.

अपहरणकर्त्यांची सहनशक्ती संपुष्टात येऊ लागली होती. आपल्या नवपरिणित पत्नीबरोबर काठमांडूला मधुचंद्रासाठी जाऊन परत येणाऱ्या एका प्रवाशाला त्यांनी भोसकलं. त्यानंतर त्यांनी वैमानिकाच्या कपाळावर बंदूक टेकवून त्याला विमान सुरू करायला सांगितलं. इंधनटाकी जवळजवळ रिकामी असताना त्याला तसं करावं लागलं.

लाहोरला पाकिस्ताननं विमानतळाच्या धावपट्टीवरचे दिवेच बंद करून टाकले होते; पण काहीही झालं तरी विमान उतरवायचंच असा या वैमानिकानं निश्चय केला होता. एकदा विमान उतरल्यावर पाकिस्ताननं इंधन पुरवायला कबुली दिली; परंतु त्यानंतर वैमानिकाला ताबडतोब तिथून उड्डाण करून इतरत्र जायला सांगितलं; कारण अपहृत भारतीय विमानाबरोबर त्यांना कोणताही संबंध नको होता.

अपहरणकर्त्यांनी ज्याला भोसकलं होतं, त्या रूपिन कट्यालला वेळेत वैद्यकीय मदत न मिळाल्यामुळे तो मृत्युमुखी पडला. त्या वेळेस अपहरणकर्त्यांच्या सूचनेनुसार विमान दुबईकडे जाऊ लागलं होतं. युनायटेड अरब अमिरातलासुद्धा या भानगडीत पडायचं नसल्यामुळे त्यांनी दुबईत विमान उतरवण्याची परवानगी नाकारली; परंतु जसवंत सिंग, दुबईतले भारताचे वकील के. सी. सिंग यांनी त्यांचं मन वळवण्याची पराकाष्ठा केल्यावर विमानाला दुबईत उतरण्याची परवानगी मिळाली. त्यानंतर युनायटेड अरब अमिरातच्या अधिकाऱ्यांमार्फत या अपहरणकर्त्यांशी प्राथमिक स्वरूपाच्या वाटाघाटी सुरू करण्यात आल्या. त्याचं फळ म्हणून तेरा स्त्रिया आणि अकरा मुलं यांना सोडून देण्यात आलं आणि रूपिन कट्यालचा मृतदेह मायदेशी नेण्यासाठी परवानगी देण्यात आली; पण त्याच्या पत्नीला उतरू द्यायला अपहरणकर्त्यांनी नकार दिला.

ख्रिसमस डेच्या, नाताळच्या सकाळी विमान दुबईहून अफगाणिस्तानातील तालिबानच्या ताब्यात असलेल्या कंदाहारकडे निघालं. लवकरच अपहृत ओलिसांचे अनेक आप्त, असंख्य प्रसारमाध्यमांच्या गाड्यांच्या आणि दूरदर्शन वाहिन्यांच्या उत्सुक वार्ताहरांच्या गराड्यात, पंतप्रधान-निवासस्थानाच्या मुख्य प्रवेशद्वाराबाहेर धरणं धरून ठाण मांडून बसले आणि सरकारनं त्यांच्या नातेवाइकांना जिवंत परत आणावं, अशी मागणी करू लागले.

ओलिसांचे आप्त आणि प्रसारमाध्यमं यांचे निषेधाचे आवाज टिपेला पोहोचले आणि जसवंत सिंगसारख्या मंत्र्यांवरची आरडाओरड आणि निंदा ही नित्याचीच बाब झाली. सरकारनं यानंतर जी पावलं उचलली, त्यांचं समर्थन करण्यासाठी सरकार या भडकलेल्या वातावरणाचं कारण पुढे करू लागलं.

तोवर, आपला साहाय्यक आणि 'परराष्ट्र मंत्री' मुत्तावकील याच्या साहाय्यानं वाटाघाटींचं काम तालिबान सरसेनापती मुल्ला ओमर यानं आपल्या हाती घेतलं होतं. पाकिस्तानी नागरिक असलेले सारे अपहरणकर्ते ज्या मागण्या करत होते, त्या लवकरच भारत सरकारपुढे ठेवण्यात आल्या. 'अपहरणकर्त्यांना ओलिसांसकट बाँबनं विमान उद्ध्वस्त करू द्यायचं नसेल, तर भारतानं विविध तुरुंगांत डांबलेल्या छत्तीस अतिरेक्यांना मुक्त करणं गरजेचं होतं.' ओलिसांच्या काही नातेवाइकांनी मागील दाखला देऊन म्हटलं की, १९८९ साली, व्ही. पी. सिंग सरकारचे गृहमंत्री असलेल्या मुफ्ती मोहम्मद सैद यांच्या मुलीची रुबैय्या सैद हिची सुटका करण्यासाठी भारतानं तुरुंगामधून अतिरेक्यांची सुटका केली होती.

पाकिस्तानी सरकारच्या कळकळीच्या विनंतीपोटी सरकारनं अपहरणकर्त्यांशी वाटाघाटी करून सौदा करण्यात यश मिळवलं. या वाटाघाटींच्या वेळेस प्रसारमाध्यमं आणि विरोधी पक्ष टाहो फोडून जनतेतला क्षोभ वाढवत होते की ओलिसांना जिवंतपणे सुखरूप अवस्थेत परत आणण्यासाठी कितीही किंमत मोजावी लागली तरी चालेल. अपहरणकर्त्यांनी भारतीय तुरुंगातील मौलाना मसूद अझरस, मुश्ताक अहमद झरगर आणि अहमद ओमार शेख या तीन अतिरेक्यांच्या बदल्यात ओलिसांना मुक्त करायचं मान्य केलं.

दोन विमाने अफगाणिस्तानला निघाली. भारतीय महाकाव्यांमधील अनेक आख्यायिकांमध्ये आणि पौराणिक कथांमध्ये या अफगाणिस्तानचा उल्लेख आहे. पंतप्रधान वाजपेयी यांनी जी दोन विमाने कंदाहारला पाठवली, त्यातील एकामध्ये जसवंत सिंग होते. विमानाभोवती तालिबानींनी घातलेला वेढा आणि याच्या अगदी उलट भारत सरकारची अमृतसरमधील प्रतिक्रिया अशा दोन गोष्टी दूरदर्शनवर दाखवल्या जात होत्या.

तीन जहाल अतिरेक्यांना अपहरणकर्त्यांच्या ताब्यात दिल्यानंतर सोडण्यात आलेल्या १६१ ओलिसांना घेऊन दुसऱ्या दिवशी जसवंत सिंग विमानानं भारतात परत आले. काठमांडूहून विमानानं उड्डाण केल्यापासून या ओलिसांनी सात रात्री आणि आठ दिवस अतिरेक्यांच्या कैदेत व्यतीत केले होते. जसवंत सिंग नूतन वर्ष उजाडल्यावर भारतात परत आले, तेव्हा सुटकेचा निःश्वास सोडणाऱ्या ओलिसांच्या आप्तांनी कौतुकाचा वर्षाव करत जसवंत सिंगना गराडा घातला; परंतु अतिरेक्यांपुढे विनाशर्त लोटांगण घातल्याबद्दल लगेचच त्यांच्यावर टीका होऊ लागली.[३]

---

३ http://kanchangupta.blogpost.in/2008/12/truth-behind-kandahar.html.

टीका करण्याबाबत सरकारातसुद्धा स्पर्धा सुरू झाली आणि सर्वोच्च नेत्यांनी मूठभर अतिरेक्यांशी लढा देण्यात गफलत केल्याचे आरोप केले जाऊ लागले; परंतु त्यांच्या साहाय्यकांचं म्हणणं आहे की, आपल्या निर्णयाबद्दल वाजपेयींना कोणतीही आशंका किंवा संदेह वाटत नव्हता. त्यांचं म्हणणं होतं की, विमान अमृतसरलाच अडकवून ठेवलं असतं, तरी ओलीस सुखरूप राहू शकले असते, अशी खात्री देता येत नव्हती, तरीसुद्धा निर्णय घेण्याबाबत अकार्यक्षम आणि कमकुवत असल्याबाबत त्यांच्यावर प्रखर टीका करण्यात आली.

विल्यम जेफर्सन क्लिंटननी २००० सालच्या मार्च महिन्यात भारताला भेट दिली. कारण कारगिल युद्धात पाकिस्ताननं प्रचंड मोठी आगळीक केली असूनही भारतानं अत्यंत संयत चिकाटीनं प्रतिकार केल्याबद्दल अमेरिकेला भारताचं कौतुक वाटत होतं. त्या वेळेस डेप्युटी सेक्रेटरी ऑफ स्टेट (उप-परराष्ट्रमंत्री) असलेल्या स्ट्रोब टाल्बट यांनी आपले परराष्ट्रमंत्री जसवंत सिंग यांना पत्र लिहिलं होतं. या संकटाच्या संपूर्ण काळात नीतिमूल्यांपासून अजिबात न ढळल्याबद्दल भारताचं कौतुक केलं होतं. टोल्याला प्रतिटोला म्हणून पाकिस्तानच्या हद्दीत अतिक्रमण न केल्याबद्दलसुद्धा त्यांनी भारताची प्रशंसा केली. वस्तुतः अमेरिकी हेरखात्याकडे पुरावा होता की, पाकिस्तानी लष्कर भारतावर हल्ला करण्यासाठी त्यांच्या अण्वस्त्रांची जुळवाजुळव करत आहे आणि त्यामुळे भारताला टँक्स, तोफा आणि अन्य अवजड शस्त्रसामग्री सीमेवरच्या संभाव्य अतिक्रमणाला तोंड देण्यासाठी सीमेजवळ आणावी लागत आहे.[४] कारगिल युद्धाच्या वेळेस क्लिंटननी भारताच्या बाजूनं घेतलेली भूमिका कालांतरानं उघड झाली. सँडी बर्गर, त्या वेळचे राष्ट्रीय सुरक्षा सल्लागार यांच्या मृत्यूनंतर श्रद्धांजली वाहताना सेंट्रल इंटलिजन्स एजन्सीचे सखोल अभ्यासक ब्रूस रिडेल यांनी लिहिलं होतं, 'चार (जुलैच्या) तारखेच्या सकाळी सी.आय.ए.नं त्यांच्या अत्युच्च गोपनीयता असलेल्या दैनिक अहवालात नमूद केलं होतं की, पाकिस्तान अण्वस्त्रांचा वापर करण्यासाठी त्याची जुळवाजुळव करत आहे. ही बातमी अत्यंत लक्षवेधक होती. ओव्हल ऑफिसमधील (अमेरिकी अध्यक्षांच्या कचेरीतील) वातावरण अतिशय तंग होतं. बर्गर यांनी क्लिंटनना सल्ला दिला की (कारगिल युद्धाच्या वेळेस आगंतुकपणे क्लिंटनना भेटायला आलेल्या) शरीफना त्यांनी भेटून त्यांचं बोलणं ऐकून घ्यावं; परंतु स्वतःच्या मतावर अत्यंत ठाम राहावं. पाकिस्ताननं स्वतःच या युद्धाला सुरुवात केली आहे आणि त्यांनीच कोणत्याही अटींशिवाय ते संपवलं पाहिजे. अध्यक्षांनी पाकिस्तानी पंतप्रधानांना स्पष्टपणे सांगितलं पाहिजे की, पाकिस्तान भारतातून माघारी गेला, तरच पुढील संहार टळेल.'

---

[४] जॉन लॅनकास्टर, 'काश्मीर क्रायसिस वॉज डिफ्यूज्ड ऑन ब्रिंक ऑफ वॉर : ॲज यू. एस. रिव्ह्यूज शोडाउन, न्यूक्लिअर डेंजर लूम्स लार्ज', *वॉशिंग्टन पोस्ट*, २६ जुलै १९९९.

रिडेलनी पुढे लिहिलं, 'इतर कुणाहीपेक्षा सँडी बर्गर क्लिंटनना जास्त ओळखून होते. क्लिंटनना सौदेबाजीत प्रचंड रस होता; परंतु या वेळेस सौदा करणं शक्य नव्हतं. पाकिस्ताननं विनाशर्त माघार घेणं गरजेचं होतं... आणि ही क्लृप्ती यशस्वी ठरली. शरीफनी आपली सेना मागे घेण्याचं कबूल केलं. तो निर्णय त्यांची राजकीय कारकीर्द संपुष्टात आणणारा ठरला. लष्करानं बंड करून त्यांना पदच्युत केलं. पुढली दहा वर्षं त्यांना सौदी अरेबियात हद्दपारीत व्यतीत करावी लागली; परंतु दक्षिण आशियातील अणुयुद्धाचा धोका टाळता आला.'[५] भारताच्या ताब्यातील काश्मीरमधून पूर्णपणे माघार घेण्यासाठी अमेरिकेकडून पाकिस्तानची समजूत पटवली जाईपर्यंत पाकिस्तानवर प्रतिहल्ला चढवणार नाही, असं भारतानं अमेरिकेला आश्वासन दिलं आणि ते कसोशीनं पाळलं.

अमेरिकेला भारताशी स्नेहसंबंध जोडावेसे वाटण्याला आणखीही एक कारण होतं. शीतयुद्ध संपल्यावर जागतिक समीकरणं बदलली होती. भारताचं मित्रराष्ट्र असलेल्या सोव्हिएत युनियनची शकलं झाल्यामुळे अमेरिकेला अनेक दशकांच्या प्रतिकूल पूर्वग्रहांना कवटाळून बसायचं कारणही उरलं नाही. भारतानं आर्थिक सुधारणांचा विडा उचलल्यामुळे, दिवसेंदिवस वाढत चाललेल्या मध्यमवर्गाची जगातली सर्वांत मोठी बाजारपेठ अमेरिकी कंपन्यांना व्यवसायासाठी उपलब्ध झाली होती. भारताचा आर्थिक विकास झपाट्यानं होत असल्यामुळे अमेरिकी कंपन्यांना व्यवसायाची ही सुवर्णसंधी हातून घालवायची नव्हती. क्लिंटननी भारताला भेट दिली, त्याआधी तब्बल बावीस वर्षांपूर्वी जिमी कार्टर या अमेरिकन अध्यक्षांनी भारताला भेट दिली होती. त्या वेळच्या देसाईंच्या मंत्रिमंडळात वाजपेयी परराष्ट्रमंत्री होते. त्या वेळेस भारतीय अर्थव्यवस्थेची द्वारं परदेशी कंपन्यांसाठी खुली झाली नव्हती आणि देसाईंच्या सरकारनं आय.बी.एम. आणि कोकाकोला या कंपन्यांना भारताबाहेर हाकललं होतं.

मात्र २००० सालचा भारत अर्थव्यवस्थेचं ऊर्जाकेंद्र बनला होता. बिल क्लिंटन यांची भरपूर फोटोंनी जाहिरात झालेली भारत भेट पूर्वीच्या अमेरिकी प्राधान्यक्रमांच्या पूर्णपणे विरोधात होती. भारतीय उपखंडातील क्लिंटन भेटीचा प्रवासाचा कार्यक्रमच याचा पुरावा होता. त्यांनी बांगलादेशमध्ये एक दिवस मुक्काम केला, भारतात पाच दिवस मुक्काम केला आणि पाकिस्तानात ते अवघे पाच तास थांबले. या बदललेल्या समीकरणाबाबत 'द इकॉनॉमिस्ट'मध्ये 'द एलिफंट अँड द पेकिनीज' या शीर्षकाचा लेख प्रसिद्ध झाला होता. त्यात लिहिलं होतं,

> 'शून्याचा शोध लावल्यानंतर बहुधा पहिल्यांदाच भारताजवळ विकण्याजोगी अत्यंत आकर्षक वस्तू आहे आणि ती विकून मिळणारा नफा भारत स्वतः

---

[५] http://www.thedialybeast.com/articles/2015/12/02/farewell-sandy-berger-the clinton-man-who-stopped-armageddon. html.

पाशी ठेवू शकणार आहे. या साऱ्यामुळे भारत साऱ्या जगाशी आणि विशेषतः अमेरिकेशी नव्या पद्धतींनी जोडला जात आहे. भारतातून केली जाणारी सॉफ्टवेअरची निर्यात दर वर्षी ५० टक्क्यांनी वाढतेय आणि त्यातील दोन तृतीयांश निर्यात अमेरिकेत केली जातेय. या निर्यातीबरोबर आवश्यक असलेली तंत्रज्ञांची सेवा अल्प मुदतीच्या कामासाठीच्या परवान्यावर पाठवले जाणारे भारतीय पुरवत आहेत. अमेरिकेकडून कामासाठी दिल्या जाणाऱ्या परवान्यांपैकी एकतृतीयांश परवाने भारताला मिळत आहेत आणि या संख्येत क्लिंटन आणखी वाढ करतील, अशी भारताला आशा वाटते आहे. भारतीय कंपन्या व्यवहारासाठी अमेरिकी शेअर बाजारात नोंदल्या जात आहेत; भारतातून स्थलांतर करून अमेरिकी नागरिक झालेले लोक अधिकाधिक श्रीमंत बनत चालले आहेत. ते आपल्या दत्तक देशात भारताच्या वतीनं अमेरिकी सरकारचं मन वळवण्याचे जोरदार प्रयत्न करत आहेत आणि गुंतवणूक स्वतःच्या मूळ देशात करत आहेत. भारतीय मेंदू आकृष्ट करून घेण्यासाठी जगभरात रस्सीखेच सुरू आहे.'

स्वतः वाजपेयी १९९८मध्ये अणुचाचणी केल्यापासून अमेरिकेशी स्नेहसंबंध जोडण्याचे प्रयत्न सतत करत होते. भारतावर अमेरिकेने शिक्षा म्हणून लादलेले निर्बंध त्यांनी दूर करावेत आणि उभयपक्षी संबंध सुधारावेत या दृष्टीनं त्यांचे प्रयत्न सुरू होते. आर्थिक निर्बंधांचा अर्थ होता की दयाबुद्धीनं दिल्या जाणाऱ्या साहाय्याखेरीज अन्य कोणतीही आर्थिक मदत अमेरिका भारताला देऊ शकत नव्हती. कर्ज किंवा कर्जासाठीची हमीसुद्धा अमेरिका भारताला देऊ शकत नव्हती. विशिष्ट लष्करी आणि तंत्रज्ञानविषयक यंत्रसामग्रीच्या निर्यातीवरसुद्धा अमेरिकेत निर्बंध होते. अशी सामग्री ते भारताला विकू शकत नव्हते. याच कारणास्तव अणुचाचणीनंतर लगेचच भारताची भूमिका विशद करण्यासाठी, वाजपेयींनी परराष्ट्रमंत्री जसवंत सिंग यांना अमेरिकेत पाठवून दिलं होतं आणि अमेरिकी अधिकाऱ्यांची भेट घ्यायला सांगितलं होतं. त्यानंतर टाल्बट आणि जसवंत सिंग यांच्यात वाटाघाटींच्या अनेक फैरी झाल्या आणि अविश्वास दूर करून संबंध सुरळीत करण्यासाठी या भेटींची मदत झाली. क्लिंटननी भारताला भेट दिली, तोवर अमेरिकेनं 'पोखरण दोन'च्या अणुचाचण्यांनंतर स्वीकारलेलं कडक धोरण काही अंशी शिथिल करून भारतावरील आर्थिक निर्बंध काही प्रमाणात कमी केले होते. त्या दृष्टीनं क्लिंटननी भारताला भेट देणं हा वाजपेयींच्या शिरपेचातील मानाचा तुराच होता.

जम्मू आणि काश्मीरमध्ये छट्टेसिंगपुरा येथे पस्तीस शिखांची कत्तल झाली होती. त्याच वेळेस क्लिंटन भारतात आले असले, तरी ते भारतात अगदी सहजतेनं वावरत होते. गंभीर वाटाघाटींमध्ये भाग घेण्याखेरीज संसदेत लोकांना मंत्रमुग्ध करणारं भाषण दिल्यानंतर त्यांनी राजस्थानातील रणथंबोरमध्ये वाघ पाहण्यासाठी सवड काढली,

ताजमहालचं सौंदर्य डोळ्यांमध्ये साठवून घेतलं, मुंबईतील उद्योगपतींची भेट घेतली आणि हैदराबाद या 'सायबर सिटीत' कॉम्प्युटर तंत्रज्ञांच्या मनावर छाप पाडली.

भल्यामोठ्या उदयोन्मुख भारतीय लोकशाहीऐवजी पाकिस्तानबरोबर व्यावहारिक आणि धोरणात्मक जवळीक जोडणाऱ्या अमेरिकेबरोबर स्नेहसंबंध जोडणं दीर्घकालीन सुज्ञपणाचं आहे, ही गोष्ट ताडल्याचं श्रेय वाजपेयींना दिलंच पाहिजे. वाजपेयींबरोबर काम करणारे निकटवर्तीय म्हणत असत की परराष्ट्र धोरणाबाबत ते जाणकार होते. जरी ते त्यातील फारशा तपशिलात शिरत नसले, तरी परराष्ट्र धोरणाबाबतचं त्यांचं ज्ञान सर्वंकष होतं. स्थलांतरित भारतीयांबरोबर वाढत चाललेल्या जवळीकीचासुद्धा भारत-अमेरिका संबंधांसाठी फायदा झाला. मोठ्या लढ्यात अवघड परिस्थितीत सापडूनसुद्धा शत्रूला नमवणाऱ्या देशाबद्दल अमेरिकेला वाटत असलेल्या आदरामुळेही त्यांचा भारताकडे पाहण्याचा दृष्टिकोन बदलला असणं शक्य आहे.

भारतीय उपखंडात २०००साठी प्राथमिक पाहणीसाठी क्लिंटननी भेट देण्यामागं अशी सारी पार्श्वभूमी होती. अमेरिकेनं भारतात जोरदार गुंतवणूक करून उभयपक्षी फायदा करून देण्याचा आता निश्चय केला होता.

***

परराष्ट्रसंबंधांखेरीज वाजपेयी देशातील राजकीय आणि वैयक्तिक नात्यांमध्ये समतोल राखण्यात व्यग्र होते. पंतप्रधानांची कचेरी म्हणजे त्यांच्या कुटुंबाचाच विस्तारित भाग बनला होता आणि त्यांचे कुटुंबीय प्रामुख्यानं रंजन भट्टाचार्य हा प्रमुख सूत्रधार बनला होता. हे सारेजण वाजपेयींच्या ७, रेसकोर्स या अधिकृत पंतप्रधान निवासस्थानातच राहत होते. नमिताची मुलगी निहारिका ऊर्फ नेहा त्यांच्या बरोबरच राहत होती आणि ती वाजपेयींची अतिशय लाडकी होती. नमिता आणि रंजन विविध प्रकारच्या पाहुण्यांचे – प्रसारमाध्यमांमधील नामवंतांचेसुद्धा – यजमान म्हणून आतिथ्य करत होते आणि दिल्लीतील उच्चभ्रूंच्या वर्तुळात ते सहजी वावरू लागले होते. भट्टाचार्यखेरीज पंतप्रधान कचेरीवर एन. के. सिंग आणि ब्रजेश मिश्रा यांचासुद्धा प्रचंड वरचष्मा होता. हे तिघे वाजपेयींचे अत्यंत विश्वासातले सहकारी समजले जाऊ लागले होते. ही वस्तुस्थिती 'आउटलुक' या मासिकानं मार्च २००१च्या अंकात 'रिगिंग द पीएमओ' (स्वार्थासाठी गैरमार्गानं पंतप्रधान कचेरीचा ताबा मिळवणं) या शीर्षकाखाली उजेडात आणली होती. या लेखात, कारखानदारांच्या ठरावीक गोटांच्या बाजूनं विशेषतः हिंदुजा आणि रिलायन्स यांच्या बाजूनं उघडपणे पक्षपात करणारे निर्णय घेतल्याबाबतचा पूर्ण तपशील पुराव्यासह छापण्यात आला होता. ज्येष्ठ सरकारी मुलकी अधिकारी, ई.ए.एस. सर्मा यांनी दिलेली तपशीलवार साक्षसुद्धा या लेखात समाविष्ट करण्यात आली होती.

हा लेख प्रसिद्ध झाल्यावर लगेचच वाजपेयींनी या मासिकाच्या विनोद मेहता या संपादकांना आपल्या घरी चहासाठी बोलावलं. वाजपेयींनी ध्वनित केलं की

एन. के. सिंग यांच्या वाचून चालण्यासारखं असलं तरी मिश्रा आणि भट्टाचार्यांविरुद्ध कोणतीही टीका चालवून घेतली जाणार नाही. दरम्यान, मेहतांच्या कर्मचाऱ्यांनी या भानगडी उजेडात आणणारा आणखी एक लेख प्रसिद्धीसाठी तयार ठेवला होता. हा लेख प्रसिद्ध करू नये, अशी मागणी करणारे अनेक फोन मिश्रांकडून मेहतांना केले जाऊ लागले होते, तरीसुद्धा हा 'वाजपेयीज एचिलस हील' नावाचा दुसरा लेख प्रसिद्ध करण्यात आला. त्या लेखात पंतप्रधान कचेरीत या तिघांच्या हाती असलेल्या अमर्याद सत्तेचं वर्णन करून विविध सरकारी करारांमधील भट्टाचार्य यांच्या सहभागाचा तपशील देण्यात आला होता. या सरकारी व्यवहारांमध्ये ५८,००० कोटी रुपयांच्या नॅशनल हायवे प्रोजेक्टचा (राष्ट्रीय महामार्ग प्रकल्प) आणि २०,००० कोटी रुपयांच्या रिलायन्स हिर्मा ऊर्जा प्रकल्पाचा समावेश होता.

आणखी दोन महिन्यांनी 'आउटलुक'चे मालक आणि उद्योगपती राजन रहेजा यांच्या विविध कचेऱ्यांवर प्राप्तीकर खात्यानं धाड घातली. देशभरातील बारा शहरांतील त्यांच्या एकशेवीस कचेऱ्यांवर अशी धाड घालण्यात आली. भारतीय प्रसारमाध्यमांवर केलेल्या प्रहाराबाबत तक्रार करणारी प्रक्षुब्ध पत्रं मेहतांनी पंतप्रधान कचेरी, राष्ट्रपती, विरोधी पक्ष नेत्या सोनिया गांधी आणि प्रेस कौन्सिल या सर्वांकडे पाठवून दिली. एडिटर्स गील्डनं (संपादकांचा व्यापारी संघ) एक निवेदन सादर केलं. काँग्रेस पक्षाच्या मुख्य प्रवक्त्यानं प्राप्तीकर खात्यानं घातलेल्या या धाडींचा तीव्र निषेध केला आणि वेगवेगळी स्तंभलेखकांची आणि पत्रकारांची मंडळं 'आउटलुक'ला जोरदार पाठिंबा देणारी वक्तव्यं करू लागली.

अखेरीस, अनेक दिवस रहेजांची प्राप्तीकर खात्याकडून चाललेली छळवणूक आणि अपमान पाहणं दुःसह झाल्यामुळे, मेहतांनी ब्रजेश मिश्रांना फोन करून भेटीची वेळ मागितली. मिश्रांनी या बातमीबद्दल धक्का बसल्याचं नाटक करत म्हटलं की, प्राप्तीकर खात्याकडून रहेजा आणि 'आउटलुक'वर धाडी पडत असल्याबद्दल त्यांना काहीच कल्पना नव्हती. रहेजांचा आणखी छळ होऊ नये म्हणून मिश्रांची माफी मागण्याखेरीज मेहतांपुढे अन्य पर्यायच उरला नव्हता. मिश्रांनी अर्थमंत्री यशवंत सिन्हा यांना फोन लावला आणि मग चोवीस तासांत हा छळ थांबला. त्यानंतर जेव्हा जेव्हा मेहता वाजपेयींना भेटले, तेव्हा त्यांच्या मनात कायम शंका असे, 'जो राजकारणी मुत्सद्दी बनू इच्छितो, त्याच्या ठायी नैतिकतेचा पाया असायला हवा. वाजपेयींच्या ठायी तसा होता? मला वाटतं की, त्याबाबत भलंमोठं प्रश्नचिन्ह आहे,' असं त्यांनी लिहिलं होतं.[६]

***

६ विनोद मेहता, *लखनौ बॉय.*

पाकिस्ताननं आयोजित केलेल्या, वारंवार होणाऱ्या घातपाती हल्ल्यांमुळे सरत्या दिवसागणिक, पाकिस्तानच्या विरोधातली राष्ट्रीय चीड वाढत जाऊ लागली. दिल्लीनं पाकिस्तान विरोधात कडक धोरण स्वीकारून स्पष्टपणे काही गोष्टी सुनावण्याजोगी भरपूर कारणं घडली होती. पाकिस्ताननं फूस लावून उसकावलेल्या, स्वतंत्र काश्मीरची मागणी करणाऱ्या अतिरेक्यांनी जुलै २०००मध्ये प्रचंड मोठ्या प्रमाणावर हिंसाचार केले. त्यांचा दावा होता की, हिज्बुल मुजाहिदीन या फुटीरवादी गटाला, भारतीय लष्कर अन्याय्यपणे लक्ष्य बनवत आहे. सरकार पुन्हा बोलणी सुरू करायला तयार आहे, असं वाजपेयींनी त्यांना उत्तर दिलं. त्याच वर्षीच्या डिसेंबर महिन्यात हल्ल्यांसाठी बंदुकी घेतलेल्या लष्कर-ए-तोयबाच्या अतिरेक्यांनी लाहोर द्वारातून लाल किल्ल्यावर हल्ला चढवला आणि तेथील लष्करी विभागात चोरून प्रवेश मिळवला.

परंतु भारतीय उपखंडात शांतता प्रस्थापित करण्याच्या प्रयत्नांच्या आड कोणतीही गोष्ट आणणं वाजपेयींना मंजूर नव्हतं. २००१च्या सुरुवातीला गुजरात राज्याला ७.९ रिश्टर स्केल तीव्रतेच्या भूकंपाचा प्रचंड मोठा हादरा बसून फार मोठ्या प्रमाणावर हानी झाली. या भूकंपाचा केंद्रबिंदू होता भुज गाव. या नैसर्गिक आपत्तीशी भारत झगडत होता, त्याच वेळेस वाजपेयी आणि जनरल मुशर्रफ एकमेकांशी बोलणी करत होते. पाकिस्तानच्या सीमेजवळ असलेल्या भारताच्या या पश्चिमेकडील राज्याला भूकंपाच्या आपत्तीतून बाहेर येण्यासाठी भारताला मदत करण्याचं पाकिस्ताननं कबूल केलं. या फोन संभाषणानंतर कोंडी फुटली आणि दोन्ही देशांत पुन्हा वाटाघाटी सुरू होण्याचा रंग दिसू लागला.

वारंवार अडचणी डोकं वर काढत राहिल्या तरी वाटाघाटींच्या शक्यतेची एकही संधी हातची घालवायला वाजपेयी तयार नव्हते. दरम्यान, त्यांचं सरकार आणि त्यांचा पक्ष अनिश्चिततेच्या आवर्तात सापडला होता; कारण सरकारात सत्तेवर असलेले विविध लोक शस्त्रे पुरवणाऱ्या बनावट कंपन्यांकडून लाच घेत असल्याच्या बातम्या प्रसिद्ध होऊ लागल्या. या घटनेमुळे संरक्षणमंत्री जॉर्ज फर्नांडिस यांना राजीनामा देणं भाग पडलं. भाजपचीसुद्धा त्यामुळे नामुष्की झाली. भाजपचे अध्यक्ष बंगारू लक्ष्मण अशा बोगस कंपनीकडून लाच घेत असताना त्यांचा फोटो काढण्यात आला होता. त्यानंतर त्यांनासुद्धा अध्यक्षपदाचा राजीनामा द्यावा लागला.

अजूनही आडमार्गानं पाकिस्तानबरोबर बोलणी सुरूच होती आणि जूनच्या मध्याला वाजपेयींनी जाहीर केलं की मुशर्रफ जुलैमध्ये भारताला भेट देत आहेत.

१९९९चा लाहोर ठराव आता भूतकाळात जमा झाला होता. त्यावर वाजपेयींबरोबर सही करणाऱ्या पाकिस्तानच्या नेत्यास जनरल मुशर्रफ यांनी पदच्युत करून सत्तेवरून बाजूला सारले होते आणि भारताला १४ जुलैला भेट देण्यापूर्वी मुशर्रफनी स्वतःला पाकिस्तानचे अध्यक्ष म्हणून घोषित केलं होतं. राजकीय चित्र अवघ्या दोनच वर्षांत ओळखू येणार नाही इतकं बदलून गेलं होतं. कारगिलमध्ये

घडलेल्या मृत्यूंच्या अग्रस्थानी, जसवंत सिंग यांच्या म्हणण्यानुसार, 'पाकिस्तानची डोकं वर काढू पाहणारी, कायमच पोरकी असलेली लोकशाही' होती. याखेरीज १९९९च्या हिवाळ्यात, काश्मीर प्रश्न जागतिक स्तरावर नेऊन पोहोचवण्यासाठी, मुशर्रफ यांनीच भारतात घुसखोरी करण्याची आज्ञा केली होती.

परंतु राज्यशास्त्राचे विद्यार्थी असलेले वाजपेयी पूर्णपणे जाणून होते की, 'तुम्हाला शांततेसाठी प्रयत्न करायचा असेल, तर तुम्हाला मित्रांऐवजी शत्रूंशी संवाद साधावा लागतो.' त्यांना चिंताग्रस्त करणारी अनेक कारणं होती. काश्मीर खोऱ्यात, अतिरेक्यांच्या बंडाळीशी लढणारी सेना, तसंच गंभीर कारण असल्याखेरीज स्वतःहून शस्त्रं उचलणार नाही असं लांबलचक वाटाघाटींनंतर ठरलेलं असूनही तिथं प्रक्षोभ थैमान घालत होता. सरकारच्या उच्च वर्तुळांमध्ये अनेक वाटाघाटी झाल्यानंतर भारतानं पुन्हा पाकिस्तानपुढे मैत्रीचा हात पुढे करण्याचं ठरवलं होतं.

मुशर्रफ यांच्या बरोबरच्या वाटाघाटी यशस्वी व्हाव्यात म्हणून भारतानं आपल्या सद्भावना व्यक्त करणाऱ्या अनेक गोष्टी केल्या. पाकिस्तानी विद्यार्थ्यांना भारतातील शिक्षणसंस्थांमध्ये शिकण्यासाठी शिष्यवृत्त्या दिल्या. भारतातील समुद्रहद्दीत घुसखोरी केल्यामुळे भारतातील तुरुंगात डांबल्या गेलेल्या पाकिस्तानी कोळ्यांना माफ करण्यात आलं. दोन्ही देशांतील कलाकार आणि लेखक यांच्या भेटी आयोजित केल्या. अशी यादी बरीच मोठी होती. अशा प्रकारे मैत्रीचा हात पुढे केल्यामुळे मुशर्रफ यांच्या भारत भेटीकडे जगाचं लक्ष वेधलं गेलं होतं.

मुशर्रफ दिल्लीला आले, त्या दिवशी त्यांनी आवश्यक ते शिष्टाचार पाळले. त्यांनी गांधीजींच्या समाधीला राजघाटला भेट दिली. पाकिस्तानी वकिलातीतील मेजवानीला ते हजर राहिले. फाळणीनंतर पाकिस्तानात जाण्यापूर्वी ज्या 'नहरवाली गल्ली' येथे त्यांचे कुटुंबीय राहत होते, तेथे त्यांनी फेरफटका मारला.

१५ जुलै २००१ रोजी भेटीसाठी आलेलं प्रतिनिधी मंडळ मुशर्रफसह आग्रा येथे रवाना झालं आणि तेथील अमरविलास या अत्यंत उच्च दर्जाच्या हॉटेलमध्ये त्यांनी मुक्काम केला. त्या दिवशी या दोन सर्वोच्च नेत्यांमध्ये बोलणी झाली. दुसऱ्या दिवशी सकाळी नऊ वाजता मुशर्रफ अमरविलासच्या रीगल बॉलरूममध्ये काही निवडक वरिष्ठ संपादकांना भेटले. त्यांच्यापुढे मुशर्रफनी चिंता व्यक्त केली की, काही भारतीय नेते, प्रसारमाध्यमांपुढे बोलताना, काश्मीर प्रश्नाला पुरेसं महत्त्व देत नाहीयेत. ते म्हणाले की, भारताच्या माहिती आणि प्रसारण खात्याच्या मंत्री, सुषमा स्वराज प्रसारमाध्यमांशी प्रत्येक गोष्टीबाबत बोलल्या. त्यात व्यापार, सीमेलगतचा हिंसाचार, आण्विक समस्या, युद्ध कैदी या सर्व मुद्द्यांचा समावेश होता. फक्त काश्मीर विवादाचा विषय त्यांनी पूर्णपणे टाळला. वस्तुतः त्यांच्या म्हणण्यानुसार, तोच त्यांच्या वाजपेयींबरोबरच्या चर्चेचा मुख्य विषय होता. मुशर्रफनी पुन्हा पुन्हा म्हटलं की काश्मीर ही मूलभूत समस्या आहे आणि या टापूत शांतता प्रस्थापित करण्यासाठी या समस्येचं

निवारण करणं अत्यंत आवश्यक आहे. दिल्लीत असताना अडवाणींनी मुशर्रफांना कोपरखळी मारली होती की, कुप्रसिद्ध गुंड दाऊद इब्राहिम पाकिस्तानात वास्तव्य करतोय, त्याबद्दलही त्यांची तक्रार होती. आश्चर्यचकित झालेल्या मुशर्रफ यांनी हा आरोप फेटाळला होता.

मुशर्रफ पस्तीस संपादकांशी दीड तास अत्यंत वाचाळपणे बडबड करत होते.[७] भारतातील प्रतिनिधी त्यांच्या या असुज्ञ वागण्याकडे काणाडोळा करायला तयार नव्हते. दुर्दैवानं आग्र्यातील वाटाघाटींसाठीची बैठक अयशस्वी ठरली; कारण दोन्ही राष्ट्रांच्या परराष्ट्रमंत्र्यांचं सामाईक निवेदनाबाबत एकमत होत नव्हतं. पाकिस्ताननं सुचवलेला मजकूर भारतातील नेत्यांनी नाकारला.

क्रोधित चेहऱ्यानं सिगार ओढत परत गेलेल्या मुशर्रफनी वाटाघाटी फिसकटल्याचा दोष गृहमंत्री अडवाणींच्या माथी मारला. मुशर्रफनी दावा केला, '(२००१ साली) आग्रा सोडण्यापूर्वी मी वाजपेयी साहेबांना म्हटलं होतं, 'आज आपल्या दोघांचाही अवमान करण्यात आलाय कारण कुणीतरी आपल्या डोक्यावर बसून आपण ठरवतोय त्या गोष्टी उधळून लावू शकतंय.'

परंतु अनेक वर्षांनंतर मुशर्रफ यांनी दुसऱ्या एका व्यक्तीला परराष्ट्र मंत्रालयातील इराण, पाकिस्तान, अफगाणिस्तान विभागाचे सह-कार्यवाह, विवेक काटजू यांना दोषी ठरवलं. अडवाणींऐवजी काटजूंवर त्यांनी वाटाघाटी फिस्कटवल्याचा आरोप केला. काटजूंनी या आरोपाला काहीही उत्तर दिलं नाही. कारगिलनंतर वातावरणात अर्थातच एकूण तणाव होता आणि मुशर्रफ यांचं प्रेक्षकांसमोर ऐट दाखवण्याचं धोरण या भेटीच्या यशाला मारक ठरलं. त्यांनी इतरांवर वाटाघाटी अयशस्वी झाल्याचा दोषारोप केला असला, तरी निश्चितच काही अंशी त्याला ते स्वतःसुद्धा जबाबदार होते.

वाजपेयी बरेचदा खूप वेळा गप्प राहत किंवा लक्षपूर्वक संभाषणात भाग घेत. त्यांच्या या सवयीबद्दल मुशर्रफ यांना काहीच ठाऊक नव्हतं. अधिकाऱ्यांचं म्हणणं आहे की, याचा मुशर्रफ यांनी असा अर्थ लावला की साहाय्यक सोबत असताना किंवा नसताना त्यांच्या दोघांच्याच ज्या बैठका झाल्या, त्यात मुशर्रफ यांच्या वक्तृत्वानं भारावून गेलेले वाजपेयी गप्प राहून सर्व ऐकून घेत होते. मुशर्रफ यांनी वाजपेयींना नीटपणे ओळखलंच नव्हतं आणि ते त्यांच्या नुकसानीचं ठरलं; कारण अंतिम निर्णय स्वतः वाजपेयींनीच घेतला. जर भारताला चिंताजनक वाटणाऱ्या गोष्टींवर उपाय शोधला जाणार नसेल आणि जर यापूर्वी उभयपक्षी संमत झालेल्या ठरावांना मान दिला जाणार नसेल, तर कोणतंही संयुक्त निवेदन दिलं जाणार नाही.

पाकिस्ताननं आक्रमकपणे भारताला लक्ष्य बनवणं २००१चे पूर्ण वर्ष आणि २००२च्या प्रारंभी सुरूच ठेवलं होतं. बहुधा, अण्वस्त्रक्षमतेमुळे आपल्याविरोधात युद्ध

---

७ http://www.thehindu.com/2001/07/19/stories/02190007.htm.

पुकारलं जाणार नाही, अशा समजुतीनं पाकिस्तान धिटावलं होतं.१३ डिसेंबर २००१ रोजी केलेला हल्ला हा सर्वांत बेदरकारीनं केलेला हल्ला होता. तो लष्कर-ए-तोयबा आणि जैश-ए-मोहम्मद या अतिरेकी संघटनांच्या सदस्यांनी केला होता. दिल्लीच्या संसद प्रांगणात बनावट प्रवेश परवाने घेऊन सकाळी साडेअकरा वाजता पाच अतिरेकी गाडी चालवत आले. त्यानंतर उसळलेल्या बंदुकींच्या फैरींमध्ये पाचही अतिरेकी ठार झाले. त्यातल्या एकानं कमरेला बांधलेल्या बॉंबचा विस्फोट घडवला. पाकिस्ताननं ताबडतोब या हल्ल्याचा निषेध केला असला तरी भारतानं त्याबद्दल पाकिस्तानला दोष दिला, त्यामुळे दोन देशांमधील तणाव आणखीच वाढला. भारतानं जवळजवळ वर्षभर सीमेवर बऱ्याच संख्येनं लष्कर तैनात ठेवलं. या मोहिमेचं नामकरण 'ऑपरेशन पराक्रम' असं करण्यात आलं. पाकिस्तानकडून घडवल्या जाणाऱ्या हिंसाचाराला प्रतिबंध करण्यासाठी भारतानं नवे कायदे अमलात आणले. आणखी एक वर्षानं संसदेच्या लोकसभा आणि राज्यसभा या दोन्ही गृहांनी 'द प्रिव्हेंशन ऑफ टेररिझम' (दहशतवादाला प्रतिबंध) हा कायदा संमत केला.

आग्र्याच्या वाटाघाटींनंतर वाजपेयींना देशांतर्गत समस्यांशीसुद्धा झुंजावं लागलं. कुणी त्यांना उघडपणे आव्हान दिलं नसलं, तरी त्यांना वाटू लागलं होतं की, भाजपमधलं त्यांचं अत्युच्च स्थान डळमळीत होऊ लागलं होतं. २००१च्या मध्याला, पक्षांतर्गत प्रतिस्पर्ध्यांना गप्प करण्यासाठी वाजपेयींनी पंतप्रधानपद सोडत असल्याची धमकी दिली. त्या वर्षीच्या जुलै अखेरीस भाजपचा एक खासदार वाजपेयींच्या मंत्रिमंडळातील त्यांचा सहकारी रामविलास पास्वानवर PCO / STD गाळे वाटपाबद्दल हल्ला चढवू लागला. तेव्हा वाजपेयींनी जसवंत सिंगना खूण करून सांगितलं की ते बोलू इच्छित आहेत. भाजप नेते प्रमोद महाजन यांना जाणून घ्यायचं होतं की, ते कशाबाबत बोलू इच्छित आहेत. जसवंत सिंगनी त्यांना याबाबत विचारलं, तेव्हा त्यांना धक्कादायक उत्तर मिळालं. हादरून गेलेल्या प्रमोद महाजन यांना परिस्थितीवर नियंत्रण मिळवता येण्यापूर्वीच वाजपेयींनी बोलायला सुरुवातसुद्धा केली होती, 'मला NDAमधील सर्वांना एकत्रित ठेवून नीटपणे सरकार चालवता येत नाहीये आणि पंतप्रधान या नात्यानं मी त्याची संपूर्ण जबाबदारी स्वीकारत आहे. मी ते पद सोडतोय आणि माझी जागा घ्यायला तुम्ही इतर कुणाची तरी निवड करावी. मला सांगण्यात येतंय की, मी म्हातारा होत चाललोय आणि माझी प्रकृतीही ठीक नाहीये. मी हे पद सोडावं असं इतरांनी सांगण्यापूर्वी मी स्वतःहूनच हे पद सोडत आहे.' संसदेच्या उपकक्षात भाजपच्या २०० खासदारांपैकी ऐंशी खासदार उपस्थित होते. त्यांच्यापुढे वाजपेयींनी हे निवेदन केलं आणि ते तिथून बाहेर पडले. स्वपन दासगुप्तांसारख्या राजकीय विश्लेषकांचं म्हणणं आहे की, असं करण्यामागे अनेक कारणं होती. त्यातलं

एक कारण होतं, अडवाणींची वाढती लोकप्रियता. अर्थात अखेरीस भाजपच्या सर्वोच्च नेत्यांनी वाजपेयींची समजूत घातली.[८]

***

७ एप्रिल २००२ रोजी पाच दिवसांच्या अधिकृत भेटीसाठी सिंगापूर आणि कंबोडियाला निघालेल्या वाजपेयींनी प्रयाणापूर्वी दिल्लीतील पत्रकारांशी संवाद साधला, तेव्हा ते अत्यंत विचारमग्न अवस्थेत होते. भारतानं आपलं लक्ष ASEAN (असोसिएशन ऑफ साउथ ईस्ट एशियन नेशन्स) – आशिया खंडाच्या आग्नेयेकडील देशांची संघटना आणि आशिया खंडाच्या प्रशांत महासागराजवळील (Pacific) टापूवर अधिक केंद्रित केलं आहे आणि तो हेतू स्पष्ट करण्यासाठी ते या देशांची भेट घेणार आहेत, असं ते म्हणाले.

> त्यांनी प्रसारमाध्यमांपुढे केलेलं अधिकृत निवेदन असं होतं, 'उच्चस्तरीय वार्तालाप आणि फेरबदल घडवणाऱ्या आर्थिक, शास्त्रीय आणि तंत्रज्ञानविषयक सहकार्यामुळे सिंगापूरबरोबरचे आपले राजनैतिक आणि आर्थिक संबंध अधिकच दृढ होत चालले आहेत. उभयपक्षी जिव्हाळ्याच्या आणि प्रादेशिकदृष्ट्या महत्त्वाच्या विविध मुद्द्यांबाबत मला पंतप्रधान गोह चोक टाँग आणि सिंगापूरचे अन्य उच्चस्तरीय नेते यांच्याशी सखोल चर्चा करता येईल, अशी मी आशा करतो. सिंगापूरमधील उद्योगधंद्यांच्या आणि कारखान्यांच्या विविध प्रतिनिधींबरोबर संवाद साधण्याची संधी मला या भेटीद्वारे उपलब्ध होणार आहे. सिंगापूरच्या इन्स्टिट्यूट ऑफ साउथ ईस्ट एशियन स्टडीज (आग्नेय आशिया विषयक संशोधन संस्था) येथे व्याख्यान सादर करताना, ASEAN आणि आग्नेय आशिया टापूबद्दलचा भारताचा दृष्टिकोन विशद करण्याची संधी मला मिळणार आहे.
>
> कंबोडियाबरोबरचे आपले पारंपरिक ऐतिहासिक संबंध स्वातंत्र्यप्राप्तीनंतरच्या काळात, अलिप्त धोरणातील (Non-Aligned movement) उभयपक्षीच्या सदस्यत्वामुळे आणि अनेक जागतिक समस्यांबाबतच्या आपल्या समान दृष्टिकोनामुळे, अधिकच दृढ झाले आहेत. मी सन्माननीय राजेसाहेब नरोदोम सिहमोनी आणि पंतप्रधान हुन सेन यांच्याबरोबर, उभयपक्षी जिव्हाळ्याच्या आणि प्रादेशिक बाबतीत महत्त्वाच्या समस्यांबाबत राजकीय संवाद अधिक दृढ करण्यासाठी उपयुक्त ठरतील, अशा कृतींबाबत चर्चा करणार आहे.

---

[८] http://indiatoday.intoday.in/story/a-b-vajpayee-resignation-threat-ends-but-raises-quetions-about-pm-inclination-to-govern/1/230919/html.

> आपलं आर्थिक सहकार्य नव्यानं जोमदार करणं आणि आत्मिक आणि सांस्कृतिक जवळीक अधिक बलवान करणं याबद्दल मी त्यांच्याशी संवाद साधेन.
>
> सियाम रीप मंदिर समुदायातील अंगकोर वाट मंदिराला भेट देण्याची मी उत्सुकतेनं प्रतीक्षा करत आहे.

विमानानं आकाशात झेप घेतल्यावर लगेचच रंजन भट्टाचार्य अरुण शौरींजवळ वाजपेयींच्या डिसइन्व्हेस्टमेंट मंत्र्यांजवळ (विविध प्रकल्पांमधून सरकारची गुंतवणूक बाहेर काढून घेणे) आले आणि म्हणाले, 'शौरीजी, कृपा करून त्यांच्याशी बोला. बापजी अतिशय अस्वस्थ झाले आहेत.''

शौरींना पंतप्रधान अत्यंत बेचैन मनःस्थितीत दिसले. ते मान वर करून बघतही नव्हते. त्यांचा चेहरा अत्यंत गंभीर दिसत होता. ते म्लान दिसत होते. शौरींच्या लवकरच लक्षात आलं की पंतप्रधान – एका महत्त्वाच्या कारणामुळे इतके अस्वस्थ झाले आहेत – गुजरात!

२७ फेब्रुवारी २००२ला, गोध्रा गावातील मुस्लीम वस्तीतल्या एका जमावानं साबरमती एक्स्प्रेसच्या काही डब्यांना आग लावून दिली. या डब्यांमध्ये अयोध्येला भेट देऊन परत येणारे यात्रेकरू होते. हिंदू अयोध्येला पवित्र शहर मानतात. यानंतर प्रचंड हिंसक दंगली उसळल्या आणि बहुतांशी मुस्लिमांना लक्ष्य बनवणारा हा हिंसाचार जवळजवळ आठवडाभर चालू राहिला.

गुजरातेतील हत्या आणि लुटमार यांमुळे वाजपेयी बदनाम झाले होते. याचं प्रमुख कारण असं होतं की गुजरातेतसुद्धा भाजपचंच सरकार सत्तेवर होतं आणि भाजपच्या गुजरातेतील मुख्यमंत्र्यांनीही हा हिंसाचार थांबवण्याचा पुरेसा प्रयत्न केला नाही, अशी बातमी बाहेर आली होती. गुजरातेतील मुख्यमंत्री नरेंद्र मोदी यांची हकालपट्टी करायला असमर्थ ठरल्याबद्दल वाजपेयींवर दोषारोप केला जात होता. अशीही बातमी होती की, घराला हिंसक जमावानं वेढा घातल्यावर एका मुस्लीम नेत्यानं मोदींना फोन लावून मदत करण्याची विनंती केली असता मोदी त्याच्यावर ओरडले होते. काहीच तासांत त्या मुस्लीम नेत्याची कत्तल करण्यात आली आणि मोदींनी पोलीस दलाला हिंसाचार चालू द्यायची सूचना केली होती.[१] त्या क्षणी, मोदी केंद्र सरकारवर नामुष्की ओढवून आणणारे खलनायक ठरले होते.

---

[१] http://timesofindia.indiatimes.com/india/modi-abused-Jafri-when-he-called-for-help/articleshow/ 5198196.cms. सुरक्षा आणि सुव्यवस्था भारतात राज्य सरकारच्या हाती असते. त्यानंतर तपासपथकं आणि न्यायालयं यांनी मोदींची निर्दोष म्हणून सुटका केली आहे. परंतु त्यांच्या विरोधातला पुरावा कसा नष्ट करू दिला गेला होता, यावर अनेक पुस्तकं प्रसिद्ध करण्यात आली आहेत.

मोदींनी पत्रकार परिषदेत सर्वांसमोर वाजपेयींचा अवमान करण्याचंही धारिष्ट्य दाखवलं होतं. एका वार्ताहराला दंगलींनंतर पंतप्रधानांकडून मुख्यमंत्र्यांना दिला जाणारा संदेश जाणून घ्यायचा होता. संयतपणे नाराजी दर्शवत वाजपेयींनी म्हटलं की मोदींनी राजधर्माचं पालन करणं आवश्यक आहे. वाजपेयींनी विशद केलं की, राजधर्म ही अत्यंत अर्थगर्भ संज्ञा असून, सत्तेवरील माणसाच्या दृष्टीनं त्याचा अर्थ असतो की, त्यानं समाजातील वरिष्ठ आणि कनिष्ठ वर्गांमध्ये भेदभाव करू नये किंवा कोणत्याही धर्माच्या लोकांशी भेदभावानं वागू नये. वाजपेयींनी त्यांच्याबद्दल काही निंदात्मक वक्तव्य करू नये म्हणून मोदींनी वाजपेयींकडे तोंड वळवून नजरेनं त्यांना इशारा केला आणि धाक दाखवणाऱ्या उद्दाम स्वरात ते म्हणाले, 'हम भी वही कर रहे हैं साहिब!' वाजपेयींनी ताबडतोब आपला रोख बदलला आणि म्हटलं, 'मला खात्री वाटतेय की, नरेंद्रभाई तसंच करत आहेत.'

परदेश सफरीच्या तीन दिवस आधी, वाजपेयींनी अहमदाबादेतील शाह आलम छावणीला भेट दिली होती. इथं दंगलींमध्ये घरंदारं गमावून बसलेल्या ९००० मुस्लिमांना आसरा देण्यात आला होता. एक स्त्री त्यांना म्हणाली की त्यांचं आयुष्य म्हणजे जिवंत नरक बनलं आहे आणि फक्त वाजपेयीच त्यांना त्यातून वाचवू शकतील, हे ऐकून ते अंतर्यामी हेलावून गेले होते.

आता सिंगापूरच्या वाटेवर विमान असताना, वाजपेयींना चिंता वाटत होती की, देशाबाहेर त्यांना आणखी अपमानाला सामोरं जावं लागेल. तसेच नेहमी प्रतिकूल परिस्थिती असतानाच त्यांच्यावर परदेश दौऱ्याची वेळ का येते हा प्रश्न त्यांना भेडसावत होता.

शौरींनी सुचवलं की, आता उपपंतप्रधानपदी आलेल्या अडवाणींशी पंतप्रधानांनी बोलावं आणि परिस्थिती आटोक्यात आणण्याबद्दल चर्चा करावी. मोदींना हटवून त्या जागी दुसरा मुख्यमंत्री आणण्याचा पर्यायसुद्धा विचारात घ्यावा.

परंतु शौरींनी पंतप्रधानांना शांतवण्याचा असा प्रयत्न केल्यानंतरसुद्धा वाजपेयी उदासच दिसत होते. त्यांनी शौरींना सांगितलं की ते अडवाणींबरोबर याबाबत बोलतील.

ते सिंगापूरला पोहोचले, त्या दिवशी कोणत्याही अधिकृत बैठकी ठरवण्यात आल्या नव्हत्या. दुसऱ्या दिवशी अनेक कार्यक्रम होते. त्यात महत्त्वाच्या लोकांच्या औपचारिक भेटी घेण्याचा समावेश होता. पूर्वीचे अधिपती, ली क्वान यू यांचीही भेट घ्यायची होती.

त्यांच्या सिंगापूर भेटीच्या शेवटच्या दिवशी तिसऱ्या आणि अंतिम दिवशी घेण्यात आलेल्या मुलाखतीच्या वेळेस गुजरातचा विषय निघाला. जो पत्रकार वाजपेयींची मुलाखत घेत होता, त्यानं सुरुवातीलाच म्हटलं की सिंगापूरचे रहिवासी सामाजिक दंगलींबाबत फार जागरूक असतात. अर्थातच भाजप सत्तेतील गुजरातमध्ये नुकत्याच घडलेल्या हिंसाचाराबद्दल ही टिपणी होती. त्यानंतर त्यानं विचारलं की,

'आणि अशा दंगली भारतात एकदाच नाही, तर अनेकदा उसळल्या आहेत. याबद्दल भारताच्या अनुभवापासून सिंगापूर कोणता बोध घेऊ शकेल आणि तुम्ही आम्हांला त्याबाबत काय सांगू शकाल?'

उत्तर देण्यापूर्वी वाजपेयी क्षणभर स्तब्ध राहिले आणि त्यांनी कपाळावरून उजवा हात फिरवला. त्या देहबोलीतून गुजरात दंगलींबाबतचे प्रश्न हाताळताना त्यांची होणारी घुसमट व्यक्त होत होती. मग काळजीपूर्वक शब्दांची निवड करून, आपलं उत्तर शक्य तेवढं अधिकृत भासवण्याचा प्रयत्न करत ते म्हणाले, 'भारतात जे काही घडलं, ते अत्यंत खेदजनक होतं. आता दंगली आटोक्यात आल्या आहेत. जर गोध्रा स्थानकावर, साबरमती एक्स्प्रेसमधल्या यात्रेकरूंना जिवंत जाळलं गेलं नसतं, तर कदाचित गुजरातेतील शोकांतिका टाळणं शक्य झालं असतं. या घटनेमागे कोणतं तरी कटकारस्थान होतं, ही गोष्ट स्पष्ट आहे. त्याबद्दल आधी (हेरखात्याकडून) कोणतीही माहिती मिळू शकली नव्हती, ही चिंतेची बाब आहे. लोकशाहीत जागरूकता अत्यंत आवश्यक असते. आम्ही सावधगिरी राखत आलोय. पूर्वी जसं आम्ही एकाही लहानशा घटनेकडे दुर्लक्ष करत नव्हतो, तसेच आताही केलं, तर दहशतवादाशी नक्कीच यशस्वीरीत्या लढा देता येईल.'

त्यांनी बचावात्मक पवित्रा घेतल्याचं स्पष्टपणे जाणवत होतं आणि ही समस्या त्यांना अत्यंत सचिंत करत होती, हेसुद्धा कळत होतं.

भारतीय पंतप्रधानांची उघडपणे जाणवणारी अस्वस्थता मुलाखतकाराच्या लक्षात आली आणि त्यानं प्रश्नांचा रोख बदलून वाजपेयींच्या काव्यविषयक कौशल्याकडे निर्देश करून, आग्रा-शिखर परिषदेनंतर केलेल्या विधानाची त्यांना आठवण करून दिली. त्यांनी तेव्हा म्हटलं होतं की, ते पुन्हा कविता लेखनाकडे वळतील. मुलाखत घेणाऱ्यानं विचारलं, 'तुमचा आता तसा विचार आहे का?'

वाजपेयी थोडेसे सावरले आणि म्हणाले, 'नाही. त्या शिखर परिषदेतून काहीही चांगलं निष्पन्न झालं नाही. त्यातून कविता लेखनाची स्फूर्ती मिळेल असं काही घडलं नाही.'

जेव्हा मुलाखत पाकिस्तानबरोबरच्या वाटाघाटींकडे वळली, तेव्हा वाजपेयी हळूहळू पूर्णपणे सावरले होते आणि मूळ मनःस्थितीत आले होते. शांततेबद्दलच्या वाटाघाटींवरील प्रश्नाला उत्तर देताना त्यांच्या तल्लख विनोदबुद्धीचं दर्शन घडवत ते म्हणाले, 'आम्ही नेहमीच संवाद साधण्यास प्राधान्य देत आलो आहोत. मी लाहोरला गेलो; पण त्याची परिणती कारगिलमध्ये झाली. जेव्हा आम्ही जनरल मुशर्रफना आग्र्याला यायचं आमंत्रण दिलं, तेव्हा ताजमहालचं सौंदर्य वातावरण शांतवू शकलं नाही. भारतानं कायमच संवाद साधायला प्राधान्य दिलं आहे. आम्ही सर्व समस्यांबाबत चर्चा करायला तयार आहोत; परंतु त्यापूर्वी त्यासाठी पूरक असं वातावरण निर्माण होणं गरजेचं आहे. इथे अविश्वासाचंच वातावरण आहे. मग बोलणी तरी कशासाठी करायची? फक्त बोलायचं म्हणून बोलायचं? की दोन देशांमधल्या ज्या

समस्या दोन देशांमधले संबंध बिघडवून टाकत आहेत, त्या दूर करण्याबाबत बोलणी करायची? मला विश्वास वाटतोय की पाकिस्तान आपलं धोरण बदलेल आणि भविष्यात एकमेकांचे शेजारी असलेले दोन देश प्रेमानं एकत्र राहू शकतील.'

या प्रतिनिधी मंडळानं त्या दिवशी कंबोडियाला प्रयाण केलं. त्यापूर्वी शौरींनी वाजपेयींना विचारलं की, त्यांचं अडवाणींशी बोलणं झालंय का? पंतप्रधान अस्वस्थ झालेले दिसत होते; परंतु त्यांनी उत्तर दिलं की, अजून त्यांनी मोदींचे गुरू असलेल्या अडवाणींशी बोलणं केलं नाहीये.

त्याच दिवशी, ९ एप्रिल रोजी, पंतप्रधान कंबोडियाच्या पंतप्रधानांना हुन सेनना आणि अन्य अधिकाऱ्यांना भेटले. त्यांनी नॉन पेन्ह येथे औपचारिक भाषणंसुद्धा केली. पुढचे दोन दिवस कंबोडियाबरोबर झालेल्या विविध करारांवर दोन्ही देशांच्या पंतप्रधानांनी सह्या केल्या. वाजपेयींनी जाहीर केलं की कंबोडियातील जनतेमध्ये, विशेषतः पूरग्रस्त लोकांमध्ये वाटप करण्यासाठी भारत कंबोडियाला १०,००० टन तांदूळ देईल. वाजपेयींनी सुप्रसिद्ध अंगकोर वाट मंदिराला भेट दिली. तेथे पुन्हा एकदा शौरींना जाणवलं की, पंतप्रधान अस्वस्थ असून, विचारात गढले आहेत. शौरींनी पुन्हा एकदा पंतप्रधानांना विचारलं की, त्यांचं अडवाणींबरोबर संभाषण झालं आहे का आणि पंतप्रधानांनी नकारार्थी उत्तर दिलं.

वाजपेयींच्या नेतृत्वाखाली गेलेलं प्रतिनिधी मंडळ ११ एप्रिल रोजी भारतात परत आलं. दुसऱ्या दिवशी भाजपच्या वरिष्ठ नेत्यांना गोव्यातील राष्ट्रीय कार्यकारी मंडळाच्या बैठकीसाठी उपस्थित राहावं लागणार होतं.

शौरी घरी गेले आणि आन्हिक आवरून पुस्तक वाचत बसलेले असताना त्यांना ब्रजेश मिश्रांनी फोन केला आणि विचारलं की, गोव्याला जाण्यासाठी त्यांनी विमानाचं तिकीट काढलं आहे का? शौरींनी होकार दिला. 'कृपा करून ते रद्द करा. तुम्ही पंतप्रधान आणि उपपंतप्रधानांबरोबर पंतप्रधानांच्या विमानातून जायचं आहे,' असं सांगून मिश्रांनी म्हटलं की, शौरी या दोघांसोबत गेले नाहीत, तर विमानात एकटेच असलेले वाजपेयी आणि अडवाणी एकमेकांबरोबर शब्दही बोलणार नाहीत.

जेव्हा शौरींनी विमानात पाऊल टाकलं, तेव्हा वाजपेयी त्यांच्यापूर्वीच विमानात खिडकीजवळ स्थानापन्न झाले होते. त्यांच्या समोरच्या टेबलापलीकडे, त्यांच्याकडे तोंड करून अडवाणी दुसऱ्या खिडकीजवळ बसले होते. परराष्ट्रमंत्री जसवंत सिंगदेखील तेथे उपस्थित होते.

विमानानं आकाशात झेप घेतली आणि त्यानंतर काही मिनिटांनी वाजपेयींनी त्यांच्या पुढ्यातल्या टेबलावरचं वर्तमानपत्र असं उघडून धरलं की, त्यांना अडवाणींचा चेहरा अजिबात दिसणार नाही. थोड्या वेळानं अडवाणींनीही वर्तमानपत्र उचललं आणि ते वाचायला सुरुवात केली. शौरी आणि जसवंत सिंग यांनी एकमेकांकडे बघून निःश्वास सोडला.

त्यानंतर शौरींनी स्वतःलाही आश्चर्य वाटेल अशी एक कृती केली. त्यांनी वाजपेयींच्या हातातलं वर्तमानपत्र काढून घेतलं आणि म्हटलं, 'वाजपेयीजी, वर्तमानपत्र तर नंतरही वाचता येईल. तुम्हाला अडवाणीजींना जे सांगायचं होतं, ते आता का सांगत नाही?'

वाजपेयींनी वर्तमानपत्र बाजूला ठेवलं आणि त्यांच्या नेहमीच्या धर्तीनं पुटपुट करत काय करणं गरजेचं आहे, ते सांगितलं. पहिली गोष्ट म्हणजे जन कृष्णमूर्ती यांच्याऐवजी भाजपचं अध्यक्षपद वेंकय्या नायडू यांच्याकडे सोपवण्यात यावं. मग ते म्हणाले, 'मोदींना जावं लागेल' विमान गोव्याला पोहोचेपर्यंत मोदींना जावं लागेल, हा निर्णय घेण्यात आला होता.'[१०]

जसवंत सिंगनी या घटनेचं थोडंसं वेगळं वर्णन केलं. ते म्हणाले की, जेव्हा वाजपेयींनी मोदींना जावं लागेल असं ठामपणे म्हटलं, तेव्हा जरी अडवाणींनी विरोध केला नसला, तरी गृहमंत्र्यांनी म्हटलं होतं, 'त्या राज्यात अराजक माजेल.'

***

आठ महिन्यांपूर्वी, २००१ सालच्या सप्टेंबर महिन्याच्या अखेरीला, भरपूर राजकीय लठ्ठालठ्ठीनंतर निर्णय घेण्यात आला की, गुजरातचं मुख्यमंत्रिपद केशुभाई पटेलांऐवजी मोदींना देण्यात येईल.

गेली तीन वर्षे दिल्लीत वास्तव्य करत असलेल्या मोदींना वाजपेयींनी भेटीसाठी बोलावून घेतलं. गेल्या वेळेस या दोघांची भेट झाली होती. त्यापेक्षा आता मोदींचं वजन वाढलेलं दिसत होतं. वाजपेयींनी विनोद केला की मोदी पंजाबी जेवणावर चांगलाच हात मारताना दिसत आहेत. त्यानंतर ते कामाच्या मुख्य मुद्द्याकडे वळले. वाजपेयी म्हणाले की, २००२ साली होणाऱ्या राज्य निवडणुकीची गुजरातेत पूर्वतयारी करण्यासाठी मोदींना तेथे मुख्यमंत्री म्हणून जावं लागणार आहे. त्यांनी त्यास तत्काळ नकार दिला. वाजपेयींनी ठामपणे आपलं बोलणं लावून धरलं, कारण २००१च्या भूकंपानंतर जनतेला मदत करण्यासाठी पुरेसं काम न केल्यामुळे केशुभाई पटेल सरकारवर जनतेचा रोष ओढवला होता. हलक्या दर्जाचं बांधकाम करणाऱ्या कामचुकार बांधकाम व्यावसायिकांबरोबर सरकारातील काही जणांचं फारच सख्य झालं होतं. त्यातले काही बांधकाम व्यावसायिक केशुभाई पटेलांच्या खास मर्जीतले होते. मोदींनी वाजपेयींना सांगितलं की, अनेक राज्यांकडे लक्ष पुरवण्याची जबाबदारी पार पाडण्यासाठी मुख्य सचिव म्हणून ते स्वतः गेली काही वर्षं गुजरातपासून दूर दिल्लीत वास्तव्य करत असल्यामुळे गुजरातेतील स्थानिक राजकारणाशी त्यांचा संबंध

---

[१०] लेखकानं अरुण शौरींची मुलाखत घेतली होती त्याआधारे.

राहिला नव्हता.[११] तरीसुद्धा महिन्यातील दहा दिवस गुजरातेत राहण्याची त्यांनी तयारी दर्शवली.

परंतु लवकरच त्यांचे गुरू अडवाणी यांनी त्यांची समजूत पटवल्यानंतर, मोदींनी गुजरातचं मुख्यमंत्रिपद स्वीकारायला मान्यता दिली. मोदींना सरकारी कारभाराचा अनुभव नाही, हे अडवाणींना ठाऊक होतं; परंतु मोदी त्यांच्या विशेष मर्जीतले होते.

अखेरीस ७ ऑक्टोबर २००१मध्ये मोदींनी गुजरातच्या मुख्यमंत्रिपदाची शपथ घेतली.

***

एप्रिल २००२मध्ये पणजी, गोवा येथे भाजपच्या राष्ट्रीय कार्यकारिणीची बैठक सुरू झाली आणि थोड्याच वेळात मोदी व्यासपीठावर आले आणि म्हणाले की, दंगलींच्या समस्येमुळे ते मुख्यमंत्रिपद सोडू इच्छित आहेत. ताबडतोब अनेक बाजूंचे लोक उभे राहिले आणि म्हणाले की, त्यांनी असं करण्याची काहीही गरज नाही. हा निषेध पूर्वनियोजित होता किंवा नाही, याची शौरींना खात्री देता येत नव्हती; परंतु शौरींचं म्हणणं आहे की, वाजपेयींना तो पूर्वनियोजित कट वाटला.

हे पाहून शौरी उठून उभे राहिले आणि विमानात वाजपेयी आणि अडवाणींचं काय बोलणं झालं आणि त्यानंतर त्या दोघांनी कोणता निर्णय एकमतानं घेतला होता, याचं त्यांनी या सभेपुढे वर्णन केलं; परंतु प्रतिनिधींमधून आरोळ्या येतच राहिल्या, 'असं करता येणार नाही! मोदींना जायची परवानगी मिळणार नाही!'

वाजपेयींना ताबडतोब परिस्थिती उमगली आणि ते म्हणाले, 'त्याबद्दल नंतर निर्णय घेऊयात.'

'हा निर्णय नंतर नाही, आत्ताच घ्यावा लागेल,' असं कुणीतरी ओरडलं आणि जणूकाही पूर्वसूचना मिळाली असावी, अशा पद्धतीनं हे घोषवाक्य बनलं आणि त्याचा अखंड जप होऊ लागला.

वाजपेयींना मोदी जायला हवे आहेत हे पूर्णपणे ठाऊक असूनही अडवाणींनी एक शब्दही उच्चारला नव्हता, हे शौरींच्या नजरेतून सुटलं नाही.

गोष्टींनी भलतंच वळण घेतलेलं पाहून, वाजपेयी विवादात न पडता मूक राहिले. कदाचित तरुण नेते, लोकांसमक्ष त्यांच्या अधिकाराबद्दल प्रश्न उपस्थित करतील, अशी भीती त्यांच्या धाडसापेक्षा वरचढ ठरली असेल.

हा अपमान ते कधीही विसरले नाहीत.

***

---

[११] उल्लेख एन. पी., *वॉर रूम* (न्यू दिल्ली : रोली बुक्स, २०१५)

१९७०च्या दशकापासून वाजपेयींनी अनेक व्याधींना तोंड दिलं. पाठदुखी, कॅन्सरग्रस्त मूत्रपिंड काढून टाकण्याची शस्त्रक्रिया यांचाही त्यांना सामना करावा लागला. नव्या सहस्रकातही त्यांच्या प्रकृतीबाबतच्या समस्या सुरूच राहिल्या. २००० साली विख्यात शल्यविशारद चित्रांजन सिंग राणावत यांनी पंतप्रधानांवर गुडघे रोपण शल्यक्रिया मुंबईच्या ब्रीच कँडी हॉस्पिटलमध्ये केली होती आणि प्रसारमाध्यमांचं ते आकर्षण केंद्र बनले होते. २००३ साली वाजपेयींनी मेंदूचं अन्वेषण करणारा स्कॅन करून घ्यायला नकार दिला होता कारण त्यांना 'मशीनच्या आत जायची' भीती वाटत होती. आता असे वाटते की, त्यांनी तेव्हा तो करून घेतला असता, तर बहुधा डॉक्टरांना त्यातले बदल लवकर कळले असते आणि वाजपेयींना २००९ मध्ये वाचाशक्ती घालवणारा जो पक्षाघाताचा झटका आला, तो टाळता आला असता.

जून २००२ मध्ये 'टाइम' मासिकानं वाजपेयींना ज्या व्याधी असल्याचं बोललं जात होतं, त्याचं निंदाजनक वर्णन छापलं. अडवाणी गोटातील एका वरिष्ठ भाजप नेत्यानं वाजपेयींच्या स्वास्थ्य समस्यांबद्दल लेखक अॅलेक्स पेरीजवळ बातमी फोडली होती, असं म्हटलं गेलं. आंतरराष्ट्रीय प्रकाशनानं त्यांचं वाईट चित्र उभं करून, अण्वस्त्रसाठ्यावर नियंत्रण ठेवण्याबाबत त्यांच्या कुवतीबद्दल शंका उपस्थित केली, त्यामुळे वाजपेयी अतिशय अस्वस्थ झाले. दोन वर्षांनी होऊ घातलेल्या निवडणुकीत जो माणूस पक्षनेतृत्व करणार होता, त्याचं अत्यंत अन्याय्य पद्धतीनं नकारात्मक चित्र रेखाटण्यात आलं होतं. वानगीदाखल त्यातला पहिला परिच्छेद पाहा :

> 'तरुणपणी ते भरपूर मद्यप्राशन करत आणि अजूनही ७४व्या वर्षी दररोज रात्री व्हिस्कीचे एक दोन पेग ते चवीनं घेतात. भारताचा नेता, (संधिवातामुळे बदलून टाकलेल्या) गुडघेदुखीसाठी वेदनाशामक गोळ्या घेतो. त्याला मूत्राशय, यकृत आणि उरलेलं एक मूत्रपिंड यांच्याही व्याधी आहेत. तळकट गोष्टी आणि तुपकट पक्वान्नांच्या रुचीपायी त्यांचं कोलेस्टेरॉल प्रमाणाबाहेर वाढलंय. डॉक्टरांच्या सल्ल्यानुसार ते दररोज दुपारी तीन तास झोप घेतात आणि दीर्घकाळ गप्प राहतात; बोलताना इतरांना कळणार नाही, असं मुद्दा सोडून भरकटतात आणि बऱ्याचदा बैठकीच्या वेळेस झोपी जातात.'

आणखी एक मासला पाहा :

> 'अण्वस्त्रसाठ्यावर नियंत्रण ठेवण्याच्या दृष्टीनं अटल बिहारी वाजपेयी हा विचित्र उमेदवार ठरेल; परंतु गेली चार वर्षं भारताच्या पंतप्रधानांच्या पितामहसदृश नेतृत्वानं भारतीय उपखंडाला युद्धाच्या खाईपासून दूर ठेवलंय. ते हिंदुत्ववादी भारतीय जनता पक्षाचं, अतिरेकी दृष्टिकोन असलेल्या मूलतत्त्ववादी मतदारसंघाचं नेतृत्व करत असले, तरी वाजपेयींनी आपला शेजारी आणि

प्रतिस्पर्धी देश पाकिस्तान यांच्याशी शांतता राखण्याचे महत्त्वाकांक्षी प्रयत्न चालू ठेवले आहेत. १९९९ साली पाकिस्तानची सांस्कृतिक राजधानी लाहोर येथेसुद्धा जुन्या वैरांना मूठमाती देऊन सद्भावनांचं नवं युग सुरू करण्याच्या आशेनं त्यांनी प्रवास केला. आता भारत-पाकिस्तान सीमेवर दहा लाख सैनिक एकमेकांकडे तोंड करून उभे असताना (२००१ डिसेंबर ते २००२ ऑक्टोबरपर्यंत सुरू असलेल्या 'ऑपरेशन पराक्रम' या मोहिमेकडे हा निर्देश आहे.) तो भूतकाळ खूपच मागे पडलेला दिसतोय आणि याच धोक्याच्या समयी, वाजपेयींची नेतृत्वाची पकड दिवसागणिक कमी कमी होत चाललेली दिसतेय. खंगलेला हा ब्रह्मचारी खचलेला आणि गोंधळून गेलेला दिसतो. वृद्धापकाळ आलेल्या सुज्ञ ऋषीऐवजी तो आता सामान्य वृद्ध माणूस वाटतोय. तो नावं विसरतोय. दीर्घकाळ सहकारी असलेल्या आताच्या परराष्ट्रमंत्र्यांचं जयवंत सिंग यांचं नावही त्यांना स्मरत नाही आणि अलीकडच्या अनेक बैठकींदरम्यान ते गोंधळून गेलेले आणि भ्रांतचित्त झालेले दिसत होते. एका पाश्चिमात्य परराष्ट्रमंत्र्याला भेटल्यावर, तेथे उपस्थित असलेल्या एका राजनीतिज्ञानं त्यांचं वर्णन 'अर्धवट मृतावस्थेतला' अशा शब्दांमध्ये केलं होतं. पत्रकार परिषदेत त्यांची उपस्थिती क्वचितच असते. अशा एका श्रीनगरमधील पत्रकार परिषदेच्या वेळेस पंतप्रधान डगमगत्या पावलांनी व्यासपीठावर चढले. त्यांची डगमगती चाल दाखवणं टाळण्यासाठी, त्यांचं कमरेपासून वरचंच व्हिडिओचित्रण करावं, अशी सूचना भारतातील टी.व्ही. वाहिन्यांच्या कर्मचाऱ्यांना दिली जाते; परंतु त्यांना प्रश्नांचा अर्थ समजायला त्रास होतोय आणि गृहमंत्री अडवाणींनी कुजबुजत करून दिलेल्या आठवणींवर त्यांना भिस्त ठेवावी लागतेय, हे लक्षात आल्यावाचून राहत नाही. अशी मदत घेऊनही उत्तरं देताना वाजपेयी गोंधळत होते. 'ते ठीक असतात तेव्हा ते पूर्णपणे सतर्क असतात,' असं भाजपचा एक कार्यकर्ता म्हणतो; परंतु हा कालावधी अगदीच अल्प असतो. एक पाश्चिमात्य राजनीतिज्ञ म्हणतो, 'त्यांच्या स्वास्थ्याबद्दल खूप चर्चा होते. त्यांच्या बोलण्या-चालण्याच्या काही लकबी त्यांच्या वैयक्तिक ढंगाचा परिणाम असतील; परंतु त्यातला काही भाग नक्कीच भ्रांतचित्त असण्याशी संबंधित आहे'.[१२] जे पत्रकार वाजपेयींबरोबर, २००३मध्ये रशियाला गेले होते, त्यांनासुद्धा आठवतंय की, भारतीय पंतप्रधानांना अध्यक्ष पुतिन यांच्याशी वाटाघाटी करताना, डोक्याला प्रचंड ताण द्यावा लागत होता, कारण ते त्यांचं कर्णयंत्र (hearing aid) घरी विसरून आले होते.'

---

[१२] http://content.time.com/time/magazine/article/0,9171, 260747,00.html.

अशा कितीही बातम्या आल्या, तरी त्यांना जवळून नीटपणे ओळखणाऱ्यांना कोणताही संदेह वाटत नव्हता की, त्यांची सतर्कता आणि त्यांच्या सरकारात आणि पक्षात घडणाऱ्या घटना सर्वांच्या आधी जाणून घेण्याची त्यांची क्षमता, तीळमात्रही उणावलेली नव्हती!

अडवाणींनी उपपंतप्रधानपद स्वीकारल्यानंतर काही महिन्यांतच वाजपेयींनी केंद्र सरकारातील एका वरिष्ठ मंत्र्याला त्यांच्या घरी बोलावून घेतलं. रेसकोर्स रोडवरील वाजपेयींच्या निवासस्थानातून आलेला फोन घेतल्यावर हा मंत्री चक्रावून गेला; कारण लवकर झोपी जाणाऱ्या वाजपेयींनी त्याला रात्री नऊ वाजता भेटीसाठी बोलावलं होतं.

जेव्हा हे मंत्रीमहोदय तेथे पोहोचले, तेव्हा पंतप्रधानांनी त्याला ताबडतोब एका ज्येष्ठ पत्रकाराला बोलावून घ्यायला सांगितलं. हा पत्रकार प्रतिष्ठीत, नावाजलेला होता आणि वाजपेयींच्या घरी नेहमी येणाऱ्यांपैकी होता. वाजपेयी कर्णोपकर्णी पसरत चाललेल्या एका अफवेबद्दल अत्यंत नाराज होते. असं म्हटलं जात होतं की, त्यांचा एकमेव तत्कालीन प्रतिस्पर्धी असलेल्या अडवाणींना वाजपेयींनी लाथेनं वरच्या पदावर ढकलून त्यांचा काटा काढला होता. एनडीएमधील दोस्त पक्षाचे नीतिशकुमार अशी बातमी फैलावत होते. इतर अनेक मित्रपक्षांतले नेते याच बातमीचं चर्वितचर्वण करत होते. ते म्हणत होते की, अडवाणींना हा तोट्याचा सौदा स्वीकारायला लावून त्यांना कोणतीही सत्ता नसलेलं नामधारी ज्येष्ठपद देण्यात आलं होतं आणि त्यामागं वाजपेयींचा धूर्तपणाच कामी आला होता.

या मंत्र्याजवळ वाजपेयींनी आणखी एक गौप्यस्फोट केला, अडवाणींना 'गरीब बिचारा बळीचा बकरा' अशा रंगात रंगवायचं आणि त्यायोगे चालू असलेल्या कट-कारस्थानाचं समर्थन करायचं असा बेत (अडवाणी यांच्या गोटात) शिजत होता. पंतप्रधानांनी अडवाणींना दोष दिला नाही; परंतु अशा अफवा झपाट्यानं पसरत असल्यामुळे ते अतिशय अस्वस्थ झाले होते. यामागे कुणाचा तरी नक्कीच हात आहे, हे ते पूर्णपणे जाणून होते.

या केंद्र सरकारातील मंत्र्यानं वाजपेयींना सल्ला दिला की, त्यांनी त्याबाबत फार चिंता करू नये. पंतप्रधान म्हणाले की, त्यांना पंतप्रधानपदावरून बाजूला करून त्या जागेवर अडवाणींना स्थानापन्न करण्याची मनीषा त्यांच्या कानावर आली आहे, एवढंच त्यांना सांगायचं होतं. यामागे कोणाचा हात आहे, हे त्यांना ठाऊक नसलं, तरी अशी योजना आहे, हे त्यांना समजलं होतं. एका आरएसएसच्या नेत्यानं त्यांना पक्षाचं अध्यक्षपद स्वीकारून पंतप्रधानपद अडवाणींसाठी मोकळं करण्याबाबत विचारणा केली होती. त्यांच्या मंत्रिमंडळातील दोन मंत्र्यांनी हा प्रस्ताव मान्य झाल्यास उपपंतप्रधान बनण्याची तयारी दाखवली होती. वाजपेयींनी या मंत्र्याला म्हटलं, 'बनू देत त्यांना उपपंतप्रधान! पण दिसतं तेवढं काहीही सोपं नसतं. युती सरकार एकत्र ठेवून चालवणं ही खायची गोष्ट नव्हे!'[१३]

---

१३ १९९९च्या एन.डी.ए.च्या युती सरकारात पंधरा मित्रपक्षांच्या युतीचं सुकाणू वाजपेयींच्या हाती होतं.

वाजपेयींच्या शंका केवळ अफवा आहेत म्हणून बाजूला सारून हा मंत्री घरी परत गेला; परंतु काही महिन्यांनी त्याला समजलं की, खरोखरच असा बेत शिजत होता आणि त्या कटात सामील होणाऱ्यांना नेस्तनाबूत करण्यात आलं होतं.

आपल्या सरकारात आणि पक्षात जे काही घडतंय, ते सर्वांच्या आधी जाणून घेण्याच्या वाजपेयींच्या अद्भुत क्षमतेबाबत यशवंत सिन्हांसारखे मंत्री नेहमी सांगत असत. बरेचदा वाजपेयींना आपलं म्हणणंच खरं करून, आरएसएसची आज्ञासुद्धा धुडकावून लावावी लागत असे. 'त्यांचे ठायी ही फार मोठी क्षमता होती. त्यांना गोष्टी कळत असत आणि ते या जहाजाचे खरेखुरे, एकमेव कप्तान होते आणि तरीही ते खरेखुरे लोकशाहीवादी होते, त्यामुळे ते मंत्रिमंडळात नेहमीच चर्चांना परवानगी देत असत,' असं सिन्हा म्हणतात.

ते चर्चा करू देत असतील; परंतु अंतिम निर्णय मात्र त्यांचाच असे!

अनेक संकटांमधून वाजपेयी तरून जाऊ शकले, कारण त्यांच्यात ठाम निर्णय घेण्याची क्षमता होती आणि योग्य आणि अयोग्य याचं त्यांना संपूर्ण भान होतं. महत्त्वाच्या अधिकाऱ्यांच्या नेमणुकीसारख्या काही निर्णयांमध्ये ते विरोधी पक्षालासुद्धा सहभागासाठी आमंत्रित करत असत, असं पवार म्हणतात. शरद पवारांना आठवतंय की, एका महत्त्वाच्या पदावरील नेमणुकीबाबत त्यांचं स्वतःचं आणि अडवाणींचं एकमत होत नव्हतं. पवारांची बाजू ऐकून घेतल्यावर, वाजपेयींनी अडवाणींना सांगितलं, 'लालजी, हम लोग सत्तामें अभी आये हैं। इनको सत्ताका हमसे ज्यादाह तजुर्बा है। इनका कहना मान लेते हैं।[१४] स्वदेशी जागरण मंच आणि भारतीय मजदूर संघ या सुधारणांना विरोध करणाऱ्या आरएसएसच्या उपपक्षांचे नेते वाजपेयींच्या मंत्र्यांवर हल्ला चढवत, तेव्हा याच श्रेष्ठत्वाच्या आणि आपल्यावरील संपूर्ण जबाबदारीच्या जाणिवेमुळे वाजपेयी ठामपणे आपल्या मंत्र्यांच्या पाठीशी उभे राहू शकत असत.

२००३ साली, अमेरिकी आणि अन्य सेनेबरोबर भारताची सेना न पाठवण्याचा वाजपेयींनी जो निर्णय घेतला, तो या बौद्धिक स्वायत्ततेच्या बळावरच त्यांना घेता आला. जागतिक व्यासपीठावर उंच झेप घेण्याची ही भारताला मिळत असलेली सुवर्णसंधी आहे, या अमेरिकी युक्तिवादाची री ओढायला अमेरिकेची तरफदारी करणाऱ्या गटांनी आणि त्यांच्या स्वतःच्या काही वरिष्ठ सल्लागारांनीसुद्धा प्रारंभ केला होता. वाजपेयींनी या सर्वांचं म्हणणं ऐकून घेतलं; परंतु भारत या भौगोलिक राजकीय सापळ्यात अडकण्याची चूक करून आपले उत्तम संबंध असलेल्या देशात आपल्या सैनिकांना बळी देणार नाही, या मुद्द्यावर मात्र ते पूर्णपणे ठाम राहिले.

***

[१४] शरद पवार, *ऑन माय टर्म्स : फ्रॉम द ग्रासरूट्स टू द कॉरिडॉर्स ऑफ पॉवर* (न्यू दिल्ली : स्पीकिंग टायगर, २०१५)

त्यांच्या पंतप्रधानपदाच्या कारकिर्दीच्या अखेरच्या काळात राजस्थान, छत्तीसगड आणि मध्य प्रदेशात भाजपला राज्य निवडणुकीत लाभलेल्या यशामुळे वाजपेयींची उमेद वाढली होती; परंतु वाहणाऱ्या वाऱ्यांबद्दल आणि लोकांबद्दल, अचूक आडाखे मांडण्याचं त्याच्या ठायी पूर्वी दिसलेलं कौशल्य कमी होत चाललं होतं. पूर्वी ते फार सावध असत; त्याऐवजी आता ते काही लोकांवर आंधळा विश्वास ठेवू लागले होते. त्यांना अडवाणींबद्दल थोडा तिरस्कारही वाटू लागला होता आणि त्यांच्या पदाचा उल्लेख ते 'पंडारा पार्क' अशा (तुच्छतादर्शक) शब्दांत करू लागले होते. २००२ साली ३०, पृथ्वीराज रोड येथे हलण्यापूर्वी अडवाणी दिल्लीतील पंडारा पार्क या विभागात राहत असत.

भूतकाळात चांगले संबंध असलेल्या या दोघा नेत्यांमधील शीतयुद्ध जेव्हा ऐन भरात आलं होतं, तेव्हा तोवर मागे पडलेल्या अयोध्या-मंदिर-मशीद या गुंत्यातून मार्ग काढण्यासाठी एक प्रस्ताव सुचवण्यात आला होता. त्या प्रस्तावात मांडलेली योजना यशस्वी झाली असती, तर त्याचं श्रेय अडवाणींकडे गेलं असतं, त्यामुळे वाजपेयींशी जवळीक असलेल्या गोटाला ती शक्यता अर्थातच अजिबात पसंत नव्हती!

१९९९मध्ये अडवाणींनी गृहमंत्रिपदाचा स्वीकार केल्यावर, त्यांच्या आशीर्वादानं एका लहानशा गटानं त्रासदायक ठरलेल्या अयोध्या समस्येवर तोडगा शोधण्याचे प्रयत्न सुरू केले होते. या कामात प्रगती दिसायला तीन वर्षांचा काळ जावा लागला. इराणमधील अयातुल्ला खोमेनी धर्मगुरूला, अयोध्येतील बाबरी मशीद जिथं पूर्वी उभी होती, त्या जागेवर हक्क असल्याचा दावा करायला उद्युक्त करायचं, अशी ही कल्पना होती. जर या जागेवर दावा करणारे कुणी शियापंथीय पुढे आले नाहीत, तरच सुन्नीपंथीय त्यावर हक्क असल्याचा दावा करू शकणार होते आणि हाच या योजनेमागचा कायदेविषयक फायदा होता. शिया समाजातील कुणीही या जागेवर हक्क सांगायला पुढे आलं नसल्यामुळे सुन्नींच्या गटानं त्यावर हक्क असल्याचा दावा केला होता. या नव्या योजनेमागचं तर्कशास्त्र असं होतं की, मूठभर शियांना या जमिनीवर हक्क सांगायला पुढे आणलं की, त्याजागी मशीद बांधा अशी अजूनही ओरड करणारा सुन्नी गट शियांच्या विरोधात कोर्टात जाऊ शकला नसता.

जे धर्मस्थान उद्‌ध्वस्त करण्यात आलं आहे, तेथे कोणतीही मशीद बांधण्यात येऊ नये, यावर शिया ठाम होते, त्यामुळे तेथे मंदिर बांधण्याची परवानगी अयातुला खोमेनीकडून मिळवायला फारसे प्रयास पडले नसते.

अशी ती योजना होती. त्यात भाग घेणारा माणूस शिया धर्मगुरूंचा पाठिंबा मिळवण्यासाठी इराणला जाऊन आला होता आणि ७५% काम होत आल्याचा त्यानं निर्वाळा दिला होता. त्याच वेळेस सरकारच्या उच्चस्तरीय वर्तुळातील कुणीतरी ही समस्या हाताळण्यासाठी हिंदुत्वरक्षक असल्याचा दावा करणाऱ्या अनेकांना पुढे आणून या योजनेत खोडा घातला होता. उत्तर प्रदेशातील काही शिया नेत्यांनी काही राजकीय

नेत्यांसमोर आपण ही समस्या सोडवत आणली आहे, अशी बढाई मारल्यामुळे अडचणींमध्ये भरच पडली.

नवे मतप्रवाह वाहू लागल्यावर, विश्व हिंदू परिषदेच्या काही नेत्यांनी मागणी लावून धरली की, अशीच युक्ती वापरून वाराणसीत आणि मथुरेत 'उद्ध्वस्त' करण्यात आलेल्या मंदिरांचा ताबा घेतला जावा त्यामुळे अडचणींमध्ये आणखीच भर पडली. या प्रयत्नांमध्ये सहभाग घेणाऱ्या एकानं म्हटलं आहे, 'लवकरच या योजनेचा नैसर्गिकरीत्या अंत झाला. अयोध्या-समस्येवर तोडगा शोधल्याचं श्रेय अडवाणींना मिळावं, ही गोष्ट बहुधा कुणाला तरी पसंत पडली नसावी!'

वाजपेयींना त्यांच्या सल्लागारांकडून योग्य सल्ला मिळत नव्हता, हे सत्य दिसत होते. अनेक उद्योगपतींशी लागेबांधे असलेल्या ब्रजेश मिश्रा आणि प्रमोद महाजन यांसारख्या लोकांबद्दल आणि त्यांचा जावई रंजन भट्टाचार्य याच्याबद्दल त्यांच्या पक्षातल्या प्रतिस्पर्धी गटाला स्वाभाविक तिटकारा वाटत होता, याबद्दलही दुमत नाही. 'त्यांची प्रकृती बरी नव्हती म्हणून त्यांना शारीरिक आणि इतर गोष्टींसाठी मूठभर लोकांवर पूर्णपणे विसंबून राहावं लागत होतं, त्यामुळेच गोष्टी हाताबाहेर जाऊ लागल्या,' असं पत्रकार टी.व्ही.एस. शेणॉय म्हणतात. वाजपेयींना जवळून ओळखणारे लोक या विधानाला दुजोराच देतात.

तोवर वाजपेयींभोवती जे तेजोवलय निर्माण झालं होतं, त्यामुळे भाजप प्रचंड मोठ्या लोकप्रियतेच्या लाटेवर आरूढ झाला होता. त्या बळावर सहजगत्या विजयी होण्यासाठी २००४ साली लगेचच निवडणूक घ्यावी, असं सल्लागारांनी वाजपेयींना सुचवलं. पाकिस्तानबरोबरचे आपले संबंध सुधारण्यासाठी सतत झटणाऱ्या मुत्सद्दी राजनीतिज्ञाला आणि भारतीय अर्थव्यवस्था झपाट्यानं उंचावणाऱ्या सुधारकाला (निवडणुकीत) विजय मिळायलाच हवा. ते विजयाला पूर्णपणे पात्र आहेत, असं त्यांचं म्हणणं होतं.

परंतु याहून अधिक सुज्ञ सल्ला त्यांना मिळायला हवा होता!

१४

कारकिर्दीच्या सूर्यास्तात मूकपणे लुप्त होऊ नका!

२००४ सालच्या निवडणुकीत भाजपचा पराजय का झाला, यामागची विविध कारणं पक्षाद्वारे आणि अन्य राजकीय जाणकारांद्वारे पुढे केली जातात. राष्ट्रीय स्वयंसेवक संघाच्या एका गटाला त्याबाबत वाजपेयींची निंदा करण्यात विकृत समाधान लाभतं. त्यांचं मवाळ राजकीय धोरण, आर्थिक विषमता आणि आनुषंगिक ग्रामीण विपत्ती ओढवून आणणारं त्यांचं सुधारणाभिमुख धोरण यांमुळे निवडणुकीत भाजपचा धुव्वा उडाला, असा या गटाचा दावा आहे. समृद्धी आणि भरभराट यांची जाहिरात करणारी, महागडी आणि वास्तवाशी कोणताही संबंध नसलेली प्रमोद महाजन यांची 'इंडिया शायनिंग (प्रकाशमय भारत)' मोहीम आपल्यावरच उलटली, कारण महत्त्वाकांक्षी मध्यमवर्ग आणि कनिष्ठवर्ग यांची सहसंवेदना जागृत करण्यात ती अयशस्वी ठरली, असा या गटाचा दावा आहे. वाजपेयींना पाठिंबा देणाऱ्या नेत्यांनी या अपयशाचा दोष भीषण दुष्काळ, गुजरात दंगलींनंतर देशभरात घडलेलं अल्पसंख्याकांचं (मुस्लिमांचं) ऐक्य, अनिर्णित पक्षनिष्ठा असलेल्यांची प्रतिकूलता, युतीतील मित्रपक्षांची, विशेषतः आंध्र प्रदेश आणि तामिळनाडूतील असमाधानकारक कामगिरी इत्यादी गोष्टींना दिला होता.

या दोषारोपांचा खेळ चालू असतानाच २२ मे २००४ रोजी नव्या पंतप्रधानांच्या शपथविधीसाठी वाजपेयी संसदेत पोहोचले. ते अत्यंत सैरभैर आणि उद्विग्न मानसिक अवस्थेत असल्याचं स्पष्टपणे जाणवत होतं. एकोणऐंशी वर्षांचे वाजपेयी यांची प्रकृती ठीक नव्हती आणि त्यांचे पाय थरथरत होते. त्यांची अवस्था पाहून त्यांची कारकीर्द भूतकाळात जमा झाली होती याबद्दल कुणाच्याही मनात संदेह उरला नव्हता. जेव्हा

एका काँग्रेस नेत्यानं त्यांच्याजवळ जाऊन चरणस्पर्श केला, तेव्हा सोनिया गांधींना ते फारसं आवडलेलं दिसलं नाही. शालजोडीतला टोमणा मारत सोनिया गांधी त्या नेत्याला म्हणाल्या की, 'त्यानं केलेला नमस्कार त्यांच्या नजरेतून सुटलेला नाही.' सोनियांचा मुलगा राहुल यांनीसुद्धा याबद्दल नाराजीदर्शक वक्तव्य केलं. भागवतांच्या हस्तिदंती मनोऱ्यातील जगतात, वाजपेयी आता आयुष्याच्या सूर्यास्ताकडे निघालेले थकलेभागले नेते बनले होते.

परंतु वर्तमानकाळाचा अर्थ लावण्यात तुलना स्वरूपात इतिहास अत्यंत उपयुक्त ठरतो. त्या दृष्टीनं, स्मृतिरूपात, संदर्भस्वरूपात आणि आघातरूपात वाजपेयींच्या कारकिर्दीचा आलेख आपल्या जाणिवांचे दरवाजे सतत ठोठावत राहतो. कधी कधी हे ठोठावणं अत्यंत तीव्र भासतं. ग्वाल्हेरच्या एका उपनगरातील शाळा मास्तराचा मुलगा म्हणून कारकिर्दीला प्रारंभ करणारे वाजपेयी आर्य समाजाचे सदस्य झाले, संघाचे पूर्णवेळचे कार्यकर्ते बनले, जनसंघाचे नेते बनले, खासदार बनले, भाजपचे संस्थापक बनले, संसदेत विरोधी पक्षनेते झाले आणि पाच वर्षांची कारकीर्द पूर्ण करणारे पहिले काँग्रेसेतर पक्षाचे पंतप्रधान बनले. वाजपेयींची उत्कृष्ट वर्षे खरोखरच सर्वोत्कृष्ट होती. विशेषतः भारतीय उपखंडाच्या अग्रस्थानी त्यांनी घेतलेली अंतिम झेप भोवळ आणणारी होती. एका जहाल, उग्र हिंदुत्ववादी लढवय्याचं आशिया खंडातला मुत्सद्दी आणि या विभागातील 'शांतता-पुरस्कर्ता-शांतिपुत-अटल चाचाजी' या रूपात झालेलं परिवर्तन खरोखरच लक्षणीय होतं. तसूतसूनं वर सरकत जायला त्यांना अनेक दशकं प्रयत्न करावे लागले. अधूनमधून त्यांनी विसंगत वक्तव्यंसुद्धा केली; परंतु अखेरीपर्यंत ते 'अभंग वाजपेयी'च राहिले! अभेद्य आणि अविचल!

त्यांची पंतप्रधानपदाची वर्षे भारताच्या दृष्टीनं अत्यंत वादळी वर्षे होती. अण्वस्त्रसक्षम पाकिस्तान सतत लहानसहान कुरापती काढत राहिला होता आणि दोनदा तरी या हल्ल्यांचं पर्यावसन दोन शेजारी देशांमधील जोरदार युद्धात होऊ घातलं होतं. असं असूनही, वाजपेयींनी संरक्षण योजनेसाठी पायाभूत असलेल्या गोष्टींच्या विकासावर लक्ष केंद्रित केलं. देशभरात माल आणि सेवा यांचा पुरवठा करण्यासाठी हाती घेतलेला 'मोठा महामार्ग - प्रकल्प' ही त्यांची अत्यंत जिव्हाळ्याची योजना होती. या 'सुवर्ण चतुष्कोन योजने'स वित्त पुरवठा करण्याची त्यांनी नवी कल्पक रीत शोधली : रस्त्यावरील कर आकारणीतून पैसा उभा करणं. मागे वळून पाहताना जाणवतं की, सोळाव्या शतकात ऐतिहासिक 'ग्रँड ट्रंक रोड' बांधणाऱ्या सूरवंशाच्या सम्राटानंतर - शेर शाह सुरीनंतर - भारताचे पूर्व-पश्चिम आणि उत्तर-दक्षिण भाग रस्त्यांनी जोडू पाहणारे वाजपेयी हे पहिलेच भारतीय शास्ते होते. 'इंडियाज डिकेड ऑफ डेव्हलेपमेंट (भारत-विकासाचं दशक)' या शीर्षकाच्या, २०११ सालच्या लेखामध्ये निरूपम बाजपाई आणि जेफ्री डी. सॅक्स यांनी वाजपेयींनी पुढाकार घेऊन सुरू केलेल्या आणि काही त्यांच्यामागून आलेल्या सरकारनं सुरू केलेल्या अनेक गोष्टींची

यादी सादर केली आहे. 'अत्यंत समर्पक, अत्यंत गरजेच्या, मोठ्या प्रमाणावरच्या, अनेक चिंताजनक विभागातल्या, लोकहिताच्या इतक्या साऱ्या योजना दशकभर चालू राहण्याची वेळ स्वतंत्र भारतात पहिल्यांदाच आलेली दिसते आहे,' असं नमूद करून पुढे लेखक म्हणतात, सुरुवात रस्ते विभागापासून झाली. यात प्रथम 'सुवर्ण चतुष्कोन प्रकल्प (भारताला उत्तर-दक्षिण-पूर्व-पश्चिम जोडणाऱ्या महामार्गांचा प्रकल्प)' सुरू करण्यात आला आणि त्यानंतर २००० साली पंतप्रधानांची 'खेड्यांतील रस्ते योजना' कार्यान्वित करण्यात आली. शैक्षणिक विभाग : २००१ साली 'सर्वांसाठी शिक्षण' हा दुसरा प्रकल्प सुरू करण्यात आला. तिसरी पिण्याच्या पाण्याची समस्या : त्यासाठी २००२ साली 'स्वजलधारा योजना' सुरू केली गेली. चौथा स्वास्थ्य विभाग : त्यासाठी २००५ साली, नॅशनल रूरल हेल्थ मिशन : राष्ट्रीय ग्रामीण स्वास्थ्य योजना सुरू करण्यात आली. पाचवं ग्रामीण विद्युतीकरण क्षेत्र : त्यासाठी राजीव गांधी ग्रामीण विद्युतीकरण योजना सुरू करण्यात आली. सहावा विभाग : ग्रामीण मूलभूत बांधकाम (infrastructure) योजना. त्यासाठी २००५ साली इतर गोष्टींबरोबर भारत-निर्माण-योजना सुरू करण्यात आली. आमचं असं प्रांजल मत आहे की, गेल्या दशकभरात हे सारे उपक्रम, त्यांच्या ठायी उपयुक्त ठरण्याची क्षमता आहे हे जाणवल्यामुळे एकत्रितपणे चालू करण्यात आले आणि काही प्रकल्पांची उपयुक्तता दिसायला प्रारंभही झाला आहे. त्यामुळे विपुल प्रमाणात वित्तपुरवठा करून, त्यांच्याकडून पुरवल्या जाणाऱ्या सेवेचा दर्जा वाढवण्यासाठी त्या-त्या क्षेत्रात सुधारणा घडवून या प्रकल्पांना आणखी बळकटी आणणं गरजेचं आहे.

पंतप्रधान या नात्यानं वाजपेयींनी कर-व्यवस्थेतही कार्यक्षमता वाढवली. त्यांनी 'फिस्कल रिस्पॉन्सिबिलिटी अँड बजेट मॅनेजमेंट (आर्थिक जबाबदारी आणि अंदाजपत्रकाचं व्यवस्थापन)' हा कायदा मंजूर करून घेतला आणि आपली अर्थव्यवस्था सुधारण्यासाठी वित्तीय तुटीच्या प्रमाणावर निर्बंध आणले. त्यांनी अर्थक्षेत्रात अनेक सुधारणा घडवल्या. त्यात विमा क्षेत्रातील परदेशी गुंतवणुकीच्या पातळीत वाढ घडवणं यांसारखे धोरणबदल करून भारतीय उद्योगधंद्यांपुढील वाढत्या समस्यांवर मार्ग शोधण्यासाठी पावलं उचलली.

त्यांनीच टेलिकॉम कंपन्यांना अत्यावश्यक अशी मोलाची मदत केली आणि त्यांना देशाच्या मालकीच्या ध्वनिलहरी वापरण्यासाठी ठरावीक पूर्वनिर्णित रकमेइतका उत्पन्नाचा ठरावीक टक्के भाग देण्याची परवानगी देऊन त्यांना आपला धंदा वाढवायची संधी मिळवून दिली. त्यांच्याच या टेलिकॉम धोरणामुळे फोन कॉलमागे ग्राहकांना द्यावे लागणारे पैसे खूप कमी झाले आणि एकेकाळी सरकारचं पूर्ण स्वामित्व असलेल्या टेलिकॉम विभागात खाजगी कंपन्यांना प्रवेश करता येऊ लागला. वाजपेयींच्या दूरदृष्टीमुळेच देशातील मोबाईल फोन्सचा वापर फार मोठ्या प्रमाणात वाढला. त्यांनी २००४मध्ये पंतप्रधानपद सोडलं, तोवर मोबाईल फोन्सच्या जोडण्या लँडलाइन

फोन्सच्या जोडण्यांपेक्षा पुढे गेल्या होत्या. आता आपण आरामात स्मार्ट फोन वापरून ओडिशातील पॅरादीप ते आइसलंडमधील रिकेविक असे दूरदूरचे फोन संपर्क सहजी साधू शकतो, त्याचं श्रेयही क्रांती घडवून आणणाऱ्या वाजपेयींकडे जातं ही गोष्ट लक्षात ठेवण्यासारखी आहे. अस्सा डोरॉन आणि रॉबिन जेफ्री यांनी 'सेल फोन नेशन' नावाचं अप्रतिम पुस्तक लिहिलं आहे. त्यात भारतात घडलेल्या 'सेल फोन क्रांती'चं प्रारंभीपासूनचं चित्र रेखाटलं आहे. १९९५ साली, सुखराम या तत्कालीन संपर्कमंत्र्यांनी भारतात पहिल्यांदा मोबाईलवरून पश्चिम बंगालातील ज्योती बसू यांना फोन केला होता. त्या काळापासून आतापर्यंतचा या क्षेत्रातला आपल्या देशाचा विकास नमूद करून या लेखकद्वयीनं कालबाह्य झालेल्या टेलिकॉम धोरणाचा त्याग करण्याचं सर्वस्वी श्रेय वाजपेयींना दिलं आहे. या दोन लेखकांनी लिहिलं आहे, '१९९५ नंतर सहा वर्षं प्रयत्न केल्यावर पंतप्रधान वाजपेयींच्या नेतृत्वाखालच्या भाजप सरकारला यापूर्वीची (कालबाह्य) टेलिकॉम धोरणं रद्द करता आली आणि अत्यंत किफायतशीर अशा मोबाईल-फोन-उद्योगात खासगी गुंतवणुकीला परवानगी नाकारणाऱ्या निर्बंधांचे अडसर दूर करता आले. या गोष्टी एकदा करता आल्यावर मोबाईल फोन्सच्या संख्येत अभूतपूर्व वाढ झाली. २००३ साली भारतात १ कोटी तीस लाख मोबाईल फोन ग्राहक होते. २००८पर्यंत हा आकडा सव्वीस कोटी दहा लाखांवर पोहोचला होता; वीस पटींनी वाढला होता. २०१३पर्यंत हा आकडा तिप्पट होऊन ८६ कोटी ८० लाखांवर पोहोचला होता.

त्यांच्याच कारकिर्दीत बऱ्यापैकी खर्चण्याजोगं उत्पन्न असलेल्या किंवा तशी आकांक्षा असलेल्या भारतीयांची संख्या मोठ्या प्रमाणात वाढली आणि त्याबरोबर अशा लोकांचा राजकीय दृष्टिकोनसुद्धा पूर्णपणे बदलून गेला. श्रीमंत लोक अधिक श्रीमंत बनलेले पाहून, निम्न उत्पन्न स्तरातील लोकांमधली बेचैनी आणि अशांतता वाढली; त्याचबरोबर संकटांवर मात करून इतरांच्या बरोबरीला पोहोचण्याची त्यांची जिद्दसुद्धा वाढली. सत्तेवरचे लोक आपल्या धोरणांमध्ये पूर्वीपेक्षा उद्योगधंद्यांना अधिक धार्जिणे बनू लागल्यामुळे, त्याचा परिणाम म्हणून नव्या राजकीय समस्या उभ्या राहू लागल्या.

आपल्या अढळ अशा निष्ठांपासून दूर गेलेल्या टीकेचे धनी झालेल्या वाजपेयींच्या मंत्र्यांवर आणि कधी कधी वाजपेयींवर खवचट टीका करणाऱ्या आरएसएसच्या आणि त्याच्या उप-शाखास्वरूप संस्थांच्या दडपणाला वाजपेयींनी समर्थपणे तोंड दिलं. त्यांच्याशी संवाद साधायला ते नेहमीच राजी असत; परंतु त्यांच्या दबावापुढे ते कधीच झुकते घेत नसत. ते खरोखरच लोकशाहीवादी पंतप्रधान होते. हितसंबंध गुंतलेल्या प्रत्येक व्यक्तीचं मत ते ऐकून घेत आणि त्यानंतरच ते अंतिम निर्णय घेत. ते पंतप्रधान असताना देशाचा आर्थिक विकास मोठ्या प्रमाणावर झाल्यामुळे भारतातली परदेशी गुंतवणूक पटींनी वाढली. ज्यानं तरुणपणी स्वदेशी माल वापरण्याचा निष्ठेनं

पुरस्कार केला होता, ज्यानं बँकांच्या राष्ट्रीयीकरणाबाबत इंदिरा गांधींशी सहमती दर्शवली होती, त्याच्या दृष्टीनं त्याच्या जुन्या निष्ठांपासून ही फार मोठी फारकत होती. खरं सांगायचं तर त्यांचे राजकीय प्राधान्यक्रम आणि अर्थविषयक दृष्टिकोन या दोन्ही गोष्टींबाबतच्या पूर्वनिष्ठा प्रयत्नपूर्वक विसरण्याचा अत्यंत अवघड असा उपक्रम त्यांनी प्रामाणिकपणे पार पाडला. शीतयुद्धाच्या वेळेस, नेहरूंच्या पठडीतील विचारधारेनुसार वागणारे वाजपेयी, आण्विक साठ्याच्या विचारानं अस्वस्थ होत असत. त्यांनीच नव्या मनूच्या नव्या नियमांचा सहजी स्वीकार केला. 'बल बलालाच मान देतं' या विश्वासानं त्यांनी बदलत्या काळात आण्विक क्षमता प्राप्त करणं गरजेचं आहे, असं सहजपणे मान्य केलं. १९८० साली आसामात नेल्लीमध्ये कत्तल होण्यापूर्वी अत्यंत प्रक्षोभक असं मुस्लीमविरोधी भाषण करणारे तापट वाजपेयीच कालांतरानं एकविसाव्या शतकातलं गुजरातेतलं सामाजिक विद्वेषाचं हिंसक राजकारण पाहून अत्यंत उद्विग्न आणि दुःखीकष्टी झाले होते. धर्मवेडाच्या दुराग्रही निष्ठा जपणाऱ्या, जम्मू आणि काश्मीरला विशेष सवलती दिल्याबद्दल जोरदार वादंग माजवणाऱ्या श्यामाप्रसाद मुखर्जींचं एकेकाळी शिष्यत्व स्वीकारणारे वाजपेयीच आता 'इन्सानियत और जम्मूरियत (मानवता आणि लोकशाही)' या घोषवाक्याद्वारे काश्मीर खोऱ्यात प्रेमानं वागण्याचा राजनैतिक शांतिसंदेश देऊ लागले होते.[१] वाजपेयींनी स्वातंत्र्यदिनी लालकिल्ल्याच्या तटावरून देशाला दिलेल्या संदेशात म्हटलं होतं,

'जम्मू आणि काश्मीरच्या समस्येवर कायमस्वरूपी तोडगा शोधण्याच्या आमच्या शोधयात्रेत, या समस्येच्या बाह्य आणि आंतरिक अशा दोन्ही बाबींवर तोडगा शोधताना, आम्ही केवळ भूतकालीन वहिवाटीचा मार्गच स्वीकारणार नाही. त्यासाठी मानसिकता बदलणं आणि ऐतिहासिक पूर्वग्रहांची गाठोडी फेकून देऊन ओझं हलकं करणं गरजेचं आहे.' २००४ साली वाजपेयींनी पाकिस्तानला पुन्हा एकदा वाटाघाटींसाठी उद्युक्त केलं आणि भारताच्या समस्या ज्या ऐकून घ्यायला इस्लामाबाद २००१ साली अजिबात तयार नव्हतं, त्या सर्व बाबी वाजपेयींनी ठामपणे पाकिस्तान पुढे मांडल्या आणि त्या समस्या पाकिस्तानपुढे अधिकृतपणे नोंदवल्या : अशा प्रकारे आग्रा-शिखर-परिषदेचं अपयश त्यांनी धुऊन काढलं.

परंतु काही जुन्या सवयी मात्र सहजी जात नाहीत : कुणीही चतुराईनं त्यांना उणं लेखण्याचा केलेला प्रयत्न ते अजिबात सहन करू शकत नसत. कुणीतरी त्यांचा अवमान करण्याच्या हेतूनं त्यांना 'विकास पुरुष' आणि त्यांचे मदतनीस असलेले अडवाणी यांना 'लोह पुरुष' ही उपाधी दिली होती. असं वर्णन करणारा, या संज्ञांद्वारा आपल्याला कमी लेखतोय हे त्यांना ताबडतोब जाणवलं. त्यांना आपण भाजपच्या

[१] यानंतर दहा वर्षांचा काळ लोटल्यावर पंतप्रधान नरेंद्र मोदी यांनी वाजपेयींना उद्धृत करताना या घोषणेत 'इन्सानियत, जम्मूरियत'बरोबर 'काश्मीरियत' हा आणखी एक शब्द जोडला.

'जुळ्या प्रतीकांपैकी एक' असल्याचा विचार सहन झाला नाही. जोवर ते सत्तेवर होते, तोवर ते एकमेव पक्ष प्रतीक असणार होते! अडवाणी बहुतांशी त्यांचं म्हणणं मानत आणि स्वतःला द्वितीय स्थानावरील नेता समजत असत. ही गोष्ट अडवाणी समर्थक गटाला दुःखद वाटत असे. बहुधा इतर अनेक गोष्टींप्रमाणेच एक अत्यंत महत्त्वाची नानाजी देशमुखांची गोष्ट अडवाणी कधीच विसरू शकले नव्हते. नानाजी देशमुख संघातले वाजपेयींचे सहाध्यायी होते. ते संघाचे अत्यंत नामवंत आयोजक म्हणून सुप्रसिद्ध होते. केवळ वाजपेयींचं आणि त्यांचं जुळलं नाही म्हणून त्यांना राजकारणाच्या मुख्य प्रवाहाबाहेर पडावं लागलं होतं आणि पर्याय म्हणून इतर गोष्टींकडे पाहावं लागलं होतं. देशमुख हे एरवी इतरांचं भलं करण्यात व्यग्र असत. वाजपेयींशी न पटल्यामुळे राजकारणातून बाहेर पडल्यावर त्यांची जी दैना झाली, तिची वर्णनं करणारी लांबलचक पत्र संघनेत्यांना लिहिण्यावरच त्यांना समाधान मानून घ्यावं लागलं होतं.

वाजपेयी तरुणपणी जेवढे आपल्या टीकाकारांच्या आणि विरोधकांच्या बाबतीत कडवे होते, तेवढेच कडवे ते आपल्या कारकिर्दीच्या अखेरीपर्यंत राहिले होते. वेंकय्या नायडूंना आपली विकासपुरुष, लोहपुरुष उपमा मागं घेणं जसं भाग पडलं होतं, तसंच भाजपचे 'चाणक्य' म्हणून एकेकाळी नामवंत असलेल्या गोविंदाचार्यांनासुद्धा, वाजपेयींना 'मुखवटा' (ढोंगी) म्हटल्याच्या आगळिकीची शिक्षा म्हणून सक्रिय राजकारणातून त्वरेनं काढता पाय घेणं भाग पडलं होतं. वाजपेयींचा प्रत्येक अणुरेणू त्यांच्या कारकिर्दीच्या अंतापर्यंत अत्यंत महत्त्वाकांक्षी राहिला होता. त्यांच्या अख्ख्या कारकिर्दीत ते त्यांच्या शत्रूंना दुतोंडी व कुटिल कारस्थानी वाटत राहिले. त्यांनी नेहमीच कुठलाच बखेडा न करता विरोधकांचा नायनाट केला. या उलट त्यांच्या परोपकारी, दयाळू वृत्तीमुळे भाजपकडे नवे मित्रपक्ष आकृष्ट झाले. मन वळवण्याच्या त्यांच्या ठायीच्या अमोघ शक्तीचा आणि सुस्वभावी असल्याच्या ख्यातीचा उपयोग करून त्यांनी अनेक मित्र जोडले आणि सिद्ध करून दाखवलं की, अगदी भाजपसुद्धा सहकारी मिळवून सत्तेवर येऊ शकतो.

वाजपेयींच्या पंतप्रधानपदाच्या कारकिर्दीत वादंग उसळल्यावाचून राहिली नाहीत. १९९८ ते २००४ सालाच्या कालखंडात, वाजपेयींच्या मंत्रिमंडळातील अर्थखातं आणि परराष्ट्रखातं ही दोन महत्त्वाची खाती सांभाळणारे यशवंत सिन्हा मान्य करतात की, वाजपेयींच्या पंतप्रधानपदाच्या कचेरीत तत्त्वशून्य उद्योजकांनी शिरकाव करून घेतला होता. सिन्हा म्हणतात, 'त्यांना दूर ठेवण्यात वाजपेयी तेवढेसे यशस्वी झाले नव्हते... परंतु जेव्हा काही गोष्टी त्यांच्या लक्षात येत, तेव्हा ते ताबडतोब त्यावर कारवाई करत. उदाहरणार्थ त्यांनी (अंबानींशी असलेली जवळीक सर्वश्रुत असलेल्या) प्रमोद महाजन यांना टेलिकॉम मंत्रालयातून दूर हटवले; परंतु त्यांचा जावई रंजन भट्टाचार्य आणि मित्र व राष्ट्रीय सुरक्षा सल्लागार ब्रजेश मिश्रा यांच्याबाबत ते काहीही ऐकून घेत नसत. या असुज्ञ पवित्र्यामुळे त्यांच्या मंत्रिमंडळाबरोबरच्या नात्यात तणाव आला. या दोघांच्या

हाती असलेल्या अमर्याद सत्तेबद्दल मंत्रिमंडळातील त्यांचे सहकारी बरीच नाराजी दर्शवत. अत्यंत उदार स्वभावाचे वाजपेयी त्यांच्या मित्रांना महत्त्वाच्या जागांवर नियुक्त करत असत. त्यांच्यावर गुडघ्यांचं आरोपण करणाऱ्या शल्यविशारदाला त्यांनी राष्ट्रीय बहुमान बहाल केला होता; परंतु त्यांची सहा वर्षांची कारकीर्द संपता संपता, त्यांनी स्वतः नेता या नात्यानं स्थापन केलेल्या त्यांच्या पक्षातलं त्यांचं महत्त्व झपाट्यानं कमी होऊ लागलं होतं. त्यांच्या पसंतीचे उमेदवार कृष्णकांत यांना भारताचं राष्ट्रपतिपद मिळवून देण्यास ते असमर्थ ठरले. पक्षाच्या इच्छेपुढे मान तुकवणं त्यांना भाग पडलं. एकेकाळी त्यांचे अत्यंत निकटचे सहकारी असलेले अडवाणी पक्षात बलिष्ठ बनू लागल्यावर त्यांना पुन्हा एकदा पक्षातलं आपलं प्रथम क्रमांकाचं स्थान डळमळीत होतंय, याची जाणीव होऊ लागली. त्यांचं प्रथम क्रमांकाचं स्थान १९८०च्या दशकाच्या शेवटी आणि १९९०च्या दशकाच्या प्रारंभीच्या काळात असंच डळमळीत झालं होतं. जो माणूस प्रचंड वेगानं पुढे गेला आणि नव्या परिस्थितीशी चटकन जुळवून घेण्याच्या स्वतःच्या कुवतीमुळे विख्यात बनला, तोच बहुधा ११ सप्टेंबर २००१च्या अमेरिकेवरील दहशतवादी हल्ल्यांमुळे बदललेली राजकीय समीकरणं जाणून घेण्यात उणा पडला. तोपर्यंत राजकीयदृष्ट्या अयोग्य समजल्या जाणाऱ्या अनेक गोष्टींना, या दहशतवादी हल्ल्यानंतर सर्वमान्यता प्राप्त झाली होती. विशेषतः मुस्लिमांवरचे विखारी हल्ले आणि परदेशीयांबद्दल वाटणारा तिरस्कार यांना मान्यता मिळत होती.

२००५ सालापर्यंत वाजपेयींमध्ये अल्झायमर्स व्याधीची लक्षणं दिसू लागली होती. ही व्याधी लवकरच त्यांना कमजोर बनवणार होती. ते गोष्टी विसरू लागले होते... ते मुद्दामच विसरण्याचं ढोंग करत आहेत हे खात्रीपूर्वक सांगताही येत नसे! २००५ साली ते बिहारला गेले होते, तेव्हा नीतिशकुमार हे मुख्यमंत्रिपदाचे अधिकृत उमेदवार आहेत, असं जाहीर करायला त्यांना सांगण्यात आलं होतं. वाजपेयी त्या राज्यातल्या प्रचार मोहिमेच्या मेळाव्यापुढे भाषण करत होते, तेव्हा त्यांनी ही गोष्ट जाहीर करावी अशी अपेक्षा होती. त्यांच्या साहाय्यकानं त्यांना तशी आठवण करून देणारा कागदही त्यांच्याजवळ दिला होता; पण त्यांनी अशी जाहीर घोषणा केलीच नाही! कदाचित तशी घोषणा न करण्यामागे त्यांचा काही विचारही असू शकेल किंवा कदाचित ते चक्क विसरूनही गेले असतील.

वाजपेयी सक्रिय राजकारणातून डिसेंबर २००५मध्ये निवृत्त झाले. मुंबईतील शिवाजी पार्क येथे त्यांनी सक्रिय राजकारणातून निवृत्ती जाहीर केली. याच जागी, १९९५ साली अडवाणींनी 'भावी पंतप्रधान' म्हणून त्यांचं नाव जाहीर केलं होतं. दहा वर्षांनी त्यांनी तो राजदंड पुन्हा अडवाणींना सुपूर्द केला. त्यांनी अडवाणी–प्रमोद महाजन यांचं वर्णन 'भाजपचे राम–लक्ष्मण' अशा शब्दांमध्ये केलं; परंतु जो पक्ष त्यांनी स्वतः त्यांच्या सहकाऱ्यांसमवेत प्रयत्नपूर्वक वाढवला होता, त्याच पक्षातल्या राजकारणाचे रंग प्रचंड झपाट्यानं, ओळखू न येण्याएवढे बदलून गेले होते. या पक्षाच्या नव्या आश्रयदात्यांची पसंती पूर्णपणे वेगळ्या रंगाची होती.

२००९ साली आलेल्या पक्षाघाताच्या झटक्यामुळे अंथरुणाला खिळलेले वाजपेयी आता '६अ, कृष्ण मेनन मार्ग, ल्युटेन्स, दिल्ली' येथे राहत आहेत. त्यांना भेटायला येतात त्यांचे कुटुंबीय आणि अप्पा घटाटेंसारखे जवळचे मित्र! हे लोक खात्रीपूर्वक म्हणतात की, त्यांना बोलता येत नसलं, तरी त्यांना ऐकू येतं आणि ऐकलेलं समजतं. २०१५ साली राष्ट्रपती प्रणव मुखर्जींनी त्यांना 'भारतरत्न' हा सर्वोच्च नागरी राष्ट्रीय सन्मान देऊन त्यांचा गौरव केला. अटलजींची सहचरी, राजकुमारी, २०१४ साली स्वर्गवासी झाली. त्यांच्या मृत्यूसमयी, तोवर अपंग झालेल्या वाजपेयींखेरीज अन्य सर्व आप्त त्यांच्या समीप होते. कवीमनाचा हा राजनीतिज्ञ त्यांच्या आयुष्यभराच्या सहचरीला निरोप देऊ शकला नाही किंवा त्यांच्यातील नातं इतकं उदात्त आणि दैवी असू शकेल की मृत्यू ही त्यातील केवळ एक नगण्य घटना ठरावी!

वाजपेयींना संसद हे पवित्र मंदिर वाटत असे आणि तेथे ते नीटपणे तयार केलेली भलीमोठी भाषणं करत असत. त्यांच्या पिढीतील राजनीतिज्ञांना विनाकारण भाषणात व्यत्यय आणून लोकसभेचं कामकाज ठप्प करणं हा अक्षम्य गुन्हा वाटत असे. अत्यंत नावाजलेला मुत्सद्दी म्हणून ते कीर्तिवंत होऊ शकले, कारण त्या वेळचा सत्तेवरचा पक्ष नीच प्रवृत्तीचं पाशवी बळ न दाखवता, वेगवेगळी मतं ऐकून घेण्याची सहिष्णुता दाखवत होता. विविध विषयांवर चर्चा करायला राजी होता आणि विद्वत्तेबद्दल आदरभाव राखत होता. नेहरूंच्या उमद्या व्यक्तिमत्त्वामुळे श्रीमंत बनलेल्या पोषक सामाजिक वातावरणात वाजपेयींच्या राजकीय कारकिर्दीला धुमारे फुटले. संस्था स्थापन करणं आणि त्या जतन करणं किती कष्टाचं काम आहे हे त्यांना उमगलं. उदार दृष्टिकोन आणि मतं अन्य कुणालाच त्यांच्याइतकी समजून घेता आली नाहीत, कारण अशा उदार मतांमुळेच त्यांचा विकास घडू शकला होता. १९६२च्या चीन-आक्रमणानंतर वाजपेयी आणि त्यांच्या पक्षातले मूठभर अन्य सदस्य नेहरूंकडे गेले आणि १९६२च्या चीन आक्रमणाबाबत चर्चा घडवण्यासाठी संसदेची संयुक्त बैठक घ्यावी, अशी त्यांनी मागणी केली, तेव्हा तत्कालीन पंतप्रधान नेहरू यांनी ही मागणी ताबडतोब मान्य केली. नेहरू पूर्णपणे जाणून होते की, त्यांच्या पुढ्यात उभा राहून अशी मागणी करणारा हा तरुण नेता अशा बैठकीत त्यांची कसून उलट तपासणी घेणार आहे, तरीही त्यांनी या प्रस्तावाला आनंदानं मान्यता दिली. आधीच्या पंतप्रधानांनी वाजपेयींना ज्या सौजन्यानं वागवलं होतं, तेवढं सौजन्य वाजपेयींनी पंतप्रधानपदावर असताना इतरांना दाखवलं नसेलही कदाचित. परंतु संवाद साधण्याचं महत्त्व ते कधीही विसरले नाहीत आणि संसदेचा कारभार सुरळीतपणे चालावा यासाठी त्यांनी कोणत्याही प्रकारच्या प्रयत्नांमध्ये कधीच हयगय केली नाही.

त्यामुळेच मणिशंकर अय्यर यांच्यासारख्या उच्च नैतिक आणि बौद्धिक पातळी असलेल्या 'धर्मनिरपेक्ष मूलतत्त्ववादी' नेत्याला वाजपेयींची उणीव भासते आणि त्यांनी

या माजी पंतप्रधानांना सर्वांपुढे प्रसिद्ध केलेलं एक खुलं पत्र पाठवलं होतं. या काँग्रेस-सदस्याचं पत्र, फेब्रुवारी २०१६ मध्ये 'इंडियन एक्स्प्रेस' या दैनिकात प्रसिद्ध करण्यात आलं. हे पत्र वाजपेयींचे उत्तराधिकारी असलेल्यांचा जाहीर धिक्कार करणारं लेखी आरोपपत्रच होतं. वाजपेयींनी त्यांना पूज्य वाटणाऱ्या ज्या ज्या नीतिमूल्यांचा कायम पुरस्कार केला, तीच नीतिमूल्यं ही मंडळी पायदळी तुडवत आहेत, असं मणिशंकर अय्यरना वाटत होतं. त्यांनी या पत्रात लिहिलं होतं,

> 'जरी तुमची मतं काँग्रेस पक्षापेक्षा संपूर्णतः भिन्न होती आणि बऱ्याच अंशी तुमच्या प्रारंभीच्या संघ-संलग्नतेमुळे घडवली गेली होती, तरीही तुम्ही जवळजवळ सर्व भारतीयांबरोबर स्वातंत्र्य-चळवळीच्या नीतितत्त्वांनुसारच वागलात, त्यामुळेच तुम्ही सर्व प्रकारचा अतिरेक मुख्यतः धार्मिक अतिरेक कायम टाळलात. विशेषतः जेव्हा अनेक वर्षांपूर्वी, आणीबाणीनंतर लगेचच, तुम्ही परराष्ट्रमंत्रिपद स्वीकारलंत त्या वेळेस... आता भाजपच्या नेतृत्वाखालील दुसरं सरकार, तुम्हाला मिळालेल्या मतांपेक्षा खूप जास्त मतांनी सत्तेवर आलेलं असताना, याच कारणास्तव आम्हाला तुमची अत्यंत मोठी उणीव भासतेय. देशाला एकसंधपणे एकत्रित ठेवण्याऐवजी तुमचा उत्तराधिकारी भारताच्या आत्म्याच्या चिंध्या चिंध्या करण्यात भाग घेत आहे.'

अय्यर यांनी पूर्वायुष्यातील एक घटना सांगितली,

> ''सी. एन. अण्णादुराई या द्रविडी नेत्याबरोबरचे तुमचे संवाद मला स्पष्टपणे आठवत आहेत. तुमच्याप्रमाणेच तेसुद्धा १९६२ साली द्रविडी राज्य अलग करण्याच्या आश्वासनाच्या बळावर जिंकले होते. त्यांच्या पहिल्या सांसदीय भाषणात त्यांनी निःसंदिग्धपणे स्पष्ट केलं, की त्यांच्या पक्षाला भारतीय गणराज्यातून वेगळा 'द्रविडिस्तान' करून हवाय. तुम्ही त्यांच्या कपाळावर पिस्तूल रोखल्याचं मला स्मरत नाही. हिंदीला राष्ट्रभाषा करण्याच्या विवादास्पद मुद्द्याबाबत तुम्ही ठाम राहिला होता; परंतु तुम्ही त्यांना गप्प बसवलं नाहीत किंवा भारतीय दंडसंहितेच्या निर्बंधाच्या १२४-अ राजद्रोहाच्या आरोपाखाली त्यांना कैद केलं जावं, अशी तुम्ही मागणीही केली नाहीत. तुम्ही प्रत्येक वादावर नेटानं प्रतिवाद करत राहिलात. अखेरीस 'अण्णां'नी (ज्येष्ठ भावाला तामिळनाडूत ज्या नावानं संबोधतात त्या नावानं, मोठ्या प्रेमानं तामिळनाडूचे लोक त्यांना संबोधत असत.) आपली मनोभूमिका बदलली आणि जाहीर केलं की, तामिळनाडू हे राज्य भारत

> या आपल्या अखंड मातृभूमीचा अविभाज्य घटक आहे! हे मतांतर कायम टिकून राहिलं कारण खरंखुरं मतपरिवर्तन हा त्याचा मूलाधार होता!'

हा लेख प्रसिद्ध झाल्यावर वाजपेयींच्या मुलीनं नमितानं त्यांना म्हटलं की, त्यांनी बापजींबद्दल जे काही लिहिलं होतं ते त्यांच्या हृदयाला भिडलं होतं आणि हा लेख तिनं त्यांच्या पित्याला मोठ्यानं वाचून दाखवला होता. या लेखात त्यांच्या स्वतःबद्दल आणि त्यांच्या उत्तराधिकाऱ्याच्या प्राधान्यक्रमांबद्दल लिहिलेलं त्यांना समजलं असेल, अशी आशा ती करत होती. हे ऐकून अय्यरना खूपच बरं वाटलं.

तुलनेच्या खेळात, ज्या कुणाला वाजपेयींसारखं बनावंसं वाटतं, त्यांना आपल्यात आणि त्यांच्यात तफावतीची मोठी दरी असल्याची जाणीव होते. त्यांना कुणीही स्वप्नातही प्रातिनिधिक स्वरूपाचे हिंदुत्ववादी नेते म्हणू शकलं नसतं. त्यांना उत्तम आयुष्याचा उपभोग घेण्यात रस होता. तरुणपणी त्यांनी प्रमाणात भांग आणि अफूचा आस्वाद घेतला होता; त्यांना त्यांचं मद्य (व्हिस्कीचे पेग) आणि त्यांच्या सहकाऱ्यांना ज्या गोष्टी खाणं पाप वाटलं असतं, असे खाद्यपदार्थ अत्यंत प्रिय होते. ते रुग्णालयात असताना, ते बरे व्हावेत म्हणून त्यांच्या हितचिंतकांनी वाघाला बळी दिल्याचं ऐकिवात आहे. अशा गोष्टींचा त्यांनी नक्कीच निषेध केला असता. ते चंद्रास्वामीसारख्या भोंदू धर्मात्म्याच्या सहवासात कधीही राहिले नसते किंवा आपल्या शत्रूंचा निःपात करण्यासाठी त्यांनी कधी जादूटोण्याचाही वापर केला नसता. त्यांचे स्नेही नरसिंह राव असं अनेकदा करत असत. वाजपेयींनी असं काही केलं असेल, अशी कल्पनाही कुणाच्या मनाला शिवली नसती. त्यांच्या समकालिनांच्या तुलनेत, वाजपेयी रूढींचा कायमच बंडखोरीनं अनादर करत असत आणि ते अजिबातच गतानुगतिक नव्हते. त्यांना अंधश्रद्धेबद्दल तिरस्कार वाटत असे आणि त्यांची दुर्दम्य महत्त्वाकांक्षा त्यांच्या ठायीच्या असुरक्षिततेच्या भावनेला झाकून टाकत असे. त्यांना आदर्शवत वाटणाऱ्या नेहरूंप्रमाणे वाजपेयींनीसुद्धा अनेक चुका केल्या यात शंका नाही; परंतु ते जेवढे बंडखोर होते, तेवढेच ते पूर्णार्थानं लोकशाहीवादीसुद्धा होते. दूरगामी परिणाम करणारं बहुमोल योगदान त्यांनी दिलं नसतं, तर त्या कृपाछत्राला मुकलेलं भारतीय राजकारण कंगाल राहिलं असतं!

या कविहृदयाच्या राजकारणपटूचं वर्णन करताना लिहावंसं वाटतं –

आयुष्याच्या संध्यासमयी चैतन्य उसळावं,
प्रकाश अस्ताला जाण्यापूर्वी त्वेषानं सज्ज व्हावं...

ऋणनिर्देश

मला मोलाचा वेळ आणि साहाय्य पुरवून मदत करणाऱ्या या सर्व लोकांच्या पाठिंब्याशिवाय हे पुस्तक लिहिणं शक्यच झालं नसतं : एन.एम. घटाटे, रंजन भट्टाचार्य, टी.व्ही.आर. शेणॉय, दिनेश नारायणन, के.एन. गोविंदाचार्य, वॉल्टर के. अँडर्सन, अरुण शौरी, मणिशंकर अय्यर, राजेश रामचंद्रन, यशवंत सिन्हा, शक्ती सिन्हा, थॉमस ब्लॉमू हॅन्सेन, एडवर्ड लुट्वाक, सईद नकवी, लालजी टंडन, राजनाथ सिंग सूर्य, राम बहादुर राय, बलबीर पुंज, अनिल नायर, राजेश बादल, अनिल कुमार, राजेश एम.एच., एरिक गोन्सालवेस, विनोद सी. खन्ना, डॉ. फैजल देवजी, डॉ. विजय चौथाईवाले, प्रवीण थंपी, जॉन ब्रिट्टास, सुकुमार मुरलीधरन, वसुधा वेणुगोपाल, झैन अन्वर, प्रवीन डोन्थी आणि प्राध्यापक सुमंत्र बोस.

'ओपन' मॅगेझीनच्या कामातून मला सुट्टी दिल्याबद्दल एस. प्रसन्नरंजन यांचे विशेष आभार. पेंग्विनचे नियुक्त संपादक प्रेमांक गोस्वामी यांनी दाखवलेल्या सहनशीलतेबद्दल आणि त्यांच्या तीक्ष्ण नजरेबद्दल त्यांचे मनःपूर्वक आभार. पडद्यामागून केलेल्या समर्पित साहाय्याबद्दल शनुज व्ही.सी. यांचे आभार आणि माझ्या कुवतीच्या सीमारेषांपलीकडे मला ढकलत राहिल्याबद्दल माझ्या पत्नीचे – एकताचे – मनःपूर्वक आभार.